ராம்ராவ்:

வாழ்வெனும் மரணம்

இந்திய விவசாயியின் நிலை

ஜெய்தீப் ஹர்திகர்

தமிழில்: பூங்குழலி

தடாகம்

தடாகம்

ராம்ராவ்: வாழ்வெனும் மரணம் - இந்திய விவசாயியின் நிலை

- ***ஆசிரியர்:*** ஜெய்தீப் ஹார்திகர்
- ***ஆங்கிலத்திலிருந்து தமிழில்:*** பூங்குழலி
- ***முதற்பதிப்பு:*** *ஆகஸ்ட் 2022*
- ***பக்க வடிவமைப்பு:*** கி. ஆஷா
- ***அட்டை ஓவியம்:*** ரோஹிணி மணி
- ***வடிவமைப்பு:*** வெ. பாலாஜி

Ramrao: Vazhvenum Maranam - Inthiya Vivasayiyin Nilai, a Tamil translation of ***Ramrao: The Story of India's Farm Crisis*** by **Jaideep Hardikar,** translated in Tamil by **Poonkuzhali.**

First Published in **Tamil** by **Thadagam** Publications
By arrangement with HarperCollins Publishers India Private Limited

© **Jaideep Hardikar**

Published by:

THADAGAM
No.112, First Floor, Thiruvalluvar Salai
Thiruvanmiyur, Chennai 600 041
Mob: +91-98400-70870
www.thadagam.com | info@thadagam.com

No part of this publication may be reproduced, transmitted, or stored in a retrieval system, in any form or by any means, without permission in writing from Thadagam.

ISBN: 978-93-93361-04-2

Published on August 2022

Price: ₹ 350

பொருளடக்கம்

1. ஆசிரியரைப் பற்றி — 4
2. மொழிபெயர்ப்பாளரைப் பற்றி — 5
3. மகாராஷ்டிராவின் விதர்பா பகுதி — 6
4. நூலின் நிலவியல் பின்னணி - யவத்மால் — 7
5. மொழிபெயர்ப்பாளரின் குறிப்பு — 9
6. முன்னுரை - ஒரு விவசாயியின் இரங்கற்பா — 13
7. அத்தியாயம் - 1 கோரேகன் — 23
8. அத்தியாயம் - 2 வேர்கள் — 46
9. அத்தியாயம் - 3 தனிமை — 67
10. அத்தியாயம் - 4 சிக்கலின் சாரம் — 95
11. அத்தியாயம் - 5 துயரம் — 118
12. அத்தியாயம் - 6 சாமந்தி — 143
13. அத்தியாயம் - 7 பாகவதம் — 197
14. அத்தியாயம் - 8 வயல் — 213
15. அத்தியாயம் - 9 ஜேனஸ் — 250
16. இறுதியுரை — 282
17. நோக்குத் தரவுகள் பற்றிய குறிப்பு — 295
18. ஒளிப்படத் தொகுப்பு — 297

ஆசிரியரைப் பற்றி

ஜெய்தீப் ஹர்திகர் நாக்பூரைச் சேர்ந்த ஒரு மூத்த பத்திரிகையாளர், எழுத்தாளர், ஆய்வாளர் மற்றும் 'கிராமப்புற இந்தியா குறித்த மக்கள் களஞ்சியம்' அமைப்பின் முக்கிய உறுப்பினர். ஏறத்தாழ பத்து ஆண்டுகளுக்கு மேலாக விவசாயிகளின் தற்கொலைகள் குறித்தும் பருத்தி விவசாயத்தில் உள்ள சிக்கல் குறித்தும் விதர்பாவிலிருந்து எழுதிவந்துள்ளார். டி.என்.ஏ., தி டெலிகிராப் உட்பட பல ஊடக நிறுவனங்களுடன் பணிபுரிந்துள்ளார்.

கிராமப்புறச் சிக்கல்கள் குறித்த அவரது எழுத்துகளுக்காக 2003இல் இளம் ஊடகவியலாளருக்கான சன்ஸ்கிரிதி விருது பெற்றது உட்பட பல ஊடக ஃபெலோஷிப்களும் விருதுகளும் பெற்றுள்ளார். 2009இல் அவர் ஆல்பிரட் பிரண்ட்லி பிரஸ் ஃபெலோஷிப்பின் (Alfred Friendly Press Fellowship) கீழ் அமெரிக்காவுக்குச் சென்று தெற்கு பிளோரிடாவில் உள்ள சன் சென்டினலில் (Sun Sentinal) பணியாற்றினார்.

'A Village Awaits Doomsday' (2013) - 'இறுதி நாளுக்காய் காத்திருக்கிறது ஒரு கிராமம்' - என்ற நூலையும் எழுதியுள்ளார். நாடெங்கும் அரசு மற்றும் தனியார் கட்டுமானங்களின் காரணமாக இடம் பெயர்ந்த மக்களின் வாழ்வைப் பற்றி அந்நூல் பேசுகிறது. 2001இல் கே. கே. பிர்லா ஃபவுண்டேசன் மீடியா ஃபெலோஷிப்புக்காக (K. K. Birla Foundation Media Fellowship) அவர் மேற்கொண்ட பயணத்தின் விளைவாக பிறந்ததே இந்நூல். அவரது அடுத்த நூலுக்காக மதிப்பு மிகுந்த நியு இந்தியா ஃபவுண்டேசன் ஃபெலோஷிப் (New India Foundation Fellowship) வென்றுள்ளார்.

மொழிபெயர்ப்பாளரைப் பற்றி

இந்நூலின் மொழிபெயர்ப்பாளர் பூங்குழலி தமிழ்நாட்டிலிருந்து இயங்கிக்கொண்டிருக்கும் சமூகச் செயற்பாட்டாளர். ஜாதிய, பாலின மனித உரிமை மீறல்கள் குறித்தும் ஈழ விடுதலை குறித்தும் தொடர்ந்து தன் குரலைப் பதிவுசெய்துவரும் களப் பணியாளர். சென்னை பல்கலைக்கழகத்திலிருந்து பன்னாட்டு உறவுகளில் முதுகலை பட்டமும் அண்ணாமலைப் பல்கலைக் கழகத்திலிருந்து மனித உரிமைகளுக்கான முதுகலைப் பட்டமும் பெற்றிருக்கிறார். டாக்டர் அம்பேத்கர் மய்யத்திலிருந்து வெளி வரும் மாத இதழ் 'தலித் முரசி'ல் தன் களப்பணியின் மூலம் பாலினப் பாகுபாடு, ஜாதிப் பாகுபாடு குறித்த பல மீறல்களைப் பதிவு செய்தவர். அம்பேத்கர், ஈழம் குறித்த இவரது பல முக்கிய மொழிபெயர்ப்புக் கட்டுரைகளின் தொகுப்பை 'தலித் முரசு' வெளியிட்டிருக்கிறது. மரண தண்டனைக்கெதிரான தனது குரலையும் தொடர்ந்து பதிவுசெய்து வருபவர். தமிழ்க்குலம் பதிப்பாலயம் வெளியிட்ட 'தொடரும் தவிப்பு' என்ற இவரது நூல் மரண தண்டனை குறித்தும் அது சமூகத்தில் ஏற்படுத்தும் விளைவுகள் குறித்தும் ஒரு தாயின் பார்வையிலிருந்து எழுதப் பட்டது. பெரியாரியல் அடிப்படையில் பாலின சமத்துவம் குறித்த வகுப்புகளைப் பெரியார் இயக்கங்களின் பயிற்சி வகுப்புகளிலும், தமிழக அரசின் முன்னெடுப்பில் அரசு பள்ளி ஆசிரியர்களுக்கான பயிற்சி வகுப்புகளிலும் தொடர்ந்து நடத்தி வருகிறார். பெரியா ரியலை முன்னெடுக்கும் 'கருந்திணை' அமைப்பு தயாரித்த 'தீ வரைவு' என்ற ஆவணப்படத்தை இயக்கியவர். சுய ஜாதி திருமணத்தால் அடுத்தத் தலைமுறைக்கு ஏற்படும் பாதிப்புகளை அறிவியல் - மருத்துவ ரீதியாக விரிவாகப் பேசிய இந்த ஆவணப் படம் தமிழ்நாடு முழுவதும் பல கல்விநிலையங்களில் திரையிடப் பட்டு பாராட்டைப் பெற்றது. 'கட்டியக்காரி' என்ற சமூக விழிப் புணர்வு சார்ந்த நாடகக் குழுவில் அங்கத்தினராகவும் உள்ளார்.

தொடர்புக்கு: thamizhpoo@yahoo.co.in

மகாராஷ்டிராவின் விதர்பா பகுதி

விதர்பா – குறிப்பாக பெரார் (அமராவதி), பிரிட்டிஷ் காலம் முதலே இந்தியாவின் பருத்திக் களமாக இருந்துவருகிறது. இங்கிருந்து மான்செஸ்டருக்கும் லிவர்பூலுக்கும் பருத்தி ஏற்றுமதி செய்யப்பட்டது.

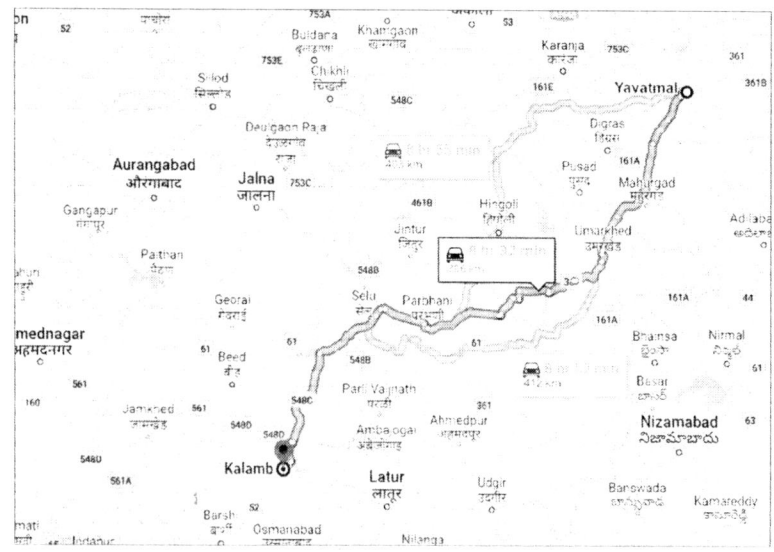

நூலின் நிலவியல் பின்னணி - யவத்மால்

மொழிபெயர்ப்பாளரின் குறிப்பு

உற்பத்தித் திறனே மனித இனத்தைப் பிற உயிரினங்களிட மிருந்து வேறுபடுத்திக் காட்டுகிறது. ஆதி காலம் தொடங்கி கருவிகள், உடை என மனித இனம் தொடர்ந்து உற்பத்தியில் ஈடுபட்டு வந்துள்ளது. அவற்றில், மனித வாழ்வின் உயிராதார உற்பத்தியாக இருப்பது உழவு மட்டுமே. இந்தப் புரிதலை கால மாற்றத்தின் போக்கில் மனிதன் எங்கோ தவற விட்டுவிட்டதன் விளைவே இன்று உலகெங்கும் உழவுத் தொழில் சந்தித்து நிற்கும் பெருஞ்சிக்கலின் ஆணிவேர்.

உலகெங்கிலும் நிலவும் இந்த உழவுச் சிக்கலில் இந்திய விவசாயத்தின் நிலையோ மிக மோசமாக உள்ளது.

கடந்த 30 ஆண்டுகளாக இந்தியாவில் உலகமயமாக்கல், தாராளமயமாக்கல், தனியார்மயமாக்கலின் விளைவாக உழவுத் தொழில் சந்தித்து நிற்கும் பெருஞ்சிக்கலை மிக நெருக்கமான கோணத்தில் இந்நூல் நம் முன் வைக்கிறது.

தற்கொலை முயற்சியில் தப்பிப் பிழைத்த ஒரு பருத்தி விவசாயி ராம்ராவ். மகாராஷ்டிராவில் உள்ள யவத்மால் மாவட்டத்தின் உள்ளடங்கிய கிராமமான ஹிவாராவில் வாழ்கிறார். அவர் எதற்காகத் தற்கொலை முயற்சியில் ஈடுபட்டார்? அதன் பின்னரான அவரது வாழ்வு எப்படி இருந்தது? ஒரு விவசாயியின் அன்றாட வாழ்வு எத்தகையது? என்ற அடிப்படை கேள்விகள் ஊடாக விதர்பாவில் என்ன நடக்கிறது? உண்மையில் பருத்தி விவசாயத்தில் என்ன சிக்கல்? ஒட்டுமொத்தமாக விவசாயத்தில் என்ன சிக்கல் தான் உள்ளது? என்ற கேள்விகளுக்கான விடையைத் தேடி ஆசிரியர் மேற்கொள்ளும் பயணமே இந்நூல்.

இந்நூலை முதன் முதலில் படித்தபோது எனக்குள் பல உணர்வுகள் எழுந்தன. ராம்ராவும் நூலாசிரியர் ஜெய்தீப்பும் ஒருவருக்கொருவர் நண்பர்களானதோடு நமக்கும் நண்பர்களாகி றார்கள். ராம்ராவ் தன் மனச்சோர்விலிருந்து மீண்டு, வாழ்வில்

வெற்றி பெற வேண்டும் என்று மனதார விரும்புகிறோம். திரைப் படங்களில் வருவதுபோல ஒரே ஆண்டு விளைச்சலில் ராம்ராவ் தன் சிக்கல்கள் அனைத்திலிருந்தும் மீண்டுவிடவில்லை. மாறாக அவரது வாழ்வு ஒரு முற்றுப் பெறாத கதையாகவே தொடர்கிறது. நல்ல விளைச்சல் என்பது மகிழ்ச்சிக்குரியதுதான். ஆனால், அது அத்தனைப் பிரச்சினைகளையும் தீர்த்துவிடுவதில்லை.

ஒரு விவசாயியின் அன்றாட வாழ்வு மிகக் கடுமையான உடல் உழைப்பைக் கோருகிறது. காலநிலையின் நிச்சயமின்மை, பணப் பற்றாக்குறை, குடும்ப, சமூகச் சிக்கல்கள் ஏற்படுத்தும் மன அழுத்தங்கள், பூச்சிகள், களைகள், காட்டு விலங்குகள், இவை போதாதென அரசாங்கத்தின் புதியபுதிய சட்டங்கள் என அத்தனையும் கடந்து ஒரு பயிரை உற்பத்தி செய்தால், அதைச் சந்தைப்படுத்துவது அத்தனை எளிதாக இருப்பதில்லை. சந்தை நெருக்கடிகளையும் சமாளித்து ஒருவழியாக விளைச்சலை விற்ற பிறகும் ஒரு விவசாயிக்கு எஞ்சுவது கடன் மட்டுமே என்ற நிலையை நினைத்துப்பார்த்தாலே மனதில் ஆழமான வலியும் வேதனையும் ஏற்படுகின்றன.

மருத்துவச் செலவும், பெண்ணுக்குத் திருமணம் செய்ய ஆகும் செலவு போன்ற சமூக நிர்ப்பந்தங்களும் ஒரு விவசாயியின் சுமையைப் பல மடங்காக்குகின்றன. இதற்கு யார் பொறுப்பு? தரமான மருத்துவத்தை அனைவருக்கும் கட்டணமின்றிக் கொண்டு சேர்க்க வேண்டிய அரசு தன் கடமையிலிருந்து தவறியது ஒரு காரணம் என்றால், இந்த ஆணாதிக்க இந்து சமூகக் கட்டமைப்பு திணிக்கும் நிர்ப்பந்தங்களுக்கு ஒட்டுமொத்த சமூகமுமே பொறுப் பேற்கதானே வேண்டும்?

ஒரு விவசாயியை அவரைச் சுற்றியுள்ள அனைவருமே சுரண்டு கிறார்கள் அல்லது ஏமாற்றுகிறார்கள். விதை உற்பத்தியாளர்கள், விற்பனையாளர்கள், விவசாய உட்பொருட்கள் விற்பனையாளர்கள், வங்கிகள், கடன்காரர்கள், விளைச்சலை வாங்குபவர்கள், சந்தை, சமூகம், அரசு என இந்தச் சுரண்டல் பட்டியல் மிக நீளமானது. இவர்கள் அனைவரையுமே விவசாயி நம்புகிறார். ஆனால், மீண்டும்மீண்டும் ஏமாற்றப்படுகிறார். ஆனபோதும் விவசாயத்தை விடாமல் தொடர்வதற்கு இச்சமூகம் அவர்களுக்கு நன்றி கடன் பட்டுள்ளது. ஆனால், அந்த நன்றி அவர்கள் வாழ்வில் எவ்வித மாற்றத்தையும் கொண்டுவரப் போவதில்லை.

அண்மைக் காலமாக இந்தியாவில், குறிப்பாக, தமிழ்நாட்டில் உழவுத் தொழில் பெரிதும் விதந்தோதப்படுகிறது (ரொமாண்டி சைஸ்). பன்னெடுங்காலமாக உழவைப் போற்றி வந்த சமூகம்தான் தமிழ்ச் சமூகம் என்ற போதிலும் அண்மைக் காலமாக உழவுத் தொழிலைப் பற்றி பேசப்படுபவை அனைத்தும், உழவையும் உழவரையும் போற்றும் போர்வையில் பொதுச் சமூகத்திலிருந்து விலக்கி வைக்கிறது. நடைமுறையில் உழவுக்குத் துணையான செயல்முறைகள் ஏதுமின்றி உழவருக்குப் புனித பிம்பம் கொடுத்து உயரத்தில் தூக்கிவைக்கிறது. மற்றொருபுறம் உழவுத் தொழில் செய்வது, அதுவும் இயற்கை விவசாயம் செய்வது ஒரு நவீன முற்போக்கு அடையாளமாகவும் முன்னிறுத்தப்படுகிறது. நன்கு படித்த இளைஞர்கள் பலர், குறிப்பாக, தகவல் தொழில்நுட்பத் துறை போன்ற நல்ல வருமானம் ஈட்டும் துறையில் பணிபுரியும் இளைஞர்கள் அதை விட்டுவிட்டு உழவு செய்ய முற்படுவதான செய்திகள் ஊடகங்களில் பரவலாகப் பெரிதுபடுத்தப்படுகின்றன. அவர்களில் எத்தனை பேர் அதில் தொடர்கிறார்கள் என்பதையோ, அவர்கள் சந்தித்த நெருக்கடிகள் பற்றியோ ஊடகங்களில் வருவதில்லை. ஒரு விவசாயியின் நடைமுறை வாழ்க்கை எத்தகையது என்பதை ஊடகங்கள் சொல்வதில்லை. மாறாக, உழவுத் தொழில் எவர் வேண்டுமானாலும் எளிதில் செய்யத்தக்கது என்ற பிம்பமே முன்னிறுத்தப்படுகிறது.

படித்த இளைஞர்கள் உழவுத் தொழிலை மேற்கொள்ள ஊக்கப்படுத்தும் விதத்தில் இச்செய்திகள் இருந்தபோதிலும், நடைமுறைக்கும் இவற்றுக்குமான தூரம் மிக அதிகமாகவே உள்ளது என்பதை ராம்ராவின் வாழ்வுடனான தனது பயணத்தின் வழி ஆசிரியர் மிகக் காத்திரமாக வெளிப்படுத்துகிறார்.

ஆசிரியர் குறிப்பிடுவதுபோல நகரவாசிகளின் உலகத்திற்கும் கிராமப்புறங்களுக்கும் உள்ள இடைவெளி இரு கிரகங்களுக்கிடையிலான இடைவெளியாக இருப்பதை நன்கு உணர முடிகிறது. படித்த இளைஞர்கள் உழவுத் தொழிலை மேற்கொள்வது மட்டுமே தீர்வாகிவிடாது என்பதையும், உழவுத் தொழிலைச் சுற்றியுள்ள பல நுட்பமான சிக்கல்கள் அனைத்தையும் இந்நூல் மிக விரிவாகவே அலசுகிறது. விவசாயச் சிக்கல் என்பது விவசாயத்தைக் கடந்த சமூக-பொருளாதாரச் சிக்கலாக வளர்ந்து நிற்பதை உணர்வது மிகுந்த கவலையை ஏற்படுத்துகிறது.

கடந்த 20 ஆண்டுகளில் இந்தியாவெங்கும் விவசாயிகளின் தற்கொலைகள் பெரிதும் அதிகரித்து வந்துள்ளன. ஏப்ரல் 2017இல் உச்ச நீதிமன்றத்தில் தமிழக அரசு அளித்த ஓர் அறிக்கையில், 2016ஆம் ஆண்டு மட்டும் தமிழ்நாட்டில் 30 விவசாயிகள் தற் கொலைசெய்துகொண்டதாகத் தெரிவித்துள்ளது. மகாராஷ்டிரம், தெலங்கானா ஆகிய மாநிலங்களுடன் ஒப்பிடும்போது இந்த எண்ணிக்கை மிகவும் குறைவுதான் என்றபோதும் தமிழ்நாட்டின் வரலாற்றில் விவசாயிகளின் தற்கொலைகள் கவனிக்கத்தக்க அளவில் அதிகரித்திருப்பதையே இது காட்டுகிறது.

இது தமிழக விவசாயிகளுக்கான ஓர் எச்சரிக்கை மணி. ஏற்கனவே ஆற்றுநீர்ப் பங்கீட்டுச் சிக்கல்களினால் கடுமையாகப் பாதிக்கப்பட்டுள்ள தமிழக விவசாயம், மேலும் எச்சரிக்கையுடன் இருக்க வேண்டிய செய்திகள் எவை எவை என்பதை இந்நூல் பட்டியலிடுகிறது.

மகாராஷ்டிராவில் உள்ள பருத்தி விவசாயிகளின் வாழ்வை அடிப்படையாகக் கொண்டு எழுதப்பட்டபோதிலும் இந்நூலின் செய்திகள் தமிழக விவசாயிகளுக்கும் விவசாயத்தின் மீது அக்கறை கொண்ட அனைவருக்குமான படிப்பினைகளைக் கொண்டிருக் கிறது என்ற வகையில் இந்நூலைத் தமிழில் மொழிபெயர்த்து அளிப்பதை ஒரு கடமையாகவே நினைக்கிறேன்.

அதற்கான வாய்ப்பை எனக்களித்த தடாகம் பதிப்பகத்தாருக்கு எனது நன்றி.

பூங்குழலி

24-08-2022

முன்னுரை - ஒரு விவசாயியின் இரங்கற்பா

"*நமது* கிராமப்புறங்களில் ஏதோ ஒன்று மிகவும் தவறாக உள்ளது".

- பேராசிரியர் எம்.எஸ். சுவாமிநாதன், 2005.

கடந்த 2008ஆம் ஆண்டு மார்ச் மாதம் 24 அன்று தூக்கிட்டு தற்கொலை செய்துகொண்ட ஸ்ரீ கிருஷ்ணா காளம்ப் என்னும் 50 வயது விவசாயி ஒருவர், இறப்பதற்கு இரண்டு நாட்களுக்கு முன் 6 வரிகளில் தனக்கான இரங்கற்பாவைத் தானே எழுதி தனது சட்டைப் பையில் வைத்துக்கொண்டார்.

ஆங்கிலேயர் காலத்தில் பெரார் என்று அழைக்கப்பட்ட மேற்கு விதர்பா பகுதியில் பேசப்படும் ஒரு வகைமராத்தி மொழியான வர்ஹாதி மொழியில் எழுதப்பட்ட எளிமையான அந்தக் கவிதை இவ்வாறு தொடங்குகிறது:

நான் தனித்துவமானவன்; எனது வாழ்வு அரிதான
    ஒரு தொடர் போராட்டம்;
எனது சாவும் நேரம் தவறிப் பெய்யும்
    மழையைப் போலவே இருக்கும்.

1995ஆம் ஆண்டிலிருந்து விவசாயிகளின் தற்கொலைகளின் காரணமாக செய்திகளில் அதிகம் இடம்பெற்ற விதர்பா பகுதியில் 5 ஏக்கர் கொண்ட புன்செய் நில விவசாயியான காளம்ப் தனது கவிதைகளைப் போலவே தனது பருத்தியும் தனக்கு மதிப்புமிக்கது என்று எழுதுகிறார். கரும்பின் இனிப்புச் சுவை போன்றது அதன் வேர்கள் என்கிறார். அந்தக் கவிதையில் தனது உடல் ஒரு கதவி லிருந்து தொங்குவது போன்ற ஒரு தோற்றத்தை அவர் கட்டமைக் கிறார் - அவர் தற்கொலை செய்வதென முடிவு செய்திருக்கிறார்.

மனதை உருக்கும் அவரது கவிதைகளில், உருவகமும் உணர்வும் ஓங்கி நிற்கின்றன. அகோலாவில் உள்ள பாபுல்கான் என்ற அவரது சொந்த கிராமத்திலிருந்து 30 கி.மீ. தொலைவில் உள்ள

முர்திஜாபூர் நகரத்திலிருந்த அவரது சகோதரியின் வீட்டில் அவர் தனது வாழ்வை முடித்துக்கொண்டார். மகாராஷ்டிரத்தில் அதிக எண்ணிக்கையில் விவசாயிகளின் தற்கொலைகள் நிகழும் ஆறு மாவட்டங்களில் இதுவும் ஒன்று. இந்த ஆறு மாவட்டங்களுமே மேற்கு விதர்பாவில்தான் உள்ளன. காளம்ப்புக்கு மனைவியும் ஐந்து மகள்களும் உள்ளனர்.

பெரும்பாலான விவசாயிகளைப் போலவே அவருக்கும் வங்கிகளிடமிருந்தும் தனிப்பட்ட நபர்களிடமிருந்தும் பெறப்பட்டு, அடைக்கப்படாதக் கடன்கள் இருந்தன. அத்துடன் தனது மகள்களின் திருமண செலவு குறித்த கவலையும் இருந்தது. சில ஆண்டுகளுக்கு முன் மிக மோசமான ஒரு விபத்து, அவரது கால்களில் ஒன்றைப் பாதித்துவிட்டது. அவரால் முன்பு போல் தனது நிலத்தில் பாடுபட முடியவில்லை. இது அவரது விரக்தியையும் கடன் சுமையையும் அதிகரித்தது.

கன்றுகள் என்று பெயரிடப்பட்ட மற்றொரு கவிதையில் அவர் இவ்வாறு எழுதியிருக்கிறார்.

நாங்கள் கன்றுகள் - பேசாத, பசியுடன் இருக்கும் கன்றுகள்
நாங்கள் பசுக்களைக் கவனிக்கிறோம் ஆனால்,
திருடர்கள் பாலைக் களவாடிச் செல்கிறார்கள்
நாங்கள் நிலங்களில் வியர்வை சிந்தசிந்த உழைக்கிறோம்,
முத்துகளை விளைவிக்கிறோம்
ஆனால், எங்கள் குழந்தைகள் பசியுடன் இருக்கிறார்கள்.

காளம்ப் ஓர் உணர்வுமிக்க மனிதர். இடையர் சாதியான தாங்கர் எனும் மகாராஷ்டிர நாடோடி பழங்குடியைச் சேர்ந்த அவரின் கவிதைகள் அந்தப் பகுதியின் பழமை மாறா பண்பாட்டில் வேர் கொண்டுள்ளன. அத்துடன் சராசரியான ஓர் இந்திய விவசாயியின் வாழ்வு குறித்து ஆழமான செய்திகளைத் தருகின்றன. இந்தியாவின் கிராமப்புறங்களில் நடந்துவரும் சமூக-பொருளாதார, அரசியல், சூழலியல் மாற்றங்களின் பிரதிபலிப்பாக அந்தக் கவிதைகள் இருக்கின்றன.

மகள் என்று தலைப்பிடப்பட்ட மற்றொரு கவிதையில் விவசாயியாக உள்ள ஒரு தந்தையின் கவலைகளை அவர் வெளிப்படுத்துகிறார். அந்தக் கவிதை ஆழமான ஆணாதிக்க மனோபாவத்தைக் கொண்டிருந்த போதும் விதர்பாவின் நடைமுறை

சமூகச் சிக்கல்களை அது விளக்குகிறது. விதர்பா ஒரு காலத்தில் நிலபிரபுத்துவப் பகுதியாக இருந்தது. நிலைமைகள் மாறினாலும், மாறிக்கொண்டிருந்தாலும் சாதிய, வர்க்கம் சார்ந்த வெறுப்பும் பகைமையும் இன்னமும் சன்னமாக இருந்துகொண்டுதான் உள்ளது. இதிகாசம் என்று தலைப்பிடப்பட்டக் கவிதையில் பணக்காரர்களின் பெருமைமிகு வரலாற்றை மட்டும் தக்கவைத்துக்கொண்டு ஏழைகளின் தொடர்ச்சியான போராட்டத்தை வேண்டுமென்றே புதைத்துவிட்ட காலத்தை அவர் கேள்விக்குள்ளாக்குகிறார்.

அவர் விவசாயிகளுக்காக எழுதினார். விவசாயிகளைப் பற்றி எழுதினார். விவசாயி என்ற அவரது அடையாளம் அவருள் இருந்த கவிஞரை அழுத்திவிட்டது. ஆனால், அவரது புரட்சிகரமான கவிதைகளில் அவர் தொடர்ந்து வாழ்வார் என்று நம்புவோம்.

காளம்ப் சிறு காகிதத் துண்டுகளில் தனது கவிதைகளை எழுதினார். அவற்றை அவர் பாதுகாத்தும் வைக்கவில்லை. அவரது கவிதைகள் அனைத்தையும் அவர் மனனம் செய்திருந்தார். அவரது நண்பர்கள் வற்புறுத்திக் கேட்டால், அதை அவர் மெட்டுடன் பாட்டாகவே பாடுவார். அவர் இறந்த பிறகு அவரது மூத்த மகள் உஷா, தனது தந்தையின் உடைமைகள், அவரது நண்பர்களின் வீடுகள் என அனைத்து இடங்களிலும் தளராது தேடி ஏறத்தாழ 50 கவிதைகளைக் கண்டுபிடித்து சேகரித்தார். இந்தக் கவிதைகளில் பெரும்பாலானவை பெரார் பகுதி விவசாயியின் சின்னஞ்சிறிய உலகை நம் முன் கொண்டுவருகின்றன. தனது அனைத்துத் தேவைகளுக்காகவும் தொடர்ந்து கடன் வாங்க வேண்டிய கட்டாயத்தை, அந்தக் கடன்களை அடைக்க இயலாத அவலத்தை அவை பேசுகின்றன. தனது மக்களின் நொறுங்கிகொண்டிருக்கும் வாழ்வு காளம்ப்பை மிகுந்த வேதனைக்குள்ளாக்கியது. உற்பத்திப் பெருகினாலும் அரிதாகவே வருமானம் பெருகும் நிலையில் உள்ள, வளர்ச்சியடையாத சின்னஞ்சிறிய விவசாய நிலங்களில் தடுமாறிக் கொண்டு, சந்தையினாலும் அரசியல் வர்க்கத்தாலும் சுரண்டப் படும் ஒரு விவசாயி கடனிலேயே வாழ்கிறார். கடனிலேயே இறக்கிறார். கிராமப்புற வாழ்வில் நிலவும் சமூகக் கேடுகள், மூடநம்பிக்கைகள் ஆகியவற்றின் மீதும் சமூகச் சீர்த்திருத்தங்கள் மிக மெதுவாகவே நடப்பது குறித்தும் அவர் ஆர்வமும் எரிச்சலும் கொண்டிருந்ததை அவரது கவிதைகள் மிக அழுத்தமாகக் காட்டுகின்றன.

தீவிரமாகச் சிந்தனைவயப்பட்ட மனநிலையில் இருக்கும்போது தனது தந்தை கவிதை எழுதியதாக அவர் இறந்து பல நாட்களுக்குப்

பின் உஷா என்னிடம் கூறினார். தனது குடும்பத்துக்குப் பொரு ளாதார ரீதியாகத் துணை நிற்கும் வாய்ப்பைத் தனது தந்தை தனக்கு வழங்காதது குறித்தத் துயரம் அவருள் ஆழமாக இருக்கிறது. தற்போது அவர் ஓர் அரசுப் பணியில் சேர்ந்து குடும்பத்தின் பொருளாதாரச் சுமையைப் பகிர்ந்துகொள்கிறார்.

★★★

"காளம்ப்பின் இறப்பு" என்னும் நிகழ்வைப் பதிவுசெய்வது இந்நூலில் நோக்கம் அல்ல. மாறாக ஒரு விவசாயியின் கொடுமை யான வாழ்நிலையையே நான் பதிவுசெய்ய விரும்புகிறேன். அதையே அவரது கவிதைகள் சித்தரிக்கின்றன. இந்திய விவசாயி களில் பெரும்பாலானோர்களைப் பீடித்திருக்கும் கொடூரமான துன்பியலை அவரது ஆழமான, தத்துவார்த்தமான வரிகள் மிகச் சரியாகப் படம்பிடித்துக் காட்டுகின்றன. விதர்பா நெடுகிலும் இந்த நாட்டின் கிராமப்புறங்களில் கடந்த இருபது ஆண்டுகளுக்கும் மேலாக நான் மேற்கொண்ட பயணங்களில் மனித அவலங்கள், போராட்டம், துணிச்சல்மிக்க மீட்சி ஆகியவற்றின் சாட்சியாக இருந்தேன். இந்த உலகிற்குள் இருக்கும் பல நொறுங்கிப் போன உலகங்களை நான் கண்டுள்ளேன். அவற்றையே இந்த நூலில் நான் காட்ட விரும்புகிறேன்.

1990-களின் நடுப்பகுதியில் தாராளமயமாக்கப்பட்ட, உலகமய மாக்கப்பட்ட பொருளாதாரம் விவசாயிகளை எதிர்பாராத பெருந் துயரில் தள்ளியது. அவர்கள் சந்தித்த சிக்கல்கள் அவர்களின் புரிதலுக்கு அப்பாற்பட்டவை. இதனால் 2000-களின் தொடக்கத்தில் பல தற்கொலைகள் நிகழ்ந்தன. இந்தப் பருத்திக் காட்டில் பல இளம், முதிய விவசாயிகளின் முதிரா சாவுச் செய்திகளே என்னை தினமும் எழுப்பின. ஒரு புதிய இந்தியா புத்தாயிரமாண்டில் எழுகிறது. இந்தியாவின் பொருளாதாரத்துக்குத் தற்போது விவ சாயத்தை விடவும் வேறு பல தொழில்கள் அதிகமான பங்களிப்பைச் செய்கின்றன. உள்ளூர் விவசாய சந்தைகள் பன்னாட்டுச் சந்தை களின் படையெடுப்பைச் சந்திக்க நேர்ந்தது. இது குறிப்பாக பருத்தியிலும் உணவுப் பொருட்களின் சந்தையிலும் நிகழ்ந்தது. மக்களில் ஒரு பகுதியினரின் அதி வேக பொருளாதார உயர்வு புது விதமான சமத்துவமின்மையை உருவாக்கியது. இது விவசாயி களிடையே தாங்கள் தோற்றுவருவதான ஒரு பிம்பத்தை ஏற் படுத்தியது. இந்த அதி வேக பொருளாதார மாற்றங்கள் நீண்ட காலமாக நிலவிவந்த சமூக உறவுகளிலும் மாற்றத்தை ஏற்

படுத்தின. ஒரு காலத்தில் கிராமப்புறப் பொருளாதாரத்தில் மிகவும் மதிக்கப்பட்டவர்களாக இருந்த நிலவுடைமை கொண்ட விவசாயிகள் தொடர்ந்து வளர்ந்துவரும் தங்களது தேவைகளுக்கு ஈடுகொடுக்க இயலாதவர்களாக ஆனார்கள். மறுபுறம் நிலமற்ற விவசாயக் கூலிகள் அமைப்பு-சாரா சேவை பொருளாதாரக் கட்டமைப்பினால் உள்வாங்கப்பட்டு அதிகக் கூலிக்காகவும் மேம்பட்ட வேலைக்காகவும் தங்களது கிராமங்களிலிருந்து நகர்ப் புறங்களுக்குக் குடிபெயர்ந்தார்கள். இது விவசாயக் கூலிகளாக அவர்கள் வாழ்ந்த காலத்தைவிட சற்று மேலான ஒரு வாழ்நிலையை அவர்களுக்கு அளித்தது.

புதிய பொருளாதார நடைமுறைகள் தங்களுக்கு நன்மையை விட தீமையையே தருவதான பார்வை விதர்பாவின் கிராமப்புற விவசாயிகளிடையே அதிகரித்து வந்தது. எடுத்துக்காட்டாக, மின்சாரம், விதைகள், உரங்கள் ஆகியவற்றின் விலை உயர்வினால் தங்களது உற்பத்தி செலவு பன்மடங்காகப் பெருகிவருவதை பருத்தி விவசாயிகள் கண்டனர். பொதுவான செலவினங்களான கல்வி, மருத்துவச் செலவுகளும் அதிகரிக்க, அவர்களின் உண்மை யான வருமானம் தேங்கி நின்றது. அரசு சலுகைகள் மாற்றி யமைக்கப்பட்டன அல்லது முற்றிலுமாகத் திரும்பப் பெறப் பட்டன. ஒரு புறம் வருமானம் குறைவதும் மறுபுறம் செலவுகள் அதிகரிப்பதும் என்ற இந்த நிலை அவர்களைக் கொடூரமாகப் பாதித்தது. இந்த நிலை பொருளாதாரத் திட்ட வடிவங்களின் காரணமாகவே ஏற்பட்டதே ஒழிய தற்செயலாக அல்ல. மாநில மற்றும் ஒன்றிய அரசு பணக்காரர்களுக்கு ஆதரவாக இருப்ப தாகவும், கிராமங்களில் வாழ்வது மேலும்மேலும் கடினமுறுவ தாகவும் நான் பார்த்த கிராமங்களின் மக்கள் கருதினார்கள்.

அதற்கு எதிர்ப்புத் தெரிவிக்கும் பொருட்டு அதிகாரிகளின் கவனத்தைக் கவர உணர்ச்சிகரமான, சில சமயங்களில் விசித்திர மான எதிர்ப்புப் போராட்டங்களை அவர்கள் மேற்கொண்டார்கள். சில கிராமங்கள் தங்கள் கிராமத்தை ஒட்டுமொத்தமாக விற்பதாக அறிவித்தன. சிலர் தங்களின் ஒரு சிறுநீரகத்தை விற்கத் தயாராக இருப்பதாக அறிவிப்புப் பலகைகளைத் தங்கள் வீட்டின் முன் தொங்கவிட்டனர். ஆயிரக்கணக்கான விவசாயிகள் வீதியில் இறங் கிப் போராடினார்கள். ஆனால், அது எவருடைய செவியையும் எட்டவில்லை. இன்னமும் அவர்கள் போராடிக்கொண்டுதான்

இருக்கிறார்கள். விதர்பாவில் மட்டுமல்ல, நாடெங்கிலும்... இன்னும் அதிகம் அதிகமாக.

எடுத்துக்காட்டாக, 2021ஆம் ஆண்டின் தொடக்கத்தில் நரேந்திர மோடி அரசு விவசாயத் துறையை முழுமையாகச் சீரமைக்கும் என்று கூறிகொண்டு வந்த சர்ச்சைக்குரிய மூன்று சட்டங்களுக்கு எதிராக விவசாயிகள் தங்கள் டிராக்டர்களுடன் புது தில்லியின் எல்லைகளில் திரண்டார்கள். பஞ்சாப், அரியானா, உத்தரபிரதேசம் ஆகிய மாநிலங்களைச் சேர்ந்த விவசாயிகள் இந்தச் சட்டங்களை ஏற்கவில்லை. குறைந்தபட்ச உறுதி விலை, கால தாமதமற்ற கொள்முதல் போன்ற அடிப்படை உறுதிப்பாடுகளைத் தந்த பழைய கட்டமைப்பை இந்தப் புதிய சட்டங்கள் முற்றிலுமாகத் தகர்த்துவிடும் என்று அவர்கள் கவலை கொண்டுள்ளனர். தங்களது ஒரே சொத்தான நிலத்தைப் பெரும் கார்பரேட் நிறுவனங்கள் விழுங்கும் வாய்ப்பை இச்சட்டங்கள் தரும் என்று அஞ்சுகிறார்கள். பாதுகாப்பு வலையத்தை விரிவுபடுத்துவதற்குப் பதிலாக ஏற்கெனவே உள்ள ஓரளவு ஆதரவான கட்டமைப்பையும் அரசு ஒழிக்கப்பார்க்கிறது என்று அவர்கள் வாதிடுகிறார்கள். கடந்த 2020ஆம் ஆண்டு செப்டம்பரில் எதிர்க்கட்சிகளின் எதிர்ப்பையும் மீறி எவ்வித விவாதமும் இன்றி அச்சட்டங்கள் நிறைவேற்றப் பட்ட முறையும் கடும் விமர்சனத்துக்கும் கேள்விகளுக்கும் உள்ளாகியிருக்கிறது.

விவசாயிகளின் போராட்டம் ஒருவழியாக அகில இந்திய அளவில் நடக்கத் தொடங்கியிருக்கிறது. விவசாயத் துயரம் என்பது உண்மையில் எவ்வாறு இருக்கிறது என்பதைத் தனிப்பட்டக் குடும்பங்களின் வாழ்வியலில் நான் கடந்த இருபது ஆண்டுகளாக மிக நெருக்கமாகக் கலந்து நின்று, கண்டு வருகிறேன். இறந்தவர்களை எரியூட்ட அவர்களின் குடும்பத்திடம் போதுமான பணம் இல்லாததால் கிராமத்தினர் இணைந்து தங்கள் கைக்காசுகளைப் போட்டு இறுதி நிகழ்வை நடத்தியதை நான் கண்டிருக்கிறேன். மாவட்ட ஆட்சியர்கள், மாநில முதல்வர்கள் ஏன், பிரதமர், குடியரசுத் தலைவர் ஆகியோருக்கு எழுதப்பட்ட விவசாயிகளின் தற்கொலைக் கடிதங்களை நான் படித்திருக்கிறேன். அத்தகைய கடிதங்களில் ஒன்றை எழுதிய ஓர் இளம் விவசாயி, விரைவில் விதவையாக உள்ள தனது மனைவி மறுமணம் செய்துகொள்ள வேண்டும் என்று கேட்டுள்ளார். ஆனால், நிச்சயம் அவர் ஒரு விவசாயியாக இருக்கக் கூடாது என்பதையும் குறிப்பிட்டுள்ளார்.

இருபத்து நான்கு மணி நேரத்துக்குள் ஒரு திருமணத்தையும் மூன்று இறுதி நிகழ்வுகளையும் நடத்த ஒரு கிராமமே ஒன்றுகூடியதை நான் நேரில் கண்டுள்ளேன். தனது கிணறு வற்றிய நிலையில் தனது ஆரஞ்சுத் தோட்டத்தை ஒரு வாளியையும் குவளையையும் கொண்டு பல நாட்கள் நீருற்றிய ஒரு இளம் விவசாயியை நான் வாசிமில் கண்டுள்ளேன். தனது மாமனார், கணவர், இரண்டு கொழுந்தன்கள் ஆகியோரின் தற்கொலைகளைச் சந்தித்த ஒரு விதவையை நான் அறிவேன். அந்நிகழ்விற்குப் பின் தங்கள் நிலத்தில் தானே பொறுப்பேற்று விவசாயம் செய்து, கடன்களை அடைத்து ஒரு முற்போக்கான விவசாயியாக அவர் மாறியதையும் நான் அறிவேன். பெண் விவசாயிகளின் தற்கொலைகள், குழந்தை களின் தற்கொலைகளையும் நான் பதிவு செய்துள்ளேன்.

தற்போதைய விவசாயச் சிக்கல் பல கூறுகளுடன் தொடர் புடையதாக உள்ளது. மிகப் பெரும் அளவிலான வலைப் பின்னலைக் கொண்ட உலகப் பொருளாதாரம்; விவசாயம் வணிக மயமாக்கப்பட்ட; ஏன் வாழ்வுமே வணிகமயமாக்கப்பட்ட நிலை; பாதுகாப்பு வலையங்கள் இல்லாத நிலையில் புதிய பொருளாதார ஒழுங்கில் தாக்குப்பிடிக்க இயலாத கிராமப்புற மக்கள் கூட்டம்; பொருளாதார ரீதியாகத் தொடர்ந்து மேம்பட்டு வரும், புதிய வளமான இந்தியா கிராமங்களுடன் தொடர்பற்று நிற்பது; நகர்ப்புறங்களிலும் போராட்டமான வாழ்நிலையைக் கொண்ட ஏழை மக்கள். முப்பது ஆண்டுகளாக நடைமுறையில் உள்ள தாராள மயமாக்கல், தனியார்மயமாக்கல், உலக மயமாக்கல் கொள்கைகள் இந்தியர்களின் ஒரு பகுதியினர் தங்கள் கனவு வாழ்வை வாழ உதவியுள்ளது. ஆனால், மிகப் பெரும்பான்மையினரான விவ சாயிகள் மற்றும் கிராமப்புற மக்களுக்கு இது கொந்தளிப்பான, வாழ்வா? சாவா? என்ற காலக்கட்டமாகவே இருந்து வருகிறது. முடிவற்றதொரு பொருளாதார மந்தநிலையைப் போன்றது இது.

இந்த இரண்டு தரப்பினருக்கும் இடையிலான பெருங்குழி எவ் வளவு பெரிதானது என்றால், தற்போது ஒரு முறை பருவ மழைத் தவறி, அதனால் உற்பத்தி பாதிக்கப்பட்டு பொருளாதார நிலை பாதித்தாலும் அதைப் பற்றிய எந்த அக்கறையும் இந்தப் புதிய மேம்பட்ட வளம் பெற்ற தரப்பினருக்கு இருப்பதில்லை. இந்த இடைவெளி கடந்த 2020ஆம் ஆண்டு வெயில் காலத்தில் மிக அப்பட்டமாக வெளிப்பட்டது. இந்திய அரசு அறிவித்த கோவிட்-19 முழு முடக்கத்தின் போது கோடிக்கணக்கான இடம்பெயர்ந்த

ஏழைத் தொழிலாளர்கள் தங்கள் வீடுகளுக்குத் திரும்ப முடியாமல் மிகுந்த துன்பத்தை அனுபவித்தனர். மிக நெடுந்தூரங்களை, பெரும்பாலும் நூற்றுக்கணக்கான கிலோமீட்டர்களை, கொதிக்கும் வெயிலில் அவர்கள் நடந்தே கடந்தனர். மறுபுறம் புதிய வளமிக்க இந்தியர்கள் தங்கள் வீட்டுக்குள் அமர்ந்து எதிர்பாராமல் கிடைத்த நீண்டகால விடுமுறையைச் சில சின்ன அசௌகரியங்களுடன் அனுபவித்துக் கொண்டிருந்தனர்.

மத்திய தர வகுப்பினர் பருவ மழை மீது கண் வைத்திருந்த காலம் ஒன்று இருந்ததாக எனது தந்தை சொல்லியிருக்கிறார். ஏனெனில், அது அவர்களின் குடும்ப நிதிநிலை மீது குறிப்பிடத்தக்க தாக்கத்தை ஏற்படுத்தியது. ஆனால், அந்த நிலை தற்போது இல்லை. இன்று இந்த இரு உலகங்களும் முற்றிலும் வெவ்வேறானவை. பொருளாதார அடுக்கில் மேலே உள்ள 10% மக்களின் உலகமும் கீழே உள்ள 50% மக்களின் உலகமும் ஆழமான வேறுபாடுகளைக் கொண்டவை. மேம்பட்ட வளத்தை நோக்கிச் செல்லும் நகர்ப்புற இந்தியர்கள் ஒவ்வொரு ஆண்டும் வாங்கும் தங்கத்தையும் விவசாயிகள் ஆண்டுதோறும் விற்கும் அல்லது அடகு வைக்கும் தங்கத்தையும் ஒப்பிட்டால் இந்த உண்மை விளங்கும். ஒன்று அதிகப்படியான பணத்துக்கான முதலீடு. மற்றொன்று விவசாய நிலங்களை உயிர்ப்புடன் வைத்திருக்கத் தேவைப்படும் பணத்தைத் திரட்ட மேற்கொள்ளப்படும் நடவடிக்கை.

இந்தியாவின் முன்னணி கிராமப்புற ஊடகவியலாளரான பாலகும்மி சாய்நாத் கூறுவதைப் போல கிராமப்புறங்கள் இன்று மூன்றாம், நான்காம், ஐந்தாம் உலகமாகக்கூட அல்ல, வேற்றுக் கிரகமாகவே உள்ளது. இந்த உலகம் தனது கைக்கே எட்டாத விவசாய வருமானத்தில் குடும்பத்தை நடத்த இயலாமல் தவித்து நிற்கிறது. பிற தொழில்களில் ஈடுபட்டுள்ள நம்முடைய வாழ்வில் நிகழ்ந்ததைப் போல விவசாயிகளின் வாழ்விலும் ஒரு மாற்றம் வரும், நல்லது நடக்கும் என்று ஒரு ஊடகவியலாளனாகவும் நாட்டின் குடிமகனாகவும் நான் பெரிதும் நம்பினேன். விரும்பினேன். ஆனால், என் விருப்பம் இன்றுவரை ஈடேறவில்லை.

1991-இல் நாடு தனது பொருளாதாரத்தை உலகுக்குத் திறந்து விட்ட போது பொதுத் துறை மற்றும் தனியார் பெரு முதலீட்டுத் துறைகளில் சில மாற்றங்கள் நடந்துள்ளது உண்மைதான். ஆனால், விதர்பாவின் கிராமப்புறங்களிலும் இந்தியாவின் மற்றப் பகுதிகளில் உள்ள கிராமங்களிலும், அவை பெரு நகரங்களிலிருந்து

கூப்பிடுத் தொலைவில் இருந்தாலும்கூட, வாழ்வு மிகவும் சிக்கலாகவே மாறியுள்ளது. விதிவிலக்குகள் மிக அரிதாகவே உள்ளன. பொருளாதார மந்த நிலை விவசாயிகளைத் தொடர்ந்து அச்சுறுத்தியே வருகிறது. அதிலும் குறிப்பாக வானம் பார்த்த பூமியில் உள்ள சிறு மற்றும் குறு விவசாயிகளின் நிலை தொடர்ந்து கவலைக்குரியதாகவே உள்ளது.

இந்தியாவில் 1995 முதல் 2018 வரையான காலகட்டத்தில் ஏறத்தாழ 4 இலட்சம் விவசாயிகள் தற்கொலை செய்துகொண் டுள்ளனர் என்பது தேசிய குற்றப் பதிவுத் துறையின் ஆண் டறிக்கைகளின் மூலம் தெரியவருகிறது. அவர்களுக்கு என்ன வாயிற்று? ஏன் அவர்கள் தங்களை மாய்த்துக்கொண்டார்கள்? பசி, கடன், திடீரெனத் தாக்கும் அதீத இயற்கைச் சீற்றங்கள், நிலையற்ற விலை, வறுமை, சமூகக் கட்டமைப்பில் நிலவும் சமத்துவமின்மை ஆகியவற்றிலிருந்து விவசாயிகள் எவ்வாறு தங்களைக் காத்துக்கொள்கிறார்கள்? எது அவர்களுக்கான உந்து சக்தியாக உள்ளது? அவர்களுக்கு ஏதேனும் கனவுகள் உள்ளனவா? அப்படி இருப்பின், அவை என்ன?

ஏறத்தாழ இருபது ஆண்டுகளுக்கு முன் நான் முதல்முறையாக யவத்மால் கிராமத்தில் தற்கொலை செய்துகொண்ட ஒரு பருத்தி விவசாயியைப் பற்றி எழுதிய நாள் முதல் விவசாயச் சிக்கலின் நிலை மாறாதிருக்கிறது. அரசியல் கட்சிகள் புதிய, பளபளப்பான சலுகைகளையும் வாக்குறுதிகளையும் அளிக்கின்றன. பொரு ளாதார வல்லுநர்கள் மேலும் சீர்த்திருத்தங்கள் வேண்டுமென கோருகிறார்கள். முதலைக் கண்ணீர் வடிக்கும் ஒன்றிய - மாநில அரசுகள், தொழில்நுட்பத்தை முன் நிறுத்தி நவீன கட்டமைப்புகளை விவசாயிகள் ஏற்க வேண்டும் என வலியுறுத்துகிறார்கள். இவற் றுக்கு நடுவே விவசாயிகள் தங்கள் பணியைத் தொடர்ந்து வருகி றார்கள் - ஆண்டு தோறும் மேலும்மேலும் கடனில் மூழ்கியவாறே.

இந்த நூலை எழுதுவதன் நோக்கம் சாவுகளை மீண்டும் கணக் கிடுவதற்கோ, பட்டியலிடுவதற்கோ அல்லது எவ்வாறு பருத்தி வளர்ப்புத் தொழில், விவசாயிகளின் கல்லறையாக மாறிப்போனது என்பது குறித்த வரலாற்றுச் செய்திகளைப் பதிவிடவோ அல்ல. உண்மையான நோக்கம், "கிராமப்புற இந்தியாவின் மக்கள் களஞ் சியம்" தனது நோக்கமாகக் குறிப்பிடுவதைப் போல ஒரு தினசரி விவசாயியின் தினசரி வாழ்வை கூறுவதே. தீவிரமான விவாதங்கள், கலந்துரையாடல்கள், சீர்த்திருத்தங்களுக்கான கோரிக்கைகள், பல

தத்துவார்த்த பரிந்துரைகள், அதிகாரமிக்கப் பதவிகளில் இருப்ப வர்கள் ஏழைகளுக்கும் விவசாயிகளுக்கும் வகுத்தப் புதிய பல திட்டங்கள் - ஆகியவற்றுக்கு நடுவே ஒரு விவசாயியின் வாழ்வு ஒரு முழக் கயிற்றில் ஊசலாடிக்கொண்டிருக்கிறது என்பதை நமக்கு நினைவூட்டிக்கொள்ள. ஒரு விவசாயி இப்படி ஒரு விபரீத முடிவை எடுக்கத் தூண்டுவது எது என்பதைப் புரிந்துகொள்ள. உழவுத் தொழிலின் மிக மோசமான துன்பியலுக்கு நடுவிலான மனிதத் துயரங்களையும் கொடுமைகளையும் கூறும் கதைகள் நாடெங்கிலும் பல இருக்கின்றன. இது அவற்றில் ஒன்று மட்டுமே.

நான் முன்பே கூறியதைப் போல இது காளம்ப்பின் கதை அல்ல. அவர் தற்போது உயிருடன் இல்லை. அவரைப் போல பல்லாயிரக்கணக்கான விவசாயிகள் தங்கள் கதைகளை நம்மிடம் சொல்ல தற்போது உயிருடன் இல்லை. இது தப்பிப் பிழைத்த ஒருவரின் கதை. காளம்ப்பின் கவிதைகள் சொல்லும் விவசாயியை ஒத்தவர் இவர். ஒரு சாதாரண மனிதனின் அசாதாரணமான போராட்டம். சமத்துவமற்ற உலகில் வாழும் ஒரு வாழ்வின் கதை. கானல்நீரைப் போன்ற ஒரு நம்பிக்கையின் மீது பயணம் செல்லும் வாழ்வு.

அத்தியாயம் - 1
கோரேகன்

அவர் கோயில் மணியை அடித்துவிட்டு, நெற்றியில் செந்தூரம் இட்டுக்கொண்டார். தனக்குத் துன்பம் நேரும் போதெல்லாம் தான் நாடும் ஒரே தெய்வமான அனுமான் முன் கைகூப்பி தலை வணங்கி ஒரு இறுதி வணக்கம் செலுத்தினார். மயங்கி விழுந்தார்.

பகல் வெளிச்சம் அணைக்கப்பட்டதுபோல் அவர் மீது இருள் கவிந்தது. அவரது இமைகள் துடித்தன. அவரது தலை மிக லேசாக இருப்பதுபோல், ஏதோ கிறக்கத்தில் இருப்பதுபோல உணர்ந்தார். மலை போன்ற அவரது துன்பங்கள் உருகி ஓடின. அவரது மூளை விழித்திருக்க செய்த முயற்சியை நிறுத்தியது.

அவர் தன் கண்களைத் திறந்த போது, கறுப்பாய் அழுத்தமாய் அழுக்கும் சிலந்தி வலையும் படிந்த ஓடாத ஒரு பழைய மின் விசிறியைக் கண்டார். அது சுத்தம் செய்யப்பட்டு நீண்ட காலம் ஆகியிருந்தது. இன்னமும் அவர் தன்நிலைக்கு வரவில்லை. பார்வை மங்கலாய் தெரிந்தது. முழு நினைவு திரும்ப சிறிது நேரம் பிடித்தது. கிழிந்த மெத்தையும் அழுக்கான படுக்கை விரிப்பும் கொண்ட ஒரு கட்டிலில் அவர் படுத்திருந்தார். துருப்பிடித்த ஒரு இரும்பு நிலைக் கம்பியிலிருந்து சலைன் பாட்டில் ஒன்று தொங்கிக்கொண்டிருந்தது. அது அவர் நரம்புகளில் சொட்டு சொட்டாக ஊட்டத்தையும் மருந்தையும் ஏற்றிக்கொண்டிருந்தது. படுக்கைக்குப் பின்னாலிருந்த அலமாரியில் வைக்கப்பட்டிருந்த ஈ.சி.ஜி மானிட்டர் ஒரே சீராக டிக்-டிக்-டிக் என்று சத்தம் எழுப்பிய படி வேகவேகமாக மேலும் கீழுமாகக் கோடுகளை வரைந்துக் கொண்டிருந்தது. ஒரு டிஜிட்டல் திரை அவரது இரத்த அழுத்தத் தையும் நாடித் துடிப்பையும் காட்டிக்கொண்டிருந்தது. அந்தப் பெரிய, உயர்ந்த கூரை கொண்ட அறையை அவர் அமைதியாகச் சுற்றிப்பார்த்தார். தன் உடம்பிலும் மனதிலும் இருந்த இறுக்கம் மெதுவாகத் தளர்வதை அவர் உணர்ந்தார். ஆனால், அதே நேரம் அவரது தவிப்பு மீண்டும் வரத் தொடங்கியது. அவர் இதயம் அழுத்தப்படுவது போல் உணர்ந்தார்.

அவருக்கு அருகே அந்த அறையில் 8 முதல் 10 பேர் வரை இருந்தனர். ஒன்றிரண்டு பேர் வலியில் முனகிக்கொண்டிருந்தனர். வேறு சிலர் எவ்வித அசைவுமின்றி ஏறத்தாழ இறந்துவிட்டதைப் போலக் கிடந்தனர். வெள்ளுடை அணிந்த, ஐம்பது வயதை யொத்த குள்ளமான, சற்றே குண்டான இரண்டு பெண்கள், படுக்கையில் படுத்திருப்பவர்களின் உடல் வெப்ப நிலையைச் சோதிப்பதும், அவர்களுக்கு மருந்துகள் கொடுப்பதும், கூடும் கூட்டத்தினரை நோக்கி வெளியில் காத்திருக்குமாறு சத்தமிடுவதும் என அறைக்குள் வருவதும் போவதுமாக இருந்தனர்.

அவருக்கு, அந்தச் சூழல் பதற்றத்தைத் தருவதாக இருந்தது. பழக்கப்பட்ட சில முகங்களையும், திருமணமான தனது இரு மகள்களையும் பார்த்தப் பிறகே அவருக்குச் சற்று தெம்பேற்பட்டது. இது மருத்துவமனைதான்! மேலுலகம் அல்ல! அவர் தீவிரச் சிகிச்சைப் பிரிவில் இருப்பதாக அவரது இளைய மகள் கூறினார். அது ஓர் அரசுப் பொது மருத்துவமனை என்பதால் அதிக சத்த மாகவும் கூட்டமாகவும் இருந்தது. அவருக்கு முழு நினைவு திரும்பிய போது அவர் மனதில் ஓர் எண்ணம் ஓடியது - அதுதான் கண் திறந்த பிறகு அவர் மனதில் ஏற்பட்ட முதல் சிந்தனையாக இருக்க வேண்டும். சில முகங்கள் ஒவ்வொன்றாக மனதில் வந்து ஆழமான வேதனை ஏற்படுத்திப் போயின. அவை அவருக்குக் கடன் கொடுத்தவர்கள். அதன் பிறகு அவருக்கு ஒரு பசு நினைவுக்கு வந்தது. அந்தப் பசு அவரது வயலில் போடப்பட்டிருந்த மின்சார வேலியில் அடிபட்டுக் கிடந்தது. அவருக்கு மூச்சு விடுவதே சிரம மாக இருந்தது.

அவர் இன்னமும் உயிருடன் இருக்கிறார். அவருக்கு அழ வேண்டும்போல் இருந்தது. ஆனால், முடியவில்லை. அவரைச் சுற்றி அனைவரும் இருந்தனர். வயது நாற்பதுகளின் பிற்பகுதியில் இருக்கும் பருத்தி விவசாயியான ராம்ராவ் பஞ்சலெனிவர் பூச்சி மருந்தைக் குடித்து தன் உயிரை மாய்க்க முயற்சித்திருந்தார்.

★ ★ ★

உருக்குலைந்துபோன ராம்ராவ் கண்கலங்கி நிற்கிறார். அவர் சுமந்துகொண்டிருக்கும் சுமைகளால் சோர்வுற்றவராக, உடல் நலி வுற்றவராக, பெருமூச்சுகளை வெளியிட்டவாறு இருக்கிறார். அவரது வயிறு எரிகிறது. பசியே இல்லை.

நினைவு தெரிந்த நாளிலிருந்து ராம்ராவ் ஒரு விவசாயியாகவே இருந்திருக்கிறார். இந்தியாவின் பல கோடி விவசாயிகளைப் போலவே அவரும் நம்பிக்கைக்கும் அவநம்பிக்கைக்கும் இடையிலான சுழற்சியில் சிக்குண்டவராக நிற்கிறார். கிழக்கு மகாராஷ்டிரத்தின் பருத்தி விளைப் பகுதியான விதர்பாவின் யவத்மால் மாவட்டத்தில் தேசிய நெடுஞ்சாலை 44 அருகே உள்ள பந்தர்காவுடா நகரிலிருந்து 15 நிமிட ஊர்திப் பயணத்தில் உள்ள ஹிவாரா கிராமத்தில் உள்ள அவரது வீட்டில் அமர்ந்து நானும் அவரும் நீண்ட நேரமாக உரையாடிக்கொண்டிருக்கிறோம். 1996ஆம் ஆண்டு முதலே யவத்மால், தொடரும் விவசாயிகளின் தற்கொலைகள் காரணமாக செய்திகளில் அடிபட்டுவருகிறது. அந்த ஆண்டுதான் நான் நாக்பூரிலுள்ள ஓர் ஆங்கில நாளேட்டில் செய்தியாளராகப் பணியாற்றத் தொடங்கியிருந்தேன். இந்தக் காலகட்டத்தில் கிராமப்புற அவலங்களைப் பற்றி நான் எழுதிய போதும், மிக மோசமான தற்கொலை முயற்சியில் ஈடுபட்டு தப்பிய எந்த ஒரு விவசாயியையும் நான் சந்தித்திருக்கவில்லை.

சில மாதங்களுக்கு முன் யவத்மாலுக்கு வட மேற்கே உள்ள வாசிம் மாவட்டத்தில் உள்ள ஒரு கிராமத்தில் வாழ்ந்த ஒரு இளம் தலித் விவசாயியையும் அவரது மனைவியையும் சந்தித்தேன். அவர் படித்தவராகவும் நவீன பௌத்தராகவும் இருந்தார். அவரது மனைவி பலவீனமாகக் காணப்பட்டார். அப்பகுதி பருத்தி மற்றும் சோயா விளையும் பகுதியாக இருந்தது. அவர்களும் ஒரு தற்கொலை முயற்சியிலிருந்து தப்பியவர்கள். ஒரு கோபத்தில், விரக்தியின் உச்சத்தில் ஒரு நொடியில், ஏழு வயதுக்கும் குறைவான தங்களின் மூன்று குழந்தைகளையும் மறந்தவர்களாக அவர்கள் தற்கொலைக்கு முயன்றிருந்தனர். முப்பதுகளின் தொடக்கத்தில் இருந்த அந்தத் தம்பதியினர், கடன் சுமைகளால் அழுத்தப்பட்டு, தொடர்ந்த பொருளாதாரப் போராட்டத்தில் சிக்கி, தங்கள் குழந்தைகளுக்கு ஓர் அர்த்தமுள்ள வாழ்வை அளிக்க இயலாதவர்களாகக் கடும் வேதனையில் இருந்தனர்.

தங்களது 3 ஏக்கர் புன்செய் நிலத்தில் தொடர்ந்து ஒவ்வொரு ஆண்டும் நட்டங்களையே சந்தித்துவந்தனர். அந்த ஆண்டு தீபாவளிக்குப் பட்டாசுகளும் புத்தாடைகளும் வாங்கித் தரச் சொல்லி, குழந்தைகள் வலியுறுத்திக் கேட்டபோது, அந்த இளம் மனைவி தனது கணவரிடம், தங்கள் குழந்தைகள் கேட்டதைத் தங்களால் வாங்கித் தர முடியுமா? என கேட்டார். முடியாது என்று

ஒற்றை வார்த்தையில் அவர் பட்டென்று சொல்ல, அந்த இளம் தம்பதிகளிடையே வாக்குவாதமும் சச்சரவும் எழுந்தது. என்றும் தீராத அவர்களின் பணத் தேவை அவர்களிடையே பிணக்கை அதிகரித்தது. தனது குழந்தைகளின் இந்தச் சின்ன நியாயமான விருப்பங்களை நிறைவேற்ற இயலாத தனது நிலையை எண்ணி ஆத்திரமுற்ற கணவர் மோனோகுரோடோபாஸ் என்னும் பூச்சிக் கொல்லி மருந்தைக் குடித்துவிட்டார். அதைக் கண்டு ஆத்திரமுற்ற அவரது மனைவியும் வீட்டில் இருந்த மற்றொரு பாட்டில் மருந்தைக் குடித்துவிட்டார். அவர்கள் நல்வாய்ப்பாகத் தப்பிப் பிழைத்தனர்.- ஏனெனில் அவர்கள் உண்மையில் சாக விரும்பவில்லை.

தாங்கள் செய்த தவறின் குற்ற உணர்ச்சியிலிருந்து இன்னமும் விடுபட முடியாமல் நின்ற அவர்கள், தங்களுக்கு வேண்டிய தெல்லாம் தங்கள் குழந்தைகளுக்கு ஒரு நல்ல வாழ்வுதான் என்று என்னிடம் கூறினர். ஒரு நல்ல வாழ்வு என்பது தங்களுக்குக் கிடைக்காத 'கான்வெண்ட்' படிப்பு, தாங்கள் குழந்தைகளாக இருந்த போது ஒருபோதும் கிடைத்திராத உடைகள் மற்றும் மூன்று வேளை உணவு - இவ்வளவே!

ஏறத்தாழ இதே காலகட்டத்தில் யவத்மாலில் உள்ள தியோநாலா கிராமத்தில் ஒரு தம்பதியினர் ஏராளமாக அதிகரித்துவிட்ட கடன் சுமை, மிகவும் குறைந்துவிட்ட வருமானம் ஆகியவற்றின் காரண மாகத் தற்கொலை செய்துகொண்டனர். இந்தத் தம்பதியினர் வங்கிகள், சுயஉதவிக் குழுக்கள், உறவினர்கள் என பலரிடம் கடன் வாங்கியிருந்தனர். கிராமத்தை ஒட்டி மலைப்பாங்கான இடத்தில் அமைந்திருந்த 3 ஏக்கர் புன்செய் நிலத்திலிருந்து வந்த வருமானத்தில் தங்களது குடும்பத்தின் அடிப்படைத் தேவைகளைகூட அவர்களால் நிறைவேற்றிக்கொள்ள முடியவில்லை. அவர்கள் பஞ்சாராக்கள் என்னும் சாதிப் பிரிவை சேர்ந்தவர்கள். இப்பிரிவினர் பருத்தியைச் சுமந்து விற்பதைத் தங்கள் பாரம்பரியத் தொழிலாகக் கொண்ட நாடோடிப் பழங்குடியினர். அவர்களுக்குப் பதின்வயதுகளில் இரண்டு மகன்கள் இருந்தனர். அவர்கள் இருவரும் குடும்பத்தின் தேவைகளைச் சந்திக்கும் பொருட்டு நகரத்துக்குக் குடிபெயர்ந்து கூலி வேலைப் பார்த்துவந்தனர். ஆனாலும் மலையளவு ஏறியிருந்த கடன் அடைக்க முடியாததாகவே இருந்தது.

தற்கொலைக்கு முயலும் பெரும் எண்ணிக்கையிலான விவ சாயிகளில் மிக சொற்பமானவர்களே பிழைக்கின்றனர். ராம்ராவ் பிழைத்தார்.

★★★

கடந்த 2014ஆம் ஆண்டு ஏப்ரல் மாதத்தில் நானும் ராம்ராவும் முதன்முதலில் சந்தித்தோம். மதியம் 2 மணி இருக்கும். வெயில் கொளுத்தியது. தார்ச் சாலையில் முட்டையை உடைத்தால் உடனடியாக வெந்துவிடும் என்று சொல்வார்களே, அப்படியான வெயில். சில வாரங்களில் விதர்பாவில் இரண்டு நிர்வாகப் பிரிவுகளைச் சேர்ந்த பதினொரு வருவாய் மாவட்டங்களைச் சேர்ந்த ஏறத்தாழ 2 கோடி மக்கள் நாடாளுமன்றத் தேர்தலில் வாக்களிக்க இருந்தனர். இந்தத் தேர்தலில் வென்றுதான் நரேந்திர மோடி முதன் முதலில் பிரதமர் ஆனார். வெண்தங்கம் என்று குறிப்பிடப்படும் பருத்தி விளையும் புழுதிப் படிந்த கிராமப்புறங்கள் எங்கும் கோபமும் விரக்தியும் எரிச்சலும் விரவிக் கிடந்ததை என்னால் பார்க்க முடிந்தது.

ஹிவாரா என்று பொதுவாகக் குறிப்பிடப்படும் ஹிவாரா பராசாவில் தேர்தல் நடப்பதற்கான எந்த அறிகுறியும் இல்லை. ஆண்களுக்கும் பெண்களுக்கும் வேறு கவலைகள் இருந்தன. ஜனவரி மாதத்தில் விடாமல் பெய்த அடைமழையும் ஆலங்கட்டி மழைகளும் குளிர்காலப் பயிர்களில் ஒரு பகுதியைச் சேதப் படுத்தியிருந்தன. குளிர்காலப் பயிர்களுக்குப் பாய்ச்சும் நீர் வளம் கிராமத்தின் அனைத்து விவசாயிகளுக்கும் வாய்ப்பதில்லை. ஆனால், சிலருக்கு அந்த வசதி உண்டு. கடந்த ஆண்டு பருவ மழை காலந்தவறியும் ஒழுங்கின்றியும் பெய்ததால் பருத்தி மற்றும் சோயா விளைச்சல் சரிவைச் சந்தித்தது. இதனால் விலையிலும் வீழ்ச்சி ஏற்பட்டது. ஐக்கிய முற்போக்குக் கூட்டணி அரசு வழங்கிய 59,000 கோடி ரூபாய் வரி ரத்து நடந்து 5 ஆண்டுகளில் பருத்தி விவசாயிகள் மீண்டும் தொடக்க நிலைக்கே வந்துவிட்டிருந்தனர். வங்கிக் கடன்களை அவர்கள் அடைக்கவில்லை. வட்டிக் கடைக்காரர்களின் பிடியில் பலர் சிக்கியிருந்தனர். விவசாய வருமானமும் பெரிதும் விழுந்திருந்தது. இதனால் கிராமப்புறத்தின் சமூக-பொருளாதார சிக்கல்கள் மேலும் அதிகரித்தன.

தற்கொலை முயற்சியில் பிழைத்து எழுந்த பிறகு, ராம்ராவ் ஓயாமல் பேசிக்கொண்டிருந்தார். நான் வந்து அமர்ந்து அவர் சொல்வதைக் கேட்பதற்காகக் காத்திருந்தது போலிருந்தது அவரது பாவனை.

“நான் எதற்கு வாழ வேண்டும்? நீங்கள் சொல்லுங்கள். என்ன எஞ்சியிருக்கிறது என் வாழ்வில்?” - அவர் சொல்கிறார்.

அவரது கசந்த வருத்தமான குரல் ஆழமான உளவியல் அழுத்தத்தின் வெளிப்பாடாக இருந்தது. அவர் இன்னமும் முற்றிலுமாக அதிலிருந்து மீளவில்லை என்பதை நான் அறிந்திருந்ததால் அவர் சொன்னதை ஒப்புக்கொள்வதுபோல் தலையாட்டுகிறேன். அவரது ஆத்திரம் மிகுகிறது. கடவுள் தன்னிடம் நியாயமின்றி நடந்துகொண்டதாக அவர் கசந்தக் குரலில் சொல்கிறார்.

“குழந்தை பருவத்திலிருந்து நான் கஷ்டப்பட்டு வருகிறேன்.”

அவரின் தங்கை சுமன், தனது முந்தானையை இறுக்கிப் பிடித்தவாறு வீட்டின் ஒரு மூலையில் நின்று எங்களைப் பார்த்துக் கொண்டிருந்தார். தனது அண்ணனின் துன்பத்தைத் தீர்க்கவியலா துயரம் அவர் முகத்தில் தெரிந்தது. ராம்ராவைவிட இரண்டு ஆண்டுகள் சிறியவரான அவர், தெலங்கானாவின் ஜக்தியால் மாவட்டத்திலிருந்த தனது கிராமத்திலிருந்து தனது அண்ணனுக்குத் துணையாயிருக்க இங்கு வந்திருந்தார். ராம்ராவின் மூத்த மகள் ஆலக்யா முந்தைய நாள் மாலைவரை அவருடன் இருந்திருந்தார். தெலங்கானாவின் அதிலாபாத் மாவட்டத்தில் உள்ள தனது கணவர் வீட்டுக்கு அவர் திரும்பிவிட்டார். விரைவில் அவர் இங்கு மீண்டும் வருவார். ராம்ராவின் இளைய மகள் அனுஜா முந்தின ஆண்டுதான் ஹிவாராவில் பெரும் நிலவுடைமையாளர் குடும்பமான போலென்வார் குடும்பத்தைச் சேர்ந்த ஒரு இளம் விவசாயியை மணந்திருந்தார். ராம்ராவின் மனைவி விமல்பாய் நீண்ட காலமாக நோயால் அவதியுற்று 2012-இல் மறைந்தார்.

ராம்ராவைத் தனித்துவிட முடியாது என்பதால் ஆலக்யாவின் இடத்தை நிரப்ப சுமன் வந்திருந்தார். அனுஜா தினமும் பகலில் வந்து பார்த்து செல்கிறார். ராம்ராவ் மருத்துவமனையிலிருந்து வீடு திரும்பி இரு வாரங்களே ஆகியிருந்தன. சுமனுக்குப் பெரிய கண்கள். நீண்ட அடர்ந்த கூந்தல். அவரது அண்ணனுக்கு நேர் மாறான சிவந்த தோல். தனது அண்ணனுடன் ஒரு தனித்துவமான பந்தம் கொண்டவராக அவர் இருக்கிறார்.

நான் அமர்ந்திருந்த கட்டிலில் எனக்கு இடதுபுறமாக இரண்டு இளைஞர்கள் அமர்ந்துள்ளனர். எதுவும் பேசாமல் நாங்கள் பேசுவதைக் கேட்டுக்கொண்டு எங்களைப் பார்த்தபடி இருக்கின்றனர். அவர்கள் யாரென்பது எனக்குத் தெரியாது. கிராமம் என்பது திறந்த வீடு போன்றது. உங்கள் வீட்டுக்குள் பிறர் இயல்பாக வருவதையும் போவதையும் நீங்கள் தடுக்க முடியாது. அதிலும் குறிப்பாக சாவு அல்லது கிட்டத்தட்ட சாவைப் போன்ற ஒன்று நிகழ்ந்த வீட்டில் எதையும் தடுக்க இயலாது. அனைவரும் குடும்பத்தினரே.

தனது அண்ணன் அசோக்ராவ் பஞ்சலெனிவாரின் கான்க்ரீட் வீட்டை ஒட்டி தான் எழுப்பியிருந்த குடிசை வீட்டில் ராம்ராவ் வாழ்கிறார். தனது மூத்த மகள் ஆலக்யாவின் திருமணத்துக்குச் சற்று முன் 2011-இல் அவர் இந்த வீட்டை எழுப்பியிருந்தார். அவரால் தரையை மட்டுமே சிமெண்ட்டால் பூச முடிந்தது. செங்கல் சுவர் களை எழுப்ப அவரிடம் பணம் எஞ்சியிருக்கவில்லை. அதனால் மரக்கட்டைகளினால் பிணைக்கப்பட்ட மூங்கில் தட்டிகளைக் கொண்டு இரண்டு அறைகளாக அவ்வீட்டை அவர் பிரித்திருந்தார். வீட்டுக்குத் தகரக் கூரை வேயப்பட்டிருந்தது. இரண்டு கட்டில்கள், துருப்பிடித்த ஒரு கூலர், இரண்டு பிளாஸ்டிக் நாற்காலிகள், சில தனிப்பட்டப் பொருட்கள் மற்றபடி ஏதும் இல்லை. அடுத்த அறையில் சூரிய வெளிச்சம் வர வழியில்லாததால் இருளடைந்து இருந்தது.

ராம்ராவ் ஒருவித தள்ளாட்டத்துடனும் பொறுமையற்றும் இருந் தார். ஒரு நொடி பிளாஸ்டிக் நாற்காலியில் அமர்கிறார். அடுத்த நொடியே எழுந்துவிடுகிறார். அவர் நிலையற்று அலைபாய்பவ ராகத் தோன்றினார். நான் அவரைப் பற்றி அமரச் செய்து, ஆழ்ந்த மூச்செடுத்துவிட்டு பேசுமாறு கூறினேன். நான் சொன்னபடி அவர் செய்கிறார்.

★★★

“நான் ஆரஞ்சுப் பழம் ஒன்றைச் சாப்பிட்டுக்கொண்டிருந்தேன்” - ராம்ராவ் கஷ்டப்பட்டு நினைவுப்படுத்தி சொல்கிறார்.

“ஏதேனும் குறிப்பான காரணம் உண்டா?” -ஆர்வ மிகுதியில் கேட்கிறேன்.

“புளிப்பாக ஏதாவது சாப்பிட வேண்டும் போலிருந்தது. ஏனென்று தெரியவில்லை” - அவர் சொல்கிறார். சாவுக்கு மிக நெருக்கமாக அவர் சென்ற அந்தக் காலை என்ன நடந்தது என்பதை சிரமப் பட்டு நினைவுக்கூர்ந்து, கோர்வையின்றி சொல்கிறார். தற்கொலை செய்துகொண்டு இறந்த விவசாயிகள் தாங்கள் சாவை நோக்கி நகர்ந்த அந்த நொடிகளைப் பற்றி நம்மிடம் பேசுவார்களானால் அவர்கள் ராம்ராவ் தற்போது பேசுவது போலவே பேசியிருப்பார்கள்.

அவர் விஷமருந்திய அன்று ஹோலி பண்டிகையாக இருந்தது. மார்ச் 17, 2014, திங்கட்கிழமை. ஹோலிக்கு முந்தைய இரவு கிராமத்தினர் கூடி துர்தேவதை ஹோலிகாவையும் அத்தனை சமூக இழிவுகளையும் எரிப்பதாகக் காட்டும் வகையில் நெருப்பு

மூட்டியிருந்தனர். மறுநாள் அவர்கள் வண்ணங்களின் விழாவான ஹோலியைக் கொண்டாடினர். பயிரிடும் பருவம் ஒன்று நிறைவு பெறுவதையும் இது குறிக்கிறது. கிருஷ்ண லீலை உள்ளிட்ட விஷ்ணுவின் தசாவதாரக் கதைகளையும் பாடும் பாகவத் காலட்சேபம் ஒரு வாரமாக நடந்து வந்தது. அன்று இறுதி நாள்... பல ஆண்டுகளுக்குப் பிறகு இந்த ஆண்டுதான் ஹிவாராவில் ஹோலி பண்டிகைக்காக ஒரு கதாகாலட்சேபம் ஏற்பாடு செய்யப்பட்டுள்ளது. இந்தக் கிராமத்தைப் பொறுத்தவரை இந்த மத விழா என்பது புண்ணிய நிகழ்வாக மட்டுமல்ல பொழுதுபோக்காகவும் திகழ்கிறது.

ராம்ராவ் அதிர்ஷ்டசாலி. மிகத் தேவைப்பட்ட அந்தத் தருணத்தில் நான்கு பேர் அந்த இடத்தில் இருந்தனர். ராம்ராவின் நிலத்தில் அவருக்கு உதவியாக எப்போதும் வேலை செய்யும் பாஸ்கர் ஹிரமன் சஹரெ, ராம்ராவ் சாவை நெருங்கிக்கொண்டிருந்தத் தருணத்தில் அவ்வழியாக சென்றுகொண்டிருந்தார்.

ராம்ராவ் எனக்கு இடதுபுறமாக அமர்ந்திருந்த ஒருவரைச் சுட்டிக்காட்டுகிறார். “இவர்தான் பாஸ்கர்.” பாஸ்கர் என்னைப் பார்த்து புன்னகைக்கிறார். பாஸ்கர் கௌரி பழங்குடி இனத்தைச் சேர்ந்தவர். மாடு மேய்ப்பதுதான் இவர்களின் பாரம்பரியத் தொழில். பின் முப்பதுகளில் இருக்கும் பாஸ்கர் ஒல்லியான ஆனால், உறுதியான உடல் வாகைக் கொண்டவராக இருக்கிறார். அவருக்கு எழுத, படிக்கத் தெரியாது. பாஸ்கரை அடுத்து கட்டிலில் அமர்ந்திருப்பவர் பக்கத்து வீட்டுக்கு வந்துள்ள விருந்தாளி. வெறும் வம்புக்காக இங்கு வந்துள்ளார்.

மரத் தச்சு வேலைகள், மின் வேலைகள் செய்யும் வாமன் ஜகப்பின் மனைவி சாதனா, அனுமார் கோவிலுக்கு எதிரே தாங்கள் புதிதாகக் கட்டியுள்ள வீட்டின் முன்கட்டில் நின்று துணி காயப் போட்டுக்கொண்டிருந்திருக்கிறார். வாய் ஓயாமல் பேசும் சாதனா பார்ப்பதற்குச் சித்து உருவமாக இருந்தாலும் துணிவு மிக்கவராக இருந்தார்.

அனுஜாவின் புகுந்த வீடு கோயிலிலிருந்து சில அடிகள் தொலைவிலேயே இருந்தது.

கிராமத்தின் ஒரே ஆட்டோ ஓட்டுநரான ப்ரமோத் நெல்லவர் அன்றைய தினம் இன்னமும் வேலைக்குக் கிளம்பியிருக்கவில்லை. ப்ரமோத் நல்ல உயரமும் வாட்டசாட்டமான உடலமைப்பும் கொண்டவராக இருந்தார். வயது நாற்பதுகளில் இருக்கும். மராத்தியும் தெலுங்கும் பேசக்கூடிய அவருக்கு சொந்தமாக நிலம்

இல்லை. அன்று அவர் வேலைக்குக் கிளம்பிக்கொண்டிருந்தார். ஒன்பது பேர் அமரக்கூடிய அவரது வண்டியில் சுற்றுப்புற கிராமங் களைச் சேர்ந்த மக்களை ஏற்றி பந்தர்காவுடா நகரில் இறக்கிவிட்டு அழைத்துவருவதே அவரது தொழில். இதே போன்ற சூழ்நிலை களில் இந்தச் சுற்றுப்புறங்களைச் சேர்ந்த ஏறத்தாழ நூறு விவசாயி களை அவர் மருத்துவமனைக்கு அழைத்துச் சென்றிருப்பார். அவர் களில் இரண்டு, மூன்று பேரைத் தவிர அனைவரும் உயிர் பிழைத்துள்ளனர். ஒரு வகையில் அவர் உயிர் காக்கும் மீட்பராகவே இருக்கிறார். அண்மையில் அவர் ஒரு புது ஆட்டோவைக் கடனில் வாங்கியுள்ளார். இந்தப் பகுதியில் அதை டக்கர் என்று அழைக்கிறார்கள். டக்கர் என்றால் பன்றி என்று பொருள்.

நடந்த தொடர் நிகழ்வுகளைக் கோர்வையாக நினைவுப்படுத்த முயல்கிறார் ராம்ராவ். 'நான் அன்று அதிகாலையிலேயே எழுந்து விட்டேன்'. இன்னமும் இருட்டாகதான் இருந்தது. குளித்துவிட்டு அருகிலிருக்கும் அனுமார் கோவிலுக்குத் தனது வழக்கமான காலை வழிபாட்டை முடிக்கச் சென்றார். அங்கிருந்து வீட்டுக்கு நடந்து சென்றார். தனது பருத்தி தலைப்பாகையை அணிந்துகொண்டு தனது நிலத்தை நோக்கிச் சென்றார். கிராமத்தைச் சுற்றிச் செல்லும் முக்கிய சாலைக்கு அந்தப் பக்கம் இருக்கும் அவரது நிலத்தை வீட்டிலிருந்து 5 நிமிட நடையில் அடைந்துவிடலாம். இதுதான் அவரது தினசரி வழக்கம். அதிகாலையில் எழுவது. குளிப்பது. கோவிலுக்குச் செல்வது. நிலத்துக்கு வந்துவிடுவது. ஒரு மணி நேரத்தில் தனது மாட்டுக் கொட்டகைக்குத் திரும்புவார். மாடு களுக்கும் ஆடுகளுக்கும் தீனிப் போடுவார். மதிய உணவுக்காக வீட்டுக்குச் செல்வார். அவர் மனைவி மறைந்து, மகள்களும் திருமணமாகி சென்ற பின் அவரது பக்கத்து வீட்டுக்காரர்தான் கரிசனத்துடன் அவருக்கு உணவளிக்கிறார். அவர் கோண்டு இனத் தைச் சேர்ந்தவர். நிலமற்றவர். உணவுக்குப் பதிலாக ராம்ராவ் அவருக்கு மாதா மாதம் கொஞ்சம் பணம் தருகிறார்.

ராம்ராவ் மிகுந்த மன அழுத்ததில் இருந்தார். மீண்டும் ஒரு மோசமான காரிஃப் பருவமாக இந்த ஆண்டும் இருந்தது. போது மான விளைச்சல் இல்லை. குறைந்த வருமானமே வந்தது. அன்று காலை அவர் தனது நிலத்தை அடைந்த போது நிலத்தைச் சுற்றிப் போட்டிருந்த மின் கம்பி வேலியில் சிக்கியிருந்த கோயில் பசுவைக் கண்டார். அந்த மாட்டை அவர் தனது சொந்த மாட்டைப் போல கவனித்து வந்திருக்கிறார்.

பசு எப்படி அங்கு வந்தது? அவருக்கு ஒன்றும் புரியவில்லை.

தான் பயிரிட்டிருந்த பச்சைப் பயறு, காய்கறிகளைக் காட்டுப் பன்றிகளிடமிருந்து காப்பதற்காகத் தனது வயல்வெளியின் நடுவே ஒரு தற்காலிகமான வேலியை அவர் அமைத்திருந்தார். ஜனவரி மாதம் பெரும் மழை வந்து, பயிரின் ஒரு பகுதியை நாசம் செய்தது. ஆனால், தனது கடின உழைப்பால் அவர் மீண்டும் அதை எழுப்பியிருந்தார். அந்தக் கிராமத்தைச் சுற்றியும் காட்டுப் பகுதி இருந்தது. இரவு நேரங்களில் காட்டுப் பன்றிகளும், காட்டு எருமைகளும் வயல்வெளிகளில் புகுந்து பயிர்களை நாசம் செய்வது வழக்கமாக இருந்தது. அதனால் இந்த விலங்குகளிட மிருந்து பயிர்களைக் காப்பாற்ற விவசாயிகள் கடுமையான வழி முறைகளைக் கையாண்டார்கள். அவற்றில் ஒன்று மின்சாரக் கம்பி யிலிருந்து அந்த வேலிகளுக்கு இணைப்புக் கொடுத்திருப்பது, வேலிகளைத் தொடும் விலங்குகள் மின்சாரத்தினால் தாக்குண்டு பயந்து ஓடிவிடும், சில சமயங்களில் அவை சாகவும் கூடும். ஆனால், அந்த விலங்குகளுக்குப் பாடம் புகட்ட விவசாயிகள் இந்த வழிமுறையைக் கையாள்வதுண்டு. அப்படி இறந்த விலங்குகளைப் புதைப்பதற்காகக் காட்டு இலாகா அதிகாரிகளுக்குக் கையூட்டுக் கொடுத்து அந்தச் சாவை மறைப்பதும் உண்டு. இந்தியாவில் காட்டுயிர்க் காப்புச் சட்டங்கள் மிகவும் கடுமையானவை. ஏதேனும் ஒரு வகையில் அவற்றில் மாட்டினால் சிறையில்தான் வாழ்வைக் கழிக்கவேண்டிவரும். அத்துடன் அந்தப் பகுதி புலிகள் வாழ்விடமாகவும் புலிகள் சரணாலயமாகவும் இருந்தது. சில சமயங் களில் புலிகளும்கூட வயல்வெளிகளைக் கடந்து செல்வதுண்டு.

“நான் பயிரிட்டிருந்த பச்சைப் பயறு மற்றும் கத்திரிக்காய் களிடமிருந்து காட்டுப் பன்றிகள் விலகியிருப்பதற்காக வேலியில் மின்சார இணைப்பை முந்தின நாள் இரவு கொடுத்திருந்தேன். ஆனால், கோயில் பசு அந்த வேலியில் சிக்கி இறந்துவிட்டது” என்று கூறுகிறார் ராம்ராவ்.

கத்திரிக்காய்கள் அறுவடைக்குத் தயாராகயிருந்தன. ஆனால், சந்தை விலையோ மிகவும் சரிந்திருந்தது. சில நாட்களில் கத்திரிக் காய்களைப் பறிப்பதென்று அவர் முடிவு செய்திருந்தார். விலை ஏறக்கூடும் என்று நம்பினார். தான் குத்தகைக்கு எடுத்திருந்த நிலத்தில் சில ஏக்கரில் பச்சைப் பயறைப் பயிரிட்டிருந்தார். அது ஒப்பீட்டளவில் சற்றுக் கூடுதலான விலையையும், இலாபத்தையும் அவருக்குப் பெற்றுத் தரக்கூடும். அவர் வாங்கியிருந்த கடன்களின் ஒரு பகுதியைத் திருப்புவதற்கும் அது பயன்படக் கூடும்.

பசுவை அறியாமல் கொன்றதற்காக அவர் மிகுந்த குற்ற உணர்ச்சியில் தவிக்கிறார். "என்னால் அந்தக் காட்சியைக் காண முடியவில்லை. நான் மிகக் கொடூரமான ஒரு பாவத்தைச் செய் திருந்தேன்."

அந்த நிகழ்வு அவரை விரக்தியின் எல்லைக்குத் தள்ளிவிட்டது. நீண்ட நாட்களாக நோய்வாய்ப்பட்டுக் கிடந்து, அவரது மனைவி அவரை விட்டுப் பிரிந்தார். அவரது மனைவியின் மருத்துவச் செலவுகள் அவரது அத்தனை சேமிப்பையும் கரைத்தன. பின்னர் மகள்களுக்குச் செய்த திருமணங்கள் மேலும் அவரது சேமிப்பை ஒன்றுமில்லாததாக ஆக்கிவிட்டன. நான்கு ஆண்டுகளாகப் பயிர் களோ எதிர்பார்த்த அளவுக்கு விளைச்சல் தரவில்லை. பலரிடமும் கடன் வாங்கியிருந்தார். மிகப் பெரிய தொகை அவருக்குக் கடனாக இருந்தது. அவருக்குக் கடன் கொடுத்தவர்கள் பெரும்பாலும் அவரது நண்பர்களாகவும், உறவினர்களாகவும் இருந்தனர். விரக்தி எல்லைக் கடந்ததாய் இருந்தது. வாழ்வு அர்த்தம் இழந்துவிட்டது என்று அவர் கூறுகிறார்.

பசு இறந்து கிடந்த காட்சி அவரது மூளையைச் செயலிழக்க வைத்தது. ராம்ராவ் அவசரமாக வீட்டுக்குத் திரும்பினார். கோலம் என்ற பழங்குடியின பிரிவைச் சார்ந்த மக்களின் குடிசைகளைக் கடந்து அவர் சென்றார். இந்த மக்கள் மகாராஷ்டிராவின் இந்தப் பகுதியில் அதிகமாகக் காணப்படுகின்றனர். பின்னர், அழகான ஒரு விளையாட்டு மைதானமும், ஐந்து வகுப்பறைகளும் கொண்ட மாவட்டப் பள்ளியைக் கடந்து சென்றார். பள்ளிக்கு அன்று விடு முறை விடப்பட்டிருந்தது. நேராகத் தனது மாட்டுக்கொட்டிலுக்குச் சென்றார். மண் தரை கொண்ட அந்த மாட்டுக்கொட்டிலுக்குத் தார்பாயைக் கொண்டு கூரை வேயப்பட்டிருந்தது. அவர் தற்போது வாழும் வீட்டுக்கு எதிரே திறந்த முற்றத்தைக் கடந்து எதிர்புறத்தில் அது இருந்தது. மிகவும் இருட்டான ஒடுக்கமான அந்த இடம் ஒரு காலத்தில் அவரது வீடாய் இருந்தது. தற்போது அவரது பொருட் களை, விவசாயக் கருவிகளைப் போட்டு வைக்கும் இடமாக இருந்தது. உரங்கள், விதைகள், இரசாயனங்கள், மாட்டுச்சாணம், அழுக்கு உடைகள், செருப்புகள், இரப்பர், விவசாயக் குப்பைகள் ஆகியவைக் கலந்த ஒரு நாற்றம் அங்கு வீசியது.

"நான் சிந்தித்தவாறே அங்கு அமர்ந்தேன்."

சூரியன் மேல் எழும்பியிருந்தது. பெண்கள் வாசல் தெளிக்கும் சத்தம் கேட்டது. மக்கள் தங்கள் நாளை தொடங்கியிருந்தனர்.

தனது கடன் சுமை, நடந்த நிகழ்வின் குற்ற உணர்ச்சி ஆகியவற்றில் உழன்றவாறே தன்னிடம் எஞ்சியிருந்த அத்தனையையும் அவர் அழிக்க நினைத்தார். அவர் இதுவரை ஓர் எறும்பைக்கூட தெரிந்து கொன்றதில்லை. தவறுதலாக எனினும் எப்படி ஒரு பசுவை அவர்கொன்றிருக்க முடியும். அந்த நொடி அவர் மனதில் மறைந்த அவரது மனைவி, மகள்கள், நண்பர்கள், உறவினர்கள் அனைவரும் வந்து போயினர். அவர்களில் பெரும்பாலானவர்களுக்கு அவர் பணம் தரவேண்டியிருந்தது.

"அவர்கள் என்ன சொல்வார்கள்? நான் செய்வதா? செய்யாமல் விடுவதா?"

இறுதியாக அவரது கோபம் அவரை நோக்கியே திரும்பியது. பெரும்பாலான விவசாயிகள் தற்கொலைக்கு முன் இந்த மன நிலைக்குச் செல்கின்றனர். கோபம். கையறுநிலை. அது தன்னை நோக்கியே வன்முறையைச் செலுத்தத் தூண்டுகிறது.

"கோபமா?" நான் கேட்டேன். "ஏன்? யாரிடம்?"

"எனக்குத் தெரியவில்லை. அது கோபமா? குற்ற உணர்ச்சியா? அல்லது இரண்டுமா? என்றும் எனக்குத் தெரியவில்லை. என்னால் என் மனைவியைக் காப்பாற்ற முடியவில்லை. என் மகள்களைப் படிக்க வைக்க முடியவில்லை. என் கடன்களை அடைக்க முடியவில்லை. என் உறவினர்களையும், நண்பர்களையும் பார்ப்பதற்கே எனக்கு அச்சமாக இருந்தது. அவர்கள் தங்கள் பணத்தைத் திருப்பிக் கேட்டால் கொடுப்பதற்கு என்னிடம் ஒன்றுமில்லை."

அந்த இடத்தில் தன்னந்தனியாக நின்றவாறே தன்னைத் தானே மாய்த்துக்கொள்வதா? கூடாதா? என்ற குழப்பத்தில் உழன்ற ராம் ராவின் மனதில் பல நினைவுகள், பல சிந்தனைகள் வந்துபோயின. அந்த நெடிய நொடிகளின் நினைவு அவரைத் தற்போதும்கூட ஆத்திரம் கொள்ள வைக்கிறது. அந்த நொடி அவரிடம் பேசுவதற்கு யாரேனும் இருந்திருந்தால் அவர் தான் செய்ததைச் செய்யாமல் விட்டிருக்கக்கூடும்.

"ஒரு பூச்சிக்கொல்லி குப்பியை எடுத்து முழுவதும் குடித்தேன்."

அந்தப் பூச்சிக்கொல்லி அவர் தொண்டையில் இறங்கஇறங்க உடம்பு முழுவதும் ஓர் எரிச்சல் உணர்வு பரவுவதை அவர் உணர்ந்தார்.

"அதன் பிறகு சில்லென்ற ஓர் உணர்வு எனக்குள் ஏற்பட்டது. ஏதோ என் வயிற்றில் ஐஸ் கரைவது போன்ற உணர்வு."

அந்த உணர்வை அவர் விவரிக்கிறார். ஆனால், அந்தச் சுவை அவருக்கு நினைவில் இல்லை.

"பின்னர் நான் இரண்டாவது குப்பியையும் விழுங்கினேன்."

இரண்டு 150 மி.லி. குப்பிகள். அவரது கத்திரிக்காய் பயிர்களின் மீது தெளிப்பதற்காக வைக்கப்பட்டிருந்த பூச்சிக்கொல்லிகள். இரண்டு குப்பிகள், இரண்டு மிகப் பெரும் தண்ணீர்த் தொட்டிகளில் கரைக்கப்பட்டால் இரண்டு ஏக்கர் நிலத்துக்குத் தெளிக்க முடியும். முந்தின நாள்தான் இந்த விலையுயர்ந்த பூச்சிக் கொல்லியை அவர் கடனாக வாங்கியிருந்தார். எனக்குப் பல ஆண்டுகளாகப் பழக்கமான பந்தர்காவுடாவைச் சேர்ந்த விவசாயப் பொருட்கள் விற்பனையாளரான காசிநாத் மில்மிலேயிடம் அவர் அதை வாங்கியிருந்தார். எனக்கு அவரைப் பல ஆண்டுகளாகவே தெரியும். 1970களிலேயே விவசாயப் பட்டப் படிப்பை முடித்தவர் அவர். எப்போதும் புன்னகைத் தவழும் அவருக்கு வயது 60களின் முற்பகுதியில் இருக்கும். விவசாயிகளுக்குப் பயிர்களையும், பூச்சிகளையும் பற்றிய அறிவுரைகளை, ஆலோசனைகளை வழங்குவார். பொதுவாக விதர்பாவும், குறிப்பாக யவத்மாலும் மிகப் பெரிய அளவில் பூச்சிக்கொல்லிகளையும், உரங்களையும் பயன்படுத்தும் பகுதிகளாக இருந்தன. எவ்வளவு நிலம் வைத்திருந்தாலும் அந்தப் பகுதியின் விவசாயிகள் இந்த விலையுயர்ந்த பூச்சிக்கொல்லிகளையும், உரங்களையும் தங்கள் நிலங்களில் தெளிப்பதன் மூலம் தங்களுக்கு விளைச்சல் பெருகும் என்ற நம்பிக்கையுடன் அதனை செய்து வந்தனர்.

"இரண்டு குப்பிகளா!" நான் அதிர்ச்சியுடன் கேட்டேன்.

"ஒரு வேலை முதல் குப்பி தனது வேலையை முடிக்கத் தவறினால்."

ராம்ராவின் இந்த எள்ளல் விதர்பா நாட்டுப்புறத்தில் வாழ்வின் வேதனைகளிலிருந்தும் நகைச்சுவையை வெளிப்படுத்தும் பண்புக்கு எடுத்துக்காட்டாகி நின்றது. 2006ஆம் ஆண்டு மார்ச் மாதம் திட்டக்குழுவின் ஓர் உண்மை அறியும் குழு விதர்பாவுக்குப் பயணம் வந்த போது, ஒரு விவசாயி அளித்த நேரடியான பதில் எனக்கு நினைவுக்கு வந்தது. வார்தா மாவட்டத்தில் இருந்த சில விவசாயிகளிடம் திட்டக்குழுவின் உறுப்பினர் ஒரு கேள்வியைக் கேட்டார். "ஏன் நீங்கள் மது அருந்துகிறீர்கள்? ஏன் இவ்வளவு குடிக்கிறீர்கள்?" அந்தக் கூட்டத்தில் இருந்த ஒரு வயதான விவசாயி பதிலளித்தார். "நாங்கள் பூச்சிக்கொல்லியைக் குடிக்க முடியாதில்லையா?"

ராம்ராவ், தனது நகைச்சுவைக்குத் தானே சிரிக்கிறார். அது சூழலைச் சற்று எளிதாக்குகிறது. பாஸ்கர் தனது தலையை மறுப் பாக ஆட்டுவதை நான் கவனித்தேன். இந்த நகைச்சுவை அவ ருக்குப் பிடிக்கவில்லை.

"அவ்வளவுதான். அப்படியே விழுங்கிவிட்டேன்." தன் வாழ்வின் மீதான மதிப்பிழந்தவராக இதை என்னிடம் அவர் உரைத்தார்.

"பிறகு?"

தனது மாட்டுக்கொட்டிலில் அவர் அமைதியான மனதுடன் அடுத்து என்ன வரக் கூடும் என்பதை அறியாதவராக அமர்ந் திருந்தார்.

"நான் என் சாவுக்குக் காத்திருந்தேன்."

சாவுக்குக் காத்திருப்பதாக அவர் கூறியபோது எனக்குள் ஒரு வேதனை எழுவதை நான் உணர்ந்தேன். அந்த நொடிகளில் அவர் முற்றிலும் தனிமையில் இருந்திருக்கிறார். சோர்வுற்று, ஆழமான வேதனையுடன்.

கொஞ்ச நேரத்துக்குப் பிறகு அவர் மாட்டுக்கொட்டிலிலிருந்து வெளிவந்து தன் வீட்டுக்குச் சென்றார். அடுப்படியிலிருந்து சில ஆரஞ்சுப் பழங்களை எடுத்துக்கொண்டு அனுமான் கோயில் நோக்கி நடந்தார். சாவு தன்னைத் தழுவுவதற்கு முன் இறுதியாகக் கடவுளுக்கு ஒரு வணக்கம் செலுத்துவதற்கு விழைந்தார். பஜ்ரங்பலி அவர் எப்போதும் விரும்பிச் செல்லும் கடவுளாய் இருந்தது. அந்தச் சின்ன கோயில் அவரது வீட்டிலிருந்து சில நூறு மீட்டர்கள் தள்ளி யிருந்தது. போலன்வார்களின் பழைய வீட்டைக் கடந்து அவர் சென்றார். அதுவே அவரது மகள் அனுஜாவின் தற்போதைய வீடாய் இருந்தது. அது ஒரு மூன்று நிமிட நடை.

நான்கு தெருக்கள் சந்திக்கும் இடத்தில் கோயில் அமைந் திருந்தது.. அதற்குப் பின்புறம் சமூக நலக் கூடம் ஒன்று இருந்தது. அது எப்போதும் கட்டுமானத்திலேயே இருந்தது. நன்கொடைகள் வந்துசேரும்போது ஒரு சில செங்கல்கள் இங்கும் அங்கும் எழும்பும்.

கோயிலில் அவர் மணியை அடித்தார்; கையைக் கூப்பினார்; கடவுளைத் தொழுதார். திரும்பி சில அடிகள் நடப்பதற்குள் துவண்டு விழுந்தார். "அதற்குப் பிறகு எனக்கு எதுவும் நினை வில்லை."

★ ★ ★

தனது வீட்டின் முன்னால் ராம்ராவ் விழுந்ததை முதலில் பார்த்தவர் சாதனாதான். அவரது வீட்டின் முன் உள்ள முற்றம் பூசப்படாத செங்கற்களால் ஒழுங்கற்ற வடிவத்தில் இருந்தது. ஒரு மூங்கில் கதவும் அதன் இருபுறமும் இரண்டு கொய்யா மரங்களும் இருந்தன. கோயிலுக்கு எதிரே அவர் ஒரு கடையை நடத்திக்கொண்டிருந்தார். ஆனால், எந்த விற்பனையும் இல்லாத நிலையில் அதை அவர் மூடிவிட்டிருந்தார். மண்ணும் செங்கலும் கொண்ட அந்தத் தரைத்தளம் சற்று உடைந்துபோயிருந்தது. ராம்ராவ் மயக்கம் போட்டு விழுந்ததாக சாதனா நினைத்தார். ஒரு வேளை அவர் சாப்பிடாமல் இருந்திருக்கக் கூடும். தனது வேலைகளை நிறுத்திவிட்டு அவர் அவரை நோக்கி ஓடினார்.

ராம்ராவ் உளறிக்கொண்டிருந்தார். ஆனால், அவர் சொல்வது ஒன்றும் புரியவில்லை. ஏதோ தவறாக இருக்கிறது என்பதை உணர்ந்த சாதனா கூக்குரலிட்டார். தனது கணவரைக் கூவி அழைத்தார். அவர் ஏன் கத்துகிறார் என்று புரியாமல் அவரது கணவர் வாமன் ஓடி வந்தார். ராம்ராவ் சாலையில் விழுந்து கிடப்பதை அவர் கண்டார். அவரை எழுப்ப வாமன் முயன்றார். ஆனால், அவரை உட்கார வைக்க மட்டுமே அவரால் முடிந்தது. ராம்ராவ் சுயநினைவின்றி இருந்தார். அவரது வாயில் நுரை தள்ளியது. உடம்பு குலுங்கியது. அவர் தனது முடிவை எட்டிவிட்டவராகக் காணப்பட்டார்.

அந்தப் பக்கம் நடந்துவந்த பாஸ்கர் இந்தச் சூழலைக் கண்டு வேகமாக ஓடிவந்தார். தனது முதலாளியை அவர் கண்டார். அவரது வாயிலிருந்து ஒரு வெள்ளை திரவம் வழிவதைக் கண்டார். ஏதோ ஒரு பழக்கமான நெடி அடிப்பதை அவர் உணர்ந்தார். பாஸ்கர்தான் ராம்ராவின் காய்கறித் தோட்டத்தில் அன்று மதியம் பூச்சி மருந்து அடிப்பதாக இருந்தார். ராம்ராவ் அதனை அருந்தியதாக பாஸ்கர் சந்தேகப்பட்டார்.

நேரம் மிகவும் முக்கியமானதாக இருந்தது. ராம்ராவ் சரியான நேரத்துக்கு மருத்துவமனையை அடையாவிடில் அவர் உயிர் பிழைக்காமல் போய்விடலாம். அது மொத்த கிராமத்துக்கும் ஒரு அவசர கால சூழலாக மாறியது. ஹிவாரா ஏற்கெனவே இரண்டு விவசாயிகளைத் தற்கொலைக்கு இழந்திருந்தது. ஒருவர் தனது வயல்வெளியில் இருந்த மரத்தில் தூக்கிட்டுத் தற்கொலை செய்து கொண்டார். மற்றொருவர் பூச்சிக்கொல்லி மருந்தைக் குடித்திருந்தார். ராம்ராவ் அக்கிராமத்தினரால் மிகவும் நேசிக்கப்பட்ட ஒரு

நல்ல மனிதராக இருந்தார். அவரை இப்படிச் சாகவிடுவது அவர்களால் இயலாததாக இருந்தது. அவரை இப்படிச் சாகவிட முடியாது. பாஸ்கரைப் பொறுத்தவரையில் தனது முதலாளியின் உயிரைக் காப்பதைவிட வேறொன்றும் முக்கியமாகப் படவில்லை. அவர் குழந்தையாக இருந்த காலத்திலிருந்து ராம்ராவின் வயல்வெளியில் வேலைப்பார்த்து வந்தார். ராம்ராவ் அவரது குடும்பத்தை—மனைவி, மூன்று மகள்கள், ஒரு மகன்—என்ற அந்தக் குடும்பத்தைத் தனது குடும்பத்தைப் போலவே பேணி வந்தார்.

"நான் அசோக் அண்ணனிடம் தகவலைத் தெரிவிக்க விரைந்து ஓடினேன்." அந்தப் பதற்றமான நொடிகளை நினைவுகூரும்போது பாஸ்கரின் விழிகள் அகன்றன.

தனது தம்பி விஷம் அருந்தி மயங்கிவிட்டதை அறிந்த அசோக்ராவின் இதயம் அதிர்ந்தது. தேநீரை அருந்தியவாறே ஊஞ்சலில் அமர்ந்திருந்தார் அவர். தனது தம்பி சில நிமிடங்களுக்கு முன்தான் வீட்டைவிட்டு வெளியே செல்வதை அவர் பார்த்திருந்தார். தினமும் செல்வதை போல அவர் வயல்வெளிக்குச் செல்லவில்லை. நேரம் 7.30 முதல் 8 மணிக்குள்தான் இருந்திருக்கும் அந்நேரத்தில் தான் ராம்ராவ் வீட்டைவிட்டு வெளியே செல்வதை அவர் பார்த்திருந்தார். தனது தம்பிக்குப் பொருளாதாரச் சிக்கல் இருந்ததை அவர் அறிவார். ஆனால், அன்று குறிப்பாக எந்தத் தவறான விஷயமும் அவர் கண்ணில் படவில்லை. தனது தம்பி பாகவத கதை கேட்பதற்காகக் கோயிலுக்குச் செல்வதாக அவர் நினைத்தார். எல்லா நாட்களும் பாகவதம் கேட்பதை ராம்ராவ் தவறாமல் செய்தார். கதை 9 மணிக்குத் தொடங்கும். ராம்ராவ் அன்று காலை பூசை காரியங்களில் உதவ சற்று முன்னதாகவே சென்றிருப்பதாக அசோக்ராவ் கருதினார்.

பாஸ்கர், பிரமோத் நெல்லாவாரை அழைத்து அவரது ஆட்டோவைக் கோயிலுக்கு எடுத்துவருமாறு கூற விரைந்தார்.

அடுத்து, அனுஜாவிடம் தகவல் தெரிவிக்க ஓடினார். அனுஜா அன்றைய பொழுதை அப்போதுதான் தொடங்கியிருந்தார். செய்தியை அவரிடம் தெரிவித்தவுடன் அனுஜா உடம்பு நடுங்கத் தொடங்கியது. ஆனால், உடனடியாகத் தன்னைத் தானே தேற்றிக் கொண்டு உடை மாற்றிக்கொண்டு மிக விரைவாகக் கோயிலை நோக்கி ஓடினார். ராம்ராவ் அங்குதான் கிராமத்தினர் சூழ மயங்கிய நிலையில் கிடந்தார். அவரது மகள்களும், அவரது அடைக்கப்படாத கடன்களைப் பற்றி அறிந்திருந்தவர்கள்தான்.

ராம்ராவ் செய்திருந்த காரியத்தைக் கேட்டவாறே அக்கிராமம் துயிலெழுந்தது. மிக விரைவாக காரியங்கள் நடந்தன. அது ஒரு மிகச் சிறிய கிராமம். ஏறத்தாழ நூறு குடும்பங்கள் மட்டுமே கொண்டது. அனுஜாவின் கணவர் சூரஜ், எனது ஒரு பழைய செயற்பாட்டாளன் நண்பரான முன்னாபோலன்வாரின் மருமகன். சூரஜ், பந்தர்காவுடாவில் இருந்த தனது மாமாவுக்குத் தொலை பேசி மூலம் உடனடியாகத் தகவல் தெரிவித்தார். முன்னாவிற்கு மருத்துவமனையில், அரசு அலுவலகங்களில் என எல்லா இடங் களிலும் தொடர்புகள் இருந்தன.

அசோக்ராவ், அனுஜா, பாஸ்கர், பிரமோத் எல்லோரும் சில நிமிடங்களில் ராம்ராவின் அருகில் வந்துசேர்ந்தனர். அதற்குள் சாதனாவும், வாமனும் வேறு சிலரைத் தங்கள் உதவிக்கு அழைத் திருந்தனர். பிரமோத்தும், பாஸ்கரும் ராம்ராவைத் தூக்கி ஆட் டோவில் ஏற்றினர். அசோக்ராவ் மயங்கிக் கிடக்கும் தனது தம்பியை தாங்கிப் பிடித்துக்கொண்டார். நிறுத்த இயலாமல் தேம்பிக்கொண்டிருந்த அனுஜாவும், தானும் கூட வருவேன் என பிடிவாதமாக ஆட்டோவில் ஏறி மறுபுறம் அமர்ந்து தனது தந்தையைப் பிடித்துக்கொண்டார். கிளம்புவதற்கு முன் தனது மகன் பிரவீனை அழைத்து தனது பைக்கில் தங்களை மருத்துவ மனைக்குப் பின்தொடருமாறு கூறிவிட்டு அசோக்ராவ் கிளம்பினார். பிரவீனுக்கு வயது 20களின் பிற்பகுதியில். அவருக்கு அண்மையில் தான் திருமணமாகியிருந்து. அதற்கு முந்தைய மாதம்தான் தனது வேலையை மாற்றிக்கொண்டிருந்தார். விவசாயப் பொருட்கள் விற்பனையாளராக 7 ஆண்டுகள் வேலைப்பார்த்தப் பின் தற்போது காட்ரேஜ் கம்பெனியில் அவர் வேலையில் சேர்ந்திருந்தார். விவ சாயத்தில் டிப்ளமோ படிப்பு முடித்திருந்த அவர், பெரும்பாலான விவசாயப் பொருட்களைப் பற்றி அறிந்திருந்தார்.

பிரமோத் தனது ஆட்டோவைக் கிளப்பி பந்தர்காவுடா நகருக்கு விரைவாகச் செலுத்தினார். வழி நெடுகவும் ராம்ராவுடன் அவர் பேசிக்கொண்டே வந்தார். ராம்ராவை விழிப்புடன் இருக்க வைக்க அவர் முயன்றார். அசோக்ராவிடம் இதோ வந்துவிட்டோம்... மருத்துவமனையை நெருங்கிவிட்டோம்... என்று தொடர்ந்து கூறிக் கொண்டே வந்தார். ஆனால், ராம்ராவுக்கு எதுவும் கேட்கவில்லை.

தாலுகா மருத்துவமனை ஹிவாராவிலிருந்து 12கி. மீ. தொலை வில் நகருக்கு வெளியே இருந்தது. 7 சிறிய கிராமங்களைக் கடந்து அங்கே செல்ல வேண்டியிருந்தது. வழிநெடுக பருத்தி மற்றும்

சோயா விளை நிலங்கள் இருந்தன. இந்த மார்ச் மாதக் கடைசியில் அவை தரிசாய் நின்றன அல்லது நீண்ட பருத்திக் கணுக்களுடன் நின்றன.

இதற்கிடையே ராம்ராவின் மாட்டுக்கொட்டகைக்குப் பிரவீன் சென்று ஏதேனும் ஆதாரம் கிடைக்கிறதா? என்று தேடினார். அவரது சித்தப்பா என்ன அருந்தியிருந்தார் என்பதை அவர் காண விழைந்தார். அந்தத் தகவல் தனது சித்தப்பாவைக் காப்பாற்ற மருத்துவர்களுக்கு உதவக் கூடும் என்று நம்பினார். இரண்டு காலி கோரேகான் பூச்சிக்கொல்லி குப்பிகள் தரையில் கிடப்பதை அவர் கண்டார். அது அவரது அச்சத்தை உறுதி செய்தது. யவத் மாலிலிருந்த தனது நிறுவனத்தின் உயரதிகாரிகளை உடனடியாக அழைத்தார். அவர்களது உதவியை நாடினார். பின்னர் ராம்ராவின் மூத்த மகள் ஆலக்யாவை அழைத்தார். அவர் அவரது கணவர் ராகுல்ரெங்காநேனிவாருடன் அதிலாபாத் நகரத்தில் வாழ்ந்து வந்தார். அவரும், அவரது கணவரும் உடனடியாகத் தங்களது பைக்கில் ஹிவாராவை நோக்கிக் கிளம்பினர். அது அதிலாபாத் திலிருந்து 50கி. மீ. தொலைவில் இருந்தது. உடைந்து போயிருந்த ஆலக்யா தனது தந்தைக்காகக் கடவுளிடம் வேண்டத் தொடங்கி னார். தனது தந்தை இந்தச் சூழலிருந்து உயிர் பிழைப்பார் என்று நம்பினார்.

ராம்ராவின் உடல் தொடர்ந்து குலுங்கியது. அவரது வாயிலிருந்து நுரை வழிந்துகொண்டே இருந்தது. முன்னா மருத்துவமனைக்குச் சென்றிருந்தார். ராம்ராவின் அண்ணனுடனும், அவரது அண்ணன் மகனுடனும் இணைந்து வேண்டியதை செய்துகொண்டிருந்தார். மருத்துவமனைக்குச் சென்றவுடன் மருத்துவர்கள் ராம்ராவை அவர் அருந்தியதின் பெரும்பகுதியை வாந்தியெடுக்க வைத்தனர். அவரது வாய் வழியாக ஒரு நீண்ட குழாயைச் செலுத்தி அவரது வயிற்றைக் காலியாக்க முயன்றனர். வயிற்றைக் கழுவுவது என்பது இப்படியான பூச்சிக்கொல்லி மருந்துகளை உண்டவர்களுக்குச் செய்யப்படும் முக்கியமான முதலுதவியாகும். அதற்குப் பின் மருத்துவர்கள் அவரை இதைவிட மேலான வசதிகளைக்கொண்ட மாவட்ட மருத்துவமனைக்கு எடுத்துச்செல்ல ஆலோசனைக் கூறினர். அது ஏறத்தாழ 90 கி.மீ. தொலைவில் இருந்த யவத்மாலில் இருந்தது. தாலுகா மருத்துவமனையில் உள்ள மருத்துவர்கள் அசோக்ரா விடம் அவர் தம்பிப் பிழைப்பதற்கான பெரும் வாய்ப்பு இருப்ப தாக உறுதி கூறினர்.

தேவையான மாற்று மருந்து இல்லாத தாலுகா மருத்துவ மனையை அடைந்த ஒரு மணி நேரத்தில் அசோக், பிரவீன், மற்ற கிராமத்தினர் அனைவரும் உயிருக்குப் போராடிக் கொண்டிருக்கும் ராம்ராவுடன் ஒரு ஆம்புலன்சில் யவத்மாலை நோக்கிச் சென்று கொண்டிருந்தனர். ஜோத்மூகா என்னும் கிராமத்தை நெருங்கும் போது திடீரென ராம்ராவின் நிலை மோசமடைந்தது; பதற்றம் அதிகரித்தது. அசோக்ராவைப் பொறுத்தவரையில் அது முடிவற்ற ஒரு நெடியப் பயணமாகத் தோன்றியது. பிரவீனுடன் பணி புரிபவர்கள் யவத்மால் மருத்துவமனையில் இருந்த மருத்துவர் களுக்கு முன்பே தகவல் தெரிவித்திருந்தனர். அங்கு வந்துகொண் டிருக்கக்கூடிய நோயாளியின் நிலையை அவர்கள் எடுத்துரைத்தனர்.

ராம்ராவ் அம்மருத்துவமனையின் நான்காவது மாடியில் இருந்த தீவிரச் சிகிச்சைப் பிரிவில் அனுமதிக்கப்பட்டார். மருத்துவர்கள் அவரது வயிற்றை மீண்டும் சுத்தம் செய்த பின் அட்ரபின் மருந்து அளித்தனர். மாலையில் அவரது நிலை சற்றுத் தேறியது. அவர் ஆபத்தைக் கடந்துவிட்டார் என்று அவரது இரத்தப் பரிசோதனை முடிவுகள் தெரிவித்தன. ராம்ராவ் இரண்டு நாட்கள் மருத்துவக் கண்காணிப்பில் இருக்க வேண்டுமென மருத்துவர்கள் அவரது குடும்பத்தினரிடம் தெரிவித்தனர்.

யவத்மால் மாவட்ட பொது மருத்துவமனைக்குத் தற்கொலைக்கு முயன்றவர்கள் தினமும் கொண்டுவரப்படுகிறார்கள். பெரும் பாலானவர்கள் பருத்தி விவசாயிகளாகவோ, விவசாயக் கூலி களாகவோ இருக்கின்றனர். அவர்கள் அந்த மாவட்டத்தையோ, அதைச் சுற்றியுள்ள மாவட்டங்களையோ சேர்ந்தவர்களாக இருந் தனர். விவசாயத் தற்கொலைகளுக்குப் பெயர்போன மாவட்டமாக அது இருந்தது. ராம்ராவின் நிலை எந்தவிதத்திலும் விதிவிலக்கு அல்ல. பத்து ஆண்டுகளுக்கு முன்பு விதர்பா மற்றும் கிராமப்புற மகாராஷ்டிராவில் உள்ள மருத்துவமனைகளில் தற்கொலை செய்து கொண்ட விவசாயிகளின் உடல்கள் குவியத் தொடங்கியபோது மகாராஷ்டிரா அரசு ஒரு தீர்மானத்தை நிறைவேற்றியது. கிராமப் புற மருத்துவமனைகளில் 24 மணி நேரமும் பிணவறைகள் திறந்திருக்கும் என்றும், அதன்மூலம் விரைவாகப் பிரேதப் பரி சோதனை நடத்தி உடல்களை இறந்தவர்களின் குடும்பத்தினரிடம் ஒப்படைக்க முடியும் என தீர்மானிக்கப்பட்டது.

ராம்ராவின் இரத்த நாளங்களில் ஏறிவிட்ட விஷம் முழுமை யாக வெளியேற்றப்படவில்லை. ஆனால், ராம்ராவ் நலமடைந்து

விடுவார். கவலையுடன் இருந்த அவரது குடும்பத்தினரிடம் மருத்துவர்கள் இதனை தெரிவித்தனர். குடும்பத்தினர் நிம்மதி அடைந்தனர். அவர்கள் அனைவருக்குமே அது ஒரு நீண்ட நெடிய கொடுமையான ஒரு நாளாக இருந்தது. ஆனால், ஹிவாரா தமது கிராமத்தினர் ஒருவரைக் காப்பாற்றிவிட்டது.

அன்று மாலை கிராமத்தினர் அனைத்து தீமைகளுக்கும் அடையாளமாய் இருந்த ஹோலிகாவைக் கொளுத்தினர். பாக வதக் கதையும் முடிந்தது. அதற்கு அடுத்த நாள் ஹிவாராவில் குழந்தைகளைத் தவிர வேறு எவரும் ஹோலி கொண்டாடவில்லை.

தனது தந்தை சற்றுத் தேறி வருவதாகத் தெரிந்தவுடன் ஆலக்யா அவரைப் பார்த்துக் கேட்ட முதல் கேள்வி "ஏன் இப்படிச் செய்தீர்கள்?" ஆலக்யா மிகுந்த வேதனையில் இருந்தார்.

ராம்ராவோ சோர்வுற்றிருந்தார். "இரண்டு குப்பி பூச்சிக்கொல்லி யைக் குடித்தப் பிறகும் நான் எப்படி உயிர்பிழைத்தேன்?"

ஒருவேளை அந்த நிறுவனம் கலப்பட மருந்தை அவருக்கு அளித்ததோ என்னவோ; அவர்கள் மீது வழக்குத் தொடரப்போவ தாக ராம்ராவ் பகடி செய்தார்.

இப்போது பாஸ்கர் புன்னகைக்கிறார்.

"உயிர்பிழைத்தது பெரும் அதிசயம்தான்" பாஸ்கர் கூறுகிறார். அவர் வார்ஹாதி மொழிப் பேசுகிறார். இந்தப் பகுதிகளில் அம் மொழியில் தெலுங்கு அதிகம் கலந்திருக்கும். "அவர் கிட்டத்தட்ட இறந்துவிட்டார்."

ராம்ராவ் உடல்நிலை பாதிக்கப்பட்டுக் கிடக்கும்போது பாஸ் கரும், வேறு சிலரும்தான் அவரது வயலைக் கவனித்துக்கொண்டனர். அவரது பச்சைப் பருப்பையும், கத்திரிக்காயையும் அறுவடை செய்து அதை வியாபாரிகளிடம் விற்று அந்தப் பணத்திலிருந்து தங்களுக்குரிய கூலியை எடுத்துக்கொண்டு மிச்சத்தை ராம்ராவிடம் ஒப்படைத்தனர். அந்த வருமானத்தில் ராம்ராவ் தனது கடன்களில் ஒரு சிறு பகுதியைக் கட்டிவிடுவார்.

ராம்ராவுக்குத் தேவையான மருத்துவ உதவி சரியான நேரத்தில் கிடைத்தது. எல்லா விவசாயிகளும் அந்தளவுக்கு அதிர்ஷ்டம் படைத்தவர்கள் அல்ல. 24 மணி நேரத்துக்குப் பிறகு ராம்ராவிற்கு நினைவு திரும்பியது. அவர் மனதில் உதித்த முதல் எண்ணம் அவரது கடன்களும், கடன் கொடுத்தவர்களும்தான். தன்னால் அடைக்கக்கூடியதற்கும் அதிகமாகவே அவர் கடன் வாங்கி

இருந்தார். அவரது வயல்களுக்காகவும், தனது மனைவியின் மருத்துவ செலவிற்காகவும் இந்தப் பணத்தை அவர் வாங்கி யிருந்தார். ஆனால், அவரது மனைவியை அவரால் காப்பாற்ற முடியவில்லை. அவரது இரு மகள்களின் திருமணத்துக்கு தான் சேர்த்து வைத்த சொத்து அனைத்தையும் அவர் இழந்தார். மன தளவில் அவர் முற்றிலும் உடைந்திருந்தார்.

"எவ்வளவு கடன் வைத்திருக்கிறீர்கள்?" என்று நான் கேட்டேன்.

"கிட்டத்தட்ட 25 இலட்ச ரூபாய்."

ஒரு விவசாயி ஒரு இலட்ச ரூபாய் கடன் வைத்திருப்பதே மிகப் பெரிய சுமையாய் இருக்கும் காலகட்டத்தில் இந்தத் தொகை அதிர்ச்சியூட்டுவதாக இருந்தது.

ராம்ராவ் தன்னைப் பின்தொடர்ந்து உள்ளே வருமாறு அழைத் தார். நான் உள்ளே சென்றேன். ஒரு பழைய அலமாரியைத் திறந்தார். அவர் வீட்டிலிருந்த ஒரே ஒரு மேஜைமீது அமர்ந்திருந்த ஒரு பெண்ணின் புகைப்படத்தை நான் உற்றுநோக்கினேன். அதுதான் அவரது இறந்துபோன மனைவி விமல். ஒரு சில பாத்திரங்களும், பிற வீட்டு உபயோகப் பொருட்களும் தரையில் சிதறிக் கிடந்தன. மிகவும் குறைந்த வருமானத்தைக் கொண்ட போராட்டம் மிகுந்த ஒரு விவசாயியின் வீடு என்பது தெளிவாகத் தெரிந்தது.

அலமாரியின் மேல் தட்டிலிருந்து ஒழுங்குப்படுத்தி கட்டி வைக்கப்பட்ட காகிதக் கட்டுகளை எடுத்தார். நான்கு கட்டுகள் இருந்தன. இவை செலுத்தப்படாத இரசீதுகள் என்று கூறினார். அவை விவசாயத்திற்காக வாங்கப்பட்ட பொருட்களின் இரசீதுகள். பல ஆண்டுகளாக அவை செலுத்தப்படாமல் இருந்தன. விதைகள், பூச்சிக்கொல்லிகள், உரங்கள், நீர் இறைப்பான்கள் என எல்லா வற்றுக்குமானவை. அதற்குப் பிறகு ஒரு பதிவேட்டை எடுத்து என்னிடம் நீட்டுகிறார். அதில் அவர் கடன் வாங்கியவர்களின் மிக நீண்ட பட்டியலும், ஒவ்வொருவருக்கும் எவ்வளவு பாக்கி தர வேண்டும் என்ற தொகையும் குறிக்கப்பட்டிருந்தது. நான் அந்தப் பக்கங்களைப் புரட்டிப் பார்த்தேன். சில குறிப்புகள் மராத்தியிலும், மற்றவை தெலுங்கிலும், பெயர்கள், தேதிகள், தொகைகள் – அவரது மிக அழகான கையெழுத்தில் இருந்தன. ராம்ராவ் கல்வி கற்றவர் அல்ல. ஆனாலும் எழுத்தறிவு கொண்டவர். அவர் அனைத்து சாத்தியங்களையும் கடந்துவிட்டதாகவே எனக்குத் தோன்றியது.

அவர் நம்ப இயலாதவராகத் தனது தலையை ஆட்டினார். "நான் அடைக்க முடியாத அளவிலான தொகை இது" என்கிறார்.

அவரது பொருளாதார நிலை அவரைப் போலவே முறிந்து காணப்பட்டது. அவர் தனது செலவுகளை விவசாய வருமானத்தின் மூலம் மட்டுமே சந்திக்கக்கூடிய நிலையில் இல்லை. அவரது நிலத்தை அவரால் விற்கவும் முடியாது. அவரிடம் வேறு சொத்தும் இல்லை.

அனைத்தையும் அருகில் நின்று கேட்டுக்கொண்டிருந்த சுமன், மராத்தி மற்றும் தெலுங்கில் மெதுவாக முணுமுணுக்கிறார். எல்லாம் விரைவில் சரியாகிவிடும். சுமனது கண்கள் ராம்ராவை விட்டு அகலவில்லை. "யாரும் உன்னை உடனே செலுத்தச்சொல்லி கட்டாயப்படுத்தவில்லை." அவர் மீண்டும் தனது சகோதரருக்கு ஆறுதல் கூற விழைகிறார். "எல்லோருக்கும் தெரியும். நீ அவர்களை ஏமாற்ற மாட்டாய்; நீ ஒரு நேர்மையான மனிதன்; நீ அவர்களிடம் எவ்வளவு வாங்கியிருக்கிறாயோ அத்தனையும் ஒரு பைசாவிடாமல் செலுத்திவிடுவாய் என்று எல்லோருக்கும் தெரியும்."

"நான் கடன்களை அடைக்காமல் சாக மாட்டேன் போலும்" ராம்ராவ் தீர்க்கமாகக் கூறுகிறார். "கடவுள் இந்த உலகிற்கு என்னை மீண்டும் அனுப்பியதற்குக் காரணம் நான் எனது கடன்களை அடைப்பதற்காகவே."

★★★

கேள்வி என்னவெனில் அவர் எவ்வாறு தனது கடன்களை அடைப்பார் என்பதுதான். தன்னுடைய பதிவேட்டைப் பதற்றத்தோடு நோக்கியவாறே அவர் என்னிடம் கேட்கிறார். "இந்தச் சுமையை நான் எவ்வாறு இறக்குவேன்?"

மீண்டும் விவசாயம் செய்வதில் அவருக்கு விருப்பம் இல்லை. தான் வாழ்நாள் முழுவதும் செய்துவந்த முதுகு ஒடியும் அந்த வேலையைச் செய்வதற்கான மனதிடமோ, உடல் உறுதியோ தனக்கு இருப்பதாக அவர் கருதவில்லை. தனது நிலத்தை விற்றுக் கடனை அடைப்பதும் அவருக்கு இயலாதது. ஏனெனில், நில பட்டா மீது சில சட்ட சிக்கல்கள் உள்ளன.

ராம்ராவின் கேள்வியைப் பற்றி யோசித்தவாறே நாங்கள் அமைதியாக அமர்ந்திருந்தோம். பாஸ்கரும், அந்த மற்றொரு மனிதரும் எங்களைக் கவனித்துக்கொண்டிருந்தனர். நான் அவர்களை நேருக்குநேர் பார்ப்பதைத் தவிர்த்தேன். அவரது கேள்விக்கு என்னிடம் பதில் இல்லை. மேலும் கேள்விகள் மட்டுமே இருந்தன.

சில நொடிகள் கடந்தன.

"இப்படி ஒரு சுழலுக்குள் எப்படிச் சிக்கினீர்கள் ராம்ராவ்?" என்று நான் கேட்டேன்.

ராம்ராவ் ஆழ்ந்த பெருமூச்சு விடுகிறார். கதவுக்கு வெளியே வெறித்த அவர், தனது பச்சைக் கைலியை மடித்துக் கட்டியவாறே பேசத் தொடங்குகிறார்.

அத்தியாயம் - 2

வேர்கள்

ராம்ராவ் கோதுமை நிறத்தில், ஐந்தடி ஐந்து அங்குலம் உயரத்துடன் சற்று பூசிய உடல்வாகுடன் திடக்காத்திரமானவராக இருக்கிறார். அவரது முகத்தின் அமைப்பு ஒரு ஐங்கோண நட்சத்திரத்தைப் போல் உள்ளது. அவரது உள்ளங்கைகள் சொர சொரப்பாகவும், தடித்தும் இருந்தன. எல்லா விவசாயிகளின் உள்ளங்கைகளும் ஒரே மாதிரியாக சொரசொரப்பாகவும் ரேகைகள் அழிந்தும் இருக்கின்றன. அதுதான் அவர்கள் தினமும் செய்யும் கடுமையான வேலைக்கான சாட்சியாக இருக்கிறது. அவர் உடன் ஒத்தவர்களைப் போலவே இவரும் மிகவும் சாதாரணமான உடையை அணிகிறார். பொதுவாக ஆழ்ந்த சாம்பல் நிற கால் சட்டையும், ஒரு சாதாரண பருத்திச் சட்டையுமே அணிகிறார். அவரது கால்சட்டை முட்டிவரை மடித்துவிடப்பட்டே இருக்கிறது. நான் முதன்முதலில் அவரைச் சந்தித்தப் போது முகத்தில் சற்று தாடி வளர்ந்திருந்து பார்ப்பதற்கு சோர்ந்துபோனவராகத் தெரிந்தார். ஆனால், அதற்குப் பிறகு எப்போதும் அவரை அப்படி நான் பார்க்கவில்லை. தன் வீட்டை விட்டு வெளியேறும் போதெல் லாம் தன் தலையையும், காதுகளையும் ஒரு துண்டால் கட்டிக் கொள்கிறார். இது வெப்பம், காற்று, தூசி ஆகியவற்றிலிருந்து அவரைப் பாதுகாக்கிறது. நடக்கும்போது ஒரு குறிப்பிட்ட தாளத்தில் நடப்பதைப் போல கைகளை ஆட்டிஆட்டி நடக்கிறார். மிகுந்த சோகமான சூழ்நிலையிலும் அவரது நகைச்சுவை உணர்வு அவரைக் கைவிடவில்லை. தன்னைத் தானே பார்த்து சிரிப் பதையும், விவசாயிகளின் நிலை குறித்து வேடிக்கை செய்வதையும் அவர் நிறுத்தவே இல்லை.

தன்மையான இளகிய மனதுடைய ராம்ராவுக்கு அந்தக் கிரா மத்தில் எதிரிகளே இல்லை. நீங்கள் சந்திக்கும் ஒவ்வொருவருக்கும் அவரைப் பிடித்தே இருந்தது. கிராமத்தினர் அவரைச் சுத்தாத்மா என்று அழைக்கிறார்கள். குறிப்பாக, பெண்கள் அவர்மீது மிகுந்த அன்பு கொண்டிருக்கிறார்கள். எப்போதும் உதவிக்கு வரத் தயாராய்

இருக்கும் ஒரு சகோதரனாகவே அவர்கள் கண்ணுக்கு அவர் தெரிகிறார். அவரது நிலத்தில் வேலை செய்யும் மீனாபாயாக இருந்தாலும், ஸீசோஃபேனியா எனப்படும் மனப்பிராந்தி நோயினால் அவதிப்படும் ஒரு சிறுவனின் தாயான உஷாபாயாக இருந்தாலும் ராம்ராவ் அவர்களின் உடல்நலன் குறித்தும், அவர்களின் பொதுவான நலன் குறித்தும் விசாரிக்கிறார். ஆணாதிக்கத்தைக் கேள்விக்குள்ளாக்குபவராகவும் ஆண்கள் குடித்து விட்டு தங்கள் வீட்டுப் பெண்களை அடிக்கும்போது கோபம் கொள்பவராகவும் இருக்கிறார். அவரே போதை, குடி, புகை போன்ற எந்தவிதப் பழக்கங்களும் இல்லாதவராக இருக்கிறார்.

மிகவும் ஏழ்மையான குடும்பத்தில் பிறந்த ராம்ராவ், தனது இளம் வயதில் பல நாட்கள் சரியான உணவின்றி கழித்ததை நினைவுகூர்கிறார். இது 1970களிலும், 1980களிலும் நடந்தது. உலகின் இந்தப் பகுதியில் இருந்த கிராமங்களுக்குச் சரியான போக்குவரத்து வசதியோ, பாதையோகூட கிடையாது. மாட்டு வண்டிகள் மட்டுமே ஒரே போக்குவரத்து சாதனமாக இருந்தது. வாழ்க்கை ஒரு நத்தையைப்போல மிக மெதுவாகச் சென்றது. எதிலும் அவசரம் இல்லை. யாருக்கும் எங்கும் செல்ல வேண்டிய அவசியமும் இருந்திருக்கவில்லை.

ராம்ராவுடன் பிறந்தவர்களில் அசோக்ராவ்தான் மூத்தவர். ராம்ராவுக்கு இரண்டு சகோதரிகள். மூத்தவர் சுலோச்சனா. இளையவரான சுமனுடன்தான் அவருக்கு மிக ஆழமான ஒரு பந்தம் இருந்தது. இரண்டு சகோதரிகளும் நிலவுடைமை கொண்ட குடும்பங்களில் திருமணம் செய்து வைக்கப்பட்டு தெலங்கானாவில் வாழ்கிறார்கள். உடன்பிறந்தவர்கள் அனைவரும் இரண்டு ஆண்டு இடைவெளிகளில் பிறந்திருந்தனர். அனைவருமே ஹிவாராவிலேயே பிறந்திருந்தனர். ராம்ராவுக்குப் பத்து வயதிருக்கும்போது தனது தாய் வத்சலாவை இழந்தார். அவரைப் பற்றிய நினைவுகள் அவருக்குப் பெரிதாக இல்லை. ராம்ராவுக்குத் திருமணம் ஆன பிறகு அவரது தந்தை இறந்துவிட்டார். சகோதரர்கள் இருவரும் தங்களது பெற்றோரைப் பற்றிப் பேசுவது மிக அரிதான ஒன்றாக இருந்தது. அவர்களின் புகைப்படங்களும் இவர்களிடம் இல்லை. தாய் இறந்த பிறகு சகோதரிகள் வீட்டின் நிர்வாகத்தைப் பொறுப்பேற்றுக்கொண்டனர். சமைத்து, சுத்தம் செய்து, விவசாய வேலைகளிலும் பங்கெடுத்தனர். அசோக்ராவ் திருமணம் முடிந்து அவரது மனைவி வந்த பிறகு அவர் குடும்பப் பொறுப்புகளை ஏற்றுக்கொண்டார்.

அசோக்ராவ் பதினாறு வயதாக இருக்கும்போதே விவசாய வேலையில் இறங்கிவிட்டார். பெரிய நிலவுடைமையாளர்களின் நிலங்களை உழுவதும், தங்களது வறண்ட நிலத்தில் ஏதாவது பயிரிடுவதுமாக அவர் குடும்ப வருமானத்திற்கானதைச் செய்து வந்தார். பதினெட்டு வயதாகும்போது அவருக்குத் திருமணமானது. தனது சாதிக்குள்ளேயே திருமணம் செய்துகொண்டார். அவருக்கும், அவர் உடன்பிறந்தவர்களுக்கும் சமைக்கவும், அவர்களது தந்தையைப் பார்த்துக்கொள்ளவும் அவர்களுக்கு ஒருவர் தேவைப்பட்டார். இவருக்குத் திருமணமானபோது அவரது மனைவி விமலுக்குப் பதினைந்து வயது இருக்கக் கூடும். மாநிறமாக, ஒல்லியாக, சுருண்ட முடியுடன் ஓர் இணக்கமான புன்னகையுடன் இருக்கும் விமல் தற்போது மூக்குக் கண்ணாடியும் அணிந்துள்ளார். அவர்களது தோற்றத்துக்கு மாறாக உண்மையில் அவர்களுக்கு அதிக வயதாகி இருக்கவில்லை. ஆனால், அவர்கள் வாழ்நாள் முழுவதும் செய்த முதுகு ஒடியும் வேலை அவர்கள் முகத்திலும், அவர்கள் உடம்பிலும் தனது தழும்புகளை விட்டிருக்கிறது. ராம்ராவின் மனைவியின் பெயரும் விமல்தான். ராம்ராவும் அசோக்ராவும் இந்த இரு விமல்களைப் பற்றி குறிப்பிடும்போது மூத்தவர், இளையவர் என்றே குறிப்பிடுகின்றனர்.

அசோக்ராவிடமிருந்தே விவசாயத்தை ராம்ராவ் கற்றுக்கொண்டார். ஆனால், தற்போது சகோதரர்கள் இருவரும் ஒருவருக்கொருவர் பேசிக்கொள்வதே அரிதாகிப்போனது. அப்படிப் பேசினாலும் அது பெரும்பாலும் சுருக்கமாக, தேவையான சிறு வாக்கியங்களாக, தெலுங்கு மொழியில் பேசப்படுவதாக இருந்தது. ராம்ராவ் பேசும் போது தன் சகோதரரை நேருக்குநேர் நிமிர்ந்து பார்ப்பதில்லை. அது மரியாதைக் காரணமாக இருக்கலாம்.

சிறு குழந்தையாக இருந்தபோது கோடைக் காலத்தில் விளைச்சல் இல்லாத நேரங்களில், வருமானமும் இல்லாத நேரங்களில் இலுப்பைப் பூக்களையும், அதில் செய்யப்பட்ட ரசத்தையும் உண்டது ராம்ராவுக்கு இன்னமும் நினைவிருக்கிறது. வானம் பார்த்த அவர்களது நிலத்திலிருந்து சாப்பிடக்கூடிய பச்சிலைகளையும், கீரைகளையும் அவர்கள் பறித்து வருவார்கள். அந்த நிலத்தில் பருத்தியையும், துவரையையும் அவர்கள் பயிரிட்டிருந்தனர். நல்ல மழை பெய்த ஆண்டுகளில் அந்தக் கரிசல் மண் அக்டோபர் அல்லது நவம்பர் வரை ஈரப்பதத்தைத் தக்கவைத்துக்கொள்ளும்போது அவர்கள் பச்சைப் பயறை நடுவார்கள். அந்தக் காலகட்டத்தில்

விவசாயிகள் தங்களது சொந்த விதைகளையே பயன்படுத்தியதை ராம்ராவ் நினைவுகூர்கிறார். உள்ளூர் வகை பருத்தி, பருப்பு வகைகள், இனிப்புச் சோளம் ஆகியவை. கலப்புப் பருத்தியைப் பற்றி அவர்கள் அதுவரை கேள்விப்பட்டிருக்கவில்லை. மரபணு மாற்று விதைகள் அந்தப் பகுதியிலேயே அறியப்பட்டிருக்க வில்லை. விதைகளை விதைப்பதற்கு முன் அவற்றின் மீது பசு சாணத்தைப் பூசி விதைப்பார்கள். அது தேவையற்ற பூச்சிகளை விரட்டி, நல்ல விளைச்சலைத் தரும் என்று நம்பினார்கள். ஒரு ஏக்கரில் இரண்டு அல்லது மூன்று குவிண்டால் பருத்தியைக்கூட அவர்கள் அறுவடை செய்ததுண்டு. அவர்கள் நிலங்களில் விளைந்த காய்கறிகளையும், கம்பு, சோளம், கேழ்வரகினால் செய்யப்பட்ட ரொட்டிகளையும் அவர்கள் உண்டனர்.

பருவ மழை தணிந்த பிறகு அவர்களது நிலங்கள் வறண்டுவிடும். அதன் பிறகு எதுவும் சாத்தியப்படாது. சகோதரர்கள் இருவரும் சுற்றியுள்ள காடுகளில் உணவுத் தேடிச் செல்வார்கள். உடன் அவர்களது உறவினர்களும், நண்பர்களும் வருவதுண்டு. காட்டுக் கீரைகள், காய்கறிகள், பழங்கள் என்று காட்டிலிருந்து ஏராளமாக அவர்கள் கொண்டுவருவதுண்டு. இந்தக் கிராமக் காடுகள் ஒரு காலத்தில் மூங்கில், தேக்கு மற்றும் ஏராளமான பிற செடி, கொடி களையும், விலங்குகளையும் கொண்டதாக இருந்தது. அவை தற்போது காணாமல் போய்விட்டன அல்லது விவசாயிகளால் அல்லது கிராமத்தினரால் காடுகள் அழிக்கப்பட்டிருக்கின்றன; அல்லது காட்டு இலாகாவினரால் அதன் சொத்து முற்றிலுமாக உறிஞ்சப்பட்டுள்ளது. பள்ளி என்பது கேள்விக்கு அப்பாற்பட் டிருந்தது. சகோதரர்கள் இருவரும் 7ஆம் வகுப்புக்கு மேல் பள்ளிக்குச் செல்லவில்லை. ஆனால், ராம்ராவ், அசோக்ராவ் இருவருக்கும் நன்றாக எழுதவும், படிக்கவும் தெரியும்.

“எனது அண்ணன் அதை செய்; இதை செய் என்று சொல்வார்; எந்தக் கேள்வியும் கேட்காமல் நான் அதைச் செய்வேன்” என்று ராம்ராவ் சொல்கிறார். அவரது அண்ணன்தான் அவருக்குத் தாயும், தந்தையுமாக இருந்தார். கோடைக் காலங்கள் வந்து சென்றன. பனிக்காலங்களும், மழைக்காலங்களும் அப்படியே. ஹிவாராவில் வாழ்க்கை எப்போதும் எந்தவித இடையூறுமில்லாத ஒரே சுற்றில் சென்றது. மாற்றங்கள் மிக அரிதாகவே இருந்தன. குடிசைகளை மாற்றுவதே இல்லை. அதன்மீது போர்த்தப்பட்ட நீலநிற தார்ப்பாய் மாற்றப்பட்டதே இல்லை. அவர்களது நிலம் அப்படியே இருந்தது.

“எனது வாழ்வில் எந்தவிதக் கொண்டாட்டங்களுக்கும் இடம் இருந்ததில்லை.” ராம்ராவ் ஒருவித விரக்தியுடன் சொல்கிறார். “நான் வயலைத் தவிர எதைப் பற்றியும் சிந்தித்ததில்லை.” ராம் ராவ் சிறு வயதில் தான் வளர்ந்த காலத்தை நினைக்கும்போது இன்றும்கூட பதற்றமடைகிறார்.

அவருக்கு 13 அல்லது 14 வயதிருக்கும்போது அவர் கிராமத்தைச் சேர்ந்த மற்றவர்களுடன் நாக்பூருக்குச் சென்றார். அங்கு ஒரு சரக்கு வாகனத்தில் சுத்தம் செய்பவராக வேலைப்பார்த்தார். நிலைமை மிகவும் மோசமாக இருந்ததால், குடும்பத்தினர் அவர் நகரத்துக்குச் சென்று சம்பாதித்து குடும்பத்துக்குப் பணம் தர வேண்டும் என நினைத்தனர். நாக்பூர் மத்திய மாகாணங்களின் தலைநகராகவும், பெரார் மற்றும் விதர்பாவின் மிகப் பெரும் தொழில் மற்றும் ஜவுளி நகரமாகவும் இருந்தது. ராம்ராவின் நண்பர் அங்குப் பணி புரிந்தார். அவருடைய உதவியுடன் ராம்ராவும் அங்குச் சென்றார். அவருக்கு உணவும், தங்குவதற்கு இடமும் தரப்பட்டது. அந்தச் சுமையுந்திலேயே அவர் வாழ்ந்து தூங்கி எழுந்தார். அந்தச் சுமையுந்து கட்டுமானப் பொருட்களைச் சுமந்தது.

அந்த ஆண்டு முழுவதும் அவர் சுமைகளை ஏற்றுவதும், இறக்கு வதுமாக நாடெங்கும் பயணப்பட்டார். எலும்புகள் தேயும் அள விற்கு உழைத்தார். தனது கிராமத்தையும், மக்களையும் அவர் மிகவும் தேடினார். பெரும்பாலான சுமையுந்து ஓட்டுநர்கள் நிறைய குடித்தனர். பாலியல் தொழிலாளர்களுடன் உறவு கொண்டிருந்தனர். ஆனால், ராம்ராவ் வேறு மாதிரியானவராக இருந்தார். அவர் அப்போதும் இப்போதும் ஒரு எளிமையான வாழ்க்கை முறை யையே பின்பற்றிவந்தார். குடிப்பதும், பிற உறவுகளை நாடுவதும் அவருக்கு ஒருபோதும் ஏற்புடையதாக இருக்கவில்லை. ஒருமுறை குடிக்க முயன்றார். அசைவம் சாப்பிடுகிறார். ஆனால், பெண்கள் விஷயத்தில் எல்லைக்கோட்டை மீறாதவராகவே இருந்தார்.

ஒரு கட்டத்துக்குப் பிறகு அந்த நகரவாழ்க்கை அவருக்கு மிகுந்த சோர்வைத் தந்தது. அதனால் மீண்டும் தனது கிராமத்துக்கே திரும்பி தனது அண்ணனுக்கு உதவியாகப் பணிபுரியத் தொடங்கினார்.

“அது ஒரு நல்ல அனுபவமாகவே இருந்தது” என்று அவர் சொல்கிறார். “எனக்கு நிறைய பாடங்களை அது கற்றுத் தந்தது. ஆனால், எனக்கு நகர வாழ்க்கைப் பிடிக்கவில்லை. நான் வீட்டுக்கு அனுப்பும் அளவிற்கு போதுமான பணத்தையும் சம்பாதிக்க வில்லை.” அவர் ஹவாராவுக்குத் திரும்பியுவுடன் தனது காய்ந்த,

வறண்ட நிலத்தை உழுது அதை மீண்டும் பசுமையாக்க உறுதி பூண்டு கலப்பையைத் தூக்கினார்.

★★★

நான் ராம்ராவைத் தற்செயலாகவே சந்தித்தேன். செயற் பாட்டாளரான பீம்ராவ் அத்தம் என்னும் எனது நண்பர் நான் அவரைச் சந்திக்க வேண்டும் என்று பலமுறை வற்புறுத்தினார். 90களின் பிற்பகுதியில் நான் பலமுறை ஹிவாராவிற்குச் சென்றிருந்த போதும் ராம்ராவையோ, அவரது குடும்பத்தையோ நான் சந்தித்ததில்லை. ராம்ராவின் உறவினரான யெல்மி இனத்தைச் சேர்ந்த ஒரு இளைஞர் தற்கொலை முயற்சியில் ஈடுபட்டபோதும், ஹிவாராவிற்கு சில ஆண்டுகளுக்கு முன் குடிபெயர்ந்த தாக்கூர் குடும்ப விவசாயக் கூலியான சக்கர்சிங் பயஸ் என்பவர் தற் கொலைக்கு முயன்றபோதும் பீம்ராவ் அத்தம் என்னை அங்குக் கூட்டிச் சென்றார். இந்தத் தற்கொலைகளின் காரணத்தை நான் அப்போது ஆராய முற்பட்டேன். பின்னர் 2009இல் பயஸின் மனைவி மகாராஷ்டிரா சட்ட சபைக்குப் போட்டியிட்டார். ஒல்லி யான உடல்வாகைக் கொண்ட, வாய் ஓயாமல் பேசுகின்ற, வயதில் ஐம்பதுகளின் பிற்பகுதியில் இருந்த திருமதி பயஸ், விதர்பா சன் அந்தோலன் சமிதி என்ற விவசாயிகள் இயக்கத்தின் சார்பாக மகாராஷ்டிரத் தேர்தலில் போட்டியிட்டார். இந்த இயக்கம் கிஷோர் திவாரி என்னும் அரசியல் செயற்பாட்டாளரால் நடத்தப்படுகிறது. குறிப்பாக, இறந்த விவசாயிகளின் மனைவிகளின் சிக்கல்கள் குறித்து அரசியல் கட்சிகள் மற்றும் கொள்கை வகுப்பாளர்களின் கவனத்தை ஈர்ப்பதற்காக இந்தக் கட்சியை அவர் தொடங்கினார். திருமதி பயஸ் சில நூறு வாக்குகளைப் பெற்றார்.

பந்தர்காவுடாவில் இருக்கும் திவாரியின் அலுவலகத்தில் விதர் பாவின் பெரிய வரைபடம் ஒன்று தொங்குகிறது. பழங்குடியினர் பெரும்பான்மையினராக வசிப்பதாக அரசியல் சட்ட அமைப்பின் 5ஆவது பட்டியலில் இடம்பெற்றுள்ள ஹிவாரா மற்றும் அதைச் சுற்றியுள்ள கிராமங்களுக்கு மிக அருகில் உள்ள நகரம் என்று பார்த்தால் தெற்கு யவத்மாலில் உள்ள மிகுந்த பழமையான பருத்தி சந்தைகளில் ஒன்றான பந்தர்காவுடாவே ஆகும். மராத்தியில் பந்தர் என்றால் வெண்மை நிறத்தையும், காவுடா என்றால் பருத்தி யையும் குறிக்கிறது. அந்த நகரைச் சுற்றியுள்ள விவசாயிகள் பல்லாண்டுகளாகப் பயிரிட்டு, வளர்த்து தங்களது வண்டிகளில்

உள்ளூர் சந்தைகளுக்குக் கொண்டுவந்த வெண்மையான பருத்தியைக் குறிக்கும் வகையில் அதன் பெயர் அமைந்துள்ளது. தெற்கு யவத்மாலின் மிக முக்கியமான பருத்திச் சந்தைப் பகுதியாக இது இருந்துவந்தது. இங்கு நெசவு ஆலை எதுவும் இல்லை. ஆனால், பல நூறு ஏக்கர் பருத்திக் காடுகளைக் கொண்ட நிலவுடைமையாளர் குடும்பங்கள் அங்கு பல இருந்தன. இந்த நிலங்கள் ஆந்திராவிலிருந்து வந்தவர்கள் மற்றும் பழங்குடியின சமூகத்தினர் போன்ற ஒடுக்கப்பட்ட குடும்பங்களின் பொறுப்பில் விடப்பட்டன. அக்காலகட்டத்தில் பண்டமாற்று முறை நிலவி வந்தது. நிலங்களில் முதுகு ஒடிய வேலை செய்த ஆண்களுக்கு மாதக் கூலியாக ரூ.50ம், 50 கிலோ கம்பும் கொடுக்கப்பட்டது. இதைக் கணக்கிட்டால் ஒரு நாளைக்கு இரண்டு ரூபாய்க்கும் குறைவான தொகையே வரும்.

திவாரியின் அலுவலகத்தில் இருந்த வரைபடமெங்கும் புள்ளிகள் வைக்கப்பட்டுள்ளன. அவை விவசாய தற்கொலைகள் நடந்துள்ள இடங்களைக் குறிக்கின்றன. விதர்பாவெங்கும் சிதறியுள்ள கிராமங்களில் எங்கெல்லாம் விவசாயத் தற்கொலைகள் நடந்துள்ளனவோ அந்தக் குடும்பங்களில் பலவற்றை நான் சென்று சந்தித்துள்ளேன். அலுவலகப் பொறுப்பாளராகவும், தானே ஒரு செயற்பாட்டாளராகவும் இருக்கும் சந்தோஷ் நைத்தம் ஏறத்தாழ 20 ஆண்டுகளாக ஒரு விசித்திரமான வேலையைச் செய்துவந்தார். உள்ளூர் செய்தித்தாள்களிலிருந்தும், பிற வழிகளிலும் சேகரிக்கப்பட்ட விவரங்களின் அடிப்படையில் தற்கொலையால் இறந்த விவசாயிகளின் பெயர், வயது மற்றும் பிற விவரங்களை ஒரு பதிவேட்டில் தொடர்ந்து பதிவுசெய்து வந்திருக்கிறார். இந்த அமைப்பு அப்படியான பதிவேடுகளை ஆண்டு வாரியாக வகைப்படுத்தி தொகுத்து வைத்துள்ளது. இந்த நகரைச் சுற்றி நூற்றுக்கணக்கானவர்கள் அப்படி இறந்திருக்கிறார்கள், விதர்பாவில் ஆயிரக்கணக்கானவர்கள்.

நாட்கள் செல்ல நானும் பீமராவும் நல்ல நண்பர்களாகிவிட்டோம். 2000ஆம் ஆண்டு பருத்தி சிக்கல் குறித்த ஒரு கட்டுரை எழுதுவதற்காக நான் பந்தர்காவுடாவிற்குச் சென்றபோது அவரை முதன்முதலாகச் சந்தித்தேன். கோண்டு எனப்படும் பழங்குடி இனத்தைச் சேர்ந்த பீமராவ் சற்று உயரம் குறைவான ஆனால், திடகாத்திரமான மனிதர். செய்திகளுக்கான கூர்மையான விஷயங்கள் அவரிடம் இருந்தது. அவர் எழுதப் படிக்கத் தெரியாதவர்

எனினும், பெரும்பாலானவர்களைவிட உள்ளூர் அரசியலைப் பற்றி அவர் அதிகம் தெரிந்து வைத்திருந்தார். வயல்வெளியில் ஓரிடத்திலிருந்து மற்றொரு இடத்துக்குப் பறந்து செல்லும் பறவையைப் போல தன்னைச் சுற்றி நடப்பவற்றின் மீது மிகுந்த கூர்மையான கவனத்தை அவர் பதித்திருந்தார். ஆனால், எவர் கவனத்தையும் ஈர்க்காமல். அவர் திவாரிக்குச் சின்னசின்ன செய்தி களைக் கொண்டுவந்து சேர்க்கிறார். திவாரி பிறப்பினால் பார்ப்பன சமூகத்தைச் சேர்ந்தவர். 1960களில் அவரது தந்தை இந்தப் பருத்திச் சந்தை நகரத்துக்கு வந்து குடியேறினார். அவரது நோக்கம் ஜன் சங்கத்தின் ஒரு கிளையைத் தொடங்குவது. இந்த ஜன் சங்கம் என்பது பாரதிய ஜனதா கட்சியின் வேர் அமைப்பான ராஷ்டிரிய ஸ்வயம் சேவக் சங்கத்தின் அரசியல் பிரிவாகும்.

திவாரி தன்னை 'கடவுளால் அனுப்பப்பட்ட ஏழைகளின் நண்பன்' என்று அழைத்துக்கொள்கிறார். அவரது அரசியல் என்பது இங்குள்ள பழங்குடியின மக்களைச் சுற்றியும், விவசாயிகளைச் சுற்றியும் அமை கிறது. குறிப்பாக, கோலம் எனப்படும் பழங்குடியின மக்கள். அவர் அங்குள்ள அரசியல் கட்சிகளிடம் நட்பாகவும், முரணாகவும் தொடர்பு கொண்டுள்ளார். அவரது அண்ணன் அனில் பந்தர்காவுடா நகர சபையின் தலைவராக பல ஆண்டு காலம் இருந்தவர். அதனால் உள்ளூர் அரசியலில் மிகுந்த செல்வாக்குப் படைத்தவர். 2014இல் இந்திய அரசிலும், மகாராஷ்டிராவிலும் பாரதிய ஜனதா கட்சி ஆட்சியைப் பிடித்தபோது, புதிய முதல்வரான தேவேந்திர பத்னாவிசு திவாரியை அழைத்து மாநிலத்தில் விவசாயத்தால் மிகுந்த பாதிக்கப்பட்ட மாவட்டங்களில் ஆய்வு செய்து விவசாய சிக்கலுக்குத் தீர்வுகாணும் ஒரு அமைப்பின் தலைவராக அவரை நியமித்தார். நாட்கள் செல்ல இந்தப் பதவியானது திவாரியை அமைதிப்படுத்தவும், அவர் அரசுக்கு எதிராக செயல்படாமல் இருப்பதற்காக அவருக்கு அளிக்கப்பட்ட பதவியாகவும் புரிந்து கொள்ளப்பட்டது. புதிய நூற்றாண்டின் முதல் பத்து ஆண்டுகளில் விவசாயிகளின் தற்கொலைகள் பற்றி தனது தொடர்ந்த பிரச்சாரத் தாலும், அரசின் கொள்கைகளுக்கு எதிரான தனது தொடர்ந்த விமர்சனங்களாலும் விவசாயிகளின் தற்கொலைகளை பற்றிய தேசிய கவனத்தை அவரால் ஏற்படுத்த முடிந்தது. அது ஒருவகையில் அம்மாநிலத்தின் முக்கிய எதிர்க்கட்சிகளாக இருந்த பி. ஜே. பி., சிவசேனாவுக்கு அரசியல் ரீதியாக ஆதாயத்தை அளித்ததோடு, ஆளும் கூட்டணியான காங்கிரஸ் மற்றும் தேசியவாத காங்கிரஸ் கட்சிக்குத் தொடர்ந்து அழுத்தத்தையும் கொடுத்தது.

விவசாயிகளின் சிக்கல்களுக்குத் தீர்வுகாண அமைக்கப்பட்ட அமைப்பின் தலைவர் பொறுப்பை பி.ஜே.பி., சிவசேனா அரசு அளிக்க முன்வந்தபோது அதன்மூலம் விவசாயிகளுக்கு ஏதாவது பயனுள்ளதாகச் செய்ய முடியும் என்று கருதியே திவாரி அப் பொறுப்பை ஏற்றுக்கொண்டார். ஆனால், 2019 அக்டோபர் மாதம் நடந்த மகாராஷ்டிரா சட்டமன்றத் தேர்தலுக்கு முன்பாக அவர் அப்பதவியிலிருந்து விலகினார். அதன் பிறகு அவர் சிவசேனாவில் அங்கத்தினராகச் சேர்ந்தார்.

யவத்மாலில் கிஷோர் திவாரியின் இருப்பு என்பது விவசாய விதவைகளுக்கு மிகுந்த முக்கியமான ஒன்றாக இருந்தது. பெரும் பாலும் அவர்களது பொருளாதார சிக்கல்கள் மற்றும் குழந்தைகளின் கல்விக்கு அவர் உதவி செய்திருக்கிறார். இந்தச் சிக்கல்களுக்கு நிதி உதவி அளிக்க முன்வரும் குடும்பங்களை ஒருங்கிணைத்து இந்த உதவிகளை அவரால் செய்ய முடிந்தது. அந்த விதவைகள் அவரை ஒரு காக்கும் அண்ணனாகவே கருதினர். இப்போதெல்லாம் அவர் களுக்கு எந்தவிதமான சிக்கல் ஏற்பட்டாலும் உடனே அவரிடம் செல்வதை வழக்கமாகக் கொண்டிருந்தனர். அவரும் பல ஆண்டு களாக அந்தக் குடும்பங்களுக்குத் துணையாக உறுதியாக நின்று வருகிறார்.

நான்கு மகன்களின் தந்தையான பீமராவ் சில நேரங்களில் சுவாரசியமான செய்திகளைக் கொண்டுவருகிறார். ஆனால், பெரும் பாலும் அவர் கொண்டுவருவது மிகுந்த கவலைக்குரிய செய்திகளே ஆகும். நான் பந்தர்காவுடாவில் இருக்கும்போதெல்லாம் அவர் என்னுடன் கிராமங்களுக்குத் துணைக்கு வருவார். 300 சொற் களைக் கொண்ட செய்தி கட்டுரை என்பதைத் தாண்டி உண்மை யான கிராமப்புற உலகிற்கு என்னை அழைத்துச் செல்பவராகவே அவர் இருந்தார். அவர் ராம்ராவைப் பற்றிக் கூறிய நொடி முதலே நான் மிகுந்த ஆர்வமடைந்தேன். நமது ஆர்வத்தைத் தூண்டவும், நமது கவனத்தை ஈர்க்கவுமான வகையில் செய்தியை விவரிப்பதில் பீமராவ் மிகுந்த திறன் பெற்றவராக இருந்தார்.

"ஒரு முழு பாட்டில் விஷத்தைக் குடித்தப் பிறகும் அவர் உயிர் பிழைத்துவிட்டார். அதற்குக் காரணம் அதிர்ஷ்டமா? அல்லது கலப்பட பூச்சிக்கொல்லியா? என்பதைக் கடவுள் மட்டுமே அறிவார்." அந்த நிறுவனங்கள் பணத்துக்காக எதை வேண்டு மானாலும் விற்பார்கள் என்று அவர் சொல்கிறார். "இந்த நிறு வனங்கள் கழுதையின் மூத்திரத்தைக்கூட பூச்சிக்கொல்லி என்று

விற்பார்கள்" என்று சொல்லி வாய்விட்டுச் சத்தமாகச் சிரிக்கிறார். அவர் கண்கள் ஒளிருகின்றன.

நாங்கள் அன்று காலை லச்சு பட்டேல் என்பவரைச் சந்திக்க சால்புருதிக்குச் சென்றுகொண்டிருந்தோம். இன்று மிகப் பெரிய பணக்காரராக இருக்கும் லச்சுவின் வயது 50களில். லச்சு என்பது அவரது செல்லப் பெயர். யாருக்கும் அவரது உண்மையான பெயரான லெஷ்மன் இராமன்னா போலன்வர் என்பது தெரிந் திருக்கவில்லை. விவசாயிகளிடம் உள்ள நலிந்த ஆடு, மாடுகளை வாங்கி அவற்றுக்கு ஊட்டமளித்து, அவற்றைத் திடக்காத்திரமாக மாற்றி அதை விவசாயிகளிடம் திரும்ப ஒப்படைப்பதே அவரது பணி. இதுவே அவர் புண்ணியம் சம்பாதிக்க கையாளும் வழிமுறை என்று அவர் கூறுகிறார். அவர் தெலுங்கு உச்சரிப்புடன் இந்தி பேசுகிறார். "அவர் தவறுதலாக ஒரு பசுவைக் கொன்றுவிட்டார் அல்லவா." ராம்ராவ் தற்கொலைக்கு முயன்றதற்கான காரணத்தை விளக்குவதுபோல சொல்கிறார்.

ராம்ராவ் உயிர்ப்பிழைத்த ஒரு நபராக, நான் கண்டிப்பாகச் சந்திக்க வேண்டிய ஒருவராக என் மனதில் பட்டார். லச்சுவுடனான சந்திப்பு முடிந்த பிறகு நாங்கள் ஹிவாராவை நோக்கிப் பயணப் பட்டோம்.

"அவர் முற்றிலுமாக உடைந்திருக்கிறார்; கடனில் மூழ்கி யிருக்கிறார்" என்று பீமராவ் என்னிடம் சொன்னார்.

உண்மையில் இவை இரண்டுமோ அல்லது இவற்றில் ஏதாவது ஒன்றோ அவரது தற்கொலை முயற்சிக்குக் காரணமாக இருக்க லாம். கோயில் மாடு தற்செயலாக விபத்தில் சிக்கி இறந்தது என்பது அவர் மனதில் ஏற்கெனவே அழுத்தியிருந்த சுமைகளின் மீது வைக்கப்பட்ட சின்ன மயில் பீலியே. ஆனால், அவரது தற்கொலை முயற்சி என்பது அவரது அனைத்து சிக்கல்களின் மொத்த உருவமாகவே எனக்குப் பட்டது.

★ ★ ★

ராம்ராவ் யெல்மி என்ற ஒரு நிலவுடைமை சமூகத்தைச் சேர்ந்தவர். அவர்களது குலதெய்வமான வேலம்மா என்ற பெயரிலும் அவர்கள் அழைக்கப்படுகின்றனர். அவர்கள் தங்களை ராஜபுத்திர இனத்தைச் சேர்ந்தவர்களாகக் கூறிக்கொள்கிறார்கள். தெலங்கானா மற்றும் தெலங்கானாவின் அருகில் உள்ள மகா ராஷ்டிராவின் யவத்மால் மற்றும் நான்டெட் மாவட்டங்களில்

அவர்கள் வாழ்கிறார்கள். ஹிவாராவில் உள்ள பெரும்பாலான யெல்மிக்கள் தெலங்கானாவில் தங்கள் இரத்த உறவுகளைக் கொண்டிருக்கிறார்கள். 90 ஆண்டுகளுக்கு முன் ராம்ராவின் மூதாதையர் யவத்மாலின் இந்தப் பகுதிக்கு குடியேறினர். அன்றைய ஹைதராபாத் சமஸ்தானத்தில் ஒரு பஞ்சம் ஏற்பட்ட சூழ்நிலையில் அங்கிருந்து இங்குக் குடியேறி இங்குள்ள ஒரு நிலவுடைமையாளரிடம் பண்ணைக் கூலி ஆட்களாக வேலைப் பார்த்தனர்.

ராம்ராவின் பூட்டனார் ஹிவாராவுக்குக் குடிபெயர்ந்த போது இந்தியா சுதந்திரம் பெறும் தறுவாயில் இருந்தது. அப்போது ஹிவாரா ஒரு சிறிய சுறுசுறுப்பற்ற சின்ன கிராமமாக இருந்தது. யவத்மாலின் தெற்கே உள்ள சாரி ஜாம்னி தாலுகாவைச் சேர்ந்த தாக அது இருந்தது. ஹிவாராவுக்குக் குடிபெயர்வதற்கு முன் அதற்கு அருகில் உள்ள சால்புருதி என்னும் கிராமத்தில் அவரது பூட்டனார் சில காலம் வாழ்ந்திருக்கிறார். விதர்பா முழுமையாக நிலவுடைமை சமூகத்தைக் கொண்டது. அங்கு வாழ்ந்த கும்பி எனும் சாதியைச் சேர்ந்த பெரும் நிலவுடைமையாளர்களே அந்தப் பகுதியின் சமூக-பொருளாதார வேளாண் கட்டமைப்புகளில் ஆளுமை செலுத்துபவர்களாக இருந்தனர். இன்றும் அவ்வாறே. அதனால்தான் அவர்கள் பட்டீல் என்ற அடைமொழியுடன் அழைக்கப்படுகின்றனர்.

படிநிலையில் கும்பி, பட்டீல்கள் சாதி அடுக்கில் கீழே, தேஷ்முக் மற்றும் மராத்தா என்ற உயர்ந்த சாதியினருக்கு அடுத்து இருந்தனர். தேஷ்முக்குகள் போன்ஸ்லேக்களில் சுபேதார்களாகவும் மராத்தாக்கள் போர் வீரர் மரபினராகவும் இருந்தனர். ஜவஹர்லால் நேரு அமைச்சரவையில் 1952இல் முதல் விவசாய அமைச்சராக இருந்த பஞ்சாப்ராவ் தேஷ்முக் அமராவதி பகுதியைச் சேர்ந்தவர். பட்டீல்கள் தங்களது சாதியை கும்பி என்று ஆவணங்களில் குறிப்பிடுவதை அவர் உறுதி செய்தார். இது பிற்காலத்தில் இதர பிற்படுத்தப்பட்ட வகுப்பினர் என்னும் வகையில் அவர்கள் இடஒதுக்கீட்டின் பயனைப் பெறுவதற்கு வழிவகுத்தது. கும்பிகள் பெரும்பாலும் நிலவுடைமையாளர்களாக இருந்தபோதும் அவர்கள் இதர பிற்படுத்தப்பட்ட வகுப்பினர் பட்டியலில் இடம்பெற்றனர். அவர்களில் பெரும்பகுதியினர் தற்போதும் மிகப் பெரும் செல் வாக்கு வாய்ந்தவர்களாகவே இருக்கின்றனர். ஆனாலும் பெரும் நிலவுடைமையாளர்களாக அவர்கள் இருந்தபோதும் அண்மையில்

மிக மோசமான சூழலுக்குள் அவர்கள் தள்ளப்பட்டிருக்கின்றனர். சிலர் தற்கொலை செய்துள்ளனர். பலர் நகரங்களுக்கு வேலைத் தேடி குடிபெயர்ந்துள்ளனர்.

பட்டீல்களின் சமூக-பொருளாதார நிலை தாழ்ந்ததும், உலக மயமாக்கலுக்குப் பின் நிலமற்ற, பிற்படுத்தப்பட்ட, தலித் மற்றும் ஆதிவாசி சாதிகளைச் சேர்ந்தவர்கள் பெரும் வாரியாக நகரத் துக்குக் குடிபெயர்ந்ததும் ஒரே காலகட்டத்தில் நடந்தன. விவசாயம் இலாபம் ஈட்டக்கூடியதாக இல்லை. பெரும் சிக்கல் நிறைந்த தாகவும், நிலையற்றதாகவும் இருந்தது. புதிய தொழில்களான உணவு, நில விற்பனை, பொருளாதார நிறுவனங்கள், சிறு கடைகள் போன்றவை நிலமற்ற விவசாயிகளை ஈர்த்தன. அவை அவர்களுக்கு ஒரு உறுதியான வருமானத்தை ஈட்டக்கூடியதாகவும், நிலங்களில் நாள் முழுவதும் உழைப்பதைவிட அதிக வருமானத்தை ஈட்டு வதாகவும் இருந்தது.

ஹிவாராவில் பிற பிற்படுத்தப்பட்ட சாதியினரும், கோண்டு களும், கோலம்களும் வாழ்ந்தனர். கோலம்கள் என்பவர்கள் மிகுந்த வறுமையில் வாழும் ஒரு பழங்குடி இனத்தைச் சேர்ந்தவர்கள். இவர்கள் யவத்மால், வார்தா, வாசிம், நாண்டெட் மற்றும் ஹிங் கோலி மாவட்டங்களின் குறிப்பிட்ட சில பகுதிகளில் மட்டுமே வாழ்ந்து வந்தனர். தெற்கு யவத்மாலின் ஜாரி ஜாம்னி மற்றும் கேலாப்பூர் தாலுகாக்களில் மட்டுமே யெல்மிகளைக் காண முடியும். அதிலும் அங்குள்ள பாதுகாக்கப்பட்ட வனங்களைச் சுற்றியே அவர்கள் வாழ்ந்தனர். பஞ்ச காலத்தில் இன்று தெலங்கானாவாக உள்ள பகுதியிலிருந்து கோதாவரியையும், பின்னர் பெயின்கங்கை யையும் கடந்து யெல்மிகள் வந்ததாக நம்பப்படுகிறது. தங்கள் பகுதியின் மண்ணை ஒத்ததாக இந்தப் பகுதியின் மண் இருந்த தால் அவர்கள் இங்குக் குடியேறினர். இங்கிருந்த நிலவுடைமை யாளர்களும் அவர்களை வரவேற்றனர். ராம்ராவின் பூட்டனாரைப் போலவே அவரது சகோதரர்களும், பிற உறவினர்களும் ஹிவாரா விற்குக் குடிபெயர்ந்து அந்தச் சிறிய கிராமத்தில் வாழத் தொடங் கினர். ராம்ராவின் நேரடி மற்றும் தூரத்து உறவினர்கள் பலரும் இங்கும் அருகில் உள்ள கிராமங்களிலும் வாழ்கின்றனர்.

ஹிவாராவிற்கு அருகில் உள்ள சால்புருதி என்னும் பெரிய கிராமம் இந்தப் பகுதியின் அரசியல் மையமாகவும் திகழ்கிறது. அங்கு கிருஷ்ணாராவ் பட்டேல் என்னும் மிகப் பெரிய நில வுடைமை குடும்பம் ஒன்று உள்ளது. இவர் மகாராஷ்டிராவின்

சட்டமன்ற உறுப்பினராக 60களிலும், 70களிலும் தொடர்ந்து இருந்திருக்கிறார். அவரது தாராள மனதிற்காகப் பெரிதும் போற்றப் படுபவராகவும், காங்கிரஸ் கட்சியைச் சேர்ந்த முக்கியமான பொறுப்பாளராகவும் அவர் இருந்திருக்கிறார். ராம்ராவின் நில மற்றத் தந்தை ஆடு, மாடுகளை மேய்த்து வாழ்ந்து வந்தவர். இந்த கிருஷ்ணாராவ் பட்டேலின் குடும்ப நிலங்களைப் பராமரித்து வந்திருக்கிறார். அவர்களுக்கு மிகப் பெரிய அளவில் பருத்திக் காடு இருந்தது. அதில் ஒரு பகுதி ஹிவாராவிலும் இருந்தது. அத்துடன் அங்கு அந்தக் குடும்பத்தினருக்குச் சொந்தமான அரண் மனைப் போன்ற ஒரு வீடும் இருந்தது. இதனை உள்ளூர் மொழியில் வடா என்று அழைக்கின்றனர். விதர்பாவில் உள்ள பெரும் நிலவுடைமையாளர்கள் மிகப் பெரும் பங்களாக்களில் வாழ்ந்து வந்தனர். தேக்கு மரத்தினால் கட்டப்பட்ட ஜன்னல்களும், கதவுகளும் உடைய அந்த வீடுகளுக்குத் தீபாவளி காலத்தில் பருத்தி அறுவடை செய்யப்படும்போதெல்லாம் அந்தக் கொட்டைகளிலிருந்து எண்ணெய் எடுக்கப்பட்டு அந்தத் தேக்கு மரக் கதவுகளும், ஜன்னல்களும் அந்த எண்ணெயினால் மெரு கேற்றப்பட்டுப் பராமரிக்கப்பட்டன. அதிலிருந்து பிரித்தெடுக்கப் பட்ட பஞ்சு ஆலைகளுக்குச் சென்றது. இந்த பட்டேல்களின் நிலங்களில் பண்ணைக் கூலி ஆளாக பெரும்பாலான யெல்மி குடும்பங்கள் வேலை செய்தன. ஹிவாராவில் உள்ள போலன்வர் குடும்பமும் அவ்வாறே செய்தது. ஒரு காலகட்டத்துக்குப் பிறகு அந்த கிருஷ்ணாராவ் பட்டேலின் குடும்பத்துக்கு மிக நெருக்க மானவர்களாக இவர்கள் மாறிப்போயினர்.

பிரதமர் இந்திராகாந்தி கொண்டுவந்த நில உச்சவரம்பு சட்டத்தின் படி, ஒருவர் அதிகபட்சமாக நீர்ப்பாசன வசதி கொண்ட 18 ஏக்கர் மற்றும் பாசன வசதியற்ற 54 ஏக்கர் ஆகியவற்றிற்கு மேல் வைத் திருக்கக் கூடாது. இதன்படி கிருஷ்ணாராவ் பட்டேல் தனது நிலத்தில் செழிப்பு குறைவான பெரும்பாலான பகுதிகளை அரசிடம் கொடுப்பதற்குப் பதிலாக பண்ணைக் கூலி ஆட்களுக்குப் பிரித்துக் கொடுத்தார். இந்த வகையில் விதர்பாவின் பெரும் நிலவுடைமையாளர்கள் தங்களது நிலங்களில் பெரும் பகுதியைத் தங்களது நெருங்கிய வட்டத்துக்குள் தக்கவைத்துக்கொள்ள முடிந்தது. இந்தப் பகுதி எப்போதுமே மழை சார்ந்த நிலமாகவே புன்செய் பூமியாகவே இருந்து வந்திருக்கிறது. இதற்கு மாறாக, மகாராஷ்டிராவின் மேற்குப் புறத்தில் உள்ள ஆயிரக்கணக்கான

புன்செய் நிலங்கள் புதிய மற்றும் பழைய அணைகளால் வளம் கொழிக்கும் கரும்பு மற்றும் பழ தோட்டங்களாக மாறிப்போயின. அந்தக் காலகட்டத்தில் ராம்ராவின் தந்தையும் மழை சார்ந்த, வானம் பார்த்த செழிப்புக் குறைவான 10 ஏக்கர் நிலம் பெற்றார். நிர்வாக லெட்ஜரில் 'பி' பிரிவு என்று குறிப்பிடத்தகுந்த நிலமாக அது இருந்தது. நில உச்சவரம்பு சட்டத்தின்கீழ் பிரித்துப் பெறப்பட்ட நிலங்கள் விற்கப்படவோ, வாங்கப்படவோ கூடாது என சட்டம் சொல்கிறது. 2018இல் மகாராஷ்டிரா அரசின் சட்டம் அதனை மாற்றி உத்தரவு போடப்படும்வரை இந்த நிலையே நீடித்தது.

ராம்ராவின் தந்தையே அவருடன் பிறந்தவர்களில் மூத்தவராக இருந்தார். அதற்குப் பிறகு இலெட்சுமணா பிறந்தார். தற்போது 70 வயதைக் கடந்து நிற்கும் அவர் ஹிவாராவிலேயே ஊரின் மையத்துக்கு அருகில் வாழ்கிறார். இலெட்சுமணா ஒருமுறை என்னிடம் ஒரு விசித்திரமான செய்தியைக் கூறினார். அவரது தந்தை உண்மையில் அவரது தாயை அவரது தகப்பனாரிடமிருந்து விலைக்கு வாங்கியே திருமணம் புரிந்ததாகக் கூறினார். ஏன் என்று நான் கேட்டபோது, அக்காலகட்டத்தில் வறுமை அத்தனை கொடியதாக இருந்தது என்றும் ஒரு பெண்ணைத் திருமணம் செய்து கொடுப்பது என்பது அவளால் கிடைக்கக் கூடிய குறைந்தபட்ச உழைப்பை விட்டுக்கொடுப்பதாக இருந்தது என்றும் கூறினார். அதனால் ஒரு பெண்ணைத் திருமணம் முடிக்க நினைக்கும் ஆண்கள் அதற்கான தொகையைப் பெண்ணின் பெற்றோருக்கு விலையாகக் கொடுத்தே வாங்கவேண்டிய ஒரு நிலை இருந்தது.

"தற்போது அவையெல்லாம் மாறிவிட்டன" என்று சொல்கிறார். இளைய தலைமுறையினர் சில ஆண்டுகளில் தங்கள் வாழ்வில் பெரும் மாற்றங்களைக் கொண்டுவந்துவிட்டதாக அவர் நினைக் கிறார். என்ன மாறியிருக்கிறது என்று நான் கேட்டபோது, அவர் சற்று நேரம் யோசித்துவிட்டு சொல்கிறார்: "ஜமீன்". அதாவது, அவர்கள் தற்போது நிலவுடைமையாளர்களாக மாறியுள்ளனர். அந்த நிலங்களையும் விளையத் தகுந்ததாக மாற்றியுள்ளனர்.

இலட்சுமணாவிற்கு வயதாகிவிட்டது. அவர் ஒரு பாக்கு கொட்டையைப் போன்று கடினமானவராக மாறிவிட்டார். அவரது முரட்டுத்தனமான கைகளும், வலி மிகுந்த மூட்டுகளும் அவரது கடினமான வாழ்க்கைக்குச் சான்றாக நிற்கின்றன. ராம்ராவுடன் மிக நெருக்கமான பந்தம் கொண்டிருந்தார். ராம்ராவ் தன் வாழ்வை முடித்துக்கொள்ள நினைத்து, தற்கொலைக்கு முயன்ற

செய்தி லெட்சுமணாவை மிகக் கடுமையாகப் பாதித்து அவர் பல நாட்கள் அதனால் தாக்குண்டவராகக் கிடந்தார். ராம்ராவ், லெட்சுமணாவுக்கு அவ்வப்போது சிறுதொகைகளை, சாராயம் வாங்குவதற்காகக் கொடுப்பதுண்டு. இதனால்தானோ என்னவோ லெட்சுமணா தனது அண்ணன் மகன்மீது மிகுந்த பாசம் கொண்டவராக இருந்தார்.

ராம்ராவுக்கு இரண்டு அத்தைகள் இருந்தனர். இருவருமே தற்போது உயிருடன் இல்லை. ராம்ராவ் தற்கொலைக்கு முயன்ற காலகட்டத்தில் அவரது ஒரு அத்தை மறைந்து போனார். அவருக்கு குழந்தைகள் இல்லை. ராம்ராவுக்குப் பொருளாதார நெருக்கடி மிகுந்த காலத்தில் அவ்வப்போது பணம் கடன் கொடுப்பவராக அவர் இருந்தார். ராம்ராவ் அவருக்குச் சில லட்சங்கள் கடன் பாக்கி வைத்துள்ளார். அவரது அத்தையின் கணவர் கடனின் நிலை என்னவென்பதை அவ்வப்போது கேட்டு உறுதிசெய்துகொள்வதுண்டு. ஆனால், ஒருபோதும் அவர் பணத்தைக் கேட்டு ஹிவாராவிற்கு வந்ததில்லை. தான் பணத்தைத் திரும்பப் பெற வற்புறுத்தக் கூடாது என்பதை அவர் அறிந்து வைத்திருந்தார். அத்தை இறந்து சில மாதங்களுக்குப் பிறகு தன்னைப் பற்றிய கவலையாலேயே அவர் இறந்ததாக ராம்ராவ் கருதினார். அவரது அத்தைக்கு உறக்கமற்ற இரவுகளைக் கொடுத்ததற்குத் தான் காரணமாக இருந்ததற்காக அவர் வருந்தினார். உண்மையில் வயதானதால்தான் அவரது அத்தை இறந்தார்.

★ ★ ★

ஆழமான கரிசல் மண், பாறை நிறைந்த பூமி, தேக்கு மரக் காடு ஆகியவையே ராம்ராவின் கிராமத்தைச் சுற்றி இருந்தன. வார்தா மற்றும் பெயின்கங்கை ஆற்றுப் படுகைகளுக்கிடையே ஹிவாரா இருந்தது. நிலக்கரி, இரும்பு மற்றும் பிற தாதுப் பொருட்கள் நிறைந்த பகுதியாக அது இருந்தது. 250 குடும்பங்களும் ஆயிரம் மக்களும் மட்டுமே வாழக்கூடிய சிறிய கிராமமாக விதர்பா பகுதியில் ஹிவாரா இருந்தது. அவற்றில் 75% மக்கள் எழுத்தறிவு பெற்றவர்களாக இருந்தனர்.

மகாராஷ்டிரா மாநிலத்தில் உள்ள 48ஆயிரம் கிராமங்களில் 15 ஆயிரம் கிராமங்கள் விதர்பா பகுதியில் இருந்தன. அவற்றில் சில, 10 ஆயிரத்துக்கும் மேற்பட்ட மக்கள்தொகை கொண்டனவாக இருந்தன. எழும்பிவரும் நகரச் சந்தைகளுக்கிடையே பாரம்பரிய

சந்தைகளைக் கொண்டவையாகவும் அவை இருந்தன. மேற்குப் பகுதிகளில் 8 ஆயிரம் கிராமங்கள் இருக்கின்றன. ஒரு காலத்தில் பெரும்பாலும் பருத்தி பயிரிட்ட அவை இப்போது சோயாவையும் பயிரிடுகின்றன.

பெயின்கங்கை ஆறு ஹிவாராவிலிருந்து 50 கி. மீ. தெற்கே ஓடி பெரிய ஆறான கோதாவரியில் கலக்கிறது. சத்புத மலையின் அடிவாரத்தில் மிகச் செழிப்பான மண் வளத்தைக் கொண்ட மிகப் பெரும் நிலப்பரப்பைப் போல தக்காணத்தின் இந்த எல்லையில் உள்ள இந்தப் பகுதி செழிப்பான பருத்தி விளையும் ஒரு பகுதியாக உள்ளது. எவ்வளவு செழிப்பானது என்றால், விதர்பா அல்லது வர்ஹாதை 'தங்கக் கோடாரி' என்று வர்ணிக்கும் அளவுக்கு இருந்தது. நீண்ட காலமாகப் பருத்தியே அங்கே ஆட்சி செய்தது. ஆனாலும், விடுதலைக்கு முந்தைய காலகட்டத்தில் மொத்த விளைநிலங்களில் 40% மட்டுமே பருத்தி விளைநிலமாக இருந்தது என்று மாவட்ட ஆவணங்கள் கூறுகின்றன.

நாடோடி பழங்குடியினர் என்று மகாராஷ்டிராவிலும், பட்டியல் பழங்குடியினர் என்று ஆந்திரப்பிரதேசத்திலும் தெலங்கானாவிலும் வரையறுக்கப்பட்ட பஞ்சாராக்கள் யவத்மால் எங்கும் நிரம்பி யிருந்தனர். நவீனமான பூச்சிக்கொல்லிகளையும், உரங்களையும் போடும் விவசாயிகளுக்கிடையே பருத்திகளை ஓரிடத்திலிருந்து மற்றோரிடத்துக்குக் கொண்டு செல்பவர்களாக பஞ்சாராக்கள் இருந்தனர். அவர்கள் மாட்டுவண்டிகளை பருத்தியை ஏற்றிச் செல்வதற்குப் பயன்படுத்தினர். இந்தப் பழக்கம் ஆங்கிலேயர் காலத்தில் இடப்பட்ட இரயில்வே தடங்களால் மாறிப்போனது.

'பெராரில் பருத்தியும் – பஞ்சமும்' என்ற தலைப்பில் அமெரிக் காவின் லாக் ஹேவன் பல்கலைக்கழகத்தைச் சேர்ந்த பேராசிரியர் லெஷ்மண் சத்யா எழுதிய நூலில், காலனி ஆதிக்கத்துக்கு முன்பும், பின்பும் இந்தப் பகுதி எவ்வாறு இருந்தது என்பதை ஆராய்ந்து விவரிக்கிறார். அப்பகுதியில் பயணம் செய்த பயணிகளின் குறிப்பு களின் அடிப்படையில் அவர் இவ்வாறு எழுதுகிறார்.

"பஞ்சாராக்களின் மாட்டுவண்டிகள் நீண்ட வரிசையில் பூர்ணா பள்ளத்தாக்கிலிருந்து கிளம்பி எல்லாத் திசைகளிலும் பூமரா பருத்தியைச் சுமந்து சென்றுகொண்டிருந்தன. கார்த்திகை (நவம்பர்) மாதம் தொடங்கி வைகாசி (மே) (மாதம்வரை ஒவ்வொரு ஆண்டும் இது நடந்தது. ஜூன் மாதத்தில் பருவமழை தொடங்கியபிறகு மாற்றமில்லாத விவசாயச் சுழற்சி ஒவ்வொரு ஆண்டும் தனக்கே

உரிய ஒரு பண்பாட்டை உருவாக்கி அதை பெராரின் தனித்துவ மான பண்பாடாக ஆக்கியது. மக்கள் திருப்தியுடன் இருந்தனர். குறைந்த தேவைகளுடன் வாழ்ந்தனர்."

பருத்தியையும், தேக்கையும் இங்கிருந்து எடுத்துச்செல்வதற் காகவே ஆங்கிலேயர் இங்கு ரயில்வழித் தடங்களை அமைத் தனர். 19ஆம் நூற்றாண்டில் அமெரிக்க உள்நாட்டுப் போரின் போது அவர்கள் வெள்ளைத் தங்கத்தை மும்பைக்கும் கல்கத்தா வுக்கும் கொண்டுவந்து அங்கிருந்து மான்செஸ்டர், லிவர்பூல் நூற்பாலைகளுக்கு எடுத்துச் சென்றனர். கில்லிக் நிக்சன் நிறுவனத் தினர் 1857இல் நிறுவிய இந்தக் குறுகிய ரயில்வே வழித்தடத்தின் எச்சம்தான் இன்றும் யவத்மாலிலிருந்து அமராவதியில் உள்ள பத்நேரா வரை வெள்ளை புள்ளிகள் நிரம்பிய பருத்திக் காடு களின் வழியே செல்லக்கூடிய சகுந்தலா எக்ஸ்பிரஸ் ஆகும். இந்த ரயில்வே தடங்கள் ஆங்கிலேயரின் ஜவுளித் தொழிலின் வளர்ச்சிக்கு உரமிட்ட பருத்தி ஏற்றுமதியையும், அது உலகச் சந்தைகளை ஆண்டதையும், பிரிட்டிஷ் ராஜியத்தின் களஞ்சியத்தை நிரப்பியதையும், பின்னர் இருபதாம் நூற்றாண்டின் தொடக்கத்தில் உருவான பெராரின் ஜவுளி ஆலைகளையும் நினைவுபடுத்துவதாக இருக்கின்றன.

1970களுக்குப் பிறகு 'ஒற்றைச் சாளர பருத்தி கொள்முதல் திட்டம்' என்று அரசு கொண்டுவந்த திட்டத்தினால் பருத்தி விளை நிலங்கள் யவத்மாலிலும் மேற்கு விதர்பாவிலும் அதிகரித்தன. இந்தத் திட்டம் 30 ஆண்டுகளுக்குப் பிறகு 2002இல் கைவிடப் பட்டது. விவசாயிகள் பருத்தியை விளைவித்தனர். மகாராஷ்டிரா அரசு தனது பருத்தி விற்பனை நிறுவனத்தின் மூலம் ஒன்றுவிடாமல் எல்லாவற்றையும் வாங்கி அவற்றை நூற்பாலைகளுக்கு விற்பனை செய்தது. குறைந்தபட்ச உறுதி விலையின் அடிப்படையில் அரசு பருத்தியை விவசாயிகளிடமிருந்து வாங்கியது. அவற்றை விற்று அந்த லாபத்தை விவசாயிகளுக்குத் திரும்ப அளித்தது. பருத்தி விற்பனை நிறுவனங்களிலிருந்து விவசாயிகளுக்குக் கிடைக்கப் பெற்ற லாபத்தைப் பொதுவாக அவர்கள் போனஸ் என்று அழைக் கின்றனர். நிறுவனத்தினால் நடத்தப்படும் பருத்தி கொள்முதல் நிலையங்களின் முன்பு பருத்திகள் நிரம்பிய வண்டிகள் வரிசைக் கட்டி நிற்கும். தீபாவளிக்கு முன்பு தொடங்கும் இந்த விற்பனை காலம் மார்ச், ஏப்ரல் வரை நீளும்.

பருத்தி விற்பனையின் மையமாக யவத்மால் இருந்தது. இந்த நிறுவனத்தை உருவாக்கியதன் நோக்கம் பருத்தியிலிருந்து துணி வரையிலான ஒரு தொடர்ச் சங்கிலியை உருவாக்குவதாகும். இதன் மூலம் ஒவ்வொரு கட்டத்திலும் ஏற்றப்படும் மதிப்பானது சந்தையை நிலைப்படுத்தி பொருளாதாரத்தை வளர்ச்சியுறச் செய்யும் என்பதே ஆகும். ஆனால், அது ஒரு கனவாகவே இருந்தது. இப்படியொரு தொடர்ச் சங்கிலியை விதர்பா உருவாக்கத் தவறியது மட்டுமல்ல, ஏற்கெனவே இருந்தவற்றையும் இழக்கும் நிலை ஏற்பட்டது. 1980கள், 90கள் மற்றும் 2000த்தின் முதல் பத்தாண்டுகளில் மும்பை நாக்பூர் சாலையில் அகோலாவிற்கு மேற்கே நாக்பூரிலிருந்து காங்கோண் வரை எழுந்த ஜவுளி ஆலைகள் மற்றும் விதர்பாவின் கிழக்குப் பகுதிகளில் நாக்பூரிலிருந்து காந்தியா வரை எழுந்த கைத்தறி நெசவு நிலையங்கள் என வளர்ச்சிப்பெற்ற அனைத்தும் இல்லாமல் போயின. பருத்தியைத் துணியாக்கும் மையங்கள் அழிந்த நிலையில் விதர்பாவின் பருத்தி அதன் பொருளாதார மதிப்பை இழந்தது. 1980களில் அறிமுகப்படுத்தப்பட்ட புதிய ஜவுளி கொள்கை கைத்தறிகளுக்கு மாறாக விசைத்தறிகளுக்கும் தொழில்நுட்ப அளவில் வளர்ச்சியடைந்த நிறுவனங்களுக்கும் மானியங்களை அளித்த செயலானது இந்த வீழ்ச்சிக்குப் பெரும் காரணமாக இருந்தது. 1970களின் நடுவில் தொடங்கி 1990களின் பிற்பகுதி வரை இந்த விசைத்தறிகளின் வளர்ச்சியானது ஒருங் கிணைந்த ஜவுளி ஆலைகளின் வீழ்ச்சிக்குக் காரணமாக இருந்தது. நாக்பூரில் டாடா நிறுவனத்தால் நடத்தப்பட்ட வரலாற்று முக்கியத் துவம் வாய்ந்த எம்ப்ரஸ் ஆலை, இந்தியாவின் மிகப் பழமையான ஆலையான வார்தா மாவட்டத்தில் உள்ள பல்கன் பருத்தி ஆலை மற்றும் புல்தானா மாவட்டத்தில் இருந்த காங்காணி ஆலை ஆகிய அனைத்தும் இந்த மாற்றங்களினால் பாதிக்கப்பட்டு அழிந்துப்போயின. தானியங்கி தறிகள் மற்றும் உலகளாவிய போட்டி ஆகியவற்றின் இடையே அவற்றால் தங்களைக் காப் பாற்றிக்கொள்ள முடியவில்லை.

ஜவுளித் தொழிலானது தெற்கு மற்றும் மேற்கு இந்தியாவுக்கு இடம்மாறிப்போன போது விதர்பா தனது ஜவுளித் தொழில் நசிந்ததைக் கண்டது. பிடிவாதமாய் இருந்த தொழிலாளர் சங் கங்கள், ஆலை நிர்வாகத்தின் முறையற்ற நிர்வாக வழிமுறைகள், மேம்பட்ட தரத்தைக்கொண்ட பருத்தியை உற்பத்தி செய்ய இயலாத விவசாயிகள், தேசிய மற்றும் உலகளாவிய சந்தையில் ஏற்பட்ட மாற்றத்தை உள்வாங்கி அதற்கேற்றாற் போல் மாறத்

தவறிய உள்ளூர் தலைமை மற்றும் பொதுவாக இந்தப் பகுதியில் பருத்தி முதல் துணி வரையிலான வழிமுறையில் தேவையான மாற்றங்களைக் கொண்டுவரத் தவறிய மாநில அரசு இவை அனைத்தும் சேர்ந்துதான் இந்த அழிவிற்குக் காரணமாகி நின்றன.

1970களின் மத்தியில் மேற்கு விதர்பாவில் பருத்தி மட்டுமே பயிரிடப்பட வலியுறுத்தப்பட்டது. கம்பு, சோளம், பழ வகை களான மாம்பழம், கொய்யா, சீத்தாப்பழம் போன்ற பழங்கள் பருவக் காலத்தில் மட்டுமே விளைந்தாலும் குறைந்தபட்ச வருமானத்தை ஈட்டிவந்தன. ஆனால், அவற்றை பயிரிடுவது பெரிதும் குறைந்துபோனது. பணப் பயிரான பருத்தி உணவுப் பயிர்களை வெளியேற்றியது. உள்ளூர் உணவுப் பயிர்களான சிறுதானியங்கள் தற்போது பெரும் வருமானத்தைத் தருவதாக இருக்கவில்லை. அரசாங்கத்தின் விநியோக முறை இந்த உள்ளூர் தானியங்களை ஆதரிக்கவில்லை. மேலும், விவசாயிகளின் வளர்ந்து வரும் பொருளாதாரத் தேவைகள் அவர்களைப் பருத்தி மட்டுமே பயிரிடவும், அதைத் தொடர்ந்து சோயாவைப் பயிரிடவும் தூண்டின. இதன் காரணமாக இந்த நூற்றாண்டின் தொடக்கத்தில் அவர்கள் அனைவரின் நிலங்களும் பணப்பயிர்களை மட்டுமே பயிரிட்டன. இது தற்போது விவசாயிகளின் தற்கொலைகளையும் கடந்த ஒரு மனித வள, சூழலிய மற்றும் பொருளாதாரச் சிக்கலாக எழுந்து நிற்கிறது.

2002இல் பருத்தி கொள்முதல் நிறுவனம் பெரும் நட்டத்தைச் சந்தித்தப்போது, அதற்குப் பெரிய அளவில் மேம்பட்ட தரம் மற்றும் குறைந்த விலையில் பருத்தி இறக்குமதி செய்யப்பட்டதே காரணமாய் இருந்தது. 1997க்கும் 2004க்கும் இடையே இந்தியா ஏழரை மில்லியன் பருத்தி நூல் கட்டுகளை இறக்குமதி செய்தது. இது கடந்த நாற்பது ஆண்டுகளில் இறக்குமதி செய்ததைவிட மிக அதிகமாகும். 2004இல் விலாஸ்ராவ் தேஷ்முக் தலைமையிலான மராட்டிய அரசு பருத்தி கொள்முதல் நிறுவனத்தை மூடி, தனியாருக்குக் கொள்முதலைத் திறந்துவிட்டது. இதனால் பருத்தி யின் விலை குறைந்தபட்ச உறுதி விலைக்கும் கீழே விழுந்தது. மத்திய அரசின் விவசாய விலை ஆணையத்தினால் அறிவிக்கப் பட்ட அந்த விலையைத் தனியார் கொள்முதல்வாதிகள் பின்பற்ற வில்லை. உலகமயமாக்கலுக்குப் பின் மாநில அரசு எடுக்க வேண்டிய பலவித முடிவுகளில் ஒன்றாக இதுவும் ஆகிப்போனது.

அந்த ஆண்டிலிருந்து பருத்தி கொள்முதல் நிறுவனம் மகா ராஷ்டிராவில் விளையும் பருத்தியில் 10 விழுக்காட்டினைக்கூட வாங்கவில்லை. இது 8 முதல் 9 மில்லியன் கட்டுகள் அல்லது 35 மில்லியன் குவிண்டால் பருத்தியாக இருந்தது. விதர்பா 3 மில்லியன் கட்டுகள் அல்லது 10லிருந்து 11 மில்லியன் குவிண்டால்கள் உற்பத்தி செய்கிறது. இந்தியாவில் ஜூலை முதல் அக்டோபர் வரையிலான காரிஃப் காலகட்டத்தில் 2013-17 ஆண்டுகளின் ஐந்தாண்டு சராசரி பருத்தி விளைநிலம் என்பது 13 மில்லியன் ஹெக்டேராக இருந்தது. 10 ஆண்டுகளுக்கு முன் 8 முதல் 9 மில்லியன் ஹெக்டேராக இருந்த இது, இந்த அளவுக்குக் கூடியிருப்பது மிகுந்த அதிர்ச்சியூட்டுவதாக இருந்தது. மகாராஷ்டிரா 4 மில்லியன் ஹெக்டேரில் பருத்தியை உற்பத்தி செய்கிறது. அவற்றில் நான்கில் ஒரு பகுதி விதர்பாவில் உள்ளது. ஆனால், இதில் வியக்கத்தக்க செய்தி என்னவெனில் விதர்பாவில் ஒரு ஏக்கரில் விளையும் பருத்தியின் அளவு 146 கிலோ. ஆனால், பஞ்சாபில் இதே ஒரு ஏக்கரில் 800 கிலோ பருத்தி உற்பத்தி செய்யப்படுகிறது. இதனை இந்திய பருத்திக் கார்ப்பரேஷன் அதன் அறிக்கைகளில் உறுதி செய்துள்ளது. இதற்குக் காரணம் விதர்பாவில் பருத்தி விளைநிலங்களில் மூன்று முதல் நான்கு விழுக்காடு நிலங்கள் மட்டுமே பாதுகாப்பான பாசன வசதிகளைக் கொண்டவையாக இருக்கின்றன. மீதி 96% நிலங்கள் மழை சார்ந்தே உள்ளன. அல்லது சில இடங்களில் விவசாயிகள் நிலத்தடி நீரைக் கிணறுகள் மூலம் பெறுகின்றனர்.

மத்திய அரசு நிர்ணயிக்கும் குறைந்தபட்ச உறுதி விலைக்கும் குறைவாகக் கொள்முதல் செய்யக் கூடாது என்ற விதிகளுக்குட் பட்ட சில பயிர்களில் ஒன்றாக பருத்தி உள்ளது. இது விவசாயிகளைப் பாதுகாப்பதற்கான ஒரு வழிமுறையாக இருக்கின்றது. பருத்தியின் விலை நிர்ணயிக்கப்பட்ட குறைந்தபட்ச உறுதி விலைக்குக் கீழாக பெரும்பாலும் விழுவதில்லை. ஆனால், நிர்ணயிக்கப்பட்ட விலை பெரிய வருமானத்தை ஈட்டுவதுமில்லை. அவை வருமானம் தரக்கூடியதாகத் தற்போது இருப்பதில்லை. உலகச் சந்தைகள், வளர்ந்த நாடுகளிலிருந்து கிடைக்கக்கூடிய விலை குறைந்த பருத்தியுடன் இந்த விலைகள் போட்டிப் போடுவ தாக இருக்கின்றன. 2002க்குப் பிறகு விதர்பா விவசாயிகள் மாற்றுப் பயிராக பயிரிடத் தொடங்கிய சோயாபீன் உள்ளிட்ட பிற பயிர்களுக்கும் இதே நிலையே நீடிக்கிறது.

யவத்மால் ஆண்டுதோறும் சராசரியாக 800 மி.மீ. மழையைப் பெறுகிறது. இது அதன் நீர்நிலைகளை நிரப்புவதற்கும் பருவக் காலத்தில் சிற்றோடைகளை உயிர்பித்து பருத்தி விளைந்து புன்ன கைக்கவும் போதுமானதாக இருக்கிறது. 2007 அல்லது 2008இல் தோண்டப்பட்ட ராம்ராவின் கிணறு வழக்கமான மழைக்கு மேல் வரை நிரம்பி நிற்கிறது. ஒரு சிறிய கயிற்றில் ஒரு வாளியைக் கட்டி அதன் மூலமாகவே தண்ணீரை எடுத்துக்கொள்ளக்கூடிய அளவுக்குக் கிணறு நிரம்பி நிற்கும். பாதுகாப்பான அல்லது வாய்க் கால் பாசன வசதி இல்லாத நிலையில் வேறு எந்தப் பயிரையும் விதைக்க இயலாது. அந்தப் பகுதியில் உள்ள சிறு மற்றும் குறு விவசாயிகளுக்குப் பருத்தி விவசாயம் செய்வதைத் தவிர வேறு வழியில்லை. அதுவும் அண்மைக் காலங்களில் பருவ மழை சரி யான நேரத்தில் பெய்வதில்லை. சில சமயம் பெய்வதே இல்லை; சில சமயம் அதிகமாய் பெய்கிறது "பைத்தியக்காரத்தனமாய்" என்று ராம்ராவ் கூறுகிறார். மராத்தியில் அதனை "யேடா" என்று கூறுகிறார்.

பருத்தியின் மூலம் கிடைக்கக்கூடிய வருமானம் கடந்த பத்தாண்டுகளில் எவ்வளவு மாறியிருக்கிறது என்பதற்குப் போது மான தரவுகள் உள்ளன. 1970களில் மகாராஷ்டிராவின் பெரும் பாலானப் பகுதிகளில் தொடர்ந்து பஞ்சம் நிலவியபோதும் 10 கிராம் தங்கத்தின் விலை ஒன்று அல்லது இரண்டு குவிண்டால் பருத்தியின் விலைக்குச் சமமானதாக இருந்தது. ஆனால், இன்றோ அது முடிந்துபோன கதையாக உள்ளது. இன்று ஒரு குவிண்டால் பருத்தியின் விலை 5,500. ஆனால், 10கிராம் தங்கத்தின் விலை 50,000த்துக்கும் மேலாகவே உள்ளது.

அத்தியாயம் - 3
தனிமை

மே 2015இல் சோம்பல் மிகுந்த ஒரு நாளில் நானும், ராம்ராவும் உரையாடிக்கொண்டிருக்கிறோம். அவரது தற்கொலை முயற்சிக்குப் பின் கடந்த ஆண்டு ஏப்ரலில் அவரை முதன்முதலாகச் சந்தித்ததிலிருந்து தொலைபேசி மூலமாகவும், நேரில் அவரது வீட்டில் சந்தித்தும் பலமுறை தொடர்ந்து உரையாடி வருகிறேன்.

ஒவ்வொரு முறையும் அவர் விரக்தியுற்றவராகவே காணப் பட்டார்.

உடல்நலக்குறைவு என்பது அந்த நோயாளிக்கு மட்டுமல்ல, அவரைச் சுற்றியுள்ள அனைவரையும் கடுமையாகப் பாதிக்கும் தன்மை வாய்ந்தது. அதிலும் நீங்கள் ஒரு விவசாயியாக இருந்தால் சிகிச்சைக்காக ஆகும் செலவுகள் உங்கள் குடும்பத்தைக் கிழித்து எறியக்கூடும். விதர்பாவில் உள்ள விவசாயிகள் தங்களது மருத்துவ செலவுகளுக்காகத் தங்களது நிலங்களை விற்கவோ, அடமானம் வைக்கவோ நேர்ந்திருக்கிறது. ஒரு சாதாரண வைரஸ் காய்ச்சல்கூட ஒரு கிராமத்தைச் சிதைத்திருக்கிறது. 2005இல் சிக்கன்குனியா பரவியபோது அதை நானே நேரில் கண்டிருக்கிறேன். விதர்பா வெங்கும் உள்ள கிராமங்களில் பலர் இறந்திருந்தனர். எந்த அளவுக்கு நோய் கடுமையாக இருக்கிறதோ அந்த அளவுக்குப் பொருளாதார அழுத்தமும் கடுமையாக இருக்கிறது. பெருகிவரும் விவசாயச் சிக்கலுக்கு மருத்துவ செலவுகளும் குறிப்பாக, தனியார் மருத்துவமனைகளுக்குச் செலவிடப்படும் பணமும் ஒரு முக்கியக் காரணியாக உள்ளது என்று பல தேசிய மற்றும் உள்ளூர் ஆய்வுகள் உறுதிப்படுத்துகின்றன. இதன் காரணமாக மத்திய அரசு ஒரு கொள்கை முடிவை எடுக்க நேர்ந்தது. மன்மோகன் சிங் தலைமையிலான ஐக்கிய முற்போக்குக் கூட்டணி அரசு கிராமப்புற மருத்துவச் செயல் திட்டங்களைத் தேசிய கிராமப்புற மருத்துவ திட்டம் என்ற பெயரில் செயல்படுத்தியது. இதன்மூலம் கிராமப்புற மருத்துவ வசதிகள் பெருகவும், கொடூரமாக வளர்ந்துவரும் மருத்துவச் செலவுகளை மட்டுப்படுத்தவும் முயற்சி நடந்தது. ஆனால், அது போதுமானதாக இருக்கவில்லை. அரசு சார்ந்த,

அனைவருக்குமான இலவச மருத்துவப் பராமரிப்புக்கு நேர் மாறாக, தனியார் மற்றும் காப்பீடு அடிப்படையிலான மருத்துவக் கட்டமைப்புக்கு ஆதரவாக மத்தியில் தொடர்ந்து ஆளும் பா.ஜ.க. அரசுகள் நிற்கின்றன.

★★★

விமல்பாய்க்குப் பலவித நோய்கள் இருந்தன. அவருக்கு மரபு ரீதியாகக் கடுமையான ஆஸ்துமா இருந்தது. அதன் பிறகு சிறுநீரகம் பாதிக்கப்பட்டு மிக மோசமான நிலையை அடைந்தார். பல ஆண்டு களாக ராம்ராவ் தன் மனைவியின் மருத்துவச் சிகிச்சைக்காகப் பெரும் பணத்தைச் செலவிட்டார். அவர் மருத்துவமனையில் தங்க நேர்ந்தபோதும் அவரது மருந்துகளுக்காகவும் அவர் செலவிட்ட தொகை அளப்பரியது. அவரை வீட்டில் வைத்து நன்கு பராமரித்தார். தனது இரு மகள்களையும் தானே வளர்த்தார். ஆனால்,அவர் களுக்கு உயர் கல்வி அளிக்க முடியாத வருத்தம் அவருக்கு இன்னமும் உள்ளது. அவர் கடன் வாங்கிய பணத்தில் பெரும்பகுதி அவரது மனைவியின் மருத்துவச் செலவுக்காகவே அதிலும், குறிப்பாக யவத்மாலில் உள்ள தனியார் மருத்துவமனைகளுக்குச் சென்றது.

“என் மனைவி ஒருவேளை நல்ல ஆரோக்கியத்துடன் இருந் திருந்தால் நாங்கள் இதைவிட மேலான நிலையில் வாழ்ந்திருப் போம்” என்று ஒருமுறை அவர் வருந்திக் கூறினார்.

2000த்திலிருந்து 2006ஆம் ஆண்டுவரை விதர்பாவின் விவ சாயத் தற்கொலைகள் பன்மடங்காக அதிகரித்தபோது ராம்ராவின் பொருளாதார நிலை ஒரு சராசரி விவசாயியின் நிலையில் இருந்தது என்பதை அவர் நினைவுகூருகிறார். 2008முதல் 2010வரையிலான காலகட்டத்தில் அவருக்கு உண்மையில் நல்ல லாபம் கிடைத்தது. அந்தக் காலகட்டம்தான் அவரது விவசாயத்திலும், அவரது வாழ் விலும் மிகச் சிறப்பான காலகட்டம் என்று அவர் கூறுகிறார்.

“2008இல் எனது கடன்கள் தள்ளுபடி செய்யப்பட்டன” என்று அவர் நினைவுகூர்கிறார்.

அந்த ஆண்டு அப்போதைய ஒன்றிய நிதியமைச்சராக இருந்த ப. சிதம்பரம் ஒன்றிய வரவு-செலவு அறிக்கையில் ஒட்டுமொத்தமான கடன் தள்ளுபடி திட்டத்தை அறிவித்தார். அது ஐக்கிய முற்போக்குக் கூட்டணி 2009ஆம் ஆண்டு நாடாளுமன்றத் தேர்தலுக்கு செல் வதற்கு முந்தைய ஆண்டாகும். அந்தக் கூட்டணி மிக எளிதாக

மீண்டும் ஆட்சியைப் பிடித்தது. வங்கிக் கடன்களைத் தள்ளுபடி செய்தது மற்றும் கிராமப்புற வருமானத்தைப் பெருக்குவதற்காக நடைமுறைப்படுத்தப்பட்ட திட்டங்கள் ஆகியவற்றின் அடிப் படையில் நாட்டின் விவசாயிகள் ஒட்டுமொத்தமாக அந்தக் கூட்டணிக்குத் தங்கள் ஆதரவைத் தெரிவித்தனர். உண்மையில் இந்தத் திட்டங்கள் அனைத்தும் விதர்பாவிலும், பிற பகுதிகளிலும் நடந்த விவசாயிகளின் போராட்டத்தால் விளைந்தவையே ஆகும்.

2006இல் பிரதமர் மன்மோகன்சிங் விதர்பாவிற்கும் மற்றும் சில பகுதிகளுக்கும் நேரில் வருகைப் புரிந்தார். மிக அதிக அளவி லான விவசாயத் தற்கொலைகள் நடக்கும் பகுதிகளில் அவர் சுற்றுப்பயணம் செய்தார். அதன் மூலம் இந்தச் சிக்கலைத் தீர்ப் பதற்கான வழிமுறைகளை ஆராய்ந்தார். கிராமப்புற இந்தியா மிக ஆழமானதொரு சிக்கலில் இருப்பதையும், விவசாயத் தற் கொலைகள் என்பது ஒரு தேசிய அவமானம் என்பதையும் அவர் திட்டவட்டமாக ஒப்புக்கொண்டார். மகாராஷ்டிரா உள்ளிட்ட ஐந்து மாநிலங்களில் ஏறத்தாழ 36 மாவட்டங்களில் சில புதிய திட்டங்கள் நடைமுறைப்படுத்தப்படுவதற்கு அவரது இந்தப் பயணம் வழிகோலியது. அவற்றில் 6 மாவட்டங்கள் விதர்பாவில் இருந்தன. விவசாயப் பொருட்களுக்கான குறைந்தபட்ச உறுதி விலை நல்லபடியாக உயர்த்தப்பட்டது. அதில் பருத்தியும் அடங்கும். ரூ.1980லிருந்து ஒரு குவிண்டாலுக்கு ரூ.3000 வரை அந்த ஆண்டு விலைகள் உயர்ந்தன. ஒட்டுமொத்தமான கடன் தள்ளுபடி மற்றும் விதர்பாவின் புன்செய் நிலங்களில் பாசன வசதிகளைப் பெருக்குவதற்காக ஒதுக்கப்பட்ட பணம் என பல உதவித் திட்டங்கள் செயல்படுத்தப்பட்டன.

ஆனாலும் ஒன்றிய அரசு உடனடித் தீர்வுக்கான திட்டங்களையே வகுத்தது. கிராமப்புற விவசாயிகளின் நல்வாழ்வுக்கான நீண்ட காலத் திட்டங்கள் எவையும் அவற்றிடம் இல்லை. அனைத்து தேசியமயமாக்கப்பட்ட மற்றும் கூட்டுறவு வங்கிகளில் உள்ள விவசாயக் கடன்கள் அனைத்தையும் தள்ளுபடி செய்து, விவ சாயிகள் மீண்டும் கடன்வாங்க தகுதிப் படைத்தவர்களாக எழுதப் பட வேண்டும் என்று ரிசர்வ் வங்கி உத்தரவிட்ட பின், மத்திய அரசு விவசாயிகளின் கடன் பாக்கிகளைச் செலுத்துவதற்கான பொறுப்பைத் தான் ஏற்றுக்கொண்டது.

ராம்ராவ் ஏறத்தாழ 50,000 முதல் 60,000 வரையில் கடன் பாக்கி வைத்திருந்தார். அவை அனைத்தும் தள்ளுபடி செய்யப்பட்டன.

அதன் பிறகு அவர் புதிதாகக் குறைந்த வட்டி விகிதத்தில் கடன் வாங்கினார். இதுவரை அவர் வாழ்நாள் முழுவதும் கண்டிராத ஒரு விலையில் தனது பருத்தியை விற்றார்.

அந்த நேரத்தில் பருவ மழையும் அவருக்கு உதவி செய்தது. விவசாயிகளின் நன்மை சார்ந்த திட்டங்களும் உதவி செய்ய, 2009ஆம் ஆண்டு செழிப்பான ஆண்டாகத் தோன்றியது. அந்த ஆண்டில் ஏற்பட்ட நல்ல வருமானம் மற்றும் விளைச்சல் தந்த ஊக்கத்தின் காரணமாக ராம்ராவும், அவரது பண்ணையும் அடுத்து ஆண்டு 2010இல் செழிப்பாக நின்றன. அந்த ஆண்டுதான் அவரது கடின உழைப்பு மற்றும் விவசாயத்தின் மீது அவர் கொண்டிருந்த ஆழ்ந்த பற்று ஆகியவற்றின் மொத்த பலனைக் கொடுத்ததாக அவர் மனதில் ஒரு நினைவு தங்கியிருக்கிறது.

"என்னைச் சுற்றியுள்ள அனைத்து விவசாய நிலங்களையும் நான் குத்தகைக்கு எடுத்தேன்."

ஒட்டுமொத்தமாக ஏறத்தாழ 150 ஏக்கர் நிலத்தைக் குத்தகைக்கு எடுத்ததாக அவர் கூறுகிறார்.

2010ஆம் ஆண்டின் ஒவ்வொரு நாளையும் மீண்டும் வாழ விரும்புபவரைப் போல அவர் அந்த நாட்களை நினைவுகூரும் போதே மிகுந்த மகிழ்ச்சியுடன் தோற்றமளிக்கிறார்.

2010இல் இதுவரை அவர் கண்டிராத வகையில் மிகுந்த உற்சாகத்துடனும், நம்பிக்கையுடனும் எல்லா சிறு நிலங்களையும் ஒன்றிணைத்து விவசாயம் செய்யத் தொடங்கினார். அதற்காகப் பெரும் பணத்தை அவர் குத்தகைப் பணமாகக் கொடுத்தார். அவரது இரண்டு மகள்களின் எதிர்காலம் அவர் மனதில் இருந்தது. அவர்கள் விரைவில் திருமண வயதை அடைந்துவிடுவார்கள். அதற்கு அவருக்குப் பணம் தேவைப்படும் என்பதை அவர் அறிந்திருந்தார்.

"கரு சோயமின் 30 ஏக்கர், கக்ரு கின்னகேயின் 10 ஏக்கர், அர்ஜுன் கின்னகேயின் 10ஏக்கர், யாத்கிர்வார் அய்யாவின் 30ஏக்கர், நிலேஷ் பஞ்லேனிவாரின் 10" - யாருடைய நிலங்களையெல்லாம் அவர் குத்தகைக்கு எடுத்தார் என்பதை தன் நினைவிலிருந்து அடுக்குகிறார். "ஜாம்பாய் பெந்தோரே எனும் பெண்மணி என்னிடம் வந்து 'ராம்ராவ் நீ ஏன் என் நிலத்தை மட்டும் விட்டு விட்டாய்? நான் என்ன தவறு செய்தேன்' என்று கேட்டார். அதனால் அவரது நிலத்தையும் நான் எடுத்துக்கொண்டேன். அது

ஒரு 3 ஏக்கர். பிறகு எனது பண்ணை ஆள் புலாபாயும் அவரது நிலத்திலும் பயிரிட உதவுமாறு கேட்டார். நான் அதற்கும் சரி என்றேன். வா உன் நிலத்தையும் சேர்ந்து உழுவோம் என்றேன். பீமராவ் வந்தார். பீமராவ் காந்த் போர்கானில் வாழ்கிறார். அவர் கூறினார், 'ராம்ராவ் எனக்கு வயதாகிவிட்டது. என்னால் என் நிலத்தில் வேலைப்பார்க்க முடியவில்லை. நீ ஜாம்பாய் நிலத்தை எடுத்துக்கொண்டதாக நான் கேள்விப்பட்டேன். என்னுடைய தையும் எடுத்துக்கொள்வாயா? எனக்கு என்னுடைய மருத்துவச் செலவுகளுக்குக் கொஞ்சம் பணம் தேவைப்படுகிறது.' அதனால் நான் அவர் நிலத்தையும் எடுத்துக்கொண்டேன்.

விமல்பாய் அவரை எச்சரித்தார். இது மிக அதிகமான சுமை என்று அவர் கருதினார். ஆனால், ராம்ராவோ அதனைச் சுமக்கும் நல்ல மனநிலையில் இருந்தார். அது ஒரு சூதாட்டத்தைப் போன்றது. அவர் தன்னிடமிருந்த அனைத்தையும் விவசாயத்துக்குள் எறிந்தார்.

"ஏன் பிற விவசாயிகள் தங்கள் நிலத்தில் பயிரிட விரும்ப வில்லை? அவர்களுக்கும்தானே கடன் தள்ளுபடி கிடைத்திருக்கும்" என்று நான் கேட்டேன்.

"சிலருக்குக் கிடைத்தது. ஆனால், பெரும்பாலான சிறு விவ சாயிகள் வங்கிக் கணக்குகளோ, அல்லது அதன் மூலமாகப் பெறப் பட்ட கடன்களோ வைத்திருக்கவில்லை. அதனால் அவர்கள் நிலங்களில் அவர்களால் விவசாயம் செய்ய முடியவில்லை. பெரும் பாலானவர்களின் பிள்ளைகள் நகரங்களுக்கு வேலைத் தேடிச் சென்றுவிட்டனர். ஏனெனில், அங்கே அவர்களுக்குக் கூடுதல் வருமானம் கிடைத்தது. அதனால் வயதான பல விவசாயிகளிடம் தங்கள் நிலங்களை உழுவதற்கான ஆட்கள் இல்லை. நான் பெரும்பாலும் அப்படிப்பட்டவர்களின் நிலங்களையே எடுத்துக் கொண்டேன்."

இதில் ஒரு சிக்கல் என்னவெனில் உங்கள் பெயரில் உள்ள நிலத்துக்கு மட்டுமே வங்கி உங்களுக்குக் கடன் கொடுக்கும். குத்தகைக்கு எடுக்கப்பட்ட நிலங்களுக்கு ராம்ராவ் தனியார் வட்டிக் கடைக்காரர்களிடமிருந்தே அதிக வட்டிக்கு கடன் வாங்கவேண்டி யிருந்தது.

விவசாயம் பெரும் வருமானத்தை ஈட்டித்தரும் தொழில் அல்ல என்று அவர் அழுத்தமாகக் கூறுகிறார். அவரது குரல் சோர்வுடன் ஒலித்தது. விவசாயிகள் குறிப்பாக, புன்செய் நில விவசாயிகள் தாங்கள் பயிரிடும், அறுவடை செய்யும் எதுவாக இருந்தாலும்

அதில் பணத்தை இழந்தே இருக்கிறார்கள். அவர்களது கடன்கள் வளர்ந்துள்ளன. அவர்களது விவசாய வருமானம் தொடர்ந்து குறைந்துகொண்டே வந்திருக்கிறது.

நாங்கள் பேசிக்கொண்டு இருக்கும்போதே ராம்ராவ் வீட்டுக் குள் பாஸ்கர் நுழைகிறார். அவர் உழைத்து, களைப்பேறியவராகத் தோன்றினார். அவரது சட்டை அழுக்குப் படிந்து, கரங்கள் கருப் பேறி, கால்சட்டை ஈரமாகி இருந்தது. ஒரு பிளாஸ்டிக் நாற்காலியில் அவர் அமர்கிறார். எனக்கு வணக்கம் சொல்லிவிட்டு தான் மாட்டுத் தொழுவத்துக்காக வந்திருப்பதாக ராம்ராவிடம் கூறுகிறார். ராம் ராவ் இன்னும் வேலை செய்ய தயாராகாத நிலையில், பாஸ்கர்தான் ராம்ராவின் மாடுகளையும், ஆடுகளையும் பார்த்துக்கொள்கிறார். அவற்றுக்கு உணவளித்து, குளிப்பாட்டி, சாணத்தைப் பெருக்கி ஒரு மூலையில் குவித்து வைக்கிறார். இந்தச் சாணம் மழைக்காலம் தொடங்கியப் பிறகு நிலத்தில் போடப்படும்.

பாஸ்கருக்கு ராம்ராவ் குடிக்கத் தண்ணீர் தருகிறார். அதை வாங்கி குடித்துவிட்டு வாயைத் துடைத்தவாறே, “வெளியே வெப்பம் அதிகமாக உள்ளது” என்று பாஸ்கர் சொல்கிறார்.

விதர்பாவில் வெயில் காலம் மிகக் கொடுமையானது. கோடை யில் வெப்பநிலையின் அளவு 48டிகிரி வரை ஏறுவதுண்டு. எப்படி யாயினும் இந்தப் பகுதியில் இரண்டே இரண்டு கால நிலைகள் மட்டுமே உள்ளன என்று பொதுவாக மக்கள் பகடி செய்வதுண்டு. ஒன்று வெயில் காலம்; மற்றொன்று கொடுமையான வெயில் காலம். பனிக்காலம் என்பது ஒரு மாயை. பருவ மழைக்காலம் என்பது மிகமிகச் சுருக்கமானது. மழை மேகங்கள் கொதிக்கும் சூரியனை ஒரு நொடி மட்டுமே மறைத்து பொழிவதாகத் தோன்றும்.

பாஸ்கர் என்னைப் பார்த்துப் புன்னகைத்தவாறே சொல்கிறார். “அவரை மீண்டும் வேலைக்குத் திரும்பச் சொல்லுங்கள். அனைத் தையும் நானே செய்யவேண்டியுள்ளது.”

ராம்ராவ் பட்டென்று பதில் சொல்கிறார். “நீயா தற்கொலைக்கு முயற்சித்தாய்? நான் செய்தேன். எப்படியாயினும் நீ கடந்த காலத்தில் பெரிதாக ஒன்றும் வேலை செய்யவில்லையே.”

பாஸ்கர் அமைதியாகிறார். என் முன்னால் ராம்ராவ் தன்னைத் திட்டியது அவருக்குச் சங்கடத்தை ஏற்படுத்தியது. ஆனால், அவரும் அதைப் பெரிதாக எடுத்துக்கொள்ளவில்லை. ராம்ராவ் பாஸ்கரிடம் அவர் வந்ததன் உண்மையான காரணத்தைக் கேட் கிறார். பாஸ்கர் பதற்றத்துடன் கால்கள் நடுங்க சொல்கிறார்.

“ஏதேனும் பணம் இருக்கிறதா” என்று மெலிந்த குரலில் தயக்கத்துடன் கேட்கிறார். ராம்ராவ் தன்னிடம் பணம் கேட்டதற்காக பாஸ்கரைக் கடுமையாகத் திட்டுகிறார். “என்னுடைய வாழ்வே தாழ்ந்த நிலையில் நிற்கிறது” என்று புலம்பிவிட்டு, அடுப்படிக்குள் சென்று இரண்டு நூறு ரூபாய் தாள்களைக் கொண்டுவந்து பாஸ்கர் கையில் கொடுக்கிறார். பாஸ்கர் அந்தப் பணத்தை பெரும் மகிழ்ச்சியுடன் பெற்றுக்கொள்கிறார். ராம்ராவ் தன்னைத் திட்டியதை அவர் பொருட்படுத்தவில்லை

பணத்தை பேண்ட் பாக்கெட்டில் வைத்துவிட்டு என்னிடம் சொல்கிறார். “ராம்ராவை உங்கள் நினைவுகளில் எப்போதும் வைத்துக்கொள்ளுங்கள்.” பாஸ்கரின் மகிழ்ச்சி அப்பட்டமாக வெளிப்பட்டது. அவர் அந்தப் பணத்தை வைத்துத் தன் குடும்பத்துக்குத் தேவையான உணவுப் பொருள்களை வாங்கப் போகிறார்.

பாஸ்கர் கோவாரி சமூகத்தைச் சேர்ந்தவர். விதர்பாவில் இவர்கள் பாரம்பரியமாக ஆடு, மாடுகளை மேய்த்து வந்தனர். கிருஷ்ணரின் வழிவந்தவர்களாகத் தங்களைக் கூறிக்கொண்டனர். பாஸ்கர், ராம்ராவை நல்ல மனதுடைய ஒரு மனிதராகக் கருதுகிறார். தன்னைப் போன்ற எளியவர்களைக் காப்பாற்றுவதற்காக இறைவனால் அனுப்பப்பட்டவர் என்று அவர் நினைக்கிறார். மிக நீண்ட நாட்களுக்குப் பிறகு ஒருநாள் பாஸ்கர் என்னிடம் சொன்னார். “ராம்ராவ் ஒருநாளும் தனது கடன் சுமைக்காக வருந்தவில்லை. ஆனால், அவரது வாழ்க்கைப் போராட்டமே அவருக்குப் பெரும் சுமையாக இருந்தது” என்றார். பாஸ்கர் பள்ளிக்குச் சென்றவர் இல்லை. 16, 17 வயதில் அவருக்குத் திருமணம் ஆகிவிட்டது. அவருக்கு நான்கு பிள்ளைகள். மூன்று மகள்கள், ஒரு மகன். 3 வயது மகன்தான் இளையவன். “உனக்கு ஒரு மகன் தேவைப்பட்டிருக்கிறான் அல்லவா” என்று நான் ஒரு குற்றம் சாட்டும் குரலில் கூற, பாஸ்கர் வெட்கப்பட்டார்.

ராம்ராவின் மாட்டுத்தொழுவதுக்கு எதிரே இருக்கக்கூடிய ஒரு குடிசையில் பாஸ்கர் வசிக்கிறார். முட்கள், மூங்கில், மரம் போன்ற விவசாயக் கழிவுகளைக் கொண்டு உருவாக்கப்பட்ட சுற்றுவேலியை அமைத்திருக்கிறார். அந்த வீட்டில் வெகு சில பொருட்கள் மட்டுமே இருந்தன. இருந்தாலும் அந்தக் குடும்பம் மகிழ்ச்சியானதாகவும், கலகலப்பானதாகவும் தோன்றுகிறது. அவரது மூன்று மகள்களும் துடிப்பானவர்களாக எப்போதும் ஒருவரோடொருவர் விளையாடிக்கொண்டிருப்பவர்களாகவோ

அல்லது தங்கள் கோழிக்குஞ்சுகளுடன் விளையாடிக்கொண்டிருப் பவர்களாகவோ இருக்கின்றனர். அவரது மனைவி ஜோத்சனா கூச்ச சுபாவம் மிகுந்த ஒரு பெண்மணி. வீட்டு வேலைகளைச் செய்துகொண்டும், வீட்டில் இல்லாதபோது யாருடைய நிலத்தி லாவது வேலைப்பார்த்துக்கொண்டும் இருக்கிறார். தொடக்கத்தில் ராம்ராவ், பாஸ்கரை ஆண்டு ஒப்பந்தத்தில் பணிக்கு அமர்த்தி யிருந்தார். ஆனால்,பாஸ்கரின் குடி மற்றும் சூதாட்டப் பழக்கங் களாலும், அதற்காகப் பண்ணையிலிருந்து அவர் செய்த திருட்டு தனங்களாலும் அலுப்புற்று அவரை வேலையை விட்டு நீக்கினார்.

தன் மனம் எப்போதும் அலைபாய்ந்துகொண்டே இருக்கிறது என்கிறார் பாஸ்கர். குடியையும், புகைப் பழக்கத்தையும் விட்டுவிட வேண்டும் என்று ஒவ்வொரு இரவும் தான் உறுதி ஏற்பதாகவும், ஆனால், அது நடப்பதில்லை என்றும் கூறுகிறார். மறுநாள் காலையிலேயே தனது உறுதி தளர்ந்துவிடுகிறது. குடிக்கிறார். புகைப்பிடிக்கிறார்; கிராமத்து நண்பர்களுடன் பொழுதைப் போக்குகிறார். அவரது பணமும் பலமும் இம்மாதிரியான விஷயங்களில் வீணாகின்றன என்பதை உணர்ந்தே இருப்பதாகக் கூறுகிறார்.

ராம்ராவ் , “அதை உனக்கு நீயே அழுத்தமாகச் சொல்லிக்கொள்; உனது நான்கு குழந்தைகளைப் பற்றி யோசி” என்று பாஸ்கருக்கு நினைவூட்டுகிறார். ஆனால், எதுவும் மாறப்போவதில்லை என்பது போன்று ஒரு புன்னகை வெளிப்படுகிறது பாஸ்கரிடமிருந்து.

பாஸ்கர் சென்றவுடன் ராம்ராவ் தனது கதைக்கு மீண்டும் திரும்புகிறார்.

“ஆக 2010இல் நான் கைமாற்றாக மட்டும் 10 இலட்ச ரூபாய் ஒரு நண்பரிடமிருந்து வாங்கினேன். அந்தக் கடனை முற்றிலுமாக அடைத்துவிட்டு மேலும் கூடுதலாகப் பெரும் லாபமாக 10 லட்ச ரூபாயைச் சம்பாதித்தேன்.” 200குவிண்டால் பருத்தி, 200 குவிண் டால் சோயாபீன், 70 குவிண்டால் துவரை, 70 குவிண்டால் நிலக் கடலை, 40 குவிண்டால் சோளம் ஆகியவற்றை அவர் அந்த ஆண்டு உற்பத்தி செய்திருக்கிறார்.

“20 பண்ணையாட்களை நான் அந்த ஆண்டு வேலைக்கு அமர்த்தினேன். அவர்கள் நாள் முழுவதும் வேலைப் பார்த்தனர். அவர்களுக்காக 6 இலட்சம் முதல் 7 இலட்சம் வரை கூலியாக மட்டுமே நான் செலவு செய்திருக்கிறேன். அந்த ஆண்டு நான் என் நிலங்களைவிட்டு நகரவே இல்லை. விமலும், நானும் நிலத்துக்கு

அதிகாலையிலேயே வந்துவிட்டு இரவு வெகுநேரம் கழித்தே திரும்புவோம். ஆலக்யாவும், அனுஜாவும் நாள் முழுவதும் வீட்டிலிருந்து வீட்டு வேலைகளைக் கவனித்துக்கொண்டனர். விமல் பெண் வேலையாட்களைப் பார்த்துக்கொண்டார். நான் ஒரு நிலத்திலிருந்து மற்றொன்றுக்குச் சென்று மேற்பார்வையிடுவேன். என்னுடைய பண்ணை ஆட்கள் அனைவருமே மிகக் கடினமாக உழைத்தனர்."

ராம்ராவ் மிகப் பெரும் விளைச்சலை அறுவடை செய்தார். அதற்குரியப் பணத்தையும் பெற்றார். அந்த ஆண்டு பருத்தி, சோயாபீன், துவரை விலைகள் மிகவும் உயர்ந்திருந்தன. தேசிய மற்றும் உலகளவில் அதற்கான தேவை அதிகமாக இருந்தது. சீனா பருத்தியை இறக்குமதி செய்தது. ஐரோப்பாவுக்கு அதன் கால்நடை வளர்ப்புக்கு சோயா புண்ணாக்கு தேவைப்பட்டது. அந்த ஆண்டு துவரை இறக்குமதி இந்தியாவில் குறைவாக இருந்ததால், உள்நாட்டில் துவரை அதிக விலைக்குச் சென்றது.

2011 பிறந்தபோது ராம்ராவ் கை நிறைய பணம் வைத்திருந்தார். திடீரென்று ஆலக்யாவுக்கு ஒரு திருமண வரன் வந்தது. அவளுக்கு அப்போது 17 வயதுகூட ஆகியிருக்கவில்லை. ஆனால், ராம்ராவும், விமல்பாயும் அந்த வரனை ஏற்றுக்கொள்ளத் தயாராகிவிட்டனர். விமல்பாயின் உடல் நலிந்துகொண்டிருந்தது. அவரது மகள்களின் திருமணத்தைப் பார்க்கும் அளவுக்கு தனது உடல்நிலை தாங்காது என்று அவர் நினைத்தார். அதனால் அம்மாவின் விருப்பத்துக்காக ஆலக்யாவும் திருமணம் செய்துகொள்ள சம்மதித்தார். அவர் சட்டப்படி திருமணத்துக்குத் தகுதியான வயதுக்கு வராதபோதும் அந்த திருமணம் நடந்தது.

மே 2001இல் ராகுல் ரங்கனேனிவாருடன் அவருக்குத் திருமணம் நடந்தது. மணமகன் ஆலக்யாவைவிட 10 வயது மூத்தவர். தெலங்கானாவில் அவரது குடும்ப வட்டத்தில் நன்கு அறியப்பட்டவராக இருந்தார்.

"ஆலக்யா திருமணமாகி சென்றவுடன் எனது சிக்கல்களும் தொடங்கின" என்று கூறுகிறார்.

2012இன் தொடக்கத்தில் விமல்பாயின் உடல்நிலை மிகவும் மோசமானது. பின்னர் அவர் மறைந்தும் போனார்.

"அந்த ஆண்டு நான் 65 ஏக்கர் நிலத்தை உழுதுகொண்டிருந்தேன். விமல் ஜூன் மாதம் இறந்தார். அந்த ஆண்டின்

பிற்பகுதியில் நான் மிகப் பெரும் நட்டத்தைக் கண்டேன். மருத்துவ மனை செலவுகளுக்காக நான் மிகப் பெரும் பணத்தைச் செலவிட்டிருந்தேன். பெரும்பாலானவை கடனாகப் பெற்றவையே."

2013இல் அனுஜா, போலன்வார் சகோதரர்களில் மூத்தவரை மணந்தார். முன்னாவின் பெரிய அண்ணன் தனது மகன் சூரஜ்க்கு அவளைத் திருமணம் செய்துவைக்கக் கோரி வந்தார். அவர்கள் எந்தவிதமான வரதட்சணையும் எதிர்பார்க்கவில்லை. அதனால் ராம்ராவும் சம்மதித்தார். தனது அத்தையிடமிருந்தே ராம்ராவ் திருமணத்துக்கான கடனைப் பெற்றார். தனது சகோதரர் உட்பட பிறரிடமும் சிறிதளவு பெற்றார்.

அனுஜாவும், ஆலக்யாவும் திருமணமாகி சென்ற பிறகு, அவரது மனைவியும் இறந்துவிட்ட நிலையில் ராம்ராவ் திடீரென தான் தனிமைப்படுத்தப்பட்டதாக உணர்ந்தார்.

"நான் என் கையில் இருந்த அனைத்தையும் செலவழித்து, மேலும் கடனும் வாங்கியிருந்தேன். நான் கழுத்தளவு கடனில் மூழ்கியிருந்தேன். ஆனால், அவை அனைத்தையும் அடைக்க என்னால் முடியும் என்று நம்பினேன்."

2014இன் தொடக்கத்தில் மிகப் பெரும் புயலும், மழையும் வந்து 40ஏக்கரில் அவர் போட்டிருந்த பச்சைப் பயறைக் கிட்டத்தட்ட நாசம் செய்தது. 2013ஆம் ஆண்டு பருவமழை காலத்தில் பருத்தியும் சோயாவும் ஏற்கெனவே பாதிக்கப்பட்டிருந்தன. ராம்ராவின் நட்டங்கள் மேலும் பெருகின.

அவரது மகள்களின் திருமணம் அவருக்குச் சில இலட்சங்கள் செலவு வைத்தன. அவரது மனைவியின் மருத்துவ செலவோ 6 முதல் 7 இலட்சம்வரை ஆனது. விளைப்பொருட்களுக்கான விலையோ ஏறுவதாக இல்லை. பருவ மழையோ அதிகமாகப் பெய்தது; விளைச்சல் குறைந்தது. தொடர்ச்சியான நட்டங்கள் மிகுந்த விரக்தியை ஏற்படுத்தின.

"கடன்கள், நட்டங்கள், தனிமை எல்லாம் என்னிடம் மிகுந்த பாதிப்பை ஏற்படுத்தின. என்னுடைய குழந்தைப் பருவத்து கடினமான நாட்களையெல்லாம் அவை நினைவுபடுத்தின" அந்தக் கொடூரமான வறுமைக் காலங்கள். "இன்னும் வாழ்வதற்குத் தகுதியான வாழ்க்கைதான் நாம் வாழ்கிறோமா?" என்ற எண்ணத்தை அவருக்குள் ஏற்படுத்தியது. அந்த நிலையில்தான் தற்கொலைக்கான விதை அவர் மனதில் ஊன்றப்பட்டது.

★★★

மூன்று சிறிய நூல்கள் ராம்ராவின் இரும்புக் கட்டிலின் மீது கிடக்கின்றன. இரண்டு அறைகள் கொண்ட அவரது வீட்டில் இருக்கும் ஒரே கட்டில் அதுதான். கீதா பிரஸ் வெளியீடான பக்த அனுமான் மற்றும் ஷானி ஜலீசா, ஸ்ரீராம் ரக்ஷா ஆகிய நூல்கள். அவர் தனிமையில் இருக்கும்போது சற்று அமைதியான நேரம் வாய்த்தால் இந்த நூல்களை வாசிப்பதுண்டு. ஸ்ரீராம் ரக்ஷா நூலை அவர் கையில் எடுக்கிறார். பக்கத்தைப் புரட்டி ஒரு பாடலை வாசிக்கிறார். அதை வாசிக்க அவருக்கு மூக்குக் கண்ணாடி தேவைப்படுகிறது. அவரது உச்சரிப்பு மிகச் சாதாரணமாகத்தான் இருக்கிறது. ஆனால், அவர் என்ன வாசிக்கிறார் என்பதை என்னால் புரிந்துகொள்ள முடிந்தது. அந்தப் பாடலை வாசிக்கவாசிக்க அதில் ஒரு தாளத்தை இயற்றிப் பாடத் தொடங்குகிறார். இப்படி தாளத்துடன் வாசிக்க அவர் வேறு யாரிடமிருந்தோ கற்றுக்கொண்டிருக்க வேண்டும். ஆனால், அந்தப் பாடல் எழுதப்பட்ட மொழியை அவர் கற்றுக்கொள்ளவில்லை. அது சமஸ்கிருதத்தில் இருந்தது.

“இந்தப் பாடலைப் பாடும்போது எனக்கு ஒரு ஆழ்ந்த அமைதி கிடைக்கிறது” என்கிறார். அந்த நூலை ஒரு பக்கம் வைத்துவிட்டு கண்ணாடியைக் கழற்றி அதைத் தன் சட்டையில் துடைக்கிறார்.

அவரது வீட்டின் ஒரு மூலையில் சில ஆன்மீக நூல்கள் இருக்கின்றன. அத்துடன் கிராமப்புற வாழ்வு, இயற்கை விவசாயம் பற்றிய நூல்களும், வெற்றிகரமான விவசாய வழிமுறைகள் பற்றிய சிறு வெளியீடுகளும் உள்ளன. இவை எல்லாவற்றையும் அவர் பல ஆண்டுகளாகச் சேகரித்து வந்திருக்கிறார். அவரது நண்பர்களும், உறவினர்களும் அவருக்கு அளித்தவை சில. அவ்வப்போது இப்படி வருபவர்கள் அவருடன் அமர்ந்து பல மணி நேரம் உரையாடி அவரவர் சொந்தக் கதைகளைப் பகிர்ந்துகொள்வது உண்டு. அவரது மகள்கள் மற்றும் பேத்திகளின் புகைப்படங்கள் சில அந்த மண் சுவற்றில் ஒட்டப்பட்டுள்ளன.

விரக்தியான, தவிப்பான மன நிலையில் இருக்கும்போதும், தனிமையை உணரும்போதும் ராம்ராவ் அந்த நூல்களை வாசிப்பதுண்டு. “அவை எனக்கு ஒருவித ஆறுதலைத் தருகின்றன” என்கிறார்.

அவர் இயல்பாகப் பேசுவதும், இயல்பாக நடமாடுவதும் பார்ப்பதற்கு ஆறுதலாக உள்ளது. அவர் நலமுற்றவராகக் காணப்படுகிறார். மீண்டும் விவசாயம் செய்வதற்குக்கூட தயாராகிவிட்டவரைப் போல் தோன்றுகிறார். ஆனால், தனது சொந்த நிலத்தைத் தவிர வேறு நிலங்களை அவர் குத்தகைக்கு எடுப்பாரா என்பதற்கு உறுதியில்லை.

நான் அவரிடம் கேட்டேன், "இதுவரை இத்தனை ஆண்டுகளில் எவ்வளவு பருத்தி உற்பத்தி செய்திருப்பீர்கள்? எவ்வளவு பருப்பு? எவ்வறவு சோளம்? எவ்வளவு காய்கறிகள்?"

"யப்பா யப்பா எவ்வளவு!" அவரால் சொல்ல முடியவில்லை. "ஏராளம்" என்கிறார்.

ஒரு கணக்குப் போடலாம். பாசன வசதி உள்ள அவரது ஒரு ஏக்கர் நிலம் 8 குவிண்டால் பருத்தியை உற்பத்திசெய்யக் கூடியது. ஒரு குவிண்டால் பருத்தி என்பது 34 கிலோ பஞ்சை தரக்கூடியது. அதிலிருந்துதான் நூல் நூற்பார்கள். ஒரு கிலோ பஞ்சு 8மீ. துணியைத் தரக்கூடியது. அந்த 8மீ. துணியில் ஒரு சட்டைக்கும், பேண்ட்க்கும் இரண்டு மீட்டர் என்ற அளவில், நான்கு சட்டைகளும், பேண்ட்களும் ஒரு கிலோ பஞ்சிலிருந்து உருவாக்க முடியும். ஆக, சுமாராக 1088 ஜோடி சட்டை, பேண்ட்கள் ஒரு ஏக்கரிலிருந்து உருவாக்க முடியும். ஒரு குவிண்டால் பருத்தி என்பது 64 கிலோ பருத்திக் கொட்டையையும் தரக்கூடியது. அதிலிருந்து 12லிட்டர் பருத்திக்கொட்டை எண்ணெய் எடுக்கலாம். அதோடு பருத்தி புண்ணாக்கும் கிடைக்கும். அது கால்நடைகளுக்கு மிகச் சிறந்த புரதச்சத்துத் தீவனமாக உள்ளது. ஆக, ஒரு ஏக்கரிலிருந்து 96லிட்டர் உண்ணக்கூடிய எண்ணெயும், ஏற்றுமதி தரத்திற்கான கால்நடை தீவனமாக உள்ள பல கிலோ பருத்தி புண்ணாக்கும், அத்துடன் 1000ஜோடி சட்டை, பேண்ட்களும் கிடைக்கின்றன. இத்துடன் 8 அல்லது 10 குவிண்டால் பருப்பு வகைகளைச் சேர்த்துக் கொள்ளுங்கள். அத்துடன் பல மூட்டை காய்கறிகள், நிலக்கடலை, சோளம் எல்லாம் குளிர்காலத்தில் பயிரிடப்படுகின்றன. ஒரு குவிண்டால் பருத்திக்கு ராம்ராவுக்கு ரூ.5,000 முதல் ரூ.6,000 வரை கிடைக்கிறது. ஆனால், விற்பனையாளர்களும், நூற்பாலை களும் அதை வாங்கி குறைந்தபட்சம் மூன்று மடங்கு இலாபம் பெறுகின்றனர். அது இறுதியில் சட்டை, பேண்டாக விற்பனை யாகும் நிலைக்கு விலையை எட்டும்போது 24 மடங்கு விலை அதிகரிக்கிறது. ஆனால், மூல உற்பத்தியாளர்களான ராம்ராவைப் போன்றவர்கள்தான் இதில் நட்டத்தைச் சந்திக்கின்றனர். மற்ற அனைவருமே மிகப் பெரும் இலாபத்தை எட்டுகின்றனர். ஒவ் வொரு ஆண்டும் இவர் வியர்வையும், பணத்தையும், தண்ணீரை யும் பல மடங்கு செலவு செய்து இறுதியில் தோற்றுப்போய் நிற்கிறார்.

★ ★ ★

தரிசாகக் கிடக்கும் நிலத்தின் ஊடே ஒரு நடை அழைத்துச் செல்கிறார் ராம்ராவ். அவரது சொந்த நிலமான அது தற்போது புதர்மண்டி கிடக்கிறது. நினைவுகளில் ஆழ்ந்தவாறு அவர் அமைதியாக வருகிறார். அவரது நண்பர் குன்வந்தா கோலம்வாரின் 7 ஏக்கர் நிலத்தையும், ராம்ராவின் நிலத்தையும் பிரிக்கும் ஒரு பெரிய அத்தி மரத்தின் நிழலில் நின்று நான் அவரைக் கவனித்துக் கொண்டு நிற்கிறேன். பல ஆண்டுகளாக ராம்ராவ் அவரது நண்பரின் நிலத்தையும் தன்னுடைய நிலம்போல் உழுது வந்தார். அவரது நண்பரின் நிலம் தொடர்ச்சியான பரப்பைக் கொண்டிருந்தது.

கோலம்வார், பள்ளிக்குச் சென்று, பின் கல்லூரிக்கும் சென்று அரசு வேலையில் இருக்கிறார். அவர் ராம்ராவைவிட வயதில் மூத்தவர். எனினும் இருவரும் மிக ஆழமான நட்பைக் கொண்டிருந்தனர். ராம்ராவின் திறந்தவெளி கிணற்றின் நீர் கோலம்வாரின் நிலத்துக்கும் பல முறை பாய்ந்துள்ளது. அரசு வேலையிலிருந்து ஓய்வு பெற்றப் பிறகு அந்த நண்பர் யவத்மால் நகரத்தில் குடி யேறிவிட்டார். அது ஹிவாராவிலிருந்து 100 கி.மீ. தொலைவில் உள்ளது. அவர் தனது 7 ஏக்கர் நிலத்தில் முதலீடு செய்கிறார். ராம்ராவ் அதை உழுகிறார். அவர்களுக்கிடையிலான ஒப்பந்தம் என்னவெனில் கோலம்வார் நிலத்திலிருந்து கிடைக்கும் விளைப் பொருளை வைத்துக்கொள்வார். ராம்ராவ் அந்த உழைப்பு மற்றும் மேற்பார்வைக்கான தொகையைப் பெற்றுக்கொள்வார். அந்த நிலமும் தற்போது தரிசாகக் கிடக்கிறது.

அருகில் உள்ள கிராமமான போர்கானில் ஏறத்தாழ 20 ஆண்டு களுக்கும் மேலாகத் தொடர்ந்து ராம்ராவ் ஒரு விளை நிலத்தைக் குத்தகைக்கு எடுத்துவந்தார். அது காங்குரோ கினாக்கே என்ற ஒரு பழங்குடி இன விவசாயிக்குச் சொந்தமானது. சில ஆண்டு களுக்கு முன்பு அவர் ஒரு விபத்தில் சிக்கி இறந்துவிட்டார். அந்த நிலத்துக்கு எந்தவித பாதுகாப்பான பாசன வசதியும் இருக்க வில்லை. ஆனால், நிலம் செழிப்பானது. அந்த நிலம் இன்றுவரை உழப்படாமலேயே கிடக்கிறது. ஏனெனில் ராம்ராவ் மன உளைச்சலில் இருக்கிறார். அவர் வேலை செய்வதற்கான உறுதிக் கொண்டிருக்கவில்லை.

அரசின் விவசாயத் துறை அலுவலர் ஒருவரின் 45ஏக்கர் நிலம் ராம்ராவ் உள்ளிட்ட நான்கு பேரால் நிர்வகிக்கப்பட்டு வந்தது. அது யவத்மாலில் உள்ளது. ஆனால், இந்த ஆண்டு ராம்ராவ் அந்த நிர்வகிக்கும் குழுவில் இல்லை. அந்த அதிகாரி பல

மடங்கு சொத்து சேகரித்திருக்கிறார். அதில் மிகப் பெரும் விளை நிலமும் அடங்கும். அவர் ராம்ராவுக்குச் சம்பளமாக ஒரு ஆண்டுக்கு 40,000 முதல் 50,000 வரை தருகிறார். பொதுவாகத் தரப்படுவதைவிட இது மிகக் குறைந்த தொகையாகும். ஏனெனில் ராம்ராவ் அவருக்கு நிறைய கடன்பட்டிருக்கிறார். அவர் மாவட்ட விவசாய அலுவலகத்தில் ஒரு கீழ்நிலை அதிகாரியாக இருக்கிறார். வயது 50களில். எப்போதெல்லாம் மிக அவசரமான வீட்டுத் தேவைக்கோ அல்லது விவசாயத் தேவைக்கோ பணம் தேவைப்படுகிறதோ அப்போதெல்லாம் ராம்ராவ் முதலில் ஓடுவது இவரிடம்தான். அவரும் எப்போதும் ஏமாற்றியதில்லை. பதிலுக்கு ராம்ராவ் அவரது நிலத்தின் விவசாயத்தை மேற்பார்வையிட்டு வந்திருக்கிறார். 2013 வரை ராம்ராவும், அவரது நண்பர்களும் அந்த நிலத்தைக் குத்தகைக்கு எடுத்து ஆண்டு வாடகையாக ஒரு தொகையைக் கட்டுவதுண்டு. அதன் பிறகு அந்த அதிகாரி தானே நேரடியாகத் தனது நிலத்தில் முதலீடு செய்யத் தொடங்கினார். அதற்குக் காரணம் அந்தக் கிராமத்தைச் சேர்ந்த விவசாயிகள் அவரது நிலத்தில் பணம் முதலீடு செய்வதற்குத் தயாராக இல்லை. அவர் ராம்ராவையும், வேறு சிலரையும் மேற்பார்வையாளர்களாக அமர்த்திக்கொள்கிறார். இந்த ஏற்பாட்டிலிருந்து ராம்ராவும், அவரது நண்பர்களும் விலகிக்கொள்வதற்கு பல ஆண்டுகள் பிடிக்கும்.

ராம்ராவ் நிச்சயமாக மிகவும் கவலையுற்றிருக்கிறார். அவர் கடனில் மூழ்கியிருக்கிறார். பந்தர்காவுடாவில் உள்ள மத்திய வங்கியில் அவர் வைத்திருக்கும் கணக்கில் ஒரு பைசாகூட இல்லை. அவர் மிகப் பெரும் தொகையைக் கடனாகப் பெற்றிருக்கிறார். அதை அடைக்கவும் விரும்புகிறார். ஆனால், தற்போது அவரது நிலை இறுகிப்போய் உள்ளது. எதையும் செய்யக்கூடிய மனநிலையில் அவர் இல்லை. அதிலும் ராம்ராவைப் போன்ற ஒரு விவசாயிக்குத் தரிசாகக் கிடக்கும் தன் நிலத்தைப் பார்த்துக்கொண்டிருப்பது என்பது மிகவும் வேதனையான ஒன்றாகும். அவருக்குத் தனது வேர்களுக்கு மீண்டும் செல்வதற்கான மன உறுதி வேண்டும். அவரது அண்ணனும் அதையே என்னிடம் கூறுகிறார்.

ஆனால், எவ்வாறு? மே 2015இல் நான் அவரைச் சந்தித்த போது தான் வரும் பருவ காலத்தில் பயிரிடுவாரா, மாட்டாரா என்பதைக்கூட முடிவு செய்ய இயலாதவராக அவர் இருக்கிறார். அவரது வயிறு வலிக்கிறது; பசி இருப்பதில்லை. அவர் மிகவும் தளர்வுற்றவராகத் தோற்றமளிக்கிறார். மிகக் குறைவாகவே

உண்கிறார். ஒரு சப்பாத்தி அல்லது சிறிதளவு காய்கறிகள், சில நேரம் கொஞ்சம் சோறும், பருப்பும். அவர் மிக அவசரமாகவே சாப்பிட்டு முடித்துவிடுகிறார். அதில் நீண்டநேரம் செலவு செய்ய விரும்புவதில்லை. அவரது வீட்டுக்கு அருகில் உள்ள கோண்டு குடும்பத்தினர் அவருக்கு உணவு அளிக்கின்றனர். அவர்கள் அனுப்பும் உணவு காலையிலும், மாலையிலும், பல நேரங்களில் உண்ணப்படாமல் அப்படியே இருக்கிறது. அந்த உணவை மூடி வைக்கிறார்; சிறிதளவு சாப்பிடுகிறார்; பின்னர் அதை அப்படியே தூக்கியெறிகிறார்.

"நான் விவசாயம் செய்ய வேண்டும் என்று நினைத்தாலும் என்னால் முடியாது" என்கிறார்; "என்னிடம் பணம் இல்லை. மேலும் கடன் வாங்குவதை நினைத்தாலே அச்சமாக இருக்கிறது."

"அவனை மீண்டும் வேலைக்குப் போகச் சொல்லுங்கள். வேலையில் தொடர்ந்து ஈடுபட்டிருப்பது மனநிலை மாற்றத்துக்கு உதவும்" என்று அவரது அண்ணன் அசோக்ராவ் என்னிடம் சொல்கிறார்.

★ ★ ★

ராம்ராவின் தற்கொலை முயற்சி காவல்துறையில் வழக்காகப் பதியப்படவில்லை. ஆனால், ராம்ராவ் மருத்துவமனையிலிருந்து வீடு திரும்பிய பிறகு வருவாய்த் துறை அதிகாரி ஒருவர் அவரைப் பற்றியும் அவரது கடன்களைப் பற்றியும் வந்து விசாரித்தார். அவர் நிலத்தின் அளவு, அவரது கடன்களின் தொகை எல்லாவற்றையும் விசாரித்துக்கொண்டு சென்றார். அவர் ஏன் வந்தார், எதற்காக இந்த விவரங்களைச் சேகரித்தார் என்பதை ராம்ராவோ, அவரது குடும்பத்தினரோ தெரிந்திருக்கவில்லை. விவசாயிகளின் தற் கொலை முயற்சிகளை வழக்காகப் பதிவதில்லை என்ற முடிவை 2007ஆம் ஆண்டு வாக்கில் மகாராஷ்டிரா அரசு எடுத்திருந்தது. ஆனால், மகாராஷ்டிராவில் விவசாயிகளின் தற்கொலைகள் ஒவ் வொன்றும் காவல்துறையால் மட்டுமல்ல, வருவாய் துறையின ராலும் கூட்டுறவுத் துறையினராலும் விசாரிக்கப்படுகிறது. உண்மை யில் அது கடன் தொல்லையாலா அல்லது பிற காரணங்களாலா என்பதே இந்த விசாரணையின் நோக்கம்.

கிட்டத்தட்ட சாவை நெருங்கி பிழைத்துவந்திருக்கும் ராம்ராவ் மிக மோசமானதொரு மனநிலையில் வாழ்ந்துகொண்டிருக்கிறார். அது எவ்வளவு நாள் தொடரும் என்று அவருக்குத் தெரியவில்லை.

அவரது அண்ணனும், அண்ணியும் மிகுந்த கவலையுடன் உள்ளனர். அவர் இந்த விரக்தியிலிருந்து மீண்டு வேலையைத் தொடங்கு வதற்குத் தங்களால் ஆன அனைத்து முயற்சிகளையும் அவர்கள் செய்கின்றனர். ஆறு மாதங்களுக்கு முன் ஒரு பெண் குழந்தை யைப் பெற்றெடுத்த அனுஜா, அவ்வப்போது வந்து தந்தையைச் சந்தித்துவிட்டுச் செல்கிறார். அதனால் ராம்ராவ் பெரும்பாலும் தனிமையில் இருப்பதில்லை. ஆனால், அவர் ஒரு விரக்தி மன நிலையிலேயே இருப்பதால் எங்கும் நகர்வதில்லை. அனுஜாவின் குழந்தையுடன் விளையாடும்போது மட்டும் அவர் மகிழ்ச்சியுடன் இருக்கிறார். ஆனால், அனுஜா வீட்டைவிட்டு வெளியேறிய அடுத்த நொடியே அவர் மீண்டும் அந்த ஆழமான, இருளான மன நிலைக்குச் சென்றுவிடுகிறார்.

சில மாதங்கள் கழிந்தன. இந்தக் காலகட்டத்தில் நிலமெங்கும் வெள்ளைப் புள்ளிகளுடன் கூடிய பசுமை படர்ந்திருக்க வேண்டும். செடிகளிலிருந்து பருத்தி தொங்கிக்கொண்டிருக்க வேண்டும். பருத்திச் செடிகள் 6 அடி உயரம் வளர்ந்திருக்க வேண்டும். பருத்திக்கு ஊடுபயிராகப் போடப்பட்ட துவரை வளர்ந்து செழித் திருக்க வேண்டும். பருத்தி பயிரின் இரண்டு வரிசைக்கு ஒரு வரிசை துவரைப் பயிரிடப்படுகிறது. சில விவசாயிகள் அடுத் தடுத்த வரிசைகளில் பருத்தியையும், துவரையையும் பயிரிடுவ துண்டு. அவரது நிலத்தைச் சுற்றியுள்ள அனைத்து நிலங்களும் அறுவடைக்குத் தயாராகி நிற்கின்றன: பருத்தி, சோயா, துவரை. அவரது வீட்டிலிருந்து 1 கி. மீ. தொலைவில் அவரது நண்பர் சின்னு சேத்தின் மிளகாய் பண்ணை இருக்கிறது. அதுவும் மார்ச் மாதம் அறுவடைக்குத் தயாராகிவிடும். ஆனால், இப்போதே அந்தப் பயிர்கள் நல்ல செழிப்புடன் வளர்ந்திருப்பது தெரிகிறது. அந்த விவசாய அதிகாரியின் நிலம்கூட பருத்தி, சோயாபீன், பருப்பு வகைகளில் செழித்து நிற்கிறது.

ஆனால், ராம்ராவ் தனது சிக்கல்களுக்குள் அமிழ்ந்துபோய் எதுவும் செய்ய இயலாதவராக இருக்கிறார். உடல்ரீதியாகவும் அவர் மிகவும் தளர்வுற்றே இருக்கிறார். அது அவரது உளவியல் சிக்கலின் காரணமாகவும் இருக்கலாம்.

நாங்கள் தீபாவளிக்குச் சற்றுமுன், 2015 அக்டோபர் இறுதியில் இருக்கிறோம். அவரது தற்கொலை முயற்சி நடந்து ஒன்றரை ஆண்டுகள் ஓடிவிட்டன. வீட்டில் அவர் தனியாக இருக்கிறார். நிலத்திலும் அவர் தனியாகவே இருக்கிறார். நான் பலமுறை

அவரைச் சந்தித்துவிட்டேன். ஒவ்வொரு முறையும் அவர் மிக ஆழ்ந்த விரக்தி மனநிலையிலேயே இருப்பதை நான் கண்டிருக்கிறேன். அவரை ஊக்கப்படுத்துவதற்காக நான் என்னென்னவோ பேசிப்பார்த்திருக்கிறேன். ஆனால், எதுவும் பயன் தரவில்லை. அவர் எப்படி இருக்கிறார் என்பதைக் கேட்பதற்காகப் பலமுறை அவருக்குத் தொலைபேசி மூலமும் அழைத்துள்ளேன். ஆனால், அவர் குறைந்த தொனியில் மெதுவாகப் பேசுவதே அவர் இன்னமும் நம்பிக்கைப் பெற்றவராக எழவில்லை என்பதைக் காட்டியது.

2014, 2015 வெயில் காலங்கள் அமைதியாகவே அவருக்குச் சென்றன. இந்தக் காலகட்டம் முடிவற்ற இருள் நிறைந்ததாகத் தோன்றியது. அவர் இரண்டு ஆண்டுகளாக போலா, தசரா, தீபாவளி போன்ற எந்தப் பண்டிகையையும் கொண்டாடவில்லை. இரண்டு மழைக் காலங்கள் கடந்து போயின. புதுதில்லியிலும், மும்பையிலும் இரண்டு ஆட்சிகள் மாறின. பல விவசாயிகள் தொடர்ந்து தற்கொலை செய்துகொண்டனர். விதர்பாவில் மட்டும் ஒரு நாளைக்கு மூவர் என்ற விகிதத்தில் இருந்தது. இந்தியாவில் 30 நிமிடத்துக்கு ஒருவர் என்ற அளவில் அது சொல்லப்படுகிறது. பல ஆயிரம் மக்கள் வழக்கம்போல் கிராமங்களிலிருந்து நகரத்துக்கும், பெருநகரங்களுக்கும் குடிப்பெயர்ந்தனர். ஒவ்வொரு நாளும் ஏறத்தாழ 2000 விவசாயிகள் விவசாயத் தொழிலை கைவிட்டுச் செல்வதாக ஒரு கணக்கு கூறுகிறது. 1991க்கும் 2011க்கும் இடையிலான இருபது ஆண்டுகளில் ஏழரை மில்லியன் மக்கள் அவ்வாறு செய்ததாகச் சொல்லப்படுகிறது. இது 1991, 2001, 2011ஆம் ஆண்டுகளின் மக்கள்தொகை கணக்கெடுப்பின் மூலம் நமக்குத் தெரியவருகிறது. 2010-2020 ஆண்டுகளில் இன்னும் எத்தனைப் பேர் விவசாயத்தை கைவிட்டுச் செல்லப்போகின்றனர் என்பது நமக்குத் தெரியவில்லை. இதை 2021ஆம் ஆண்டு மக்கள்தொகைக் கணக்கெடுப்பு நமக்கு சொல்லலாம். கிராமப்புறங்களின் சுறுசுறுப்பற்ற ஒரே மாதிரியான வாழ்க்கை முறை மாறவில்லை. ஆனால். இந்தியாவெங்கும் உள்ள நகரங்களின் மக்கள் புதுதில்லியில் உள்ள இறைதூதர் நாட்டை வளத்தின் உச்சத்துக்குக் கொண்டுசெல்ல இருப்பதாக நம்பிக்கொண்டிருந்தனர். 'நல்ல நாள்' (அச்சே தின்) என்பதே நடுத்தர வர்க்கத்தினருக்கும், புதிய பணக்காரர்களுக்கும் தாரக மந்திரமாக இருந்தது. மே 2014இல் நரேந்திர மோடி பிரதமராகப் பொறுப்பேற்றார். அந்த ஆண்டு அக்டோபரில் தேவேந்திர பத்னவிஸ் மகாராஷ்டிராவின் முதலமைச்சராகப் பொறுப்பேற்றார்.

பா.ஜ.க. மத்தியிலும், மாநிலத்திலும் மிக அழுத்தமாக அதிகாரத்தில் அமர்ந்திருக்கிறது. மோடியின் எதிர்ப்பற்ற புகழ் அதற்குக் காரணமாய் உள்ளது.

இந்தப் பரபரப்புகளுக்குச் சற்று தொடர்பு இல்லாதவராகத் தூர விலகி நிற்கிறார் ராம்ராவ். இந்த காரிஃப் பருவ காலத்தில் அவர் நிலத்தை உழவோ, பயிர்களை விதைக்கவோ இல்லை. எந்த நிலத்தையும் குத்தகைக்கும் எடுக்கவில்லை. சென்ற ஆண்டும் அவர் பயிரிடவில்லை. இந்த ஆண்டு ஜூன் மாதத்தில் அவர் பருத்தியைப் பயிரிட நினைத்திருந்தார். குறைந்தது ஒன்று அல்லது இரண்டு ஏக்கரிலாவது பயிரிட வேண்டும் என்று நினைத்தார். ஆனால், அவரிடம் பணமில்லாததால் அந்த எண்ணத்தைக் கைவிட்டார். இதற்கு மேலும் கடன் வாங்க அவர் விரும்பவில்லை. மருத்துவரைச் சந்திப்பதை நீண்டகாலத்துக்கு முன்பே நிறுத்தி விட்டார். ஆனால், வயிற்று பிரச்சினைகளுக்காக அந்த மருத்துவர் கொடுத்த மருந்துகளைத் தொடர்ந்து உட்கொண்டு வருகிறார்.

ஒரு மரத்துக்கு அடியில் நாங்கள் அமர்கிறோம். “இப்போதெல்லாம் நான் என் நிலத்துக்குத் தினமும் வருகிறேன். ஆனால், விட்ட இடத்திலிருந்து தொடர எனக்கு இன்னமும் மனத் துணிவு வரவில்லை” என்று சொல்கிறார் ராம்ராவ். அவரது முகம் மிகுந்த ஆழமான வேதனையைக் காட்டுகிறது.

ஒரு காலத்தில் விளைச்சலுக்குத் தகுதியற்ற தரிசு நிலமாக இருந்ததைத் தனது கடின உழைப்பால் பல ஆண்டுகள் போராடி செழிப்பான நிலமாக அவர் மாற்றியிருந்தார். இதுதான் அவரது உலகமாக இருந்தது. ஆனால், அந்த உலகில் மீண்டும் மூழ்க அவர் இப்போது தயாராக இல்லை.

“என்னுடைய நிலத்தைத் தரிசாக விட்டிருப்பது இதுதான் முதல் முறை.” அவர் குரலில் வருத்தம் ஒலிக்கிறது.

அவர் மீண்டும் ஒரு தனிமையுற்ற மனநிலைக்குச் சென்றுவிட்டார். நான் முதல்முறையாக அவரை நெருங்கி அவதானித்தேன். தனக்கு ஏற்பட்ட நெருக்கடிகளினால் முற்றிலும் உடைந்துபோன ஒரு மனிதர். அவரது நிலம் மற்றும் வீட்டில் ஏற்பட்ட சிக்கலான நிலைமைகளினால் அவர் முற்றிலும் தளர்ந்துபோனவராகத் தோற்றமளிக்கிறார்.

“நிலத்தைத் தரிசாகப் போடுவது நல்லது இல்லை. அது எனக்குத் தெரியும். ஆனால், நான் என்ன செய்வது?”

சென்ற ஆண்டு அவர் உடல்நலம் குன்றியிருந்தார். இந்த ஆண்டு வெறுமனே அவருக்குத் துணிவு இருக்கவில்லை. தனது நிலத்தில் மீண்டும் பயிரிட அவருக்குக் குறைந்தபட்சம் 1 இலட்சம் ரூபாய் தேவைப்படும். ஆனால், அந்தப் பணம் எங்கிருந்து வரும். ஏற்கெனவே 25 இலட்சம் ரூபாய் கடன் நிலுவை இருந்தது. அத்தோடு இந்த ஒரு இலட்சத்தை மீண்டும் கடனாகப் பெறுவதற் கான எந்த உத்தரவாதமும் அவரிடம் இல்லை. ஒரு தொழிலதிபர் தனது தொழிற்சாலையை உற்பத்தியின்றி போட்டுவைப்பதற்குச் சமமானது, ஒரு விவசாயி தனது நிலத்தைத் தரிசாகப் போட் டிருப்பது. அளவு மாறலாம், ஆனால், அதனால் வரக்கூடிய மன நிலை, சூழ்நிலை ஒன்றுதான்.

அத்தோடு இந்த நிலத்தில் உழைப்பதனால் கிடைக்கக்கூடிய வருமானத்தை நம்பி பல குடும்பங்கள் இருந்தன. அவர்களும் வேறு நிலத்தைப் பார்க்க வேண்டும். ராம்ராவ், குறைந்தது 12 ஆண்களுக்கும், பெண்களுக்கும் ஆண்டு முழுவதும் வேலை தருவார். விதைப்பதற்கு, களைப் பிடுங்குவதற்கு, உரம் தெளிப் பதற்கு, பூச்சிக்கொல்லிகளைத் தெளிப்பதற்கு என ஆண்டு முழு வதும் வேலை இருந்துகொண்டே இருக்கும். அதன்பிறகு அறு வடை செய்ய வேண்டும். அவற்றைச் சந்தைக்கு எடுத்துச்செல்ல வேண்டும். பிறகு மீண்டும் நிலத்தை உழுது பண்படுத்த வேண்டும். இவை அனைத்துக்கும் அவருக்கு வேலையாட்கள் தேவைப்பட்டனர். விவசாய வேலை என்பது விவசாயத் தொழி லிற்கு மிக முக்கியமானது. அதனால் அவர்களது குடும்பங்களின் பொருளாதாரத் தேவைகளையும் அவர் சேர்த்து பார்த்துக்கொள்ள வேண்டியவராக இருக்கிறார். அவருடைய அனைத்து பண்ணை யாட்களும் பெரும்பாலும் கோலம் இனத்தைச் சேர்ந்தவர்கள். அவர்கள் அனைவருடனும் ராம்ராவ் ஒரு தனிப்பட்ட பந்தத்தைக் கொண்டவராக இருக்கிறார்.

"பணத்தை இழப்பதைவிட, நிலத்தைத் தரிசாகப் போட்டிருப் பது நல்லது என்பதால்தான் நான் அவ்வாறு செய்தேன்."

தான் அடைக்கவேண்டிய கடன்களைப் பற்றிய சுமை அவர் மனதை மிகவும் அழுத்துகிறது. ஒரு வங்கிக் கடனை அடைப் பதைப் போன்றது அல்ல இது. அவரது கடன்களில் பெரும் பாலானவைத் தனிப்பட்ட நண்பர்களிடமும், உறவினர்களிடமும் பெறப் பெற்றவை. நிறுவனங்களிடமிருந்து பெற்றது மிகமிகக் குறைந்த அளவே ஆகும். அவருக்குப் பணம் கொடுத்த நண்பர்களோ,

உறவினர்களோ அவரைப் பணம் கேட்டு, தொல்லை செய்ய வில்லைதான். ஆனாலும் ராம்ராவ் பதற்றத்துடன்தான் இருக்கிறார்.

"எனக்குப் பணம் தேவைப்பட்டபோது அவர்கள் எனக்கு உதவினார்கள். அவர்களுக்குத் தேவைப்படும்போது அதை நான் திருப்பிக் கொடுக்காவிட்டால் அது எப்படிச் சரியாகும்? என்னை அவர்கள் என்ன நினைப்பார்கள்?"

அவரது இந்தச் சூழ்நிலை அவரை மிகவும் துன்பப்படுத்துகிறது. அவர் பணத்தைத் திருப்பிக் கொடுக்காவிட்டால் சில உறவுகள் மோசமாக மாறக் கூடும். அவரது சமூக அந்தஸ்து பாதிக்கப் படும். அவரது சமூகத்தினரிடமும், அவருக்குப் பணம் அளித்தவர் களிடமும் அவர் மரியாதையை இழக்க நேரிடும்.

எப்படியும் வங்கிகள் அவரது எல்லைக்கு அப்பாற்பட்டு இருந்தன. அவர்களைப் பொறுத்தவரையில் அவர் கடனை அடைக்காதவர்.

ராம்ராவ், தனக்கு கடன் கொடுத்தவர்களை நன்றியுடன் நினைவு கூருகிறார். அவர்கள் பணத்தைக் கேட்டு கதவைத் தட்டவில்லை. இவர் என்ன சூழ்நிலையில் இருக்கிறார் என்பதை அவர்கள் புரிந்துவைத்திருந்தனர். சொல்லப்போனால் அவர்கள் பணத்தைப் பற்றி கவலைப்பட வேண்டாம் என்று இவருக்கு ஆறுதல் கூறினர். விதர்பாவிலேயே எத்தனையோ விவசாயிகள் அவர்கள் பணம் பெற்றவர்களிடமும், வங்கி அதிகாரிகளிடமும் கடனை அடைக்காமல் இருப்பதற்குக் காரணம் கூற முடியாமல் அவர் களால் தொடர்ந்து அழுத்தும் கொடுக்கப்பட்டதால் தற்கொலை என்ற நிலைக்குச் சென்றிருந்தனர். இந்தப் பகுதிகளில் விவசாயி களைச் சுரண்டும் வட்டிக் கடைகாரர்கள் மிகவும் பிரசித்தம்.

டிசம்பர் 2005இல் விவசாயிகளின் தற்கொலை நிகழ்வுகள் பெரும் பிரச்சினையாக எழுந்தபோது, மகாராஷ்டிராவை ஆண்டு கொண்டிருந்த ஜனநாயக முன்னணி அரசுக்குப் பழியைச் சுமத்த ஏதேனும் தேவைப்பட்டது. அதனால் அப்போதிருந்த துணை முதலமைச்சரான ஆர்.ஆர்.பட்டேல் தனிப்பட்ட வட்டிக் கடைக் காரர்களைக் காரணமாகக் காட்டினார். இப்படிப்பட்டவர்களைக் காவல்துறையினர் தோலுரிக்க வேண்டும் என்னும் அளவுக்கு அவர் பேசினார். விரைவில் நூற்றுக்கணக்கான வட்டிக் கடைக்காரர்கள் கைது செய்யப்பட்டனர். அவற்றில் பெரும்பாலானவர்கள் மிகக் குறைந்த அளவில் வட்டிக்கு விடுபவர்கள் அல்லது சிறு விவசாயிகள் அல்லது தொழிற்சாலையில் வேலைப்பார்க்கும் தொழிலாளர்கள். தங்களிடமுள்ள பணத்தை வங்கியில் போடுவதற்குப் பதிலாக

விவசாயிகளுக்குக் கடனாகக் கொடுத்தவர்கள். அவர்கள் சிறையில் போடப்பட்ட அதே வேகத்தில் வெளிவந்தனர். காவல்துறையால் அவர்களுக்கு எதிராக எந்த வழக்கையும் நிறுவ முடியவில்லை. அரசாங்கம் அப்போது பிரச்சினையைத் தள்ளி போடுவதற்காகச் செய்த ஒரு சின்ன ஏமாற்று வேலைதான் அது. ஆனால், சில கொடூரமான வட்டிக்கடைக்காரர்களுக்கு எதிரான ஒருசில நடவடிக் கைகளும் நடந்துதான் உள்ளன.

எனது தொடர்ந்த பயணங்களில் ஹிவாராவிலும் மற்றப் பகுதி களிலும் மிக விசித்திரமான, வித்தியாசமான முறைகளில் பணத் தைக் கடனாக வாங்குவதை நான் பார்த்திருக்கிறேன். இந்தியாவின் கிராமப்புறங்களில் இப்படியான பலவித வழிமுறைகள் இருக்கத் தான்வேண்டும். 'விசி' எனப்படும் சுழற்சி முறையிலான கூட்டு பணத் திட்டம் ஒன்று நிலவுகிறது. அதில் விவசாயிகள் மாதந் தோறும் ஒரு சிறு தொகையைச் செலுத்தி வருவார்கள். பின்னர் குலுக்கல் முறையில் ஒருவருக்கு அந்த முழுத்தொகையும் போய் சேரும். இது கிட்டத்தட்ட சீட்டு முறை போன்றதுதான். சில சமயங்களில் விவசாயிகள் பல விசிக்களில் முதலீடு செய்திருப் பார்கள். சில நேரங்களில் அந்தக் குலுக்கலில் வென்றவர் தனக்குக் கிடைத்த தொகையை ஏலம் விடுவதும் உண்டு. மிக அதிகத் தொகைக்கு ஏலம் எடுப்பவருக்கு அவற்றைக் கொடுத்துவிடுவார். அவசரமாகப் பணம் தேவைப்படாத ஒருவருக்கு அந்தக் குலுக் கலின் மூலம் பணம் கிடைக்கும்போது இது நடக்கும். ஆனால், தேவைப்படும் ஒருவர் இந்த நிலையில் ரூ.8,000க்கு உரிய விசியை ரூ.10,000க்கு எடுக்கவேண்டிய நிலை ஏற்படும். அவ ருக்கு ரூ.2,000 நட்டம்.

அப்புறம் 'அல்ட்டி பல்ட்டி' என்று ஒருமுறை உள்ளது. அதில் நீங்கள் உங்களது கடனையே சுழற்சி முறையில் செயல்படுத்து வீர்கள். அதாவது ஒரு கடனை அடைக்க மற்றொரு கடனை வாங்குவது. பிறகு மீண்டும்மீண்டும் இப்படியே தொடர்வது. அதாவது சிறிய கடனை அடைக்க, பெரிய கடன். இது பெரும் பாலும் வங்கிக் கடன்களை அடைப்பதற்கே பயன்பட்டது. சிலர் இதை 'காந்தே-பளார்' என்று அழைக்கின்றனர். அதாவது, ஒரு தோளிலிருந்து மற்றொரு தோளுக்குக் கடன் சுமையை மாற்றுவது. பணத்தைப் புரட்ட மற்றொரு முறை என்னவென்றால், வேறு ஒருவரின் தங்கத்தைக் கடனாக வாங்கி அதை அடமானம் வைத்து வங்கியில் கடன் பெறுவது அல்லது அந்தத் தங்கத்தை அடகு கடைக்காரர்களிடம் வைத்து கடன் பெறுவது.

நுண் நிதி அமைப்புகளும் கொஞ்சம் பரவலாக இருந்தன. விதர்பாவின் கிராமப்புறங்களில் மக்கள் அதை ஜனலெஷ்மி-தனலெஷ்மி என அழைக்கின்றனர். நுண் நிதி நிறுவனங்களின் பெயர்கள் அவை. ஏறத்தாழ பன்னிரண்டுக்கும் மேற்பட்ட நிறுவனங்கள் அவ்வாறு இருக்கின்றன. அவை பெண்களுக்குச் சிறிய தொகைகளைக் கடனாகக் கொடுக்கின்றனர். பெண்கள் ஒரே நேரத்தில் இப்படிப் பல நிறுவனங்களிடமிருந்து கடன்களைப் பெறுகின்றனர்.

அண்மைக் காலத்தில் கிராமப்புற வீட்டுவசதி கடன் திட்டம் மிகுந்த வரவேற்பைப் பெற்று வருகிறது. நூற்றுக்கணக்கான விவசாயிகள் தங்களது நிலங்களையும், மற்ற சில சொத்துகளையும் அடகு வைத்து வீடு கட்டுவதற்கும், வீட்டைப் புணரமைப்பதற்கும் பணம் வாங்குகின்றனர். ஆனால், அந்தப் பணத்தை அவர்கள் தங்கள் விவசாயத்துக்கே பயன்படுத்துகின்றனர். பிறகு வழக்கமான கடன் கொடுப்பவர்கள் இருக்கவே இருக்கிறார்கள். ஆசிரியர்கள், வருவாய்த்துறை அதிகாரிகள், உறவினர்கள், பூச்சிக்கொல்லி மற்றும் உர விற்பனையாளர்கள், வியாபாரிகள், மருத்துவர்கள் இவர்கள் விவசாயிகளுக்கு மிகப் பெரும் வட்டி விகிதத்தில் பணம் அளிப்பதும் உண்டு.

★ ★ ★

2015ஆம் ஆண்டு டிசம்பர் 10ஆம் தேதி நான் ராம்ராவைச் சந்திக்கச் சென்றிருந்தபோது அவர் சற்று தேறியவராகக் காணப்பட்டார். நான் அதற்குச் சற்று முன்னர்தான் தற்கொலை செய்து கொண்டு இறந்துபோன இரண்டு விவசாயிகளின் குடும்பங்களைச் சந்தித்து வந்தேன். அந்த விவசாயிகள் இருவரும் ஆண்கள். மோரேஷ்வர் சௌத்ரி-32 வயதானவர், சூரஜ்போயா-29 வயது. அவர்களது பயிர் விளைச்சல் தராததாலும், அடைக்கப்படாத கடன்களாலும் மனம் அழுத்தத்துக்குள்ளாகி இரண்டு நாட்களுக்கு முன் இருவருமே பூச்சிக்கொல்லி மருந்தைச் சாப்பிட்டிருந்தனர். காதஞ்ஜி நகரின் அரசு மருத்துவமனையின் பிணவறையில் சூரஜ்ஜின் உடல் பிரேதப் பரிசோதனைக்காக உள்ளே எடுத்துச் செல்லப்பட்டது. அதே நேரம் மோரேஷ்வரின் உடல் வெளியே வந்தது. இந்த ஊர் ஹிவாராவிலிருந்து 45 கி.மீ. தொலைவில் உள்ளது. அந்த இரு குடும்பங்களும் இப்படியொரு மோசமான நிலையில் சந்திப்பதற்கான இடமாக அந்த இடம் இருந்தது. இருவரின் துயரத்துக்கும் அடிப்படை காரணம் ஒன்றேதான்; பருத்தி.

மோரேஷ்வர் கல்வி அறிவு பெறாதவர்; திருமணமானவர். அவருக்கு ஒரு வயதில் மகன் இருந்தான். அவரது மனைவி இரண்டாவது முறையாகக் கர்ப்பமுற்றிருந்தார். சூரஜ் பட்டயப் படிப்பு படித்திருந்தார். திருமணமாகாதவர். இந்த இருவரும் ஒரு போதும் சந்தித்ததில்லை. ஆனால், அவர்கள் இருவரது குறுகிய வாழ்வும் ஒரே மாதிரியாகவே சென்றுகொண்டிருந்தன; ஒரே மாதிரி யாகவே முடிந்தன. 30கி.மீ. இடைவெளியில் இருந்த அவர்களது கிராமங்களில் ஒரு சில மணி நேர இடைவெளியில் இருவரும் இறந்துபோயினர். பயிர்கள் காய்ந்த பிறகே அந்த ஆண்டு பருவ மழை வந்தது. அதிக விளைச்சல் தந்த பயிர்களைச் சந்தைக்கு நவம்பரில் எடுத்துச் சென்றபோது அதிகமான வரத்தால் பருத்தி மற்றும் சோயாவின் விலைகள் கடுமையாக வீழ்ச்சியடைந்தன.

மிக மோசமான பருவ மழையினால், விளைச்சல் சரியாக இல்லாத காரணத்தால், கடந்த இரு ஆண்டுகளைப் போலவே 2014-2015ஆம் ஆண்டும் விவசாயத்துக்கு வீழ்ச்சியையே தந்தது. இதை மகாராஷ்டிரா சட்டமன்றத்தில் 17 மார்ச் 2015 அன்று சமர்ப்பிக்கப்பட்ட மகாராஷ்டிரா பொருளாதாரக் கணக்கெடுப்பு உறுதி செய்தது. மகாராஷ்டிராவில் ஏறத்தாழ பாதிக்கும் மேலான இடங்களில் பஞ்சம் நிலவியது. பயிர் விளைச்சல் 50 விழுக் காட்டுக்கும் குறைவாக இருந்தது. 2015-2016 ஆண்டும் மிக மோசமானதாகவே இருந்தது. பயிர் விளைச்சல் குறைவாக இருந்த போதும் விலை அதிகரிக்கவும் இல்லை. அதற்குக் காரணம் 2014இல் சீனா தனது இறக்குமதியை நிறுத்திவிட்டிருந்தது. உள்ளூரில் விவசாயிகளுக்கு அதிகப்படியான சலுகைகளை வழங்கி தனது விளைச்சலை அதிகரிக்கவும், அதன் தரத்தை அதிகரிக்கவு மான பணிகளை அது செய்தது. அதன் காரணமாக ஷியான் ஜங் மாகாணத்தில் கடந்த பருவத்தில் மிகப் பெரிய விளைச்சல் அறுவடை செய்யப்பட்டது. கடந்த மூன்று பருவக் காலங்களிலும் சீனா இந்தியாவின் பெரும்பகுதி பருத்தியை இறக்குமதி செய் திருந்தபோதும், 2014-2015இல் அதற்கு அவ்வாறானத் தேவை ஏற்படவில்லை. அதனால் தேவையின் அளவு குறைந்ததால் அது விலையையும் பாதித்தது. உள்ளூரில் தேவை அதிகரிக்காத நிலை யில் பருத்தி விளைச்சல் குறைவாக இருந்தபோதும் விலை அதி கரிக்கவில்லை.

இந்த நிலைக்குப் பலியானவர்கள்தான் சூரஜ், மோரேஷ் ஆகிய இருவரும். இதற்குக் காரணம் மத்திய – மாநில அரசுகள் உடனடியாக

இதில் தலையிட்டு அதற்காக எதுவும் செய்யாததுமாகும். அவர்களின் கதைகளை நான் விவரித்தபோது, ராம்ராவ் மிகுந்த வேதனையுடன் தலையைக் குலுக்குகிறார்.

"நான் இறந்திருந்தாலும் ஒரு கதை கிடைத்திருக்கும். நான் இப்போது உயிரோடு இருப்பதால் எந்த விதத்திலும் முக்கியத்துவமுமற்று போனேன்." என்று வெறுப்புடன் சொல்கிறார்.

தனது கிராமத்திலும், கிராமத்தைச் சுற்றிலும் பொதுவாக விதர்பாவிலும் நடக்கும் விவசாய தற்கொலைகளைப் பற்றிய செய்திகளை அறிந்தவராகவே இருக்கிறார் ராம்ராவ். ஹிவாராவிலேயே இரண்டு தற்கொலைகளை அவர் நேரடியாகக் கண்டிருக்கிறார். ராம்ராவின் உறவினரான தினேஷ் பஞ்லேனிவார் மனநிலை பாதிக்கப்பட்டிருந்தார். ஆனால், தாகூர் பயாஸ் தொடர்ந்த கடன் சுழற்சியில் சிக்கிக்கொண்டிருந்தார். இவர்கள் இருவரின் மனைவிகளையும் நான் நீண்ட நாட்களுக்கு முன் சந்தித்த நினைவு உள்ளது. தினேஷின் மனைவிக்கு அவரது மறைவிற்குப் பின் அவரது நிலத்தைப் பராமரிக்க ராம்ராவ் பெரும் உதவி செய்து வந்திருக்கிறார். ஆனால், இந்த ஆண்டு அந்தப் பெண் தானே தன் நிலத்தைப் பார்த்துக்கொள்ள வேண்டியிருந்தது. ஏனெனில் ராம்ராவ் எதற்கும் தயாராக இல்லை.

மாவட்டம் எங்கும் வயது வேறுபாடின்றி, சிறிய, பெரிய விவசாயிகள் என்றில்லாமல் பெண் விவசாயிகள், ஏன் குழந்தைகள் உட்பட நூற்றுக்கணக்கானோர் இறந்துகொண்டிருந்தனர். திருமணம் ஆனவர்கள், திருமணம் ஆகாதவர்கள், பிற பிற்படுத்தப்பட்ட சாதியினர், பழங்குடியினர், தலித்துகள் என அனைவரும். சாவு வித்தியாசம் பாராட்டவில்லை. ஹிவாராவைச் சுற்றியுள்ள பலரையும் ராம்ராவ் நேரடியாக அறிந்திருந்தார். அவர்கள் உதிரும் இலை போல உதிர்ந்திருந்தனர். ராம்ராவ் ஒரு கவிஞரைப் போல சொல்கிறார். "நான் எனது வாழ்வை முடித்துக்கொள்ள நினைத்தது தவறுதான்" என்று சொல்லிவிட்டு அமைதியாகிறார்.

★ ★ ★

'சிக்கல் இங்கும், அங்கும், எங்கும் இருக்கிறது.'

ராம்ராவ் விவசாயத்திலேயே சிக்கல் இருப்பதை உணர்ந்தவராகக் கூறுகிறார். அதன் இயல்பிலும், பொருளாதாரத்திலும் அவருக்குப் பெரிய எதிர்பார்ப்புகள், ஆசைகள் எதுவும் இருக்கவில்லை. ஆனால், அவரது குடும்பத்தின் மிகக் குறைந்தபட்ச

தேவைகளைக்கூட அவரது விவசாய வருமானத்தின் மூலம் அவ ரால் நிறைவேற்ற முடியவில்லை. கிராமத்தில் வாழ்வு மிகவும் கடினமானதாக இருக்கிறது. அதனால் எவரும் தொடர்ந்து இங்கு இருக்க விரும்பவில்லை. ஆனால், இங்கிருந்து வெளியேறுவது என்பது சிறு நகரங்களில் அல்லது பெரு நகரங்களில் வாழ்வது. அங்கு இருக்கும் கூட்டத்தில் அமிழ்ந்து போவது. எதற்காகவும் அங்கீகரிக்கப்படாமல் பின் எப்போதும் காணப்படாமல் மறைந்து போவது. அவரவர் விருப்பத்துக்கு விடும் நிலை வருமானால், எவருக்குமே விவசாயம் செய்ய விருப்பமில்லை.

வாழ்வைக் கடினமானதாக மாற்றுவதற்கு ஒன்றல்ல, பல கார ணங்கள் உள்ளன என்று அவர் நினைக்கிறார். பல நீண்ட காலமாக உள்ளவை. பல புதியவை. சுருக்கமாகச் சொல்லவேண்டுமானால் அவரது செலவுகள் பன்மடங்காக அதிகரிக்கும் நிலையில், அவரது வருமானமோ சிறுத்துக்கொண்டிருக்கிறது.

“நான் எதைப் பயிரிட்டாலும், அதை எப்படி வளர்த்தாலும் இறுதியில் நட்டம்தான் அடைகிறேன்.”

அவரது அன்றாட தேவைகளுக்கு அவருக்குப் பணம் தேவைப் படுகிறது. ஆனால், அவரது நிலம் ஆண்டுக்கு ஒரு முறையோ, இரு முறையோ மட்டுமே வருமானத்தைத் தருகிறது. அதுவும் உறுதியாக இல்லை. நீங்கள் ஒரு சிறு விவசாயியாக மழையை எதிர்ப்பார்த்த புன்செய் நில விவசாயியாக எந்தவித கால்நடைகளும் இல்லாதவராக, கூடுதல் வருமானத்தைத் தரக்கூடிய எந்தவித சூழ்நிலையும் இல்லாதவராக இருப்பீர்களானால் உங்களுடைய அடிப்படை தேவைகளுக்குக்கூட உங்களால் பணம் புரட்ட இய லாது. விதர்பாவின் விவசாயிகள் பெரும்பாலும் அப்படியே இருந் தனர். அவர்களுக்கு ஒரேயொரு தொழில்தான். அது விவசாயம்.

“அரசு வேலையிலோ அல்லது வேறு ஏதாவது வேலையிலோ இருந்து ஒரு நிரந்தரமான வருமானத்தைக் கொண்ட குடும்பங்கள் ஓரளவுக்குச் சமாளிக்கின்றன” என்று அவர் சொல்கிறார்.

அவரது நண்பர்களில் ஒருவரது மகன் காட்டு இலாகா காவலராகப் பணிபுரிந்தார். அது அந்தத் துறையில் இருப்பதிலேயே கீழ்நிலையில் உள்ள ஒரு பதவிதான். ஆனால், அவருக்கு ஒரு மாத வருமானம் இருக்கிறது. அது ஒரு நிலையான வருமானம். அதனால் அந்தக் குடும்பம் சட்டென்று மேம்பட்ட செழிப்பான நிலையில் காணப்படுகிறது.

சில ஆண்டுகள் விதிவிலக்காக இலாபத்தைத் தரக்கூடும். அவருக்கு 2009 மற்றும் 2010ஆம் ஆண்டுகள் தந்ததைப் போல. ஆனால், பெரும்பாலான ஆண்டுகள் பெரும் நட்டங்களையே சந்திக்க வேண்டும். அது ஒரு சுழற்சி. பருவ காலத்தைப் போல அதுவும் சுழன்று வருகிறது. இலாபம் தரக்கூடிய ஆண்டுகள் அதில் விதிவிலக்கு மட்டுமே.

விவசாயம் ஒரு இலாபம் தரும் தொழிலாக இருந்த காலங்கள் போயின. இந்த 21ஆம் நூற்றாண்டில் விவசாயம் மிக மோசமான நிலைக்குத் தள்ளப்பட்டுள்ளது. சிறு, குறு விவசாயிகள், தங்களது ஒன்று முதல் இரண்டு ஹெக்டேர் நிலத்தைக் குடும்பமாக இணைந்து விவசாயம் செய்து, அதில் வரும் வருமானத்தை மட்டுமே நம்பி வாழ்கின்றனர். இப்படி பல குடும்பங்கள் உள்ளன. பருவ மழையை நம்பி இருப்பவர்களுக்கு வாய்க்கால் பாசனம் அல்லது நிலத்தடி நீர் பாசனத்தின் உத்தரவாதம் இருப்பதில்லை. பணப் பயிர்களை வளர்ப்பவர்கள்தான் நாட்டிலேயே மிகவும் எளிதாகப் பாதிக்கப்படவுள்ள நிலையில் உள்ள விவசாயிகள். அவர்கள் ஏறத்தாழ இந்திய விவசாயிகளில் 80 விழுக்காட்டினருக்கும் மேலாக உள்ளனர். இது 2015ஆம் ஆண்டு விவசாயக் கணக்கெடுப்பின் மூலம் உறுதிப்படுத்தப்பட்டுள்ளது. வேறு பல அறிக்கைகளும் இதனை உறுதிப்படுத்துகின்றன. இந்திய விவசாய நிலங்கள் சின்னதாக, துண்டாடப்பட்டதாக, பெரும் வருமானத்தை தராததாக, மழையைச் சார்ந்ததாக இருக்கின்றன. இதுதான் விவசாயச் சிக்கலுக்குப் பெரும் காரணமாக உள்ளது. இதுவே குறைவான வளர்ச்சி விகிதத்துக்கும் பெரும் இடப் பெயர்விற்கும் அடிப்படையாகவும் இருக்கிறது. இந்தச் சிறு விவசாய நிலங்கள்தான் நமது உணவின் பெரும்பகுதியை உற்பத்தி செய்கின்றன. பருத்தியையும், பூக்களையும்கூட. ஒவ்வொரு ஆண்டும் இந்தியா கூடுதலாக உற்பத்தி செய்கிறது. ஆனால், விவசாயிகள் கடன்களாலும், நட்டத்தினாலும் துன்புறுகின்றனர்.

பி. சாய்நாத் சொல்வதைப் போல, "விவசாயத் தற்கொலைகள், நிகழ்ந்த இடங்கள், மழையை எதிர்பார்த்த குடும்ப விளை நிலங்கள் மற்றும் எங்கெல்லாம் வறுமை இந்தியாவில் இருக்கிறது என்ற மூன்று வரைபடங்களையும் நான் ஒன்றன்மீது ஒன்றாக வைத்தால் மூன்றுமே ஒன்றாகத்தான் இருக்கும்."

'ஷேர்காரி சங்கத்னா' என்ற அமைப்பின் நிறுவன உறுப்பினர்களில் ஒருவரும், வார்தாவில் உள்ள விவசாயத் தலைவருமான

விஜய் ஜவாந்தியா ஒருமுறை கூறினார்; "விவசாயம் என்பது ஒரு வளம்மிக்க தொழிலாக இருந்த நிலையில் இருந்து என்றோ வீழ்ந்துவிட்டது. இன்று விவசாயம் என்பது ஒரு கடமையைப் போல. அவர்களால் சாக முடியாது; அதனால் விவசாயம் செய்கிறார்கள்."

ராம்ராவ் தன்னைத்தானே மாய்த்துக்கொள்ளும் முயற்சியில் தோல்வியுற்றார். அதனால் அவர் தொடர்ந்து வாழவேண்டியிருக்கிறது. அவரது கடன்களை அடைக்க வேண்டிய கட்டாயம் உள்ளது. ஆனால், இன்னமும் அவரால் விவசாயத்தைக் கையில் எடுப்பதற்கான மன நிலைக்கு வர இயலவில்லை.

2000ஆவது ஆண்டு ராம்ராவ் தனது கிராமத்தைச் சுற்றியுள்ள சிறுசிறு நிலங்களையெல்லாம் குத்தகைக்கு எடுக்க தொடங்கியிருந்தார். தனது நிலத்தில் பயிரிடுவதோடு அவற்றையும் பராமரிக்கத் தொடங்கியிருந்தார். அதிகமாகப் பயிரிடவும், அதிகமாகச் சம்பாதிக்கவும் அவருக்குக் கூடுதல் நிலங்கள் தேவைப்பட்டன. இந்தக் கிராமத்தில் அவர் மட்டும் இதனை செய்யவில்லை ஏன், இந்த நாட்டில்கூட அவர் மட்டுமல்ல, பலரும் இப்படி நிலத்தைக் குத்தகைக்கு எடுத்து மேலும் உற்பத்தி செய்யலாம்; மேலும் சம்பாதிக்கலாம் என்று நம்புகின்றனர். கோடிக்கணக்கான விவசாயிகள் இதை செய்தே தங்களது தேவைகளைப் பூர்த்தி செய்துகொள்கின்றனர்.

புதிய நூற்றாண்டின் தொடக்கத்தில் ராம்ராவால் மேலும் நிலத்தை வாங்க இயலவில்லை. மறுபுறம் ஹிவாராவிலும், ஹிவாராவைச் சுற்றிலும் இருந்த பழங்குடியினரால் தங்கள் நிலங்களில் முதலீடு செய்து அவற்றில் விவசாயம் செய்து பார்க்க இயலவில்லை. விதைகள், உரங்கள், பூச்சிக்கொல்லிகள், கூலி, மின்சாரம் ஆகியவற்றின் விலைகள் அதிகரித்ததால் அவர்கள் தங்கள் நிலங்களை வாடகைக்கு விட்டு அந்த வருவாயை வைத்து வாழவேண்டிய நிலையில் இருந்தனர். கூடுதலாக அந்தக் கிராமத்திலும், அருகில் உள்ள நகரங்களிலும் கூலி வேலை செய்து பிழைப்பை நடத்தினர். இது யவத்மால் அல்லது விதர்பாவில் மட்டுமல்ல, இந்தியாவெங்கும் உள்ள நிலை இதுதான்.

2000ஆவது ஆண்டு அவர் தனது 5 ஏக்கர் நிலத்துடன் கூடுதலாக அந்தக் கிராமத்தைச் சேர்ந்தவர்களுக்குச் சொந்தமான 10 ஏக்கர் நிலத்தையும் உழுதார். அவர் அதனை ஏற்காவிடில் அந்த நிலங்கள் தரிசாகவே கிடந்திருக்கும். குத்தகைக்கான ஆண்டு

தொகை ஒரு ஏக்கருக்கு ரூ.2000 முதல் ரூ.3000 வரை என நிர்ணயிக்கப்பட்டிருந்தது. வாடகை அவ்வளவு குறைவாகவே இருந்தது. அவர் ஒருவேளை நட்டத்தைச் சந்தித்தால் நில உரிமையாளர்கள் அவரிடம் வாடகை பணத்தை எதிர்ப்பார்ப்பது கூட இல்லை. ஏனெனில் தரிசாகக் கிடந்த நிலத்தில் அவர் ஏதோ ஒன்றை பயிரிட முயன்றார் என்பதே அவர்களுக்குப் போதுமான தாக இருந்தது. ஏனெனில் நிலத்திலிருந்து கிடைக்கும் வாடகை மட்டுமே அவர்களது குறியாக இருக்கவில்லை. நிலம் தரிசாக இல்லாமல் ஏதேனும் அதில் பயிரிட்டால் போதும் என்ற மன நிலையில் அவர்கள் இருந்தனர்.

ஏறத்தாழ 15 ஆண்டுகளாக நிலங்களை தரிசாக விடுவது என்பது அதிகரித்துவருகிறது. சென்னையைச் சேர்ந்த எம்.எஸ். சுவாமிநாதன் ஆய்வு நிறுவனம் 2008-2009ஆம் ஆண்டு நடத்திய ஆய்வின்படி, வார்தா மாவட்டத்தில் உள்ள விளை நிலங்களில் 17% தரிசாகப் போடப்பட்டிருந்தது தெரியவருகிறது. நட்டத்தைச் சந்திப்பதைவிட, தரிசாகக் கிடப்பதே மேலானது என்று அதன் உரிமையாளர்கள் கருதியதே அதற்குக் காரணம். இந்தியாவெங்கும் பல பகுதிகளில் உள்ள கிராமப்புறங்களில் என்ன நடக்கிறது என்பதற்கு இது ஒரு சான்றாகும்.

தனது நிலத்தைத் தரிசாக விட வேண்டும் என்று அந்த ஆண்டு முடிவு செய்ததில் ராம்ராவ் தனி ஆளாக இல்லை. இந்தியா வெங்கும் பலர் இந்த நிலையில்தான் இருந்தனர். ஆனால், அவரை முடக்கக்கூடிய அந்த விரக்தி மனநிலையில் அவர் தனிமை யாக்கப்பட்டிருந்தார்.

அத்தியாயம் - 4

சிக்கலின் சாரம்

நான் முதன்முதலாக விவசாயிகளின் தற்கொலைப் பற்றி பத்திரிகைகளில் எழுதத் தொடங்கி பல ஆண்டுகளுக்குப் பிறகே ராம்ராவைச் சந்தித்தேன். கடந்த 20 ஆண்டுகளாக எங்கெல்லாம் விவசாயிகள் தற்கொலை செய்துகொண்டிருந்தனரோ அவர்களது குடும்பங்களைத் தேடித்தேடி கண்டுபிடித்து நேர்காணல் செய் துள்ளேன். அந்த அத்தனை குடும்பங்களுக்கும் பொதுவானதாக ஒன்றிருந்தது. விதர்பாவின் இந்தப் பருத்தி விளையும் பகுதிகளில் உள்ள தங்களது விவசாய நிலங்களிலிருந்து பெறும் வருமானத் தைக் கொண்டு அவர்களால் தங்களது பொருளாதாரத் தேவைகளை நிறைவேற்றிக்கொள்ள முடியவில்லை. அவர்கள் ஒன்று சேராதவர் களாக இருந்தனர்; தனிமைப்படுத்தப்பட்டு நின்றனர். ஒவ்வொரு தற்கொலைக்கும் அதற்கான தூண்டல் ஒவ்வொரு விதமாகவே இருந்திருக்கிறது. ஒரு சிறு கணவன்-மனைவி தகராறு, எழுந்து நிற்கும் பயிரை ஒட்டுமொத்தமாக அழித்த அடைமழை. திடீரென்று எதிர்பாராமல் நேர்ந்த ஒரு பெரும் மருத்துவச் செலவு, மகள்களின் திருமணம் அல்லது இதுபோன்ற ஏதோ ஒரு பொருளாதார சமூகக் காரணங்கள் அல்லது காரணங்களின் கலவை.

2014ஆம் ஆண்டு மார்ச் மாதத்தில் ராம்ராவும் இந்தக் கணக் கெடுப்புப் பட்டியலில் இணைத்திருப்பார். பூச்சிக்கொல்லி மருந்து குடித்தோ, தங்களது வயல்களில் உள்ள மரங்களிலோ அல்லது தங்களது வீடுகளின் உத்தரத்திலோ தூக்கிட்டுக்கொண்டோ அல்லது கிணற்றில் குதித்து மூழ்கியோ தற்கொலை செய்துகொண்ட பல விவசாயிகளின் பட்டியலில் அவரது பெயரும் இணைந்திருக்கும். இந்தியாவை நாசம் செய்துகொண்டுள்ள ஒரு சிக்கலின் குறியீடாகவே ராம்ராவ் திகழ்கிறார். அவர் பிழைத்துக்கொண்டார். ஆனால், மற்றவர்கள் அவரளவிற்கு அதிர்ஷ்டம் செய்திருக்கவில்லை. பல ரும் மிக இளம் வயதிலேயே இறந்துள்ளனர். உடைந்துபோன தங்கள் வாழ்வைச் சரிசெய்ய அவர்களது விதவை மனைவிகள் போராடி வருகின்றனர். பல பெண்களும், குழந்தைகளும்கூட

தற்கொலை செய்துகொண்டிருந்தனர். இவர்கள் அனைவருமே இந்த விவசாயத் துயரின் பலிகளாக இருக்கின்றனர்.

1997ஆம் ஆண்டு பனி காலத்தில் நான் முதன்முதலாக பந்தர் காவுடாவிற்கு வந்தேன். நான் பத்திரிகையாளராக வேலைத் தொடங்கி ஓராண்டுகூட முடிந்திருக்கவில்லை. 1991ஆம் ஆண்டு இந்தியப் பொருளாதாரம் திறந்துவிடப்பட்டப் பிறகு உலகமய மாக்கல், தனியார்மயமாக்கல், தாராளமயமாக்கல் ஆகிய கொள்கை களின் பாதிப்புகள் கொஞ்சம்கொஞ்சமாக வெளியே வரத் தொடங்கியிருந்தன. ஒழுங்குப்படுத்தும் வரையறைகள் எதுவும் இருக்கவில்லை. கிராமங்களில் இருந்த தங்கள் கிளைகள் இலாபம் ஈட்டித்தராததால் வங்கிகள் அவற்றை மூடத் தொடங்கியிருந்தன. இந்தியப் பொருளாதாரத்தில் இந்திய மற்றும் பன்னாட்டு கார்ப்பரேட்டு நிறுவனங்கள் தங்கள் பிடியை இறுக்கத் தொடங்கியிருந்தன. பருத்தியைப் போன்ற பொருட்களை ஏற்றுமதி, இறக்குமதி செய் வது சிக்கலற்றவையாக மாறிக்கொண்டிருந்தது. தகவல் தொழில் நுட்பத் துறை இக்காலகட்டத்தின் புத்தெழுச்சியாக இருந்தது.

வாரந்தோறும் ஒன்று அல்லது இரண்டு விவசாயத் தற் கொலைகளைக் குறித்து நான் ஊடகங்களில் பதிவு செய்யத் தொடங்கியிருந்தேன். ஆனால், கடந்த நூற்றாண்டின் முடிவில் இந்த எண்ணிக்கை ஒவ்வொரு நாளும் இரண்டு அல்லது மூன்று தற்கொலைகள் என்ற அளவில் உயர்ந்தது. புதிய நூற்றாண்டின் முதல் பத்தாண்டுகளில் விவசாயத் தற்கொலைகள் கட்டுப்படுத்த முடியாத நிலைக்குச் சென்றிருந்தன. ஒவ்வொரு 30 நிமிடத்துக்கும் ஒரு விவசாயி இந்நாட்டில் தற்கொலை செய்துகொண்டிருந்தார்.

விவசாயத் தற்கொலைகள் பற்றிய செய்திகள் வரத் தொடங்கிய காலகட்டத்தில், அவற்றுக்கான காரணங்களாகக் குடும்பத் தகராறு, காதல், கள்ளக்காதல், நோய் போன்ற பல காரணங்களை அதிகாரிகள் கூறினர். ஆனால், எண்ணிக்கை மிக வேகமாக அதிகரித்தபோது இது ஓர் அரசியல் சிக்கலாக மாறியது. மிகப் பெரும் அரசியல் மற்றும் பொருளாதாரச் சிக்கலாக இது உருவெடுத்த நிலையில், இந்தச் சிக்கலின் ஆழத்தை அறிவதற்காக 2005ஆம் ஆண்டு மகாராஷ்டிரா அரசு ஒரு கணக்கெடுப்பை நடத்தியது. விதர்பாவில் பருத்தி விளையும் பகுதிகளில் உள்ள அமராவதி, வார்தா, நாக்பூர் ஆகிய பகுதிகளில் உள்ள ஐந்து மாவட்டங்களில் வீடுதோறும் இந்தக் கணக்கெடுப்பு நடத்தப்பட்டது. ஏறத்தாழ 5000 ஊழி யர்கள் அப்பகுதிகளில் சுற்றித்திரிந்து தகவல்களைத் திரட்டினர்.

இந்தத் தகவல்கள் அதிர்ச்சியூட்டும் பல உண்மைகளை வெளிக் கொணர்ந்தன.

இந்த ஆறு மாவட்டங்களில் உள்ள ஏறத்தாழ 1.7 மில்லியன் பருத்தி விவசாயிகளில் மூன்றில் இரண்டு பங்கினர் மிக மோசமான சிக்கலில் இருந்தனர். இப்படி மிக மோசமான சிக்கலில் இருந்த விவசாயிகளில் பெரும்பாலானவர்கள் ஐந்து அல்லது இரண்டு ஏக்கர் நிலம் மட்டுமே கொண்டவர்களாக இருந்தனர். ஏறத்தாழ அரை மில்லியன் விவசாயக் குடும்பங்களில் ஏதேனும் ஒரு மருத்துவச் சிக்கல் இருந்தது. அது அவர்களது பணத்தேவையை அதிகரித்தது. 33 இலட்சம் குடும்பங்களில் திருமண வயதில் மகள்கள் இருந்தனர். அது பெற்றோர்களுக்குப் பொருளாதார அழுத்தத்தை ஏற்படுத்தியிருந்தது. குறிப்பாக, அப்பெண்களின் திருமணம் சார்ந்த செலவுகள், வரதட்சணை, எதிர்பார்ப்புகள் ஆகியவை குறித்த கவலைகளை ஏற்படுத்தியிருந்தது. ஏறத்தாழ எல்லா குடும்பங்களுமே கடனில் சிக்கியிருந்தன. விவசாயச் செலவுகள் அதிகரித்த நிலையில், விளைப்பொருட்களுக்கான வருமானம் மிக மோசமாகக் குறைந்த நிலையில் இந்தக் கடனிலிருந்து வெளிவரும் சூழலே அவர்களுக்கு இல்லை.

இந்தக் கணக்கெடுப்பின் மூலம் வெளிவந்த அழுத்தமான உண்மைகள் மாநிலத்திலும், மத்தியிலும் ஆட்சியில் இருந்த காங்கிரஸ் அரசுகளை உடனடியாகச் செயல்பட தூண்டின. அது பருத்தி விளையும் பகுதிகளுக்கு மட்டுமான திட்டமாக இருந்தது. ஆந்திரப் பிரதேசம் போன்ற மற்ற மாநிலங்களிலும் இத்தகைய திட்டங்கள் நடைமுறைப்படுத்தப்பட்டன.

விவசாயச் சிக்கலைத் தீர்ப்பதென்பது ஒரு தேசிய சவாலாகவே இருந்து வருகிறது. ஆனால், அது சிக்கலைத் தீர்க்க என்ன செய்ய வேண்டும்? அல்லது எந்தச் சிக்கலைத் தீர்க்க வேண்டும்? தற்கொலைகளை நிறுத்த வேண்டுமா? அல்லது விவசாயப் பொருளாதாரச் சிக்கலைத் தீர்க்க வேண்டுமா? தற்கொலைகளை நிறுத்துவது சற்று எளிதானதுதான். ஆனால், விவசாயப் பொருளாதார சிக்கலை தீர்ப்பது என்பது சொல்வதற்கு எளிதானது. செயல் முறையில் அத்தனை எளிதானது அல்ல.

2005ஆம் ஆண்டு அன்றைய மகாராஷ்டிரா முதலமைச்சரான விலாஸ்ராவ் தேஷ்முக் ரூ.1075 கோடிக்கு ஒரு விவசாயத் திட்டத்தை அறிவித்தார். மிகக் கடுமையாகப் பாதிக்கப்பட்ட மாவட்டங்களான அமராவதி, வாசிம், புல்தானா, அகோலா,

யவத்மால், வார்தா ஆகியவற்றுக்கான திட்டம் அது. புதிய பாசன திட்டங்கள், பால் உற்பத்தியை ஒரு கூடுதல் வருமானத்திற்கான திட்டமாக அறிமுகப்படுத்துவது, பொருளாதார சிக்கலில் தவிக்கும் தனிப்பட்ட விவசாயிகளைக் கண்டறிந்து அவர்களுக்குத் தேவை யான உதவிகளையும், மனநல ஆலோசனைகளையும் தருவது ஆகியவற்றை உள்ளடக்கியதாக அந்தத் திட்டம் இருந்தது. இறந்த விவசாயிகளின் குடும்பத்துக்கு ஒரு இலட்சம் ரூபாய் இழப்பீடு வழங்கவும் அரசு முடிவு செய்தது.

இந்த அறிவிப்பானது விவசாய தற்கொலைகளை இரண்டு வகையாகப் பிரித்தது. இழப்பீட்டுக்குத் தகுதியானவர்கள் மற்றும் தகுதியற்றவர்கள். அரசினால் பட்டியலிடப்பட்ட 30 விவசாய சிக்கல்களின் காரணமாக இறந்தவர்கள் இந்த இழப்பீட்டுக்குத் தகுதியானவர்களாக அறிவிக்கப்பட்டனர். இந்த 30இல் அடங்காத காரணங்களினால் இறந்தவர்கள் இந்த இழப்பீட்டுக்குத் தகுதியற்ற வர்களாக அறிவிக்கப்பட்டனர்.

ஆனால், எந்த சாவு தகுதியுடையது அல்லது தகுதியற்றது என்பதை யார் தீர்மானிப்பது? மாவட்ட ஆட்சியர் தலைமையில் காவல்துறை, விவசாயத்துறை, கூட்டுறவுத் துறை ஆகியவற்றின் அதிகாரிகள், விவசாயிகளின் பிரதிநிதிகள் ஆகியோரைக் கொண்ட குழுக்களை அரசு மாவட்டந்தோறும் அமைத்தது. ஆண்டுகள் செல்லச்செல்ல, இந்தச் சிக்கல் மேலும் அதிகரித்த நிலையில் இந்தக் குழுக்கள் செயல் இழந்துபோயின. அரசு மிகப் பெரும்பாலான விவசாயத் தற்கொலைகளைத் தகுதியற்றது என்று வகைப்படுத்தத் தொடங்கியது. வேறு சொற்களில் சொல்லவேண்டுமானால், தற் கொலைகளை நிறுத்த இயலாத நிலையில் இந்த சாவுகள் விவ சாய சிக்கலினால் எழுந்தது என்பதை மறுக்க அரசு முடிவு செய்தது. மனநல சிக்கல்களைத் தீர்ப்பதற்குத் துறவிகளையும், அது போன்றவர்களையும்கூட மறைத்த விலாஸ்ராவ் தேஷ்முக் கொணர்ந்தார்.

எதிர்க்கட்சியில் இருந்தபோது மிகப் பெரும் கூக்குரலை எழுப்பிய பா. ஜ. க. 2014ஆம் ஆண்டு பதவிக்கு வந்த பிறகு இதைக் குறித்து எதுவும் பேசுவதில்லை.

★ ★ ★

விதர்பாவெங்கும் சமூக, அரசியல் ரீதியான எதிர்ப்புக் குரல் கள் பரவத் தொடங்கின. நேரத்துக்கு கடன் உதவி, இழந்த

பயிர்க்களுக்கான நிவாரணம், பொருட்களுக்கான சரியான விலை என பலவித கோரிக்கைகள் வைக்கப்பட்ட போதிலும், அடிப் படையில், தொடரும் வலியிலிருந்து குறைந்தபட்ச நிவாரண மேனும் பெற முடியாதா என்ற ஆதங்கத்தில் எழுந்த குரல்கள் அவை. இப்படியான ஓர் எதிர்ப்பு ஆர்ப்பாட்டம் மிக மோசமான வேதனையில் முடிந்திருக்கிறது. ஒரு விவசாயி கொல்லப்பட்டார். மேலும் பலர் காயமுற்றனர். 2006இல் யவத்மாலில் உள்ள வணி எனும் நகரத்தில் ஒரு சந்தை நிலத்தில் நடந்த அந்த ஆர்ப்பாட்டத்தில் காவல்துறையினர் துப்பாக்கிச் சூடு பிரயோகித்தனர். அந்த சந்தைப் பகுதியில் விவசாயிகள் தங்களது பருத்திப் பயிர்களை வைத்துக்கொண்டு அதை கொள்முதல் செய்வதற்காகப் பல நாட்கள் காத்திருந்தனர். ஆனால், தொடர்ந்த இந்த தாமதம் விவசாயிகளின் பொறுமையைச் சோதித்தது. அதன் விளைவாக எதிர்ப்புப் போராட்டம் எழுந்தது. அந்த நேரத்தில் நாக்பூரில் மகாராஷ்டிரா சட்டமன்றத்தின் குளிர்கால கூட்டத்தொடர் நடந்துகொண்டிருந்த போதே இந்தத் துப்பாக்கிச் சூடும், அதைத் தொடர்ந்த சாவும் நிகழ்ந்தன. ஒன்றிய, மாநில அரசுகளால் ஒரே நேரத்தில் பல்வேறு ஆய்வுகள் மேற்கொள்ளப்பட்டன. இந்திராகாந்தி மேம்பாட்டு ஆய்வு நிறுவனம், டாடா சமூக அறிவியல் நிறுவனம் போன்ற ஆய்வு நிறுவனங்களும், தற்போது கலைக்கப்பட்டுவிட்ட திட்டக் குழுவின் பின்புலத்தில் உருவாக்கப்பட்ட நரேந்திர ஜாதவ் கமிட்டி எனப்படும் உண்மை அறியும் குழு என பல ஆய்வுகள் இந்தத் தற்கொலைகளுக்கும் விவசாய சிக்கலுக்குமான காரணங்களை அலசி ஆராய்ந்தன. அன்றைய பிரதமர் டாக்டர் மன்மோகன்சிங் விதர்பாவிற்கும், மகாராஷ்டிரா தவிர வேறு ஐந்து மாநிலங்களுக்கும் பயணம் செய்து ஒரு முதல் நிலை ஆய்வை மேற்கொண்டு நடப்பது என்ன என்பதைப் புரிந்துகொள்ள முயன்றார். விதர்பாவில் உள்ள மிக மோசமாகப் பாதிக்கப்பட்ட ஆறு மாவட்டங்கள் உள்பட 36 மாவட்டங்களுக்கான ரூ.3,750 கோடி பெருமானமுள்ள ஒரு திட்டத்தை அவர் அறிவித்தார்.

அவர் விவசாயத் தற்கொலைகளை ஒரு 'தேசிய அவமானம்' என்று சரியாகவே விவரித்தார். விவசாயிகள் பொருளாதார ரீதியாக வளம்பெறுவதற்கான தேவையை அவர் மிகுந்த முக்கியத்துவத் தோடு அணுகினார். நிலுவையில் உள்ள கடன்கள் குறித்தும், கடன் தொகை கட்டாததால் மீண்டும் கடன்பெறும் தகுதியை இழந்த விவசாயிகளுக்குக் கடன் வழங்குவது குறித்தும் ஏதேனும்

கட்டாயம் செய்வதாக அவர் வாக்குறுதி அளித்தார். ஒரு பொருளாதார வல்லுநராக இருந்த அந்தப் பிரதமர் ஒரு மிகப் பெரும் கடன் தள்ளுபடி திட்டத்தை அறிவிப்பார் என்று எதிர்பார்க்கப்பட்டது. அது 2008இல் நிகழ்ந்தது. ஐக்கிய முற்போக்குக் கூட்டணி ஒரு கடன் தள்ளுபடி திட்டத்தை அறிவித்தது. ஒன்றிய அரசின் உத்தரவாதத்தை ஏற்று ரிசர்வ் வங்கியும் அதனை அங்கீகரித்தது. கடன் கட்டாத விவசாயிகளின் கடன்களைத் தள்ளுபடி செய்தும், அவர்கள் மீண்டும் கடன் பெறுவதற்கான வழிவகைகளையும் அது செய்தது. எங்கெல்லாம் விவசாயிகள் அதற்குத் தகுதி பெறவில்லையோ மகாராஷ்டிரா போன்ற மாநிலங்கள் அந்தச் சிக்கலுக்குள் நுழைந்து தங்களது சொந்தத் திட்டங்களை அறிவித்தனர். இது ஒன்றிய அரசின் திட்டத்துக்குத் துணை செய்வதாக இருந்தது.

இந்தத் திட்டங்கள் இரண்டு ஆண்டுகளுக்கு விவசாயிகள் தங்கள் பொருளாதார நிலையை சற்றேனும் மேம்படுத்திக்கொள்ள உதவின.

இந்தக் கடன் தள்ளுபடி திட்டத்தைத் தொடர்ந்து விளைப் பொருட்களுக்கான குறைந்தபட்ச உறுதி விலை மிகப் பெரும் அளவில் அதிகரிக்கப்பட்டது. இதில் பருத்தியும் அடங்கும். 2009இல் இந்தியா பொதுத் தேர்தலை சந்தித்தது. இந்தத் திட்டங்கள் ஐக்கிய முற்போக்குக் கூட்டணி மீண்டும் பதவிக்குவர உதவின. ஆனால், தொடர்ந்து ஐந்தாண்டுகள் விவசாயிகளின் உண்மையான வருமானம் மிகவும் குறைந்தது. ஒன்றிய அரசின் திட்டங்களும் நிறுத்தப்பட்டன. 2014இல் மீண்டும் அனைத்தும் பழைய மோசமான நிலைக்கே தள்ளப்பட்டன.

மகாராஷ்டிரா ஆண்டுதோறும் விவசாயத்துக்கு ஒதுக்கும் நிதியை விட அதிகமாக இழந்தப் பயிர்களுக்கான நிவாரணத்துக்கும், எதிர்பாராத சிக்கல்களுக்கான தீர்வுக்கு வழங்கப்படும் நிவாரணத்துக்கும் அதிகமாக செலவிடுகிறது. 2012இல் மகாராஷ்டிராவின் விவசாய மற்றும் கூட்டுறவுத் துறையின் முதன்மை செயலாளராக இருந்த குமார் கோயல் ஆண்டுதோறும் ஒதுக்கப்படும் திட்டமிட்ட நிதியை விட நிவாரணத்துக்கு நாம் அதிகம் செலவிடுகிறோம் என்றால், அடிப்படையிலேயே எங்கோ பெரும் தவறு இருக்கிறது என்று நேரடியாகவே குறிப்பிட்டார்.

2007இல் பசுமைப் புரட்சியின் தந்தை என்று அழைக்கப்படும் பேராசிரியர் எம். எஸ். சுவாமிநாதன் அவர்களது தலைமையிலான தேசிய விவசாயிகள் ஆணையம் விதர்பாவின் கிராமங்கள் எங்கும்

பயணம் செய்தது. இந்தியாவின் பிற பகுதிகளிலும் விவசாய சிக்கல்கள் எங்கெங்கு இருக்கின்றனவோ அங்கும் பயணம் செய்தது. விவசாயிகளுடனும் அதன் தலைவர்களுடனும் நீண்ட விவாதங்கள், கலந்துரையாடல்கள் மேற்கொண்டது. உள்ளூர்களில் உள்ள விவசாயத்தில் தேர்ந்த நிபுணர்கள், மக்கள் பிரதிநிதிகள், மாநில, ஒன்றிய அரசின் பிரதிநிதிகள் என பலருடனும் கலந்துரையாடியது. பின்னர் மிகப் பெரும் அறிக்கைகள் ஐந்தை இந்திய அரசிடம் சமர்ப்பித்தது. இந்திய விவசாயிகள் மற்றும் விவசாயத்தைப் பீடித்துள்ள சிக்கல்களைத் தீர்ப்பதற்கான திட்டத்தை அந்த அறிக்கை முன் வைத்தது. அரசின் திட்டங்கள், கட்டமைப்பு சிக்கல்கள் ஆகியவற்றில் உள்ள தடைகளை நீக்குவதற்காகப் பல பரிந்துரைகளையும் அது வழங்கியது. ஆனால், இன்றுவரையிலும் அந்த அறிக்கை நாடாளுமன்றத்தில் பெரிதாக விவாதிக்கப்படவில்லை.

மண் வளக் குறைவு, தட்பவெப்ப நிலை மாற்றங்கள், சந்தையின் நிலையற்றத் தன்மை, தேங்கிவிட்ட உற்பத்தி போன்றவற்றால் எழும் சிக்கல்களைத் தீர்ப்பதற்கான வழிமுறைகளை தேசிய விவசாயிகள் ஆணையம் பரிந்துரைத்தது. விவசாயிகளின் வருமானமும் ஒரு குறிப்பிடத்தகுந்த கூறாக முன்வைக்கப்பட்டே விவசாய வளர்ச்சியைக் கணிக்க வேண்டும் என்ற மிக முக்கியமானதொரு பார்வையையும் அது முன்வைத்தது. உற்பத்தி அளவு, ஒரு ஏக்கரில் எவ்வளவு விளைச்சல் அல்லது ஒட்டுமொத்த விளைச்சல் ஆகியவற்றை மட்டுமே அடிப்படையாக வைத்து விவசாய வளர்ச்சியை மதிப்பிடுவது சரியானது அல்ல என்று அது வாதிட்டது. தேசிய விவசாயிகள் ஆணையம் முன்வைத்த மிக முக்கியப் பரிந்துரைகளில் ஒன்று குறைந்தபட்ச உறுதி விலை என்பது உற்பத்தி விலையைவிட 50 விழுக்காடேனும் அதிகமாக இருக்க வேண்டும் என்பதேயாகும். இந்தப் பரிந்துரையானது இப்போது இந்தியாவெங்கும் உள்ள விவசாயிகளின் அடிப்படை கோரிக்கையாக மாறியுள்ளது. சுவாமிநாதன் முன்வைத்த குறைந்தபட்ச உறுதி விலை நிர்ணயிக்கும் குறியீட்டை அரசு ஏற்றுக்கொண்டு சட்டபூர்வமாக ஆக்க வேண்டும் என்ற கோரிக்கை வலுத்துள்ளது.

மேற்கு மகாராஷ்டிராவைவிட விதர்பா பகுதி வளர்ச்சியில் பின்தங்கியுள்ளது. இம்மாதிரியாக மாநிலத்துக்குள்ளேயே உள்ள வளர்ச்சி ஏற்றத்தாழ்வுகளைக் களைவதற்காக மகாராஷ்டிரா கவர்னர் கே. சங்கர நாராயணன் ஒரு நிபுணர் குழுவை அமைத்தார்.

அந்தக் குழுவிற்கு மிகவும் புகழ்பெற்ற பொருளாதார நிபுணரான விஜய் கேல்கர் தலைமையேற்றார். அந்தக் குழுவினர் இந்த வளர்ச்சி வேறுபாடுகளை நுட்பமாக ஆராய்ந்தனர். இந்த பகுதி களுக்குள்ளேயும், இவற்றுக்கிடையேயும் உள்ள வளர்ச்சி வேறு பாடுகளைக் களைவதற்கான திட்டங்களுடன் மிக நீண்ட அறிக்கை ஒன்றையும் அவர்கள் சமர்ப்பித்தனர். ஆனால், 2013இல் வெளி யிடப்பட்ட இந்த அறிக்கை இன்றுவரை மாநில அரசால் ஏற்றுக் கொள்ளவோ, நிராகரிக்கப்படவோ இல்லை. களத்தில் உள்ள உண்மை நிலையை இந்த அறிக்கை உறுதி செய்துள்ளது. 2009ஆம் ஆண்டைத் தவிர இந்த நூற்றாண்டு பிறந்ததிலிருந்து அத்தனை ஆண்டுகளும் விதர்பா பகுதியில் விவசாய வளர்ச்சி என்பது சரிவு நிலையிலேயே இருந்துள்ளது. கேல்கர் கமிட்டியின் ஆய்வின்படி, விதர்பா உட்பட எல்லா பகுதிகளிலும் மற்ற அனைத்துத் துறை களின் வளர்ச்சியும் மிகவும் மேம்பட்டு இருந்துள்ளது. ஆனால், கிராமப்புற பொருளாதாரம் தேங்கியே நின்றுள்ளது.

கடந்த 20 ஆண்டுகளில் கிராமப்புறங்களிலிருந்து நகரப்புறங் களுக்குக் குடிபெயர்வது மிகவும் அதிகரித்துள்ளது. அன்றாட வேலைக்கான குறைந்த தூர இடப்பெயர்வான கிராமப்புறங்களி லிருந்து அருகில் உள்ள நகரங்களுக்குச் செல்வது அதிகரித்துள்ளது. விவசாய வேலைகள் இயந்திரமயமாக்கப்படுதலும் அதிகரித் துள்ளது. கடன் சுமை அதிகரித்துள்ளது. புதிய தொழில்நுட்பங்கள், புதிய விவசாய உட்பொருட்கள் மிக வேகமாகத் திணிக்கப்படு கின்றன. இவை அனைத்தும் இந்தத் துறையைச் சீர்திருத்தும் நோக்கில் கொண்டுவரப்பட்ட போதிலும், உண்மையில் இவை அந்தத் துறையை உலுக்கி ஒன்றுமற்றதாக்க ஆக்கிவிட்டன.

யோசனையற்றத் திட்டங்களை அரசு அறிவித்தது எனக்கே நினைவுள்ளது. எடுத்துக்காட்டாக, இருசக்கர வாகனங்களை வாங்கு வதற்கு மக்களை ஊக்குவிக்கும் திட்டமான பலிராஜா திட்டம் போக்குவரத்தையும், தொடர்பாடல்களையும் அதிகரிப்பதை நோக்கமாகக் கொண்டிருந்தது. ஆனால், அது மிகப் பெரும் தோல்வியையே சந்தித்தது. அத்திட்டத்தினால் பயன்பெற்றவர் களை மேலும் கடனில் தள்ளியது. தொடர்ந்து அவர்கள் தங்கள் வாகனங்களையும் இழந்தனர். உண்மையில் வாகன விற்பனை யாளர்களை மகிழ்விக்கும் விதமாக மட்டுமே இத்திட்டம் இறுதி யில் நின்றது.

விவசாயப் பிரச்சினையைத் தீர்ப்பதற்கென அறிவிக்கப்பட்ட பொருளாதார நிவாரணத் திட்டங்கள், வேறு பல திட்டங்கள் எவையும் இந்தப் பகுதியின் விவசாய சிக்கலின் அடிப்படையான இரண்டு சிக்கல்களை எவ்விதத்திலும் மாற்றவில்லை. ஒன்று, விதர்பாவின் பருத்தி மற்றும் சோயா உற்பத்தியாளர்களின் முதன்மை உற்பத்தியாளர் நிலையை எவ்விதத்திலும் அது மாற்ற வில்லை. இதனால் சந்தையின் அழுத்தங்களுக்கு ஏற்ப தங்களை மாற்றிக்கொள்ளவோ அல்லது அதில் தலையிடவோ எவ்வித அதிகாரமும் அவர்களுக்கு இல்லாமல் போனது. இரண்டாவதாக, தனிமனித வருமானத்திலோ, ஒரு ஏக்கருக்கு வரக்கூடிய வரு மானத்திலோ எவ்வித மேம்பாடும், மாற்றமும் ஏற்படவில்லை. விவசாய மற்றும் விவசாயம் தொடர்பான பிற தொழில்கள் ஆகியவற்றின் ஊடாக வருமான மூலங்களை பன்முகப்படுத்து வதும், தொடர்ச்சியான, நிலையானதொரு வருமானத்தைத் தரக் கூடிய மதிப்புச் சங்கிலிகளை நிறுவுவதும் எட்டா கனவாகவே இருக்கின்றன. மகாராஷ்டிராவெங்கும் உள்ள விவசாயிகள் சிலர் ஒன்றிணைந்து விவசாய நடைமுறைகளை மேம்படுத்தவும், வரு மானத்தை ஈட்டித்தரக்கூடிய மதிப்புச் சங்கிலிகளை உருவாக்கவும் எடுத்த அரிதான சில முயற்சிகளைத் தவிர, இந்திய விவசாயிகளின் நிலை பொருளாதார சுழலில் மேலும்மேலும் ஆழமாகவே புதை யுண்டே வருகிறது. முதலமைச்சர், பிரதமரின் திட்டங்கள், கடன் தள்ளுபடிகள், பிற முயற்சிகள் அனைத்துமே அந்த நொடியில் விவசாயிகளின் சுமையைச் சற்றே இறக்குவதாக இருக்கின்றனவே தவிர, விவசாய மற்றும் அதன் தொடர்பான தொழில்களின் வருமானத்தை மேம்படுத்துவதற்கான எந்தச் செயலையும் அது செய்யவில்லை. அது பால் உற்பத்தியாகவோ, ஆடு வளர்ப்போ, கோழி வளர்ப்போ, மீன் வளர்ப்போ எதுவாக இருப்பினும் அவை அதே நிலையிலேயே இருக்கின்றன.

மழையை நம்பியுள்ள வறண்ட நிலத்தை உடைய ஒரு சிறு விவசாயி, தனது விவசாய வருமானத்தையே முற்றிலுமாக நம்பி யிருக்கிறார். அந்த வருமானம் ஆண்டுக்கு ஒருமுறை மட்டுமே அவருக்குக் கிட்டுகிறது. ஆனால், ஆண்டு முழுவதும் அவருக்கான செலவினங்கள் இருக்கின்றன. 365 நாட்களில் ஒருமுறை அல்லது இருமுறை மட்டுமே வரக்கூடிய ஒரு வருமானத்தை நம்பி அதை வைத்து ஆண்டு முழுவதுமான தினப்படி செலவினங்களை எவ்வாறு ஒருவர் சந்திப்பது? இது குறித்து உலகின் சிறந்த

பொருளாதார நிபுணர்கள் இணைந்து சிந்திக்க வேண்டும். ஒன்று, உங்கள் வருமானத்தை அதிகரிக்க வேண்டும். அது உங்கள் கையில் இல்லை; அல்லது உங்களுடைய வருமான மூலங்களையும், உற்பத்தியையும் பன்முகப்படுத்த வேண்டும். அதற்கு பணமாகவோ பொருளாகவோ அரசின் கொள்கை ரீதியிலான தலையீடுகள் நிறைய தேவைப்படுகின்றன.

நிலவும் சந்தை சிக்கல்கள், அரசின் அலட்சியம் ஆகியவற்றைக் கடந்த மிகப் பெரிய சிக்கல் என்னவெனில் தற்போது தொடர்ந்து பரவி வரக்கூடிய தண்ணீர் சிக்கல். உலகளவில் நடக்கக்கூடிய சூழலியல் மாற்றத்தினால் நிலத்தடி நீர் அரிதாகி வருகிறது. அதனால் விவசாயம் கடுமையாகப் பாதிக்கப்பட்டுள்ளது. மேலும் நாம் ஒரு திறந்த சந்தை பொருளாதாரத்தைப் பின்பற்றி வாழ்கின்றோம். சந்தையினால் ஏற்படக்கூடிய சிக்கல்களுக்கு அரசிடமிருந்து நிவாரணம் பெற விழைகிறோம். அரசோ பண ரீதியான நிவாரணங்களை வழங்குவதிலேயே முனைப்புக் காட்டுகிறது. விவசாய வளர்ச்சிக்கும், கிராமப்புறங்களில் தற்கொலைகளைத் தடுப்பதற்கும் பல முனைகளில் தீர்வுகளைத் தரக்கூடிய நீண்ட கால திட்டங்களை வகுக்க தவறுகிறது.

அண்மையில் நிதி ஆயோக் விவசாய வருமானத்தை இரு மடங்காக்குவதற்காக அளித்த அறிக்கை உட்பட பலவித ஆய்வுகள், அறிக்கைகள், பரிந்துரைகள் ஆகியவற்றைக் கடந்தும் கிராமப்புற விவசாய வருமானம் மிகக் குறைவாகவே இருந்து வருகிறது.

அவமானம், வேதனை, கையறுநிலை ஆகியவற்றின் காரணமாக மக்கள் தங்கள் உயிர்களை மாய்த்துக்கொள்வதைக் காண்பதைவிட, மிக வேதனையான நிலை இருக்க முடியாது. உயிரோடு இருப்பவருக்கும், உயிரை எடுத்துக்கொண்டவருக்கும் இடையிலான ஒரே வேறுபாடு அவர் உயிரோடு இருக்கிறார் என்பது மட்டும்தான் என்பதை நான் இத்தனை ஆண்டுகளில் உணர்ந்துள்ளேன். மற்றபடி, தினப்படியான கடின உழைப்பு, என்றும் தீராத கடன் சூழல், கனவுகளின் மரணம், அன்றாட வாழ்வில் குறைந்தபட்ச தேவைகளைக்கூட நிறைவேற்றிக்கொள்ள இயலாத பொருளாதார சூழ்நிலை, எதிர்பார்ப்புகள் எல்லாம் இருவருக்கும் பொதுவானவையாகவே இருக்கின்றன.

★ ★ ★

விதர்பாவெங்கும் உள்ள விளை நிலங்கள் பல வேறுபட்ட தன்மைகளைக் கொண்டவையாக இருந்தன. கிழக்குப் பகுதிகளில் பெரும்பான்மையாக நெற் பயிரும், மேற்குப் பகுதிகளில் பருத்தியும் சோயாவும் பயிரிடப்பட்டன. ஆனால், அதற்குள்ளும் பல வேறு பாடுகள் இருந்தன. குறிப்பாக, விவசாய தட்பவெப்ப நிலை சார்ந்தவை. ஆறுகள், காடுகள், புல்வெளிகள் சார்ந்த வேறுபாடுகள் இருந்தன. கடந்த நூற்றாண்டில் பருத்தி விவசாயம் மிகுந்த சிக்க லுக்கு உள்ளாகியது. ஆனால், தற்போது இந்தச் சிக்கலானது பரவலாகவும், ஒரே மாதிரியாகவும் இருக்கிறது. பாதுகாக்கப்பட்ட பாசன வசதி உள்ள பகுதிகள், பிற வருமான வாய்ப்புள்ள பகுதிகள், எங்கெல்லாம் விவசாயிகள் ஒன்றிணைந்து செயல்படுகிறார்களோ அப்பகுதிகள் – இவற்றைத் தவிர பிற இடங்களில் விவசாயச் சிக்கல் மிகுந்த கூர்மைப்பட்டே காணப்படுகிறது. மழையைச் சார்ந்துள்ள நிலங்களை நம்பி வாழும் சிறு மற்றும் குறு விவசாயிகளின் நிலை மிக மோசமானதாக உள்ளது. அவர்கள் தங்கள் தேவைகளைப் பூர்த்தி செய்யும் அளவிற்கான வருமானத்தை ஈட்டுவதில்லை. அவர்களால் வங்கிகளில் முறைசார் கடன் வாங்க இயலாது. அதனால் அவர்கள் தனிப்பட்ட வட்டிக்கடைக்காரர்களிடம் கடன் வாங்குகின்றனர். அதன் தொடர்ச்சியாக ஒரு முடிவற்றச் சுழலில் சிக்கிக்கொள்கின்றனர். விவசாய உட்பொருட்களை விற்கும் விற்பனையாளர்களே தற்போதைய புதிய கடன் கொடுப்பவர் களாகவும் மாறியிருக்கிறார்கள். இவர்களைத் தவிர, வருவாய்த் துறை அலுவலர்கள், ஆசிரியர்களும் கடன் கொடுப்பவர்களாக உள்ளனர். அவர்களின் கூடுதல் வருமானம், நில மற்றும் விளைப் பொருட்களை அடமானமாகப் பெற்று கடன் கொடுக்கப் பயன் படுத்தப்படுகிறது.

உங்களுக்கு எவ்வளவு நிலம் இருந்தபோதிலும், உங்களால் உங்கள் தேவைகளை நிறைவேற்றும் அளவிற்கான போதுமான வருமானத்தை ஈட்ட முடிவதில்லை. விதர்பாவின் கிராமப்புறங்கள் வீழ்ச்சியடையத் தொடங்கி வெகுகாலம் ஆகிவிட்டது. கிராமங் களுக்கு வெளியே செல்லும் பணத்தைவிட, வரக்கூடிய பணம் மிகவும் குறைந்துகொண்டே வருகிறது. கிராமத்துக்குள்ளும், கிரா மங்களுக்கு இடையிலும் ஒரு பெரிய நகரம், கிராமப்புறங்கள் ஆகியவற்றிற்கு இடையிலும் சொத்து வேறுபாடுகள் மிகுந்த அப்பட்டமாகத் தெரிகின்றன.

ஒரு விவசாயி தன்னால் இயன்ற அனைத்தையும் செய்து தனது சமூக மற்றும் பொருளாதாரச் சிக்கல்களைத் தீர்க்க முனைகிறார். தனது சொத்துகளை விற்கிறார். நிலம், தனது வீட்டில் உள்ள தங்கம், மாடுகள், ஏன் தன் நிலத்தில் உள்ள மரங்கள் உள்பட அனைத்தையும் விற்கிறார். ஆனால், ஒரு சின்ன தூண்டுதல் – பூச்சிகளினால் பாதிக்கப்பட்டு விளைப் பொருட்கள் நாசமடைவதாக இருக்கலாம்; அல்லது எதிர்பாராத வறட்சியாகவோ, விலை வீழ்ச்சியாகவோ, அதீத மழையாகவோ, உடல்நலக் குறைவோ அல்லது ஏதேனும் ஒரு காரணமாக இருக்கலாம். அது ஆழமான காயங்களைச் சட்டென்று கீறி வெளிப்படுத்தி திரும்பிவர இயலாத துயரத்துக்குள் தள்ளிவிடுகிறது. சிலர் மிகுந்த வேதனைக்குரிய குறிப்புகளை விட்டுச் சென்றிருக்கின்றனர். அதன்மூலம் அவர்கள் ஏன் சாவைத் தேர்ந்தெடுத்தார்கள் என்பது நமக்கு ஓரளவேனும் புரிகிறது. தனது அடிப்படைத் தேவைகளைக்கூட நிறைவேற்ற இயலாத நிலை என்பது ஒரு விவசாயி மனதில் கோபத்தையும், விரக்தியையும் ஏற்படுத்துகிறது. நிலவும் சமூக பொருளாதார நிச்சயமின்மை, வெளிப்படையான சமத்துவமின்மை மற்றும் வணிகமயமாக்கப்பட்ட வாழ்க்கை முறை ஆகியவை இந்த கோபம் மற்றும் விரக்தியுடன் சேர்ந்து அவரைக் கடுமையான மன அழுத்தத்துக்குள் தள்ளிவிடுகிறது.

மும்பை மற்றும் புதுதில்லியில் உள்ள கொள்கை வகுப்பாளர்கள் எந்தத் திசையில் செல்வது என்பது குறித்து மாறுபட்ட கருத்துகளைக் கொண்டிருக்கின்றனர். மேலும் சீர்திருத்தங்கள், சந்தைகளை மேலும் திறந்துவிடுதல், மேலும் தனியார்மயமாக்கம், மேலும் வணிகமயமாக்கம், மேலும் உயர் ஆற்றல் மின்சாரம், மேலும் அதிக விலை, அதிக உழைப்புத் தேவைப்படும் தொழில் நுட்பங்கள் ஆகியவற்றின் மீதான சார்புத்தன்மை, அரசு வழங்கும் சலுகைகளை நீக்குதல், அரசின் ஆதரவை விலக்கிக்கொள்ளுதல் ஆகியவற்றைத் தீர்வாக ஒரு குழுவினர் முன்வைக்கின்றனர். மற்றொரு பக்கமோ ஒவ்வொரு கட்டத்திலும் அரசின் அதிக தலையீட்டையும், கடன் தள்ளுபடிகளையும் மேலும் பலவற்றையும் வழங்க வேண்டும் என்கின்றனர். மரபணு மாற்றம் செய்யப்பட்ட பயிர்களை விற்பதற்கு ஒரு குழுவினர் ஆதரவு திரட்டினால், மற்றொரு குழுவினர் இயற்கை விவசாயம், செலவற்ற விவசாயம் ஆகியவற்றை முன்வைத்து பிரச்சாரம் செய்கின்றனர்.

இந்தியா தனது விவசாயச் சிக்கலைத் தீர்க்க வேண்டுமாயின், அதற்குத் தொழில்நுட்ப மற்றும் பொருளாதார சீர்த்திருத்தங்கள் தேவைப்படுகின்றன. கிராமப்புற இந்தியாவிற்கு ஒரு புதிய திட்டம் தேவைப்படுகிறது. தள்ளாடிக்கொண்டிருக்கும் கிராமப்புற பொருளாதாரத்தை எழுந்து நிற்க வைப்பதற்குத் தேவையான பணமும், முயற்சியும் கொண்ட ஒரு முழுமையான அணுகுமுறை தேவைப்படுகிறது. விவசாயிகளைத் திட்டங்களின் பயனாளியாக மட்டும் சுருக்காமல், விவசாய வளர்ச்சியின் சம பங்குதாரராக நிறுத்தக்கூடிய புதிய கட்டமைப்பு நிறுவனங்கள் தேவைப்படுகின்றன. வேறுபட்ட பகுதிகளுக்கும், வேறுபட்ட பயிர்களுக்குமான வேறுபட்ட அணுகுமுறைகளும், திட்டங்களும் தேவைப்படுகின்றன. தொடக்க நிலையில், கூட்டு முயற்சிகள் மற்றும் நீண்டகால பலன்களைத் தரக்கூடிய திட்டங்களை நாம் பார்க்கலாம். அவற்றிலிருந்து எடுத்துக்கொள்ளக்கூடிய பாடங்களை எடுத்துக்கொண்டு அரசின் தலையீட்டை மேலும் புதிதாகக் கட்டமைக்கலாம். அத்துடன் விளைப் பொருட்களை விளை நிலங்களிலிருந்து மக்களிடம் கொண்டுசேர்க்கக்கூடிய, விவசாயிகளுக்கு நீண்ட கால நற்பலனை அளிக்கக்கூடிய மதிப்புச் சங்கிலிகளை விவசாய மற்றும் அதன் தொடர்புடைய தொழில்களில் உருவாக்க பல சமூக கட்டமைப்புகள் தேவைப்படுகின்றன. நாம் சொல்வதைக் கவனத்துடன் கேட்கக்கூடிய ஓர் அரசு தேவைப்படுகிறது. ஆங்காங்கே ஒரு சில திட்டங்களை அறிமுகப்படுத்துவதும், செயல்படுத்துவதுமான நிலையைக் கடந்து உண்மையாகச் செயல்படக்கூடிய விவசாயத் துறைகள் நமக்குத் தேவைப்படுகின்றன.

பாதிக்கப்பட்ட விவசாயிகளையும், கிராமப்புற இந்தியாவையும் மீட்டெடுப்பதற்கான சரியான திசை வழியைப் பற்றி கலந்தாலோசிப்பதிலும், விவாதிப்பதிலுமேயே ஏறத்தாழ 20 ஆண்டுகளுக்கும் மேலாக ஓடிவிட்டன. எந்தவித தேவையான பலனும் கிடைக்கவில்லை. அரசே இந்தச் சிக்கலுக்குத் தோள் கொடுத்துத் துணை நிற்க வேண்டும். ஏனெனில் மிகவும் வளர்ச்சியடைந்த நாடுகளாகக் கருதப்படும் அமெரிக்கா, ஜப்பான் உட்பட எந்த நாடும் விவசாயிகளுக்குச் சலுகைகளோ, உதவிகளோ, நேரடியாகவோ, மறைமுகமாகவோ ஆதரவு தெரிவிக்காத அரசுகளாக இருக்கவில்லை.

இன்றைய நிலை என்பது பிரிட்டிஷ் ஏகாதிபத்திய காலத்தின் மறுபதிப்பாகவே உள்ளது. பெராரில் பருத்தியும், பஞ்சமும் என்ற

தலைப்பில் பேராசிரியர் லஷ்மண் டி. சத்தியா அவர்கள் எழுதிய புத்தகத்தில் இவ்வாறு குறிப்பிடுகிறார்.

பெராரை பிரிட்டிஷ் அரசு எடுத்துக்கொண்டது என்பது நேர்மை யற்ற சூழ்ச்சி மிகுந்த பிரிட்டிஷ் ஏகாதிபத்தியத்தின் பல திறனான கதைகளுள் சிறப்பானது. வரலாற்று ரீதியாக பெரார் மொகலாய பேரரசின் மிக முக்கியமான பகுதியாக இருந்தது. மொகலாய பேரரசு வீழ்ந்த பிறகு 18ஆம் நூற்றாண்டின் தொடக்கக் காலத்தில் மராத்தியர்களும், ஐதராபாத் நிஜாமும் பெராருக்காக போட்டி போட்டனர். 1818இல் மராத்தியர்கள் தோற்கடிக்கப்பட்ட பின் நிஜாமிடம் பெரார் ஒப்படைக்கப்பட்டது. அவரது பணிவிற்கும், விசுவாசத்துக்கும் பரிசாக அது அவருக்கு அளிக்கப்பட்டது. வட அமெரிக்காவில் நடந்த அரசியல் நாடகங்களின் விளைவாக மேன் செஸ்டர் சேம்பர் ஆப் காமர்ஸ் இந்திய அரசின் மீது தொடர்ந்த அழுத்தத்தைக் கொடுத்தது. சரியான நேரத்தில் இந்தியாவின் கவர்னர் ஜெனரலாக டல்ஹவுசி அனுப்பப்பட்டார். பிரிட்டிஷ் ஏகாதிபத்தியத்தின் பருத்திப் பசிக்கு தீர்வுக்காண வேண்டிய நிர்ப் பந்தம் அப்போது அவருக்கு ஏற்பட்டது. டல்ஹவுசி நிர்வாகத்தின் உச்சமாக பெராரை பிரிட்டிஷ் ஆக்கிரமித்தது.

பருத்தி விளைச்சல் மிகுந்த பெராரின் வருமானம் என்பது பிரிட்டிஷ் மற்றும் நிஜாமுக்கு இடையிலான போட்டியின் அடிப் படையாக இருந்தது. நிஜாமுடன் எல்லா வகையான ஒப்பந்தங் களும் போட்டு அவரைக் கட்டுப்படுத்தி அவரது நிலப்பகுதியை பிரிட்டிஷ் ஆக்கிரமித்தது. நிஜாமுக்குப் பாதுகாப்பு வழங்குவது என்ற பெயரில் ஐதராபாத் இராணுவப் பிரிவு என்ற ஒரு பொய்யான இராணுவப் பிரிவு உருவாக்கப்பட்டது. இந்த இராணுவப் பிரிவின் நிர்வாகத்துக்குத் தேவையான நிதியை வழங்குவது என்பதே பெராரியிலிருந்து பெறப்பட்ட வருமானத்திற்கான காரணமாகச் சொல்லப்பட்டது. ஐதராபாத்தில் இருந்த பிரிட்டிஷ் அரசாங்கத்தின் பிரதிநிதியானவர் பெரார் தொடர்பான அனைத்து ஒப்பந்த விதி முறைகளும் சரியாக பின்பற்றப்படுவதைக் கண்காணித்துக்கொண் டிருந்தார். பெராரை மீட்டெடுப்பது குறித்து நிஜாம் பேசும் போதெல்லாம் மிக வெளிப்படையான, மோசமான அச்சுறுத்தல்கள் அவர் மீது வீசப்பட்டன. பிரிட்டிஷ்க்கு எதிராக தனது படைகளை அவர் திரட்டுவதைத் தடுக்கும் நோக்கில் அவரது அரசிலேயே குழுக்கள் உருவாக்கப்பட்டன. ஆக்கிரமிப்புக்கு அவர் காட்டிய எதிர்ப்பினால் கோபமுற்ற டல்ஹவுசி, "அவரது பெயரோ,

அடையாளமோ இனி ஒருபோதும் தெரியாத அளவிற்கு இந்திய அரசு அவரைத் தனது காலடியில் நசுக்கிவிடும்" என்று அச்சுறுத்தல் கடிதம் அனுப்பினார். 1860கள் மற்றும் 70களில் மும்பை, நாக்பூர், கொல்கத்தா வழித்தடத்தில் யவத்மாலை இணைத்து பிரிட்டிஷாரால் ஒரு இரயில் தடம் போடப்பட்டது. இது பருத்தி, தேக்கு ஆகியவற்றை மும்பை மற்றும் கொல்கத்தாவிற்கும், பின் அங்கிருந்து மான்செஸ்டர் மற்றும் லிவர்பூலுக்கும் அனுப்புவதற்காகவே உருவாக்கப்பட்டது. ஆனால், இன்று இந்தப் பகுதிகள் நகர்ப்புறங்களில் விற்பதற்குத் தேவையான அளவு உற்பத்தி செய்கின்றன. ஆனால், தாங்கள் விற்பவற்றின் மூலம் போதுமான அளவு வருமானத்தை அவர்கள் பெறுவதில்லை.

அதற்கும் மேலாக இன்றைய விவசாயிகளின் செலவினங்கள் என்பது அதிக விலை உயர்ந்த இரசாயன விவசாய உட்பொருள்களுக்கே செலவாகிறது. 1990களின் தொடக்கத்தில் பைரெத்ராய்ட்ஸ் (Pyrethroids) எனப்படும் இரசாயனப் பூச்சிக்கொல்லிகள் கலப்பின பருத்திகளுடன் வந்தன. அதன் பிறகு ஆர்கனோ ஃபாஸ்ஃபேட்ஸ் (organophosphates) மற்றும் பிற இரசாயனங்களும் வந்தன. இந்த இரசாயனப் பொருட்களை வாங்க இயலாத நிலையில் உள்ள விவசாயிகள் தங்களது வீடுகளிலும், தங்களது விவசாய நிலங்களில் உள்ள மரங்களிலும் தூக்கிட்டுத் தற்கொலைசெய்து கொண்டனர்.

மகாராஷ்டிரா அரசு முதலில் விவசாயத் தற்கொலைகள் என்பது ஆந்திரப் பிரதேசத்தில் மட்டுமே நடக்கும் வேதனையான நிகழ்வு என்று கூறியது. பின்னர் அது விதர்பா பகுதிகளில் மட்டுமே நடக்கின்றன என்று கூறியது. ஆனால். 2000த்திலிருந்து 2010ஆம் ஆண்டுக்குள் நடத்தப்பட்ட பல ஆய்வுகள் இந்திய கிராமப்புறங்கள் மிகப் பெரும் சீரழிவில் இருப்பதையும், அந்தச் சிக்கல் என்பது எரிமலையாக வெடிக்கக் காத்திருப்பதையும் வெளிப்படுத்தின. எல்லாவற்றிற்கும் பொதுவான ஒன்று கண்டறியப்பட்டது. அது தான் விவசாயம். ஒருசில விதிவிலக்குகளைத் தவிர, விவசாயம் வருமானம் ஈட்டித்தராததாகவும், விவசாய வருமானம் மிக மோசமாக வீழ்ச்சியடைந்ததும், வருமானம் ஈட்டக்கூடிய வழிகள் சுருங்கியதும், வங்கிகள் அல்லாத தனிநபர்களிடம் வாங்கப் பெறும் கடன்கள் அதிகரித்ததும், அன்றாட வாழ்க்கைக்கான செலவினங்கள் பலமடங்கு அதிகரித்ததும், சமூக பொருளாதார சிக்கல்கள் ஆழமாகிக் கொண்டிருந்ததுமே காரணமாகக் கண்டறியப்பட்டது. மிகச் சிறிய அளவில் சந்தை மற்றும் சூழலியல் மாற்றங்கள் கூட தாங்க

இயலாத நிலையில் மழை சார்ந்து விவசாயம் செய்யக்கூடிய சிறு மற்றும் குறு விவசாயிகள் இருந்தனர்.

★★★

புதிய நூற்றாண்டின் முதல் பத்து ஆண்டுகளில் நகர்ப்புற இந்தியா 21ஆம் நூற்றாண்டுக்குள் வெகு வேகமாக நுழைந்ததையும், கிராமப்புறங்கள் இருந்த இடத்திலேயே தேங்கி நின்றதையும் கண்டோம். இந்த உண்மையை ஆதர்ஷ் மிஸ்ரா தலைமையிலான திட்டக் குழுவின் உண்மை அறியும் குழு தனது அறிக்கையில் வெளிப்படுத்தத் தவறியிருந்தது.

புதிய நூற்றாண்டு ராம்ராவின் கிராமத்துக்கு எந்த குறிப்பிடத் தகுந்த மாற்றத்தையும் கொண்டுவரவில்லை. ஒரு சிமெண்ட் சாலையும், நீர் சுத்திகரிப்பு இயந்திரம் ஒன்று ஒரு ஆழ்துளைக் கிணறில் நிறுவப்பட்டதும் தவிர, வேறு எந்த மாற்றமும் வரவில்லை. ஆனால், இந்த நீர் சுத்திகரிப்பு இயந்திரத்தை நிறுவுவதற்கு மக்களிடமிருந்து பணம் பெறப்பட்டது ஒருபுறம் என்றால், மற்றொருபுறம் பெரும்பாலான கிராமத்தினர்கள் தங்களது குடிசைகளில் கூரையாகப் போடப்பட்டிருந்த நீல தார்ப்பாய்களைக்கூட மாற்ற இயலாதவர்களாகவே இருந்தார்கள்.

இந்தக் காலகட்டத்தில் பந்தர்காவுடா விரிவடைந்தது. ஹிவாரா சுருங்கியது. ஒரு கிராமத்துக்கும், அதன் அருகில் உள்ள ஒரு சிறு நகரத்துக்கும் இடையில் உள்ள வளர்ச்சி வேறுபாடு என்பது மிகுந்த வெளிப்படையானது. இது ஒரு பெரு நகரத்துக்கும், தூரத்தில் உள்ள ஒரு குக்கிராமத்துக்கும் இடையிலான வேறுபாட்டைவிட மிக அப்பட்டமானது. மும்பையோடு ஒப்பிடுகையில் ஹிவாரா கவனிக்கத் தகுந்ததாகக்கூட இருப்பதில்லை. ஆனால், பந்தர்காவுடாவின் புதிய பணக்காரர்கள், அதிலும் குறிப்பாக, அருகில் உள்ள கிராமங்களிலிருந்து குடிப்பெயர்ந்த அவர்களுக்கு முன், ஹிவாரா அப்போதும் கவனிக்கத் தகுந்ததாக இருக்கவில்லை. விவசாயத்தின் அல்லல்கள், கிராமப்புறத்தில் உள்ள நிதானமான வாழ்க்கை முறை, நோய்கள், அருகில் உள்ள நகரத்தில் காணக் கிடைக்கும் பல சேவைகள் இங்குக் கிடைக்காத நிலை இவை அனைத்தும் அவர்கள் அந்தச் சிறு நகரங்களுக்குத் தங்களது தேவைகளுக்காகச் செல்லும் ஒவ்வொரு முறையும் அவர்கள் கண்முன் தெரிந்து அவர்களை விரக்திக்குள்ளாக்குகிறது. எடுத்துக்காட்டாக, முன்னாபோலன்வார் பந்தர்காவுடாவுக்குச் சில ஆண்டுகளுக்கு

முன் குடிபெயர்ந்தார். இப்படியான சிறுதூர இடம் மாற்றங்களுக்கு அடிப்படை காரணமாக இருக்கக்கூடிய தங்கள் குழந்தைகளுக்கு மிக நல்ல தனியார் ஆங்கிலவழிக் கல்வி வழங்க வேண்டும் என்ற ஆசைதான் இவருக்கும் இருந்தது.

20 ஆண்டுகளில் கிராமப்புற விதர்பா மோசமான நிலையிலிருந்து அதி மோசமான நிலைக்குக் கீழ் இறங்கியதை நான் கண்டேன். ஒரு காலத்தில் எங்கும் பச்சை பசுமையாகக் காணப்பட்ட விவசாய நிலங்கள், மான்செஸ்டருக்கும், லிவர்பூலுக்கும் ஏற்றுமதி செய்யப்பட்ட பருத்தி, நாடெங்கும் இருந்து வியாபாரிகளை ஈர்த்த பருத்திக் காடு, மத்திய இந்தியாவின் தொழில் புரட்சியைத் தூண்டி, தனது கைத்தறி, நெசவுத் தொழில் மூலம் விடுதலைப் போராட்டத்தின் மையமாகத் திகழ்ந்த அந்த விதர்பாதான் இன்று சீரழிந்து நிற்கிறது.

விதர்பாவின் வரைபடத்தில் தற்கொலை காரணமாக நடந்த இறப்புகளையெல்லாம் கறுப்புப் புள்ளிகளால் நான் குறியிடத் தொடங்கினால், சில கிராமங்களும், பல தாலுகாக்களும் முழுமையாக அதில் அடங்கிவிடும். போத்போதனில் 20 தற்கொலைகள், ஏறத்தாழ நூறு குடும்பங்கள் மட்டுமே வாழக்கூடிய இர்ஜாடா என்னும் கிராமத்தில் 20 வருடங்களில் 42 தற்கொலைகள். பம்ராஜாவில் 7. இந்த மூன்று கிராமங்களும் யவத்மாலில் இருக்கின்றன. ஒரு உயர்தர உணவு விடுதியில் உணவருந்தும் நகர்ப்புற மனிதர்கள் உணவு பரிமாறுபவருக்குக் கொடுக்கும் சேவை அன்பளிப்பு தொகைக்கு இணையான சிறு அளவிலான கடன்களினால் அவர்களது துன்பங்கள் அதிகரிக்கும் நிலையை நாம் கேட்க முடியும்.

அடிப்படையிலேயே மாறிவரும் பொருளாதாரக் கட்டமைப்புகளும் இந்தச் சிக்கலுக்குக் காரணமாக இருந்தன. புதிய பொருளாதார ஒழுங்கில் பொருளாதாரக் கட்டமைப்புகளும் தாராளமயமாக்கப்பட்டன. வங்கிகளில் ஒற்றை நோக்கமாக இலாபம் இருந்தது. அதனால் அவர்கள் கிராமப்புறக் கிளைகளை மூடத் தொடங்கினர். இதனால் கடன் வழங்குதல் 1990களில் பெருமளவு குறைந்தது. இது தனியார் வட்டிக்கடைக்காரர்களின் எண்ணிக்கையைப் பெருக்கியது. புதிய நூற்றாண்டில் கிராமப்புறக் கடன் தொகை பல மடங்கு பெருகியபோதும், இது கிராமப்புற பணக்காரர்களுக்கும் பெரு முதலாளிகளுக்கும் ஆதரவாகவே இருந்தது. ஏற்றுமதியை நோக்கமாகக் கொண்ட, பெரும் முதலீட்டை அடிப்படையாகக்

கொண்ட பணப் பயிர் உற்பத்திக்கு நிதி உதவி அளித்த மறைமுகக் கடன்கள், இந்தக் கடன் அதிகரிப்புக்குக் காரணமாகப் பெருமளவு இருந்தது. இந்தக் கடன்களானது பெரு நிறுவனங்களுக்கும், கூட்டு முயற்சிகளுக்கும் விவசாய கடன் என்ற பெயரில் கொடுக்கப்பட்டன. இதனால் விவசாயக் கடன்கள் சிறு, குறு விவசாயிகளிடமிருந்து விவசாயத்தைத் தொழிலாக நடத்திய பெரு நிறுவனங்களின் கைகளுக்குச் சென்றன. பெரிய பணக்கார வணிக நோக்கிலான விவசாயிகள், நிறுவனங்களுக்குப் புதிய வருமானங்களை உருவாக்கும் விதமாகத் தனியார்மயப்படுத்துதலைப் புதிய பொருளாதாரக் கொள்கை கொண்டுவந்தது.

இலாபம் ஈட்டுதல் என்று வரும்போது 2006இல் இந்திய அரசு அறிக்கை ஒன்று விதர்பாவில்கூட விவசாயம் இலாபம் தர வாய்ப்பு உள்ளது என்று கூறியது. ஆனால், களத்தில் உண்மையில் இலாபம் என்ற சொல்லுக்கு அருகில்கூட பல விவசாயிகளால் நெருங்க முடியவில்லை. ஒரு ஹெக்டேருக்கு ரூ.4,000 முதல் ரூ.5,000 வரை இலாபம் ஈட்டுவது என்பதே பெரும் முனைப்பாக இருந்தது. பாசன வசதி உள்ள சூழ்நிலைகளில் பருத்தி, சோளம், சோயா ஆகியவற்றின் 2004, 2005ஆம் ஆண்டின் குறைந்தபட்ச உறுதி விலைகளை இந்த அறிக்கை ஒப்பிடுகிறது. சோளம், பருத்தி உற்பத்தியின் எல்லாவிதமான செலவினங்களையும், அதாவது, வாடகை, குடும்ப உழைப்பு ஆகிய எல்லா செலவினங்களையும் ஒட்டுமொத்தமாகக் கூட்டினால் இருப்பதைவிட, குறைந்தபட்ச உறுதி விலை அதிகமாக உள்ளது. ஆனால், சொந்த முதலீட்டிற்கான வட்டியையும், சொந்த நிலத்துக்கான வாடகையையும் இதனுடன் இணைத்தால் வரக்கூடிய உற்பத்தி விலையைவிட குறைந்தபட்ச உறுதி விலை குறைவாக உள்ளது.

பெரும்பாலான விவசாயிகள் கடனில் உள்ளனர். அதிலும் குறிப்பாக, குறு விவசாயிகள் அவ்வாறு இருப்பதற்கான சாத்தியங்கள் அதிகம். விதர்பாவில் விவசாயக் கடன்களுக்கான தேவையும், கடன் உதவி பெறுவதற்கான வாய்ப்பும் ஏறத்தாழ 50% சாத்தியத்தில் மட்டுமே உள்ளது. ஒரு காலகட்டத்தில் கூட்டுறவு வங்கிகள் மகாராஷ்டிராவில் மிக முக்கியத்துவம் பெற்றிருந்தன. ஆனால், இப்போது வங்கிகள், கிராமப்புறக் கூட்டுறவு சங்கங்கள் ஆகியவற்றின் மூலம் தரப்படும் கடன்கள் மிக சொற்பமானவையாகவே இருக்கின்றன. கூட்டுறவு வங்கிகள் மிகப் பெருமளவில் வாராக் கடன்களைக் கொண்டிருப்பவையாகவும், மிக அதிக

வட்டிவிகிதம் கொண்டவையாகவும் இருக்கின்றன. வங்கிகள், கூட்டுறவு சங்கங்களில் உள்ள வாராக் கடன் பட்டியலில் உள்ள விவசாயிகள் இத்தகைய வங்கி மூலம் பெறும் கடன்களிலிருந்து விலகி, தங்களுடைய சமூகத் தொடர்புகள், தனியார் வட்டிக்கடைக் கார்களின் கடன்களைச் சார்ந்து வாழத் தொடங்குகின்றனர்.

★★★

1995இல் தேசிய குற்ற ஆவணக் காப்பகம் விபத்தின் மூலமாகவும், தற்கொலைகள் மூலமாகவும் இந்தியாவில் நிகழும் இறப்புகளைக் குறித்த விவரங்களை ஆவணப்படுத்தத் தொடங்கியது. விதர்பாவில் 20 ஆயிரம் விவசாயத் தற்கொலைகள், மகாராஷ்டிராவில் 60 ஆயிரம், இந்தியாவெங்கும் உள்ள பிற பகுதிகளில் மொத்தமாக 4 இலட்சம் விவசாயத் தற்கொலைகள் நடந்துள்ளதாக அது குறிப்பிடுகின்றது. 2018ஆம் ஆண்டு அறிக்கையே மிகவும் அண்மை காலத்திய அறிக்கையாகும். தேசிய குற்ற ஆவணக் காப்பகம் அடுத்தடுத்த ஆண்டுகளின் அறிக்கைகளைச் சரியான நேரத்தில் வெளியிடவில்லை. 2015-2016 ஆண்டுகளுக்கான அறிக்கை நவம்பர் 2019இல் வெளியிடப்பட்டது. அந்த அறிக்கை தனது அணுகுமுறையில் சில மாற்றங்களை ஏற்படுத்தி அதன் விளைவாக இறப்பு எண்ணிக்கை குறைவாகத் தோன்றும்படி இருந்தது.

“2013இல் விவசாயத் தற்கொலை குறித்த விவரங்களில் அரசு சற்று விளையாடத் தொடங்கியது” என்று 2019இல் கேரளாவில் ஆற்றிய ஒரு உரையில் பி. சாய்நாத் கூறுகிறார். ஏறத்தாழ 20 ஆண்டுகளுக்கு மேலாக விவசாயிகள் குறித்த சிக்கல்களில் ஆழ்ந்த அனுபவம் கொண்டு தொடர்ந்து எழுதிவரும் சாய்நாத் தொடர்ந்து விவரிக்கிறார். “அதன் பிறகு அந்த எண்ணிக்கை நம்பத் தகுந்ததாக இல்லாமல் போனது. அடுத்தடுத்த ஆண்டுகளில் அணுகுமுறை மாற்றப்பட்டது. அதன் விளைவாக விவசாயத் தற்கொலைகள் ஏறத்தாழ 50% குறைவாகத் தோற்றமளித்தன. பிற இறப்புகள் என்ற தலைப்பிலான எண்ணிக்கை 128% அதிகரித்தது. 2016இல் விவசாயத் தற்கொலைகள் பற்றிய விவரங்களை வெளியிடுவதை நிறுத்துமாறு தேசிய குற்ற ஆவணக் காப்பகத்துக்கு அரசு உத்தரவிட்டது. 2017இல் தேசிய குற்ற ஆவணக் காப்பகமே இழுத்து மூடப்பட்டது. பின்னர் அது காவல்துறையின் ஆய்வு, வளர்ச்சித் துறையுடன் இணைக்கப்பட்டது.”

சில ஆய்வாளர்கள் சமூகப் பண்பாடு மற்றும் சமூக-உளவியல் கட்டமைப்பின் ஊடாக இந்தத் தற்கொலைகளை ஆய்வு செய் தனர். தாராளமயமாக்கலுக்குப் பின்னான காலகட்டத்தில் சமூகத் திலும் தனிநபர்களின் வாழ்விலும் ஏற்பட்ட மாற்றங்களை அடிப் படையாக வைத்து இந்த ஆய்வுகள் நடத்தப்பட்டன. வேறு சில ஆய்வாளர்கள் தாராளமயமாக்கலின் விளைவாக இந்தியப் பொருளாதாரத்தில் நடந்த மிகப் பெரும் பொருளாதார மாற்றங் களின் விளைவே இந்தத் தற்கொலைகள் என்ற நோக்கில் ஆராய்ந் தனர். குறிப்பாக, உலக வணிகத்தில் நடந்த மாற்றங்கள், விவசாய விளைப்பொருட்கள் பன்னாட்டு எல்லைகளைக் கடந்து எளிதாக நகர்ந்த தன்மை ஆகியவை இவற்றுக்கான காரணங்களாகக் குறிப் பிடப்பட்டன. எல்லா ஆய்வுகளும் இந்தச் சிக்கலின் ஏதோ ஒரு முக்கிய கூறை சரிவரக் கண்டுபிடித்து கூறியுள்ளன. ஆனால், அதன் முழுமையை எந்தவொரு ஆய்வும் வெளிப்படுத்தவில்லை.

ராம்ராவ் ஒரு தற்கொலை முயற்சியிலிருந்து காப்பாற்றப் பட்டார். ஆனால், அது அவரது வாழ்வையோ அவரது மன நிலையையோ எந்த விதத்திலும் மாற்றவில்லை. விதர்பாவில் உளவியல் மேம்பாட்டுக்கான செயலாக்க ஆய்வு ஒன்று மிக நம்பிக்கையூட்டும் ஒரு உண்மையை வெளிப்படுத்தியது. கிராமப் புற பொது சுகாதார மையங்களில் உளவியல் ஆலோசனையாளர்கள் இருந்தால் தங்களது மன அழுத்தத்துக்கு ஆலோசனை பெறும் நபர்களின் எண்ணிக்கை அதிகரித்து அதனால் தற்கொலைகளின் எண்ணிக்கை குறைகிறது என்று அந்த அறிக்கை வெளிப்படுத் தியது. ஒரு சிறு முதலீடு, அடிப்படையான தலையீடு ஆகிய வற்றின் மூலம் தற்கொலைக்கு முயலும் அப்பாவிகளின் மன அழுத்தத்தைக் குறைத்து அவர்களைக் காப்பாற்றுவதற்கான வாய்ப்பு அதிகரிக்கிறது. சிறிது சிறிதாக ஆங்காங்கே நடத்தப்படும் தலையீடுகளின் மூலமாகக் குறுகியக் காலகட்டத்தில் மாற்ற முடியாதவையாகக் கிராமப்புறங்களில் அதிகரித்துவரும் பொருளா தார அழுத்தம், சமூக, பண்பாட்டு, சூழலியல், அரசியல் இறுக்கங் களின் விளைவாக எழுந்துள்ள கட்டமைப்பு சிக்கல்கள் ஆகியவை இருக்கின்றன. இவையே இத்தற்கொலைகளுக்கும் காரணமாக உள்ளன.

அகோலா மாவட்டத்தில் விவசாயிகளின் மன அழுத்தத்துக்கு இலவசமாக மருத்துவ உதவி செய்யும் டாக்டர் சுஜாய் பட்டேல் என்னும் எனது நண்பர் 2006இல் என்னிடம் சில முக்கியமான

காரணங்களைப் பகிர்ந்துகொண்டார். "நாங்கள் அறிகுறிகளுக்குத் தீர்வு காணலாம். ஆனால், அதன் ஆணி வேருக்கு அல்ல." அப்படி யாயினும், விவசாயத் தற்கொலைகளின் எண்ணிக்கையைக் குறைப் பதற்குப் பொது சுகாதார மையங்களிலும், கிராமப்புற முதன்மை சுகாதார மையங்களிலும் பயிற்சிப் பெற்ற உளவியல் நிபுணர்களைப் பணிக்கு அமர்த்துவதன் மூலம் குறைக்க முடியுமாயின் இது மிகவும் வரவேற்கத்தக்க ஒரு மாற்றமாகும்.

பூச்சிகளின் தாக்குதல், போலியான விதைகள், போலியான உரங்கள், மழை தவறுதல், பருவம் தவறி மழை பெய்தல், அதீத மழை, சந்தை மாற்றங்கள் ஆகியவற்றின் காரணமாக ராம்ராவ் தொடர்ந்து தனது பயிர்களை இழந்துவருகிறார். இதுபோக காட்டுவிலங்குகளின் தாக்குதல் வேறு. ஒவ்வொரு கட்டத்திலும், ஒவ்வொரு முறையும் அரசு தலையிட்டு இழப்புக்கு நிவாரணம் வழங்க வேண்டியுள்ளது. நாம் ஒரு சந்தைப் பொருளாதாரத்தில் வாழ்ந்துகொண்டிருக்கிறோம். செழிப்படைய காத்திருக்கிறோம். ஆனால், மிக ஆழமான சமூகப் பொருளாதாரச் சிக்கலுக்குள் நிற்கும்போது நமது வேதனைகளும், வேண்டுகோள்களும் அரசை நோக்கியே இருக்கின்றன என்பது ஒரு வேதனையான முர ணாகும். தனியார் நிறுவனங்கள் போலியான விதைகளை விற் கின்றன. ஆனால், விவசாயிகளோ அரசிடமிருந்து நிவாரணம் கேட்கின்றனர். பயிர் காப்பீடு நிறுவனங்கள் பெரும் இலாபத்தைக் கொள்ளையடித்து செல்கின்றன. ஆனால், இந்த நிறுவனங்கள் தங்கள் சிக்கல்களைத் தீர்க்காது என்பதால் விவசாயிகள் அரசிட மிருந்து கடன் தள்ளுபடியைக் கோருகின்றனர். தனியார் நிறு வனங்கள் இங்கு இலாபம் சம்பாதிக்கவே இருக்கின்றன. ஒரு சமூகப் பொருளாதாரப் பாதுகாப்பு வலையத்தைத் தருவதற்கு அல்ல. அதனால் விவசாய சிக்கல் தீர்க்கப்படாதவரையில் அரசு தலையிட்டு, தவிக்கும் விவசாயிகளுக்கு ஆதரவு அளித்து நிவா ரணம் வழங்கவேண்டிய கட்டாயத்தில் உள்ளது.

2014வரை காங்கிரசும் தேசியவாத காங்கிரசு அரசுகளும் மகா ராஷ்டிராவில் ஆங்காங்கே சில நிவாரணங்களை வழங்குவதன் மூலம் விவசாயிகளின் கோபத்தைச் சமாளித்து வந்துள்ளனர். ஆனால், பாரதிய ஜனதா அரசு வேறொரு பாதையைத் தேர்ந் தெடுத்தது. அதே பணத்தைப் பயிர்க் காப்பீடு திட்டத்தில் முதலீடு செய்தது. இதன் மூலம் ஏறத்தாழ நூற்றுக்கணக்கான கோடி ரூபாய்கள் ஒவ்வொரு மாவட்டத்திலும் தனியார் நிறுவனங்களால்

கொள்ளையடிக்கப்பட்டு கொள்ளை இலாபமாக ஈட்டப்பட்டுள்ளன. வங்கிகள் பயிர்க் கடன்களுடன் தங்களது காப்பீட்டையும் விற்று வருகின்றன. அடிப்படையில் இலாபம் தனியார்மயமாகி இழப்பு சமூகமயமாக்கப்பட்டுவிட்டது.

இந்த வெளிப்படையான குறைபாடுகளைத் தவிர, விதர்பாவின் பருத்தி விளைப் பகுதிகளில் ஏற்பட்டுள்ள மிக முக்கியமான இழப்பு என்பது அங்கு ஷேக்காரி சங்கத்னாவால் முன்னெடுக்கப்பட்ட இயக்கத்தைப் போன்ற விவசாய இயக்கங்கள் முற்றிலுமாக அழிந்துபோனதாகும். விவசாயிகளுக்குத் தேவை ஏற்படும்போது கைகொடுக்க வலிமையுள்ள நிறுவனங்களை உருவாக்க இயலாத வட்டார அரசியல் தலைமைகளின் தோல்வியும் இயலாமையும் மற்றொரு மிகப் பெரும் பின்னடைவாகும். மாவட்ட கூட்டுறவு வங்கிகள் மிக மோசமாக நிர்வகிக்கப்படுகின்றன. கிராமப்புற விவசாயப் பொருளாதாரத்தின் முதுகெலும்பாக ஒரு காலத்தில் திகழ்ந்த முதன்மை விவசாயக் கூட்டுறவு சங்கங்கள் ஏறத்தாழ அழிந்துபோய்விட்டன. வட்டார விவசாய பல்கலைக்கழகங்களோ தங்களது குண்டுச்சட்டிக்குள் குதிரை ஓட்டிக்கொண்டு அதில் காலத்தைக் கடத்தி கள சிக்கல்களைத் தீர்ப்பதில் அக்கறை செலுத்தாமல் போகின்றன. கூட்டுறவு அமைப்புகள் காணாமலேயே போய்விட்டன.

விவசாயிகளின் சிக்கல்களுக்குத் தீர்வுகாணும் வலிமையற்று அரசு இயந்திரம் ஊழல்மயமாகியும் செயலாற்றல் அற்றும் போய் நிற்கிறது. உண்மையில் இந்தச் சிக்கலைத் தங்களுக்கு இலாப கரமாக மாற்றும் வேலையிலேயே மாநில அரசும் அதன் நிர்வாக இயந்திரமும் செயல்பட்டன. இறந்த விவசாயிகளின் குடும்பங்களுக்கும் சிறு, குறு ஏழை விவசாயிகளுக்குமான நிவாரணங்களில் பங்கு பெறுவதில் அவை முனைந்தன. 2005இல் வயது முதிர்ந்த ஆரோக்கியமற்ற வெளிநாட்டுப் பசுக்களை வாங்கி விற்ற தன்மூலம் ஏறத்தாழ ரூ.350 கோடியை எந்தவித வருமானமும் ஈட்டித் தராது வீணாக்கினர். இது 2006இல் மகாராஷ்டிரா காங்கிரஸ் கமிட்டியின் சொந்த அறிக்கையில் விவரிக்கப்பட்டுள்ளது. தரமற்ற விதைகளை விற்றனர். இத்திட்டங்களின் மூலம் மிகப் பெரும் விலை கொடுத்து தரமற்று உற்பத்தி செய்யப்பட்ட விவசாய இயந்திரங்களை வாங்கினர். முடிக்கப்படாத பாசனத் திட்டங்களில் பணத்தைக் கொட்டி வீணடித்தனர். ஏப்ரல் 2008ஆம் ஆண்டு மகாராஷ்டிரா சட்டமன்றத்தின் வரவு-செலவு திட்டக்

கூட்டத்தில் மகாராஷ்டிராவின் கணக்காய்வாளர் அளித்த அறிக்கையில் இது கோடிட்டுக் காட்டப்பட்டுள்ளது. ஒன்றும் சரிவர வேலை செய்யவில்லை. ஏனெனில், எதுவும் சரிவர வேலை செய்வதற்காகத் திட்டமிடப்படவில்லை.

களத்தில் சமூகக் கட்டமைப்பு சிக்கல்கள் தொடர்ந்து அதிகரித்து வந்தன. குடும்பச் சச்சரவுகள், சாதி சண்டைகள், மழை சார்ந்த விவசாயத்தின் விளைவாகக் குறைந்த விளைச்சல், மிக ஏழ்மையான வருமான நிலை, தரமற்ற கல்வி, அதன் காரணமாகக் கிராமப்புறக் குழந்தைகளுக்கு வேலைவாய்ப்பின்மை ஆகிய சிக்கல்கள் அதிகரித்து வந்தன. இவை அனைத்தும் பொருளாதார வளர்ச்சியிலிருந்து ஒதுக்கப்படுவதற்கே இட்டு செல்லும். இறுதியாக வேலை தேடி கிராமப்புறங்களிலிருந்து நகரங்களுக்கு மக்கள் குடிபெயர்கின்றனர். அவ்வாறு குடிபெயர்ந்தவர்களும் குடிசைப் பகுதிகளிலும் மிக மோசமான சூழல்களிலுமே வாழத் தள்ளப்பட்ட போதிலும் இந்தக் குடிப்பெயர்வையே அவர்கள் விரும்புகின்றனர்.

ஆனால், ராம்ராவ் அவரது நிலத்துக்கு மீண்டும் செல்ல வேண்டும். அதை உழுவது மட்டுமே அவர் வாழ்வதற்கும் தனது கடன்களை அடைப்பதற்கும் குறைந்தபட்ச திருப்தியை அடைவதற்குமான ஒரே வழி.

அத்தியாயம் - 5
துயரம்

இரண்டு நெடிய ஆண்டுகள் விவசாயத்தில் ஈடுபடுவதி லிருந்து விலகி இருந்த ராம்ராவ், மீண்டும் தனது நிலத்துக்குத் திரும்பும் ஆவல் கொண்டார். தனது நிலத்தில் விவசாயம் செய் வதற்கான பணத்தைத் திரட்டுவது கடினமாகத்தான் இருக்கப் போகிறது என்று மே 2016இல் ஒரு வெப்பம் நிறைந்த நாளில் அவர் என்னிடம் கூறுகிறார். ஆனால், அதற்கு தான் முயலப் போவதாகவும் கூறினார். அது ஒன்றுதான் பெருகிவிட்டிருந்த அவரது கடன்களை அடைக்க ஒரே வழி. பந்தர்காவுடாவில் உள்ள தனது வங்கிக்குச் சென்று பார்க்கிறார். ஆனால், வாராக் கடன் பட்டியலில் அவரது பெயர் இருப்பதால் அவருக்குப் புதிதாகக் கடன் கிடைப்பது என்பது சாத்தியமற்றதாகவே தோன்றுகிறது. ஏற்கெனவே நிலு வையில் உள்ள கடன்களை வட்டியுடன் கட்டினால் மட்டுமே அவரால் புதிய கடனுக்கு விண்ணப்பிக்க முடியும். தனது பழைய கடன்களை மறுகட்டமைப்பு செய்ய ரூ.3,000 செலுத்தி அதை வாராக் கடன் பட்டியலிலிருந்து நிலுவையில் உள்ள தற்போதைய கடன் பட்டியலுக்கு மாற்ற முயற்சிக்க வேண்டும் என்று கூறுகிறார். ஆனால், அதுவும்கூட புதிதாக வங்கிக் கடன் வாங்குவதற்கான சாத்தியங்களைத் தரும் என்று நம்புவதற்கில்லை.

இன்றைய நிலையில் வங்கிக் கடன்கள் மட்டுமே ரூ.1,00,000த்துக்கும் மேல் இருப்பதாக அவர் கூறுகிறார். நாங்கள் அவரது வங்கிக்குச் சென்று அதை உறுதிபடுத்துகிறோம்.

ஆனாலும் ராம்ராவ் முடிவு செய்துவிட்டார். தனது 5 ஏக்கர் நிலத்தையும், குன்வந்தா கோலம்வாரின் 7 ஏக்கர் நிலத்தையும் இணைத்து உழப்போவதாக அவர் கூறுகிறார். கோலம்வார் விவசாயப் பணிகளுக்கான செலவினங்களைப் பங்கிட்டுக்கொள் வார் என்பதும் ஒரு காரணம்.

பணம் புரட்டுவது எவ்வாறு என்று உறுதியாகத் தெரியா விடினும்கூட, பருத்தி, சோயா, துவரை, சோளம் ஆகியவற்றைச் சம அளவில் பயிரிடப் போவதாகக் கூறுகிறார். அதன் மூலம் ஒரு பயிர் சரிவரவில்லை என்ற போதும் மற்ற பயிர்களின் மூலம் அவருக்கு வருமானம் கிடைக்கக் கூடும் என்ற எதிர்பார்ப்பு இருந்தது. தனது பண்ணை உதவியாள் ஒருவரை இரண்டு டிராக்டர் நிறைய பசுமாட்டு சாணத்தை நிலமெங்கும் பரப்பச் சொல்கிறார். அதற்கு முன் நிலத்தில் வளர்ந்துள்ள பயிர்களையும் களைகளையும் களைந்து சாணத்தை நிரப்புவதே புதிதாக விவசாயம் செய்வதற்கு நிலத்தைத் தயார் செய்யும் முறையாகும். மே மாத இறுதியில் பருவமழைக்கு முன்னால் சிறு மழைகள் தூவி அதன் மூலம் தனது நிலத்தை இளக்கும் என்ற நம்பிக்கையுடன் அவர் இருக்கிறார். இத்தகைய இயற்கை உரம் தனது உற்பத்தியை அதிகரிக்கும் என்று நம்புகிறார். அவரது மாட்டுக்கொட்டிலுக்குப் பின் மலைமலையாகப் பசுஞ்சாணம் குவிந்து கிடக்கிறது. இதை உரமாகப் பயன்படுத்த விழைகிறார். பருவமழை வருவதற்கு முன் இதைச் செய்தால்தான் மழையையொட்டி விதை தூவ ஏற்றதாக நிலம் இருக்கும்.

விதை விதைத்தப் பின் நிச்சயம் அவர் இரசாயன உரங்களையும் பயன்படுத்துவார்தான். அவரது சகோதரர் அசோக்ராவ் இந்த முறை அவருக்குத் துணையாகப் பக்க பலமாக அவர் வேலை தொடங்க தூண்டுகோலாக இருப்பார் என்று நான் உறுதியாக நம்புகிறேன்.

வெயில் காலத்தில் நாங்கள் அவ்வப்போது தொலைபேசியில் பேசிக்கொள்கிறோம். மீண்டும் மழை தாமதிக்கிறது. ராம்ராவ் இன்னமும் விதைக்கவில்லை.

★ ★ ★

2016ஆம் ஆண்டு ஜூன் மாதம் 17ஆம் தேதி மதியம் எனது தொலைபேசி அழைக்கிறது. நான் மேற்கு மகாராஷ்டிராவில் உள்ள சதாராவுக்குப் பயணித்துக்கொண்டிருக்கிறேன். அது ஒரு மழைமேகம் சூழ்ந்த நாள். தொலைபேசியில் அந்தப் புறம் ராம் ராவ் விம்மிக்கொண்டே பேசுகிறார்.

"ராகுல், ஆலக்யாவின் கணவர் இறந்துவிட்டார்" என்று எடுத்த வுடன் சொல்கிறார். இந்தச் சோகச் செய்தியைக் கூறும்போது அவரது குரல் உடைகிறது.

நான் பதில் சொல்வதற்கு முன் அவரே கூறுகிறார். "அவர் தற்கொலை செய்துகொண்டுள்ளார்."

இந்தச் செய்தி எனக்கு மிகுந்த அதிர்ச்சியை ஏற்படுத்துகிறது. இது ஏற்படுத்தக்கூடிய மிகப் பெரும் மனஉளைச்சலை என்னால் கற்பனை செய்தும் பார்க்க முடியவில்லை. நான் தற்போது பயணித்துக்கொண்டிருக்கும் திசைக்கும் நான் உண்மையில் இருக்க விரும்பும் திசையான ஹிவாராவுக்கும் இடையில் என் மனம் ஊசலாடுகிறது.

அதே குரலில் ராம்ராவ் அழுதுகொண்டே சொல்கிறார், "நான் உயிரோடு இருப்பதற்கு இதுதான் காரணம் போலும். கடவுளுக்கு வேறு திட்டங்கள் இருக்கின்றன."

ராம்ராவின் இந்தப் புரிதல் கடவுள் மீதான அவரது நம்பிக்கைக்கும் கடவுளின் திட்டங்கள் மனிதனின் கற்பனைக்கு எட்டாத வையாக இருக்கும் என்ற அவரது உறுதியான பிடிமானத்தின் மீதும் எழுந்துள்ளது.

ஆலக்யா 20 வயதுகளில் உள்ள ஓர் இளம் பெண்... விமல்பாய் மறைந்த சிறிது நாட்களில் அவருக்கு ஒரு குழந்தை பிறந்தது. அந்தக் குழந்தைக்குத் தற்போது நான்கு வயதாகிறது. ஆலக்யாவின் எதிர்காலம் மிக நீண்ட நெடிய வேதனை மிகுந்த தாகத் தோன்றுகிறது. நான் அவரை 2014இல் ஒருமுறை சந்தித் திருக்கிறேன். ஆனால், ராம்ராவ் அவ்வப்போது அவரது மகள், அவளது வாழ்க்கைக் குறித்து என்னிடம் பகிர்ந்துகொண்டே இருந் திருக்கிறார்.

விமல்பாயின் மரணத்துக்குப் பின் ராம்ராவ் தனிமையை மிகுதி யாக உணர்ந்தார். விமல்பாய் உயிருடன் இருந்தபோதும், அவர் உடல்நலிவுற்று இருந்தபோதும் அவரது இருப்பே ராம்ராவுக்குப் பெருந்துணையாக இருந்தது. ஒன்றாக உணவு அருந்துவார்கள். ஒன்றாக முடிவெடுப்பார்கள். வீட்டு வேலைகளையும் பண நிர் வாகத்தையும் அவர் கவனித்துக்கொண்டார். அவருக்குத் துணை யாகவும் இருந்தார். அவர் மறைந்த பிறகு அத்தனை பொறுப்பு களும் ராம்ராவின் மீது விழுந்தன. 2015இல் அனுஜா தனது முதல் குழந்தையைப் பெற்றபோது ராம்ராவ் வீட்டில் அமர்ந்து தொடர்ந்து அழுதுகொண்டேயிருந்தார். தனது மனைவியின் நினைவுகளும் அவர் தன் வாழ்வில் விட்டுச் சென்றுள்ள வெற் றிடத்தையும் நினைத்துநினைத்து அழுதார். தனது மகளை வர வேற்று, அவரது பிரசவத்துக்குப் பின் அவரைப் பராமரித்து தனது

பேத்தியுடன் விளையாடி அவருக்குத் தாலாட்டுப் பாடி – இவை எல்லாவற்றுக்காகவும் தன் மனைவி உடன் இருந்திருக்க வேண்டும் என்று நினைத்தார்.

"அவரது அருமையை நான் தற்போது உணர்ந்துகொண்டேன்" என்று ஒருநாள் என்னிடம் கூறினார். "அவர் உயிருடன் இருக்கும் போது அவரது கடின உழைப்பை நான் பொருட்படுத்தியதில்லை."

ராம்ராவ் என்னுடன் தொலைபேசியில் பேசும்போது அவரது குரல் அடைக்கிறது. தனது வேதனையின் சுமையால் அவர் மனம் உடைந்து காணப்படுகிறார். அவர் மீண்டும் சோர்வுற்ற மனநிலைக்குப் போய்விடுவாரோ என்று எனக்குக் கவலையாக இருக்கிறது.

"தைரியமாக இருங்கள். தைரியமாக இருங்கள்." நான் ஆறுதல் சொல்ல விழைகிறேன். அந்தச் சொற்கள் அர்த்தமற்று ஒலிப்பது போல் தோன்றுகிறது.

ராகுலின் தற்கொலை தன்னுடன் பழைய நினைவுகளைக் கொண்டு வருகிறது. இதை ராம்ராவும் அறிந்தே இருக்கிறார். அவர் முற்றிலுமாக நொறுங்கிப்போயுள்ளார். தனது மருமகனின் இறுதி நொடிகளில் யாரேனும் அவருடன் இருந்திருந்திருந்தால்... ராம்ராவுக்கு நன்றாகத் தெரியும். ராகுலின் இறுதி காலத்தில் அவரது சிக்கல்களை அறிந்தவர் யாரேனும் அவருடன் இருந்திருந்தால் நிலைமை இவ்வளவு மோசமாகி இருக்காது. சாவுக்கும் வாழ்வுக்கும் இடையே உள்ள நூலிழை வேறுபாட்டை வேறு யாரையும் விட ராம்ராவ் நன்றாகவே அறிந்திருந்தார்.

★★★

ஹிவாராவில் விமல்பாயின் நான்காவது நினைவேந்தல் நிகழ்வுக்காக வந்து ராம்ராவுடன் 3 நாட்கள் தங்கிவிட்டு ஒரு வாரத்துக்கு முன்புதான் ஆலக்யா அதிலாபாத் திரும்பியிருந்தார். ராகுலுக்கோ தனது குடும்பத்துக்கோ ஏதேனும் சிக்கல் இருப்பதாக ஆலக்யா எதுவும் கூறவில்லை.

ராகுலுக்குத் தற்கொலை எண்ணம் இருந்ததைப் பற்றி ஆலக்யா எதுவும் அறிந்திருக்கவில்லை. அதனால்தான் ராகுல் இறந்ததைப் பற்றிய செய்தி வந்தவுடன் யாரோ அவரைக் கொன்றுவிட்டதாகவே முதலில் ஆலக்யா நினைத்ததாக ராம்ராவ் என்னிடம் கூறுகிறார்.

இறப்புகள் எப்படி வேண்டுமானாலும் நிகழலாம். அவற்றில் தற்கொலைதான் கையாள்வதற்கு மிகவும் கடினமானது. அதன் திடீர் தன்மை குடும்பங்களைச் சுக்குநூறாக உடைத்துவிடுகிறது.

அதிலும் குறிப்பாக இறந்தவர் இளம் வயதினராக, மிகவும் நேசத் துக்குரியவராக இருந்தால் அந்தச் சூழல் கடினமானது. தற்கொலை செய்து கொண்ட எந்தவொரு விவசாயியின் மனைவியிடமும் அவரது கணவருக்குத் தற்கொலை எண்ணம் இருந்ததைப் பற்றி உங்களுக்குத் தெரியுமா என்று நீங்கள் கேட்டால் ஏறத்தாழ அனை வருமே அவர்களுக்கு அதைப் பற்றி எதுவுமே தெரிந்திருக்கவில்லை என்றே கூறுவார்கள்.

ராம்ராவின் விரக்தி அவரது இயலாமையிலிருந்து எழுகிறது. ராகுல் அப்படியொரு முடிவை எடுத்ததைத் தடுக்க தன்னால் எதுவும் செய்ய இயலாமல் போனதைக் குறித்து வேதனைக் கொள்கிறார். அந்த இளைஞரோ தனது மனைவி, மகள், குடும்பத்தினரைப் பற்றி மீண்டும் ஒருமுறை சிந்தித்திருக்கலாம்.

இரண்டு ஆண்டுகளுக்கு முன் ராம்ராவ் தன் வாழ்வை முடித்துக் கொள்ள முடிவெடுத்தார். ஆனால், பிழைத்துக்கொண்டார். தற் போது அவரது மருமகன். ஆனால், அவர் பிழைக்கவில்லை.

ராம்ராவ் விஷம் அருந்தியபோது அதிலாபாத்திலிருந்து ஆலக்யா வுடன் இரு சக்கர வாகனத்திலேயே விரைவாக ராகுல் வந்து சேர்ந்ததை ராம்ராவ் நினைவுக்கூருகிறார். இன்னமும் விம்மிக் கொண்டே சொல்கிறார். "என்னுடைய சிக்கல்கள் குறித்து நான் கவலைப்படக் கூடாது என்று அவர் எனக்கு ஆறுதல் கூறினார். இன்று அவரே அந்த அறிவுரையை மறந்துவிட்டார். அவர் மிகவும் அன்பான மனிதர். ஆலக்யா இதை எப்படி எதிர்கொள்ளப்போகிறார் என்று எனக்குத் தெரியவில்லை."

"உண்மையில் என்னதான் நடந்தது?" – நான் கேட்கிறேன்.

அவர் நடந்ததைச் சொல்கிறார். அதிகாலையில் அதிலாபாத்தில் உள்ள விளையாட்டு மைதானத்தில் ராகுலின் உடல் கண்டு பிடிக்கப்பட்டது. ஓராண்டுக்கு முன் அவரும் ஆலக்யாவும் மகா ராஷ்டிராவில் உள்ள கம்தாலா என்ற தங்கள் கிராமத்திலிருந்து தெலங்கானாவில் உள்ள அதிலாபாத் என்ற அந்த சிறு நகரத்துக்குக் குடிபெயர்ந்திருந்தனர். அவர் சிறு சிறு வேலைகளை எடுத்துச் செய்வதும் தனது தந்தைக்கு விவசாயத்தில் உதவுவதுமாக இருந் தார். ஆனால், அப்பாவுக்கும் பிள்ளைக்கும் நிறைய மன வேறு பாடுகள் இருந்தன. முந்தைய நாள் காலை ஒரு வேலைக்கு விண்ணப்பிப்பதற்காக அவர் கிளம்பிச் சென்றிருந்தார். மாலையில் ஆலக்யாவுடன் தொலைபேசியில் தொடர்புகொண்டு பேசினார். ஆனால், இரவு முழுவதும் வீட்டுக்குத் திரும்பவில்லை. காலையில்

வீட்டிலிருந்து கிளம்புவதற்கு முன் ஒரு பால் பாக்கெட்டும் தன் மகள் வர்ஷினிக்கு ஒரு சாக்லேட் பாரும் வாங்கிக் கொடுத்துவிட்டுச் சென்றிருந்தார். ஆனால், இரவு வெகு நேரமாகியும் அவர் திரும்பாததால் ஆலக்யா அவர் கிராமத்துக்குச் சென்றிருக்கலாம், அங்கு வேலையில் தாமதமாகியிருக்கலாம் என்று நினைத்தார். ராகுல் ஏதேனும் சிக்கலில் இருக்கலாம் என்று ஆலக்யாவுக்குச் சிறிதளவு சந்தேகம் இருந்தது. ஏனெனில், சில நாட்களாகவே அவர் சற்றுக் கவலையுடன்தான் காணப்பட்டார். ஆனால், தனது சிக்கல்களை அவர் ஆலக்யாவுடன் பகிர்ந்துகொள்ளவே இல்லை.

ஆலக்யா ஹிவாராவில் தனது தாயின் நினைவேந்தலுக்காகச் சென்றிருந்த போது ராகுல் அவரது குடும்ப நிலத்தில் விதைப்பைத் தொடங்கிவைக்க கம்தாலாவுக்குச் சென்றிருந்தார். 3 ஏக்கர் நிலத்தில் விதைக்குமாறு அவரது தந்தை கூறியிருந்தார். அதனால் தனியார் வட்டிக்கடைக்காரர்களிடம் அவர் சிறிதளவு பணத்தைக் கடன் வாங்கியிருக்க வேண்டும் என்ற போதும் நிலம் அவரது தந்தைக்கே சொந்தமானது. கூடுதலாக அதிலாபாத்தில் தானும் தன் குடும்பத்தினரும் வாழ்வதற்குப் போதுமான ஒரு வருமானத்தை ஈட்டித் தரக்கூடிய ஒரு வேலையை அவர் தேடிக்கொண்டிருந்தார்.

ராகுல் ஒருபோதும் மது அருந்தியதில்லை. வேறு எந்தத் தீயப் பழக்கங்களும் அவருக்கு இருந்ததில்லை. அவர் நன்னடத்தையுள்ள ஒரு இளைஞர். தனது மனைவியையும் குழந்தையையும் ஆழமாக நேசித்தவர். அவருக்கு அவரது பெற்றோருடனும் ஒரு சகோதரி கணவருடனும் பாரம்பரிய நிலம் குறித்த சச்சரவு இருந்தது. அவர்களுக்கு ராகுல் விவசாயத்தைத் தொழிலாக ஏற்பதோ பாரம்பரிய நிலத்தில் தனது பங்கைக் கேட்பதோ விருப்பமானதாக இருக்கவில்லை. மாறாக அதிலாபாத்துக்கே குடிபெயர்ந்து அங்கு ஒரு வேலையை எடுத்து வாழ வேண்டும் என்று அவர்கள் விரும்பினர்.

ராம்ராவ் தனது மருமகனை மிகவும் நேசித்தார். ஆலக்யாவை விட பத்து வயது மூத்தவரான ராகுல் இறக்கும் போது 33 வயதுடையவராக இருந்தார். அவர்களது மகள் வர்ஷினிக்கு நான்கு வயது. அந்தக் குழந்தை அப்போதுதான் தெலுங்கில் பேசத் தொடங்கியிருந்தது.

ராகுலை நேர்மையான, எளிமையான, கடினமாக உழைக்கும் ஒரு மனிதராகவே ராம்ராவ் கண்டார். குறைந்தபட்சத் தேவைகளுடன் தன்னைத் தானே உருவாக்கிக்கொண்ட ஒரு மனிதராக

அவர் தோன்றினார். ராகுல் ஒரு விவசாயியாக வாழவே விரும்பினார். இதுவே ஆலக்யாவுக்கு வந்த வரன்களில் ராம்ராவ் ராகுலைத் தேர்ந்தெடுக்க முக்கியக் காரணமாக இருந்தது. விமல்பாய் அப்போது உயிருடன் இருந்தார். அவருக்கும் ராகுலை மிகவும் பிடித்திருந்தது. ராகுலின் பெற்றோர்களான ரங்கனேனிவார் குடும்பத்தினர் மிக நல்ல மனிதர்களாக, விவசாயப் பாரம்பரியத்தில் வந்தவர்களாக அறியப்பட்டனர். ராம்ராவின் தூரத்து உறவினர்கள் இவர்களுக்கு நற்சான்றிதழ் வழங்கினர். ராகுலின் இரண்டு அக்காக்களும் திருமணமாகி மகிழ்ச்சியாக வாழ்ந்துவந்தனர். இவர்தான் குடும்பத்துக்கு ஒரே மகன். ராம்ராவும் விமல்பாயும் ஆலக்யாவுக்கு மிக பொருத்தமான ஒரு துணையாக ராகுல் இருப்பார் என்று கருதினர். ஆலக்யாவுக்கு அப்போது 17 வயதுதான். 2011இன் நடுப்பகுதியில் ஹிவாராவிலிருந்து 20 கி.மீ. தொலைவில், அதிலாபாத்துக்குச் செல்லும் நெடுஞ்சாலையில் உள்ள கேலாபூர் கிராமத்தில் உள்ள ஒரு பெரிய திருமண மண்டபத்தில் அவர்களின் திருமணம் நடந்தது. கிராமத்தினர் அனைவரும் திருமணத்துக்கு வந்திருந்து மணமக்களை வாழ்த்தினர். ராம்ராவ் ஒரு மிகப் பெரிய விருந்தை அளித்தார். விமல்பாய் தனது மூத்த மகளின் திருமணத்தைக் காணக் கிடைத்ததற்காக மிகவும் மகிழ்ச்சியடைந்தார். அவர் அனுஜாவின் திருமணத்தைக் காண உயிருடன் இருக்கவில்லை.

கடந்த ஆண்டில் கிடைத்த இலாபத்தின் மூலமாக ராம்ராவ் கையில் அப்போது பணம் இருந்தது. அதனால் அவர் தன் மகளுக்கு நிறைய வீட்டுப் பயன்பாட்டுப் பொருட்களைப் பரிசாக அளித்தார் – ஒரு குளிர்சாதனப் பெட்டி, இரட்டைக் கட்டில் ஒன்று, கிரைண்டர், மின்விசிறி என பலதும். ராம்ராவும் அவர் மனைவியும் ஸ்ரீதனம் என்று அப்பகுதியில் வழங்கப்படுகிற தங்கத்தையும் தங்கள் மகளுக்குக் கொடுத்தனர்.

"ராகுல் மிக நல்ல பையனாக இருந்தார்" என்று ராம்ராவ் அமைதியாகச் சொல்கிறார்.

காலை நடைப்பயிற்சிக்குச் சென்ற ஒரு மனிதர் ராகுலின் உடலைக் கண்டு அதிலாபாத் காவல்துறைக்குத் தகவல் தெரிவித்தார். அவர்கள் வந்து ராகுலின் அடையாளத்தை உறுதிசெய்து கம்தாலாவில் உள்ள அவரது குடும்பத்தினருக்குத் தெரிவித்தனர். ஆலக்யாவுக்கு அந்தச் செய்தி மிகத் தாமதமாகவே தெரிய வந்தது. ஏனெனில் ஆலக்யா அதை தாங்கிக்கொள்ள மாட்டார் எனக் கருதி அவரது குடும்பத்தினர் அவரிடம் உடனடியாகத் தெரிவிக்கவில்லை.

முந்தைய நாள் மாலை வாங்கிய பூச்சிக்கொல்லியை அந்த இளைஞர் குடித்திருக்க வேண்டும். தற்கொலைக் குறிப்பு எதையும் அவர் விட்டுச் செல்லவில்லை. முந்தைய நாள் மாலை அவர் தனது நண்பருடன் உரையாடிக்கொண்டிருந்தார் என்பது ஆலக்யாவுக்குப் பின்னர் தெரியவந்தது. தான் விவசாயத்துக்குள் நுழைவதை விரும்பாமல் தடுக்கும் தனது குடும்பத்தினர்மீது அவர் மிகவும் கோபம் கொண்டிருந்தார் என்பது தெரியவந்தது. ஆலக்யாமீது அவருக்கு எந்த கோபமும் இருக்கவில்லை. வாழ்வதற்கான ஒரு வேலையும் அவருக்குக் கிடைக்கவில்லை. விவசாயத்தைத் தொழிலாக எடுத்துக்கொள்வதற்கும் அவரது குடும்பம் தடையாக இருந்தது. தனது உறவினர்கள் ஒருவரின் தூண்டுதலினால் தனக்குக் கிடைக்க வேண்டிய சொத்தைக் கிடைக்கவிடாமல் செய்வதற்கான வேலைகள் நடப்பதாக அவர் மிகுந்த ஆத்திரத்தில் இருந்தார். ராகுல் அதிகம் படித்தவரல்ல. அதனால் அவரால் குறைந்த வருமானம் ஈட்டக்கூடிய தற்காலிக வேலைகளை மட்டுமே செய்ய முடியும். அதனால் அவர் விவசாய வேலையில் முழுமையாக ஈடுபட விரும்பினார். குடும்பத்தின் விவசாய நிலத்தில் தனக்கு ஒரு சம பங்கு அளிப்பதற்குத் தனது தந்தையை அவர் மிகவும் வற்புறுத்தி வந்தார். ஆனால், தந்தைக்கோ அதில் விருப்பம் இல்லை. காரணம் என்னவாக இருந்தாலும் ராம்ராவ் புலம்புகிறார். ராகுல் இப்போது உயிருடன் இல்லை. ஆலக்யா தனது சிறு குழந்தையுடன் அதை வளர்க்க வேண்டிய பொறுப்புடன் தனிமையில் விடப்பட்டுள்ளார். அவர்களின் அம்மா உயிருடன் இருந்திருந்தால் ஆலக்யா இவ்வளவு வருத்தப்பட தேவையில்லை. உடைந்த மனிதராக ராம்ராவ் கூறுகிறார், "நான் உயிருடன் உள்ளவரை அவருக்கு எந்தத் துன்பமும் வரவிட மாட்டேன்" என்று சொல்லிவிட்டு தொலைபேசியை வைக்கிறார். விரைவில் சந்திப்பதாகக் கூறி நானும் வைக்கிறேன். தனது மகளின் அருகிலிருந்து அவரது துன்பத்தில் பங்கேற்க ராம்ராவ் அதிலாபாத்துக்கு விரைந்து செல்கிறார். அவரது தங்கை சுமன் ஏற்கெனவே ஆலக்யாவுடன் இருக்கிறார். ஆலக்யா தேற்ற முடியாத துயரத்தில் துவண்டுக் கிடக்கிறார். ராம்ராவ் விவசாயத்துக்குத் திரும்புவதற்காக மிகுந்த மெனக்கிட்டிருந்த வேளையில் நிகழ்ந்த இந்தச் சம்பவம் அவரது நம்பிக்கையைக் கடுமையாகப் பாதித்திருக்கிறது.

"எனது குழந்தைக்கு 18 வயது ஆகும்வரை என்னால் சாக முடியாது. ஆனால், அதுவரையில் இந்தச் சமூகம் என்னை நிம்மதியாக வாழ விடப் போவதில்லை."

இதைக் கூறியவர் நந்தா பந்தாரி. யவத்மாலில் 2004ஆம் ஆண்டு தற்கொலை செய்துகொண்ட ஒரு விவசாயின் 24 வயது விதவை அவர். அவரது மகனுக்கு அப்போது வயது 2. நந்தாபாய் விதர்பாவில் உள்ள ஒரு பிற்படுத்தப்பட்ட ஆதிக்க சாதியான கும்பி சாதியைச் சேர்ந்தவர். அந்தச் சாதியினர் நிலவுடைமையாளர்களாக இருந்தனர். நாங்கள் முதன்முதலில் சந்தித்தப் போது அவர் "எனக்கு ஒரு மிக கடினமான பயணம் காத்திருக்கிறது" என்று தன் முன் இருக்கும் வாழ்வைக் குறித்து கூறினார்.

நந்தாபாய்க்குத் தற்போது ஏறத்தாழ 40 வயதாகிறது. அவர் முதுமை தோற்றத்தை அடைந்துவிட்டார். மகிழ்ச்சி என்பது துளி யளவும் இல்லாத வாழ்க்கை அவருடையது. குழந்தையை வளர்ப்பது, தனது கணவன் வழி உறவினர்களுடன் தனது நில உரிமைக்காகப் போராடுவது, கிராமத்தில் உள்ள பிற நிலங்களில் விவசாயக் கூலி வேலை செய்து தனது அன்றாடத் தேவைகளைச் சமாளிப்பது என அவர் பட்ட அல்லல்களின் அடையாளங்கள் அவர் முகத்தில் இருக்கின்றன.

அவரது கணவர் தற்கொலை செய்துகொண்ட சிறிது நாட்களில் நான் அவரை அவரது வீட்டில் சந்தித்தபோது அவர் தன் கணவர் மீது மிகுந்த கோபத்தில் இருந்தார். அவர் தன் கணவருடன் அடிக் கடி சண்டையிடுவதுண்டு. நிலைமை சரியாக இல்லாதபோது அவ்வாறு கணவருடன் சண்டையிடுவதில் என்ன தவறிருக்கிறது? என்கிறார். ஆனால், அவர் அவரது கணவரை மிகவும் நேசித்தார். அவர் தனது கெட்டப்பழக்கங்களை, குறிப்பாக மது அருந்தும் பழக்கத்தை விட்டொழிக்க வேண்டும் என்று விரும்பினார். அவரது கணவர் மதுவுக்கு அடிமையாகியிருந்தார். அந்த மது பழக்கத்திலிருந்து அவர் வெளியேறிய பிறகு அவர்களுக்கு முதல் குழந்தை பிறந்தது.

ஆயிரக்கணக்கான விவசாய விதவைகள் மிகப் போராட்டமான ஒரு வாழ்க்கையை வாழ்கின்றனர். துன்பமும் வலியும் நிறைந்த ஒரு வாழ்வைத் தன்னந்தனியாக எதிர்கொள்கின்றனர். ஆலக்யாவின் பயணமும் அவ்வாறே இருக்கும் என நான் அஞ்சுகிறேன். ஆனால், அவருக்குப் பக்கத் துணையாக ராம்ராவ் இருக்கிறார். பெரும் பாலான விவசாய விதவைகளுக்கு அப்படியான பாக்கியம் கிட்டுவ தில்லை. அவர்கள் தன்னந்தனியாகவே தங்களது குழந்தைகளை வளர்க்க வேண்டிய நிலையில் உள்ளனர். தங்களது விவசாய நிலத்திலிருந்தோ அல்லது வேறு எவ்வாறோ ஒரு வருமானத்தை

ஈட்டி நிலுவையில் உள்ள கடன்களைக் கட்டி சமூகத்தின் அத்தனை அசிங்கங்களுடன் அதனை எதிர்கொண்டு வாழவேண்டிய நிர்ப் பந்தம் அவர்களுக்கு உள்ளது.

பெல்தார் சாதியைச் சேர்ந்த ராம்தாஸ் அம்பேர்வார் என்ற பருத்தி விவசாயின் விதவையை நான் அக்டோபர் 1997இல் சந்தித்தேன். 18 ஏக்கர் நிலத்துக்குச் சொந்தக்காரரான அவர் பூச்சிக்கொல்லி மருந்தைக் குடித்து தன் வாழ்வை முடித்துக்கொண்டிருக்கிறார். தான் சாவைத் தேர்ந்தெடுத்ததற்கான காரணங்களை மிக நீளமாகப் பட்டியலிட்ட ஒரு தற்கொலை குறிப்பை அவர் விட்டுச் சென்றிருந்தார். 40 வயதின் தொடக்கத்தில் இருந்த அவர், கழுத்துவரை கடன் சுமையுடன் இருந்தார். அவருக்கு 5 மகள்கள். அந்த மகள்களின் திருமணங்கள், வயதான பெற்றோரின் மருத்துவ செலவுகள் என அவரைச் சுற்றி ஏராளமான சிக்கல்கள் இருந்தன. அவர் சென்றவுடன் அந்த அத்தனை பொறுப்புகளும் – கடன்கள், மகள்களை வளர்ப்பது, அவர்களது திருமணம் எல்லாம் அவரது மனைவி சரஸ்வதியின் மீது விழுந்தது. இந்தச் சவால்களின் சுமை யில் வீழ மறுப்பவராக சரஸ்வதி துணிவுடன் நிமிர்ந்து நின்றார்.

ஏறத்தாழ 23 ஆண்டுகளாக அவரை நான் அறிவேன். நம்மில் பலரும் நினைத்துக்கூட பார்க்க இயலாத சூழல்களை சரஸ்வதிபாய் சந்தித்துள்ளார். சிறுநீரகம் பாதிக்கப்பட்ட தன் மகளுக்குச் சிகிச்சை யளிக்கத் தேவையான பணத்தைப் புரட்ட முடியாத நிலையில் தன் மகளைஅதற்குப் பலி கொடுத்திருக்கிறார் அவர். அதற்காகத்தன்னை ஒருபோதும் அவர் மன்னித்துக்கொள்ள தயாராக இல்லை. அவரது இளைய மகள் மஞ்சுஷா, அவரது தந்தை இறந்துபோது 3 வயதே நிரம்பியவராக இருந்தார். ஒரு பத்திரிகையாளராக ஆக விரும்பிய அவர் பட்டப் படிப்பை முடித்து நாக்பூர் ஊடகக் கல்லூரியில் பத்திரிகைத் துறையில் மேற்படிப்பையும் முடித்திருந்தார். ஆனால், நகர்ப்புற ஊடகத் துறையின் அழுத்தங்களுக்கு ஈடு கொடுக்க முடியாமல் கிராமத்துக்கே திரும்பினார். தேலாங் தக்லி என்ற அந்தக் கிராமத்தில் தன் அம்மாவுக்குத் துணையாக விவசாயத்தைப் பார்த்துக்கொள்ளத் தொடங்கினார். சரஸ்வதிபாய் தனது மூத்த 3 மகள்களுக்குத் திருமணம் செய்து கொடுத்துள்ளார். ஒவ்வொரு திருமணத்துக்கும் ஒரு ஏக்கர், இரு ஏக்கர் நிலங்களை அல்லது தனது பசுக்களை விற்று திருமண விருந்து அளிப்பதும் தனது மகள்களுக்குப் பெரும் பொருட்செலவில் வரதட்சணை கொடுத்து அவர்கள் தங்கள் குடும்ப வாழ்வில் மகிழ்ச்சியாக இருப்பதற்கான

வழிவகைகளைச் செய்வதும் என அவரது வாழ்க்கை சென்றிருக்கிறது.

தனது கணவரின் கடன்களை அடைத்து, மேலும் கடன் வாங்கி மிக திடமாகவும் தெளிவாகவும் விவசாயம் செய்து வருகிறார். தட்பவெட்ப சூழல்களின் நிலையற்றத் தன்மைகளைத் துணிச்சலுடன் எதிர்கொண்டு, எவ்விதத்திலும் உதவாத சந்தை நிலவரங்களையும் சமாளித்து, தனக்கு மேலும் கடன் கொடுக்க வங்கிகளைச் சம்மதிக்க வைத்து, பெண்களின் ஒன்றுகூடல்களில் கலந்துகொண்டு, வயதாகி, சோர்ந்து நிற்கிறார்.

“எனக்கும் கனவுகள் இருந்தன.” அவர் ஒருமுறை என்னிடம் கூறினார். ஆனால், தொடர்ந்த இந்தப் பயணத்தில் எங்கோ அவர் கனவு காண்பதையே நிறுத்திவிட்டார்.

நான் அவரை முதன்முதலில் சந்தித்தப் போது அவரது உண்மையான வயதைவிட அதிக வயதானவராகத் தோற்றமளித்தார். இது பெரும்பாலான விவசாய விதவைகளின் நிலையாக உள்ளது. நரைத்தத் தலை. நெற்றியில் இருக்கும் சுருக்கங்கள். எவருடனும் கலந்து பேச விரும்பாதவராக இருந்தார்.

“எனக்கென்று தனியாக நேரம் கிடைத்ததே இல்லை.” ஒரு முறை ஒரு நேர்காணலின் போது அவர் என்னிடம் இவ்வாறு சொன்னார். அவரது எளிய கான்கிரீட் வீடு நெரிசல் மிகுந்த அந்தக் கிராமத்தின் மண் குடிசைகளுக்கிடையே இருந்தது. அவரது கணவரின் மரணத்துக்குப் பிறகு விவசாயத்தை மேற்கொள்ள வேண்டிய நிலை ஏற்பட்டது. தனது மகள்களின் திருமணங்கள், பின்னர் பிரசவம், மருத்துவச் சிக்கல்கள், பேரக் குழந்தைகள் எனத் தொடரும் முடிவற்ற இந்தப் பொறுப்புகளில் அவர் சிக்குண்டிருந்தார். ஒரு முறை நான் அவரிடம் அவரது விருப்புவெறுப்புகள், கனவுகள் குறித்துக் கேட்டேன். அவர் என்னை வெறித்துப் பார்த்தார்.. அவரது முகம் “என்ன கேள்வி இது?” என்பது போன்ற பாவனையைக் காட்டியது.

“என்னைப் பற்றிச் சிந்திக்க எனக்கு நேரமே கிடைத்ததில்லை. எனக்குத் திருமணமானபோதோ அல்லது நான் குழந்தையாக இருந்தபோதோ அல்லது வயதான போதோ – எப்போதுமே எனக்கு அது கிடைத்ததில்லை. ஒரு வேளை இந்தப் பெண்கள் எல்லாம் அவரவர் வீட்டுக்குச் சென்றுவிட்டபின் நான் தனிமையில் இருக்கும் போது நான் என்னைப் பற்றிச் சிந்திக்கக் கூடும்.”

★★★

அதற்குப் பின் ஒவ்வொரு வாரமும், ஒவ்வொரு நாளும் ஏறத்தாழ இருபது ஆண்டுகளுக்கு மேலாக விதர்பாவின் புழுதிப் படர்ந்த கிராமப்புறங்களில் பலபல இராமதாசுகள் தங்களை மாய்த்துக்கொண்டுள்ளனர். அவர்கள் விட்டுச் சென்றதெல்லாம் கடன் சுமைகளும், குழந்தைகளும், மனைவிகளும், விரக்தியாலும் பொறுப்புகளாலும் அழுத்தப்பட்டக் குடும்பங்களும்தான். சிலர் தங்கள் வாழ்வைப் புனரமைத்துக்கொண்டனர். அதற்கு அவர்களது கணவர் வீட்டினரோ, பெற்றோரோ, சகோதரர்களோ அல்லது நல்லெண்ணம் கொண்ட எவரேனும் உதவியிருக்கின்றனர். பெரும் பாலானவர்கள் மிகவும் போராட்டமான வாழ்க்கையிலேயே உழல் கின்றனர். மிகுதியானவர்கள் அவர்கள் வீடுகளிலிருந்து துரத்தப் பட்டுள்ளனர். குழந்தைகள் அவர்களிடமிருந்துப் பறிக்கப்பட் டுள்ளனர். சொத்துகள் அபகரிக்கப்பட்டுள்ளன. அன்றாட கூலி வேலை பார்த்து தங்கள் வாழ்வை நடத்தவேண்டிய நிலையில் அவர்கள் இருக்கின்றனர்.

பல ஆண்டுகள் அனுபவத்தில் என்னால் உணர முடிந்த உண்மை, இன்னமும் விதவை மறுமணத்துக்குச் சமூகத்தில் மிகப் பெரும் மனத்தடை உள்ளது.

வேறு வழியின்றி தங்கள் கணவர் விட்டுச் சென்ற நிலத்தில் விவசாயத்தை மேற்கொள்ளும் விவசாய விதவைகள் மிகப் பெரும் உறுதியைக் காட்டுகின்றனர். தங்கள் நிலங்களை மிகுந்த தெளி வோடும் உறுதியோடும் தளராத நம்பிக்கையுடனும் உழுகின்றனர். ஆண்கள் அத்தகைய உறுதியையும் தெளிவையும் காட்டுவ தில்லையா எனக் கேட்டால், அவர்களும் வெளிப்படுத்தியுள்ளனர் தான். ஆனால், கணவனை இழந்த விதவைகள் அதனை வெளிப் படுத்தும்போது, அதற்கு முற்றிலும் மற்றொரு பரிமாணம் கிடைக் கிறது.

'கோன் பனேகா கிரோர்பதி' நிகழ்ச்சியில் அமிதாபச்சனுக்கு எதிரே அமர்ந்து ஜாக்பாட் வென்ற அபர்ணா மாளிக்கர் என்னும் விதவை இப்போதும் தனது நிலத்தில் தானே விவசாயம் செய் கிறார். யவத்மாலில் உமர்கேத் என்னும் ஒரு தாலுகாவில் உள்ள ஒரு கிராமத்தைச் சேர்ந்த அன்னபூர்ணா சுரோஷேவின் கணவரும் தற்கொலை செய்துகொண்டுள்ளார். அன்னபூர்ணா தனது மூன்று குழந்தைகளை வளர்த்து ஆளாக்கி, தனது மகளுக்குத் திருமணம் செய்து கொடுத்து, தனது நிலத்தை உறுதிப்படுத்தி, தனது அத்தனைக் கடன்களையும் அடைத்துள்ளார். இவை அனைத்தும் அவர் பலபல

வேலைகள் செய்ததன் மூலமாகவே சாத்தியமாகியிருக்கிறது. வாஷிம் பகுதியைச் சேர்ந்த மற்றொரு விதவை விவசாயத்தை விட்டு விட்டு 6 பேர் அமரக்கூடிய ஒரு ஆட்டோவை அந்த மாவட்டத்தின் கிராமப்புறப் பகுதிகளில் ஓட்டி தனது வாழ்வை நடத்தி வருகிறார். அவரது தாய் அவருக்குத் துணையாக அவரது குழந்தைகளைப் பராமரிப்பதில் துணை நிற்கிறார். வார்தாவில் உள்ள குர்ஜாதி கிராமத்தைச் சேர்ந்த உஜ்வாலா பேத்கருக்கு அவரது கணவர் தற்கொலை செய்துகொண்ட போது வெறும் 25 வயதுதான். ஆனால், அவர் விவசாயத்தைத் தானே மேற்கொண்டு, தனது குழந்தைகளை வளர்த்து, கடன்களை அடைத்து விவசாயத்தில் பல புதிய முயற்சிகளை மேற்கொண்டு பிழைத்திருக்கிறார்.

இவர்கள் இந்தியாவின் பெண் விவசாயிகளின் உறுதியான முகமாக இருக்கக்கூடிய எண்ணிலடங்காத விவசாய விதவைகளின் சில எடுத்துக்காட்டுகளாகும். மிகப் பெரும் சமூகப் பொருளாதார அழுத்தங்களுக்கிடையே உடைந்த தங்கள் வாழ்வை மீட்டெடுக்க உறுதிமிக்க முகங்கள் அவை. பெண் விவசாயிகளும்கூட தற்கொலை செய்துகொண்டுள்ளனர். ஆனால், அவர்களது தற்கொலைகள் விவசாயத் தற்கொலைகளாக ஏற்றுக்கொள்ளப்படுவதில்லை. ஏனெனில், நிலங்கள் அவர்கள் பெயரில் இருப்பதில்லை.

விதர்பாவின் விவசாயச் சிக்கல் என்பது கிராமப்புறப் பெண் களைப் பல விதங்களில் பாதித்துள்ளது. அதிகப்படியான வேலை, கடனை அடைக்கவேண்டிய நிலை, குறைந்தபட்சத் தேவைகளை மட்டுமே நிறைவேற்றிக்கொள்ளுதல், மருத்துவத்துக்கு மிகக் குறைந்த அளவில் செலவிடுதல் என்பவை அப்படியான பாதிப்பு களில் சிலவாகும்.

வளர்ச்சியில் பாலினத்தின் பங்குக் குறித்து ஆராயும் ஆய்வாளர்கள் பலரும் ஒரு விவசாய நிலத்தைப் பெண் உரிமையாக்கிக்கொள்வது என்பது வறுமையைக் குறைக்கவும் உணவுப் பாதுகாப்பை உறுதிப் படுத்தவும் நேரடியாகவே வழிவகுக்கும் என்று நம்புகின்றனர். ஆனால், விவசாயத்தின் நிலையற்றத் தன்மை இதனைக் கேள்விக் குள்ளாக்குகிறது. அண்மை ஆண்டுகளில் விவசாயத்தில் பெண் களின் பங்கு அதிகரித்தே வரும் நிலையில் நில உரிமை மூல மாகப் பெண்களின் ஆளுகை என்பது உற்பத்தியை அதிகரிக்கவும் வறுமையைக் குறைக்கவும் உணவுப் பாதுகாப்பை உறுதிப் படுத்தவும் வழிவகுக்கும் என்று நம்பப்பட்டது. ஆனால், நில உரிமையே வறுமையைக் குறைத்துவிடும் என்பதற்கு எவ்வித

ஆதாரமும் இல்லை. ஏனெனில், நிலம் துண்டாடப்பட்டு வரு மானத்தை ஈட்டித்தரத்தக்கத் தொழிலாக விவசாயம் இல்லாமல் போயிருக்கிறது.

விவசாயம் பல வித மாற்றங்களைக் கண்டுவருகிறது. இவை பெண்களைக் கடுமையாகப் பாதிக்கின்றன. குறிப்பாக, மிக அச்சுறுத்தும் கடினமான சூழல்களைச் சந்தித்து நிற்கக்கூடிய விவ சாய விதவைகளை அவை கடுமையாகப் பாதிக்கின்றன. மிக ஆபத் தானக் கட்டமைப்பினைக் கொண்ட தங்கள் வாழ்வாதாரத்தைக் காப்பாற்றிக்கொள்ளவும் தக்கவைத்துக்கொள்ளவும் போராடும் விதவை விவசாயிகள் இந்தக் கட்டமைப்பு சமத்துவமின்மையைத் தங்களது அன்றாட வாழ்வில் எதிர்கொண்டு சமாளிக்க சில நுட்ப மான வழிவகைகளைக் கண்டறிந்துள்ளனர். 2012-14ஆம் ஆண்டு களில் ஆய்வாளர் அனுரேகா சாரி-வாக் என்பவர் நடத்திய ஓர் ஆய்வில் வார்தா பகுதியில் விவசாய விதவைகள் இந்தச் சூழல் களில் தாக்குப்பிடிக்க என்ன விதமான அணுகுமுறைகளைக் கையாளுகின்றனர் என்பதைக் குறித்து ஆராய்ந்தார். அதன் மூலம் அதீதப் பாதுகாப்பற்ற, ஒதுக்கப்பட்ட நிலையில் மூன்று முக்கிய அணுகுமுறைகளை இந்த விதவைகள் கையாள்வது வெளிப்பட் டுள்ளது.

ஒன்று, பல விதமான தினக் கூலி வேலைகளை அவர்கள் செய்கின்றனர். விவசாய விதவைகள் தங்கள் நிலத்தில் மட்டும் வேலைப்பார்ப்பதில்லை. அதுவே மிகக் கடினமான ஒன்று. ஆனால், போதுமான நிச்சயமான வருமானம் இருப்பதில்லை. அதனால் அவர்கள் மற்ற விவசாயிகளின் நிலங்களில் தினக் கூலிகளாக வேலை செய்கின்றனர். விவசாய தினக் கூலி வேலை மூலம் கிடைக்கும் வருமானம் போதாததால் அவர்கள் தையல், வீட்டு வேலை, பள்ளிகளில் மதிய உணவுத் திட்டத்தின் கீழ் அல்லது உணவகங்களில் சமையல் அல்லது சுத்தம் செய்யும் பணிகளில் ஈடுபடுதல், சப்பாத்தி செய்தல், பாத்திரம் கழுவுதல் என விவசாயம் சாராத வருமானம் ஈட்டும் வேலைகளை மேற் கொள்கின்றனர். அதன் மூலம் வருமானம் ஈட்டும் மற்றும் ஈட்டாத வேலைகளை ஏறத்தாழ ஒரு நாளைக்கு 16 மணி நேரம் செய்து, முதுகொடியச் செய்யும் இந்தச் சூழலில் பாதுகாப்பற்றும் குறைந்த வருமானத்திலும் வாழ்கின்றனர்.

இரண்டாவதாக, தங்கள் தேவைகளைக் குறைத்துக்கொண்டும் முக்கியத்துவத்தின் அடிப்படையில் வரிசைப்படுத்தியும்

மேற்கொள்ளும் சிக்கன நடவடிக்கைகள். குறைந்தபட்ச வருமானத் துக்குள் தங்கள் வாழ்வை நடத்தவேண்டிய நிலையில் விதவை விவசாயிகள் மிகமிகச் சிக்கனமான ஒரு வாழ்வையே வாழ்கின் றனர். அவர்கள் எவ்வளவுக்கெவ்வளவு செலவைக் குறைக்க முடியுமோ அவ்வளவுக்குக் குறைக்கின்றனர். அதிலும் தங்கள் தனிப்பட்டச் செலவுகளை அடிமட்டத்துக்குக் குறைத்துக்கொண்டு வாழ்கின்றனர். குடும்பத்தினர் அனைவருமே செலவை எவ்வாறு குறைப்பது என்பதைக் குறித்து மீண்டும்மீண்டும் விவாதங்களில் ஈடுபட்டு அதைப் பற்றிய சிந்தனையிலேயே உழல்கின்றனர். புத்தகங்கள், நல்ல உணவு, திருவிழா போன்ற சின்னச்சின்ன கொண் டாட்டங்கள் மகிழ்ச்சிகள் மட்டுமல்ல அடிப்படைத் தேவைகளான மருத்துவம் போன்றவையும் விட்டுக்கொடுக்கப்படுகின்றன. இது குழந்தைகளை மிகக் கடுமையாகப் பாதிக்கிறது.

மூன்றாவதாக, விவசாயம் அல்லாத வேறு தொழிலில் முதலீடு செய்வதன் மூலம் ஓர் எதிர்காலத்தை உருவாக்க முற்படுவது. விவசாயத்தைச் சார்ந்திராத ஓர் எதிர்காலம் அமையக்கூடும் என்ற கனவுக்கான முதலீடாக அது உள்ளது. விதவை விவசாயிகள் பொரு ளாதாரப் பாதுகாப்பற்றத் தன்மையை எதிர்கொள்ள ஒரே வழி தங்கள் குழந்தைகள் எதிர்காலத்தில் விவசாயத்தைச் சார்ந்திராத ஒரு வாழ்க்கை முறையை மேற்கொண்டு தங்கள் வாழ்வியலைப் பாதுகாப்புடையதாக ஆக்கிக்கொள்வதே ஆகும் என்று உறுதியாக நம்புகின்றனர். அதனால் அவர்கள் தங்கள் குழந்தைகளின் கல்வி யில் கவனம் செலுத்துகின்றனர். நல்ல மருத்துவம், வேலை பாதுகாப்பு, ஓய்வூதியம் ஆகியவற்றைத் தரக்கூடிய ஒரு வேலை அதன் மூலமாக அவர்களுக்குக் கிடைக்கும் என்றும் விவசாயத்தின் நிலையற்ற, கொடூரமானத் தன்மையிலிருந்து விடுபடவும் முடியும் என்று அக்குழந்தைகளை ஊக்கப்படுத்துகின்றனர்.

விவசாய விதவைகள் எதிர்கொள்ளும் சமூகச் சவால்களுக்கு அப்பாலும் விவசாயத்தில் பெண் மைய நிலை பெரும்பாலும் அங்கீகரிக்கப்படாத அலட்சியப்படுத்தப்படுகின்ற ஒன்றாகவே உள்ளது.

2017-18ஆம் ஆண்டுக்கான பொருளாதாரக் கணக்கெடுப்பு முதல் முறையாக வெளிப்படையாக இவ்வாறு குறிப்பிட்டது. "கிராமப்புறங்களிலிருந்து நகர்ப்புறங்களுக்கு ஆண்கள் இடம் பெயர்வது அதிகரித்துவரும் நிலையில் விவசாயத் துறை பெரிதும் பெண்மயமாகி வருகிறது. பெண்கள் அதிகதிகமாக

உற்பத்தியாளர்களாக, தொழில்முனைவோர்களாக, விவசாயக் கூலிகளாக மிக அதிக அளவில் ஈடுபட்டு வருகின்றனர்."

கிராமப்புறங்களின் குடும்பங்களில் ஏறத்தாழ 20% குடும்பங்கள் பெண் தலைமையிலான குடும்பங்களாக இருப்பதாகத் திட்டக் குழு 2007இல் கூறியது. இதற்குக் காரணம் கணவனை இழந்தத் தன்மை அல்லது கணவர்கள் கைவிட்டு வெளியேறுவது அல்லது கணவர்கள் வேலைக்காக இடம்பெயர்வது. இந்தப் பெண்கள் நிலத்தையும் ஆடு மாடுகளையும் நிர்வகிப்பதோடு அல்லாமல் எந்த விதமான ஆண் துணையுமின்றி தங்கள் குடும்பத்துக்கான வாழ்வியலை உறுதி செய்கின்றனர். விவசாய உற்பத்தியை அதிகப் படுத்துவது என்பது விவசாயிகளாகப் பெண்கள் எவ்வளவுத் திறமையாகப் பணியாற்றுகிறார்கள் என்பதை மேலும்மேலும் சார்ந்தே உள்ளதாகத் திட்டக் குழு குறிப்பிடுகிறது. விவசாயம், அதைச் சார்ந்தத் துறைகளான பயிர்கள், ஆடுமாடுகள் உற்பத்தி, காய்கறிகள் உற்பத்தி, அறுவடைக்குப் பின்னான செயல்பாடுகள், விவசாய/சமூகக் காடு வளர்ப்பு, மீன் வளர்ப்பு என பலவற்றில் பெண்களின் பங்கு மிக முக்கியமானதாக உள்ளதாக 2001இல் தேசிய பெண்கள் ஆணையம் குறிப்பிட்டுள்ளது.

விவசாயத்தில் பெண்களின் பங்குக் குறித்து இரண்டு முதன் மையான தன்மைகள் இருப்பதாக 2011ஆம் ஆண்டு தேசியக் கணக்கெடுப்பு அலுவலகம் கூறியது.

1. விவசாயக் கூலிகளாக வரையறுக்கப்பட்டப் பெண்கள் பெரும் பாலும் உற்பத்தி அல்லாத விவசாயத் துறையில் பணிபுரிந்து வந்தனர். விவசாயம் அல்லாத உற்பத்தித் துறைகளைவிட இதில் அதிகம் ஈடுபட்டு வந்தனர்.
2. ஒட்டுமொத்த விவசாயக் கூலிகளில் பெண்களின் பங்கு அதிகரித்துவருவதால் விவசாயம் பெண்கள் மயமாக்கப்படும் நிலையையும் அதிகரித்துவருகிறது.

உணவு பாதுகாப்பை உறுதிப்படுத்தவும் உள்ளூரில் விவசாயப் பல்லுயிர்ச் சத்தையைத் தக்க வைக்கவும் பெண்களின் பங்கு உறுதியானதாக இருக்கிறது என்று நடைமுறை ஆதாரங்கள் கூறு கின்றன. ஐ. நா. வின் உணவு மற்றும் விவசாய அமைப்பு 2011இல் இவ்வாறு குறிப்பிட்டது. அன்றாட வீட்டுத் தேவைகளுக்காக இயற்கை வளங்களை இணைந்து நிர்வகித்து பயன்படுத்துவதில் கிராமப்புறப் பெண்களே பொறுப்பாக இருக்கின்றனர். இதற்கு, நிலம், நீர், கடன், தொழில்நுட்பம் மற்றும் பயிற்சி ஆகியவை

பெண்களுக்கு எட்டும் தொலைவில் இருக்க வேண்டும். விவசாய உற்பத்தியைப் பெருக்குவதற்கும் பெண் விவசாயிகளுக்குக் கொடுக்கப்படும் ஊக்கம் முதன்மையானதாக இருக்கும். நிலம், கடன், நீர், விதைகள் மற்றும் சந்தை ஆகியவற்றை அணுகுவதற்குப் பெண்களுக்கு இருக்கும் பாகுபாடு கவனிக்கப்பட வேண்டும்.

2011ஆம் ஆண்டின் மக்கள்தொகை கணக்கெடுப்பு அறிக்கையில் ஒட்டுமொத்தப் பெண் தொழிலாளர்களில் 55% விவசாயக் கூலிகளாகவும் 24% விவசாய உற்பத்தியாளர்களாகவும் இருக்கின்றனர் என்று குறிப்பிடப்பட்டுள்ளது. ஆனால், 12.8% நிலங்கள் மட்டுமே பெண்கள் பெயரில் உள்ளன என்று 2017-18ஆம் ஆண்டுக்கான பொருளாதாரக் கணக்கெடுப்புக் கூறுகிறது. இது நிலவுடைமையில் உள்ள மிகப் பெரும் பாலினப் பாகுபாட்டைக் காட்டுகிறது. சிறு மற்றும் குறு நில உடைமைகளில் 25.7% பெண்களிடம் இருப்பதாகத் தெரிகிறது. இந்தியாவில் 12.7% நில உடைமைகள் மட்டுமே பெண்கள் பெயரில் இருந்த போதும், உண்மையில் 77% பெண்கள், விவசாயத்தைத் தங்கள் முதன்மை வருமானமாக நம்பி உள்ளனர் என்று ஐ. நா. வின் வளர்ச்சித் திட்டம் தனது 2015ஆம் ஆண்டு அறிக்கையில் கூறி உள்ளது.

நிறுவனப்படுத்தப்பட்ட கடன், வங்கிக் கடன், அரசின் விவசாயத் திட்டப் பலன்கள் போன்றவற்றை அடைவதற்குப் பெண்கள் பெயரில் நிலம் இல்லாதது ஒரு பெரும் தடையாக உள்ளது.

ராம்ராவ் முழு வைராக்கியத்துடன் தனது நிலத்துக்குத் திரும்பி விட்டார்.

"கலப்பையைத் தூக்குவதைத் தவிர எனக்கு வேறு வழியில்லை" என்று என்னிடம் சொல்கிறார். நாங்கள் கடைசியாகப் பேசி ஒரு மாதத்துக்குப் பின் அவரை மீண்டும் சந்தித்தேன்.

ராகுலின் மரணம், ஆலக்யா ஒட்டுமொத்தமாக வாழ்வில் நம்பிக்கையிழந்து நிற்கும் நிலை, குழந்தை வர்ஷினியின் பராமரிப்பு – அனைத்தும் அவரால் தாங்கிக்கொள்ள இயலாத பெரும் சுமைகளாகவே இருக்கின்றன. இவை எல்லாவற்றுக்கும் மேலாக அடைக்கவேண்டிய கடன்கள் வேறு பாக்கியிருந்தன. அவரது பொறுப்புகள் அவரை அழுத்துகின்றன. கண்களில் நீர் மல்க வேதனையுடன் கூறுகிறார். இப்போதெல்லாம் ராம்ராவ் தனது கண்ணீரை மறைப்பதில்லை. சிந்தனை வயப்பட்ட முகத்தில் கண்ணீர் தானாக வழிகிறது. இரக்க உணர்வு மிக்க ஒரு மனிதனுக்கான அடையாளம் அது.

"ஆலக்யா தனது கணவர் வீட்டாருடன் வாழ்வதென முடிவு செய்திருக்கிறார். அவர்களும் அதற்கு ஒப்பியே இருக்கின்றனர்" என்று ராம்ராவ் என்னிடம் கூறுகிறார். "அதுதான் அவர்களுக்கு நல்லது."

குழந்தை வர்ஷினியின் படிப்பு பாதிக்கப்படக் கூடாது என்று ஆலக்யா நினைக்கிறார். அவர் சொல்வது சரிதான் என ராம்ராவ் கூறுகிறார். ஏனெனில் அவரது கவனம் இப்போது முழுமையாக அவர் மகள் மீது திரும்பியுள்ளது.

"எனக்கும் என் மகள்மீது."

ராகுலின் பிரேதப் பரிசோதனை அறிக்கையை என்னிடம் காட்டு கிறார். அவர் மோனோக்ரோடோஃபாஸ் அருந்திதான் தன்னை மாய்த்துக்கொண்டார் என்பதை அது உறுதிசெய்திருக்கிறது.

ராம்ராவ் தன் சூழல் கருதி, தனது முயற்சிகளை இருமடங்காக்க வேண்டும் என்ற முடிவுக்கு வருகிறார். தனது நிலத்தில் உற்பத்தி செய்து தனது கடன்கள் ஒவ்வொன்றையும் ஒன்றுவிடாமல் அடைத்து ஆலக்யாவுக்கும் வர்ஷினிக்கும் உறுதுணையாக இருக்க வேண்டும் என்று நினைக்கிறார். மிகக் கடுமையான நாட்கள் அவருக்குக் காத்திருக்கின்றன. இந்தச் சூழ்நிலையில் அவரால் செய்யக் கூடியதெல்லாம் தனது நிலத்தில் தனது கவனத்தைக் குவிப்பதுதான்.

அவருக்கு எப்போதும் தட்டாமல் கடன் கொடுப்பவர்களான கோலம்வாரையும் யவத்மாலின் விவசாய அதிகாரியையும் சிறிது நாட்களுக்கு முன் சென்று பார்த்தார். அவர்களும் அவரை ஏமாற்ற வில்லை. அவரது சூழலை அவர்கள் அறிந்திருந்தனர். முன்னா போலன்வாரும் உதவி செய்வதாக உறுதி அளித்துள்ளார்.

அவரது பழையக் கடன்களை அடைக்கும்வரை வங்கிகள் அவருக்குக் கடன் தரப் போவதில்லை. கடன் தள்ளுபடி என்பது வெறுமனே ஒரு அரசியல் வாக்குறுதியாகவே இருக்கிறது. இந்த ஆண்டு கடன்கள் தள்ளுபடி செய்யப்படுமா இல்லையா என்பது குறித்து எவரும் அறிந்திருக்கவில்லை. அதனால் ராம்ராவால் தனது தனிப்பட்ட தொடர்புகளிடம் மட்டுமே கடன் வாங்க முடியும். இது அதிக வட்டி விகிதத்தில் இருந்த போதிலும் அவருக்கு வேறு வழி இல்லை.

வங்கிகள் ஒரு ஏக்கர் பருத்திக்காட்டுக்கு ரூ.15,000 வரை கடன் கொடுக்கின்றன. ராம்ராவுக்கோ ஒரு ஏக்கருக்கு ரூ.40,000

தேவைப்படுகிறது. "வங்கிகள் கடன் கொடுத்தாலும் அது போது மனதாக இருப்பதில்லை" என்கிறார். எனவே, எப்படியாயினும் அவர் தனிப்பட்ட கடன்களை வாங்கித்தான் ஆக வேண்டும். இந்த ஆண்டு அவர் மொத்தப் பணத்தையுமே தனிப்பட்ட நபர்களிடமே வாங்க வேண்டிய நிலை ஏற்பட்டுள்ளது.

நாட்கள் செல்கின்றன. ராம்ராவ் பயிர்களை விதைத்து வயலை மீண்டும் பயன்பாட்டுக்குக் கொண்டு வருகிறார். இந்தப் பருவ மழைக் காலத்துக்கென பருத்தி, சோயா, துவரையை அவர் பயிரிட்டுள்ளார். பருவமழை இதுவரை சராசரி அளவில் பெய்துள்ளது.

அக்டோபர் மாதத்து வெப்பம் இறங்கும் நிலையில் பனிக் காலம் வர இருக்கிறது. ராம்ராவ் என்னை தொலைபேசியில் அழைக்கிறார். "நான் ஆலக்யாவுக்குத் துணையாக நிற்க வேண்டும்". வேதனையுடன் கூறுகிறார். அவர் அண்மையில் ஆலக்யாவின் வீட்டுக்குச் சென்றிருந்த போது ஆலக்யாவின் மாமனாரும் மாமியாரும் அவரிடம் சரிவர நடந்துகொள்ளவில்லை. தனது மகளுக்கு மோசமான காலகட்டம் காத்திருப்பதை அவர் உணர்கிறார். அவருக்குள் இருக்கும் தந்தையுணர்வு எச்சரிக்கை அடைகிறது. அவருக்குள் இருக்கும் விவசாயியோ அவர் எவ்வாறு சமாளிக்கப் போகிறார், பணம் எங்கிருந்து வரப் போகிறது என்று கவலைப் படுகிறது.

★★★

"பண மதிப்பிழப்பின் மிக நல்ல விஷயம் என்னவெனில் அது எங்களைப் போல் கையில் பணமற்றவர்களைப் பாதிப்பதில்லை" என்று சிரிக்கிறார் 40 வயது பிரமோத் மேத்கர். அவர் 12 ஏக்கர் நிலமுடைய ஒரு பருத்தி விவசாயி. அவரிடம் சுத்தமாகப் பணமே இல்லை. "வேடிக்கை ஒரு பக்கம் இருக்கட்டும். உண்மையில் அது நல்ல முடிவு, இல்லையா?" மேத்கர் என்னிடம் கேட்கிறார். "பணக்காரர்களிடம் குவிந்துள்ள பெரும் பணம் வெளிவரும். அது நாட்டுக்கு நல்லதுதானே."

2016 நவம்பர் 8 அன்று பிரதமர் நரேந்திர மோடி அறிவித்த பணமதிப்பிழப்பு பணக்காரர்களிடம் உள்ள பணத்தை வெளியே கொண்டுவரும் என்று அவர் எவ்வாறு நம்புகிறார் என்று நான் அவரிடம் கேட்டேன். நாங்கள் வார்தா நகரிலிருந்து 40 கி.மீ. தொலைவில் உள்ள மாலேகான் கிராமத்தில் ஒரு தெருவோர தேநீர் கடையில் அமர்ந்து தேநீர் அருந்திக்கொண்டிருக்கிறோம்.

இந்தக் கிராமம் புதிதாக உருவாக்கப்பட்டுள்ள போர் (Bor) புலிகள் சரணாலயத்தின் பகுதியாக உள்ள ஒரு தேக்குமரக் காட்டின் முனையில் உள்ளது. ரூ.500, ரூ.1000 தாள்களைச் செல்லாததாக்கிய இந்திய அரசின் இந்த முடிவு கறுப்புப் பணத்தை வெளிக் கொணர்ந்து தாள்களற்றப் பொருளாதாரத்தை உருவாக்கவும் போலி ரூபாய் நோட்டுகள் புழங்குவதைத் தடுக்கவும் செய்யும் என்றும் மோடி கூறினார்.

"நான் அதைப் பற்றிக் கேள்விப்பட்டேன். எல்லோரும் அப்படித்தான் சொல்கிறார்கள். அரசு கறுப்புப் பணத்தைக் கைப் பற்றி எங்களுக்குச் செலவிடும் என்று நம்புகிறோம்" என்று மேதகர் கூறுகிறார். எங்களுக்கு எதிரே அமர்ந்திருந்த ஒரு வயதான கிராமத்து மனிதர் நாங்கள் பேசுவதைக் கூர்ந்து கவனிக்கிறார்.

கறுப்புப் பணத்துக்கு எதிரான இந்தச் செயல்பாடு நடைமுறைக்கு வந்து 50 நாட்கள் ஆகியிருந்தன. கிராமத்தவர்களை இது எவ்வாறு பாதிக்கிறது என்று நான் அவரிடம் கேட்டேன்.

மேத்கர் தங்களின் கடினமான சூழல்களை விவரிக்கிறார். "இங்குள்ள மக்களிடம் சுத்தமாகப் பணமில்லை. நிலத்தில் பருத் திப் பறிக்கும் பெண்களுக்குச் சம்பளமாகக் கொடுப்பதற்குக்கூட பணமில்லை. விலைகள் சரிந்துள்ளன. ஆனால், இப்படியான சிக்கல்கள் எங்களுக்குப் புதிதல்ல."

அந்த வயதான கிராமத்தவர் எங்கள் உரையாடலினுள் நுழை கிறார். "மருத்துவரைப் பார்ப்பதற்கு என்னிடம் பணமில்லை." அவரது மூட்டு வலிக்காக வார்தாவுக்குச் சென்று மருத்துவம் பார்ப்பதை அவர் தள்ளிப்போட்டுக்கொண்டே இருக்கிறார்.

தேநீர்க் கடையின் உரிமையாளரான பெண், "என் கடையை நான் கடனில்தான் நடத்துகிறேன்" என்கிறார். எங்கள் உரை யாடலை உன்னிப்பாகக் கவனித்து வந்த அவரும் எங்கள் உரை யாடலுக்குள் நுழைய எத்தனிக்கிறார். "எனது அன்றாடத் தொழில் பாதிக்கப்பட்டுள்ளது" என்று ஆத்திரத்துடன் கூறுகிறார்.

மாலேகான் ஏறத்தாழ 1,000 பேரைக் கொண்ட ஒரு சிறிய கிராமம். பாசன வசதியற்ற நிலங்களில் பருத்தியை உற்பத்தி செய்யும் சிறு விவசாயிகளே அங்குப் பெரும்பான்மையாக இருந் தனர். அது ராம்ராவின் கிராமத்தைப் போன்றே உள்ளது. அந்தக் கிராமத்துக்கு அருகில் உள்ள வங்கி என்பது 30 கி.மீ. தொலை வில், காட்டுப் பகுதியைக் கடந்து உள்ள சுகாலி கிராமத்தில்தான்

உள்ளது. உள்ளூரில் ஒற்றை அறை அஞ்சல் நிலையம் உள்ளது. அங்கு அஸ்வினி லெண்டே என்னும் இளம் பெண் மேலாளராகப் பணிபுரிகிறார். வங்கி நெடுந்தொலைவில் உள்ளதால் வயதானவர்களும் மிக வறுமையில் உழல்பவர்களும் தங்களுடைய பழைய ரூ.500, ரூ.1,000 தாள்களை இந்தக் கிராமப்புற அஞ்சல் நிலையத்தில்தான் செலுத்தினர். ஏறத்தாழ 63 உறுப்பினர்களிடமிருந்து ரூ.3,00,000 வரை பெற்றதாக அஸ்வினி கூறுகிறார். அவர்களுக்குத் திருப்பிக் கொடுக்க அஞ்சல் நிலையத்தில் போதுமான ரூபாய்த் தாள்கள் இல்லை. இதுவரை அஸ்வினி ரூ.10,000 மட்டுமே தனது உறுப்பினர்களுக்குத் திருப்பிச் செலுத்தியுள்ளார். ரூ.2,000 மதிப்புள்ள 5 தாள்கள். இரண்டு நாட்களுக்கு முன் வார்தா நகரிலுள்ள மத்திய அலுவலகத்திலிருந்து அந்த ரூ.2,000 தாள்களைப் பெற்று வந்த போது அவர் முதலில் பணத் தேவையுள்ள ஆனால், வங்கிக்குச் செல்ல இயலாத 5 வயதானப் பெண்களை அழைத்து ஆளுக்கு ஒரு ரூ.2,000 தாளை அளித்தார்.

நான் ராம்ராவின் கிராமத்துக்குச் சென்றுக்கொண்டிருக்கிறேன். ஆனால், வழியில் ஆங்காங்கே பாதை விலகி வார்தாவின் கிராமங்களுக்குள் சென்று, பண மதிப்பிழப்பு நடவடிக்கை கிராமப்புறங்களை எவ்வாறு பாதித்திருக்கிறது என்பதைக் கவனித்துவருகிறேன். கிராமப்புறமெங்கும் கடினமான சூழல் நிலவுவதைப் பற்றிய பல கதைகள் கிடைத்தன. தங்களது ரூபாய் நோட்டுகளை மாற்றுவதற்காக மக்கள் வங்கிகளுக்கு வெளியே வரிசைக் கட்டி நிற்கின்றனர். எங்கெங்கும் குழப்பம் நிலவுகிறது. அமைப்புசாராத் துறை பெருத்த அடிவாங்கியிருக்கிறது. தொழிலாளர்கள் வேலைக்காக அல்லல்படுகின்றனர். விலையின் பெரும் வீழ்ச்சியால் புதிதாக அறுவடை செய்யப்பட்டப் பயிர்கள் தேக்கமடைந்து நிற்கின்றன. இந்த முன்யோசனையற்ற அரசுக் கொள்கையின் விளைவாகப் பல வயதானவர்களும் வங்கி ஊழியர்களும் மாரடைப்பால் மரணமடைந்துள்ளனர் என்று தெரியவருகிறது.

மாலேகானிலிருந்து 60 கி. மீ. தொலைவில் உள்ள பபுள்கான்.

"இது ஒரு நல்ல முடிவு," என்கிறார் சுரேஷ் வாங்கடே. சற்றுத் தொலைவில் உள்ள பிதி கிராமத்திலிருந்து பருத்திப் பறிப்பதற்காகப் பெண்களைத் தினக் கூலிக்கு இங்கு வரவழைத்திருக்கும் ஒரு விவசாயி. அந்தப் பெண்கள் அனைவரும் அன்றைய நாளின் வேலை முடிந்து ஒரு டெம்போவில் ஏறி தங்கள் வீடுகளுக்குத் திரும்பத் தயாராக உள்ள போது நான் அங்கே நிறுத்தி அவர்களுடன் உரையாட முடிவெடுக்கிறேன்.

ஏன் அது ஒரு நல்ல முடிவு என்று அவர் நினைக்கிறார்.

அவரது பதிலும் மேட்கரின் பதிலை ஒத்திருக்கிறது. "பல பணக் காரர்களின் கறுப்புப் பணம் கைப்பற்றப்பட்டு எங்களது வளர்ச் சிக்குப் பயன்படுத்தப்படும்" என்று அவர் பதற்றத்துடனேயே கூறுகிறார். அங்கிருக்கும் பெண் தொழிலாளர்கள் அவரது கருத்தை ஒப்புக்கொள்வார்களோ மாட்டார்களோ என்ற பதற்றம் அவரிடம் தெரிகிறது. அவர்கள் முற்றிலுமாக மறுக்கின்றனர். வாங்கடேயால் அவர்களுக்குக் கூலி கொடுக்க முடியவில்லை. அவர்களுக்குக் கூலிக் கொடுக்க அவர் கையில் பணம் சுத்தமாக இல்லை. பெண் கள் கையில் பணம் கிடைக்கும்வரை அவர்களால் அவர்களது அன்றாடத் தேவைக்கான எந்தப் பொருளையும் வாங்க இயலாது.

மோடியின் அறிவிப்புக்குப் பிறகு சந்தை வீழ்ந்ததால் வாங்க டேயின் பருத்தி விற்கப்படாமல் நிற்கிறது. பிறகு என்ன? கிராமப் புறங்களில் அன்றாட எதிர்பாராத செலவினங்களைச் சமாளிக்க ஒருவருக்கொருவர் கொடுத்துதவும் சிறு கடன்கள் முற்றிலுமாக நின்றுபோய்விட்டதாகக் கூறுகிறார்.

அந்தப் பெண்களுக்கு அவர் எவ்வளவு தர வேண்டும்? சில ஆயிரம் ரூபாய்கள். "பலருக்கும் பெருமளவிலான தொகை நான் கடன்பட்டுள்ளேன். என்னால் அவற்றை முற்றிலும் அடைக்க முடியாது," என்கிறார்.

அந்தக் கூட்டத்தைச் சேர்ந்த ஒரு வயதான பெண் ஆத்திரத்தில் வெடிக்கிறார். "அது எனக்கு எவ்வாறு உதவும்? நாங்கள் எப்படி எங்கள் வீட்டை நடத்துவது?" சத்தமாகக் கேட்கிறார். பண மதிப் பிழப்பின் முதல் வாரத்தில் பெண்கள் பழைய ரூ.500, ரூ.1,000 தாள்களைக் கூலியாக வாங்கிக்கொண்டனர். ஆனால், பிறகு அதை நிறுத்திவிட்டனர். "வங்கிகளில் நீண்ட வரிசையில் நின்று பணத் தைச் செலுத்துவதற்கும் மாற்றுவதற்கும் யாருக்கு நேரம் இருக் கிறது? நாங்கள் வேலை செய்து எங்கள் குடும்பங்களுக்கு உண வளிப்பதா அல்லது நீண்ட வரிசைகளில் காத்து நிற்பதா?"

மோடி, பண மதிப்பிழப்பை அறிவித்த போது உடனடியாக அதனால் பாதிக்கப்பட்டு இழப்பைச் சந்தித்தவர்கள் நிலமற்ற ஏழைப் பெண்கள்தான். அப்படியான பெண்களிடம்தான் நான் இப்போது பேசிக்கொண்டிருக்கிறேன். இது நல்ல முடிவா இல் லையா? நான் அவர்களிடம் கேட்கிறேன்.

"நாங்கள் எப்படிச் சொல்வது? எல்லோரும் இது நல்ல முடிவு என்கிறார்கள். ஆனால், அது என் வாழ்வையை எவ்வாறு

முன்னேற்றப்போகிறது?" அந்த வயதான பெண் சொல்கிறார். அந்தப் பெண்கள் டெம்போவில் ஏறி கிளம்புகின்றனர். வாங்கடே தனது பொருளாதார நிலை மேம்படாது என்கிறார். ஆனால், மிகக் குறுகியக் காலத்தில் பெரும் பணம் ஈட்டிய கறுப்புப் பணக்காரர்கள் பாதிக்கப்படுவார்கள். அவர்கள் பணம் கைப்பற்றப்படும் என்று நம்புகிறார்.

அன்றைய நாள் முழுவதும் நான் பேசிய ஆண்களும் பெண் களும் தங்களது நடைமுறை நிலையை மறந்து யாரோ ஒரு பணக்காரரின் பதுக்கி வைத்த பணம் மீட்கப்பட்டு தங்களுக்குப் பிரித்துக்கொடுக்கப்படும் என்றே நம்பினர்.

★ ★ ★

ஏறத்தாழ 20 ஆண்டுகளாக வீழ்ச்சியைச் சந்தித்து வரும் விதர் பாவின் பருத்தி, சோயா விவசாயிகள் ஏதோ ஓர் அதிசயம் நிகழ்ந்து, தங்களது சூழலிலிருந்து தங்களை மீட்கும் என்று நம்புவதைக் கைவிடவில்லை. ஒரு பெரும் பணக்காரரிடமிருந்து பணம் பறிக்கப்பட்டு தங்களுக்குச் செலவிடப்படும் என்ற அவர்களுடைய இந்தத் தவறான நம்பிக்கை அவர்கள் எதிர்கொண்டிருக்கும் பொரு ளாதார சமத்துவமின்மையின் அடையாளமாகவே உள்ளது. நிலம் இருப்பவர்கள் சுத்தமாகப் பணமின்றி நிற்கின்றனர். நிலமற்ற வர்களோ மேலும் ஏழைகளாக மாறி, அதனால் கிராமத்தை விட்டு புதிய நகர வாழ்வுக்குக் குடிபெயர்வதைத் தவிர வேறு வழியின்றி நிற்கின்றனர் என்பதே உண்மையான கள நிலைமை.

அதனால்தான், பெரும் பணக்காரர்களைத் தண்டிப்பதாக மீண்டு மொருத் தொலைக்காட்சி உரையில் பிரதமர் கூறியபோது, அதைக் கண்ட மக்கள், உடனடியாக அவராலும் அவரது ஆதரவாளர் களாலும் கட்டமைக்கப்பட்டப் புதியக் காட்சிக்குப் பலியாகினர்.

"கடந்த சில ஆண்டுகளில் பலர் பெரும் பணத்தை ஈட்டி யுள்ளனர்." வார்தா நகரத்திலிருந்து 30 கி.மீ. தொலைவில் உள்ள சுகாலி கிராமத்தின் பாங்க் ஆஃப் இந்தியா வங்கிக் கிளையின் வாசலில் கூட்டத்துக்கு நடுவே நின்றுக்கொண்டிருந்த விவசாயி ஒருவரின் கூற்று இது. "அவர்கள் மீது நடவடிக்கை எடுப்பது என்பது சரியானது தானே?"

இந்த மனிதரின் மகளுக்கு ஜனவரி 2017இல் திருமணம் நடத்துவதாக நிச்சயிக்கப்பட்டுள்ளது. ஆனால், கையிருப்பில் பண மில்லாத நிலையில் இந்த அறிவிப்பு தன்னைப் பாதித்திருப்பதாகக்

கூறுகிறார். ஆனால், இப்படியான சிக்கல்களும் தவிப்புகளும் தனக்குப் புதிதல்ல என்றும் கூறுகிறார்.

நான் ஹிவாராவை அடைந்தபோது ராம்ராவ் தற்போது பரவி வந்த ஒரு நகைச்சுவையைப் பகிர்கிறார். "உங்களுக்கு மீட்சி வேண்டுமாயின் வரிசைக் கட்டுங்கள்." அவர் அந்த நகைச்சுவையால் மிகவும் எரிச்சலுற்றிருக்கிறார் என்பது தெளிவாகத் தெரிகிறது. அவர் தனது வாழ்வையும் தனது நிலத்தையும் மீட்டெடுத்து மறுக்கட்டுமானம் செய்ய முனைந்திருக்கும் வேளையில் இந்தப் பண மதிப்பிழப்பு வந்திருக்கிறது என்கிறார். தீபாவளி அண்மையில்தான் நடந்து முடிந்திருக்கிறது. ராம்ராவ் ஹிவாராவில் உள்ள பிற விவசாயிகளைப் போலவே பருத்தி மற்றும் சோயாவினை விற்பதற்காகச் சந்தைக்கு எடுத்துச்செல்லத் திட்டமிட்டிருந்தார். தனது விளைப்பொருட்களுக்கு நல்ல விலை கிடைக்குமென நம்பியிருந்தார். ஆனால், அது நடக்கவில்லை. பணமதிப்பிழப்பு அவரையும் அவரைப் போல பலரையும் மீண்டும் குழிக்குள் தள்ளியிருக்கிறது.

"இது இப்போது ஒரு புதிய தலைவலி" என்கிறார். "எனக்கு இருக்கிற சிக்கல்கள் போதாதா?"

இது ராம்ராவுக்கு மீண்டும் ஒரு மோசமான ஆண்டாகவே இருக்கிறது. அவரைப் போலவே விதர்பாவிலுள்ள பெரும்பாலான சிறு, குறு விவசாயிகளுக்கும் அப்படித்தான். வியாபாரிகள் பணம் தர மறுக்கிறார்கள். ஒரு வேளை பணம் தர ஒப்புக்கொண்டால் சந்தை விலைக்குத் தர மறுக்கிறார்கள்.

"எனக்குப் பணமாக வேண்டுமானால் நான் எனது பருத்தியைக் குறைந்த விலைக்கு விற்க வேண்டும். சந்தை விலை வேண்டுமென்றால் நான் அவர்கள் எனக்குப் பணம் தருவதற்கு பல மாதங்கள் காத்திருக்க வேண்டும். என்னால் காத்திருக்க முடியாது. நான் கூலி கொடுக்க வேண்டும். கடன்களை அடைக்க வேண்டும்."

இந்தப் பகுதியில் உள்ள விவசாயிகள் பணமாகப் பெறுவதையே விரும்புகிறார்கள். ஏனெனில் அது உடனடியாகக் கைக்கு வந்துவிடும். அவர்களுக்குத் தொடர்ந்த செலவுகள் இருந்தன. அவற்றைச் சந்திக்க அவர்களுக்கு அந்தப் பணம் வேண்டும். வங்கிகளுக்குச் செல்வது என்பது போக்குவரத்துக்குச் செலவு செய்வது, நீண்ட வரிசையில் நிற்பது, நீண்ட நேரம் காத்திருப்பது. அந்த நேரத்தை அவர்கள் தங்கள் நிலத்தில் செலவிடலாம்.

ராம்ராவ் ஒவ்வொரு குவிண்டால் பருத்தியையும் சில நூறு ரூபாய்கள் குறைவாகவே விற்றிருக்கிறார். அவருக்கு நிச்சயமாகப் பணம் தேவைப்பட்டது. ஆலக்யாவுக்கு மாதம் தோறும் பணம் அனுப்புகிறார். ஆலக்யா தனது தேவைகளுக்குத் தன் கையில் கொஞ்சமேனும் பணம் வைத்திருப்பது நல்லது என கருதுகிறார்.

பண மதிப்பிழப்பு அறிவிப்பினைத் தொடர்ந்து பல மாதங்கள் பணப்புழக்கம் குறைந்திருந்தது. இது இந்திய, குறிப்பாக கிராமப் புறப் பொருளாதாரத்தைக் கடுமையாகப் பாதித்தது. ஹிவாரா அதற்கு எந்த விதத்திலும் விதிவிலக்கல்ல. டிசம்பர் 2014இல் நான் ராம்ராவைச் சந்தித்தபோது அவரது வீட்டின் இரு அறைகளும் பருத்தி விளைச்சலால் நிரம்பியிருந்தன. அவற்றை விற்பதா அல்லது சிறிது காலம் காத்திருப்பதா என்று புரியாத நிலையில் அவர் இருந்தார். அதை விற்கும் போது அவர் தொழிலாளர்களுக்குக் கூலி கொடுக்க வேண்டும். விவசாய உட்பொருட்கள் தந்த கடை காரர்களுக்குப் பணம் தர வேண்டும். தனது பழைய கடன்களில் சிலவற்றையேனும் அடைக்க வேண்டும். ஆனால், பணப் புழக்கம் கடுமையாகக் குறைந்துள்ளது. பருத்தி மற்றும் சோயாவின் விலைகள் குறைந்துள்ளன. ராம்ராவ் தவிப்புடன் காத்திருக்கிறார்.

அத்தியாயம் - 6

சாமந்தி

2017ஆம் ஆண்டு ஆகஸ்ட் 7. ஒரு மழை நாளின் காலையில் ராம்ராவ் என்னை அழைக்கிறார். சந்திக்க வேண்டும் என்று கூறுகிறார். நாங்கள் சந்தித்தும் பேசியும் சிறிது காலமாயிற்று.

அந்த ஆண்டின் முதல் பாதி சற்றுக் கடினமாகவே எனக்கு இருந்தது. என் வேலை போனதால் பொருளாதாரச் சிக்கலில் சிக்கிக்கொண்டேன். நானே ஒரு நிலையற்றச் சூழலில் இருந்த நிலையில் அவரை என்னால் சந்திக்க இயலவில்லை. ஏப்ரலில் சில மணி நேரங்கள் மட்டுமே அவரைக் கடைசியாகச் சந்தித்தேன். அவர் வேலைகளை முன்னெடுப்பதில் மிகுந்த ஆர்வமுடையவராகத் தோற்றமளித்தார். அவரது மருமகனின் மரணம் அவர் மனதை அரித்துக்கொண்டுள்ளது. பண மதிப்பிழப்பின் பாதிப்புகள் ஹிவா ராவில் இன்னமும் நிலவிக்கொண்டிருந்தன. கடந்த ஆண்டின் காரிஃப் மற்றும் ராபி பருவக் காலங்களில் அவரது வருமானம் சரிவைச் சந்தித்தது. ஆனாலும், அவர் சிறிதுசிறிதாக நம்பிக்கை யைப் பெறுபவராகத் தோற்றமளிக்கிறார்.

ஹிவாராவின் அமைப்புசாரா பொருளாதாரத்தைப் பண மதிப் பிழப்பு ஒட்டுமொத்தமாகச் சீரழித்துள்ளது. விவசாயிகள் தங்கள் விளைச்சல்களைச் சந்தைக்கு எடுத்துச்செல்லும் அந்தத் தருணத்தில் வந்த இந்த இடி அவர்களின் வருமானத்தைப் பெரிதும் பாதித்தது. ரூ.75,000 பெறுமானமுள்ள ராம்ராவின் துவரை பந்தர்காவுடா உழவு சந்தையில் வியாபாரிகளால் கொள்முதல் செய்யப்பட்டது. ஆனால்,இன்னமும் அவர்கள் அதற்கான தொகையைத் தர வில்லை. ஏனெனில் அவர் அதைப் பணமாகக் கேட்டிருந்தார். விவசாயக் கூலிகளுக்கு அவர் கூலிக்கொடுக்க வேண்டியிருந்தது. வியாபாரிகள் அவரது வங்கிக் கணக்குக்குப் பணத்தை அனுப்பக் கேட்டனர். அல்லது ஒரு காசோலைக் கொடுப்பதாகக் கூறினர். ஆனால், ராம்ராவ் காத்திருக்கத் தயாராக இருந்தார். அவர் வியா பாரிகளை நம்பினார்.

மே 2017இல் ராம்ராவ் என்னுடன் தொலைபேசியில் பேசி னார். தன் நிலத்தில் உழப்போவதாகவும் அத்துடன் கூடுதலாக

பந்தர்காவுடா விவசாயத் துறை அலுவலரின் 45 ஏக்கரைத் தனது 3 நண்பர்களுடன் சேர்ந்து உழப்போவதாகவும் கூடுதலாக கோலம் வாரின் 7 ஏக்கரை அவருடன் சேர்ந்து உழப்போவதாகவும் தனக்குத் தெரிந்த கோண்டு பழங்குடியினர் ஒருவரின் 10 ஏக்கர் நிலத்தையும் குத்தகைக்கு எடுக்கப்போவதாகவும் கூறினார். இவை அனைத்துக்கு மான விவசாய உட்பொருட்களுக்கான பணத்தைத் தன்னால் திரட்ட முடியும் என்று நம்பினார். ஆனால், எவ்வாறு என்பதைக் குறித்து அவருக்குத் தெளிவு இருக்கவில்லை.

கூடுதலாக கடன் வாங்கப் போகிறாரா? அல்லது ஒருவேளை அசோக்ராவ் உதவிக்கரம் நீட்டலாம். அந்தத் தகவல்கள் எதையும் என்னிடம் அவர் தெரிவிக்கவில்லை.

வங்கிக் கடன் என்பது சாத்தியமில்லாதது. ஏனெனில் பழைய கடன்களை அவர் இன்னமும் அடைக்கவில்லை. மாநில அரசு ஒருவழியாக கடன் தள்ளுபடியை அறிவிக்கக் கூடும் என்ற பேச்சு இருந்தது. ஏனெனில் மகாராஷ்டிராவெங்கும் அதைக் கடந்தும் விவசாயிகளின் ஆத்திரமிகுப் போராட்டங்கள் வெடித்துக் கிளம் பிக்கொண்டிருந்தன.

வங்கிக் கடன் இல்லையென்றால் மத்திய அரசின் பயிர்க் காப்பீடுத் திட்டமான பிரதான் மந்திரி பசல் பீமா யோஜ்னா திட்டத்தில் பயன் பெறவும் அவர் தகுதிப் பெற மாட்டார். இந்தத் திட்டம் பயிர் இழப்பிலிருந்து விவசாயிகளைப் பாதுகாப்பதற்காக உருவாக்கப்பட்டது.

பி. ஜே. பி மற்றும் சிவசேனா தலைமையிலான மகாராஷ்டிர அரசு ஜூலை மாதத்தில் பயிர்க் கடன் தள்ளுபடித் திட்டத்தை அறிவித்தது. அது ராம்ராவைப் போன்று பெரிதும் கடனில் சிக்கி யிருக்கும் விவசாயிகளுக்கு உதவுமென்று நான் நம்பினேன். ஆனால், அந்தத் திட்டத்தின் பலன்களை விவசாயிகள் அனுபவிக்க பல மாதங்கள் காத்திருக்க நேர்ந்தது. மிக நெடிய நடைமுறைகள் பின்பற்றப்பட வேண்டி இருந்தன. அரசு நியமித்த சேவை மையங்களில் நீண்ட வரிசைகளில் நின்று இணைய வழியாக அவர்கள் தங்கள் விண்ணப்பங்களைப் பதிவுசெய்ய வேண்டி யிருந்தது. அத்துடன் நிலப் பதிவுச் சான்றுகள் மற்றும் வங்கி அறிக்கைகளை அவர்கள் அதனுடன் அளிக்க வேண்டியிருந்தது. இந்த நடைமுறைகளை நிறைவு செய்யவே பல மாதங்கள் எடுத் தன. அதன் பிறகு மாநில அரசு இதற்கென ஒப்பந்த முறையில் அமர்த்தியிருந்த ஒரு தனியார் நிறுவனத்துடன் இணைந்து அந்த

விண்ணப்பங்களைப் பரிசீலிக்கும். விண்ணப்பங்கள் ஏற்றுக் கொள்ளப்பட்டால் இறுதியாக இந்தக் கடன் தள்ளுபடி திட்டத்தின் பலனைப் பெறும் வாய்ப்பு விவசாயிக்குக் கிடைக்கும்.

ராம்ராவ் இன்னமும் விண்ணப்பிக்கவில்லை. வரிசைகள் மிக நீண்டதாகவும் அதிக நேரம் எடுப்பவையாகவும் இருந்தன. எல்லா ஆவணங்களையும் தயார் செய்த பிறகே விண்ணப்பிக்கப் போவ தாக அவர் கூறினார். ஆனால், இந்த அரசின் அடையாளமாகவே நீண்ட வரிசைகள் ஆகிவிட்டன என்றும் கூறுகிறார். கடந்த நவம் பரில் பண மதிப்பிழப்புக்குப் பின் கிராமவாசிகள் வங்கிகளுக்கு முன் நீண்ட வரிசைகளில் காத்திருக்க நேர்ந்தது.

நான் ராம்ராவுடன் பேசிக்கொண்டிருக்கும் போது ஹிவாராவில் நான் முன்பு சந்தித்த அந்த வயதான மனிதர் நினைவுக்கு வருகி றார். அவர் பண மதிப்பிழப்பினால் எரிச்சலுற்றிருந்தார். அரசு டிஜிட்டல் மயமாவது குறித்து அவருக்குப் புரியவில்லை. அப்படி யென்றால் என்ன என்று அவர் என்னிடம் கேட்டார். "இந்த அர சாங்கம் ஆன்லைன் ஆன்லைன்னு திங்குதிங்குன்னு குதிக்குதே ... அப்படின்னா என்ன?" மக்கள் தொகையில் ஏறத்தாழ பாதி பேருக்கு, குறிப்பாக கல்வியறிவற்ற, தங்கள் கிராமத்தை விட்டு ஒரு போதும் வெளியே வந்திராத வயதானவர்களுக்கு அன்றாட சேவைகள் மேலும் மேலும் டிஜிட்டல் மயமாவது என்பது எங் கிருந்தோ அரசு திடீரென்று வீசிய வெடிகுண்டைப் போன்று இருந்தது.

கிராமப்புற விதர்பாவில், இல்லை, இந்தியாவெங்கும் அரசு சேவை மையங்கள் மற்றும் வங்கிகளுக்கு வெளியே பண மதிப் பிழப்புக்குப் பின் நின்ற பாம்பைப் போல் நீண்ட வரிசைகள் என்பவை மோடி அரசின் டிஜிட்டல் மயமாக்கல் என்ற கொள்கை யின் அடையாளமாகவே இருந்தன. எங்கெங்கும் உள்ள அனைத்துக் கிராமங்களிலும் அது மிகக் கடினமானச் சூழ்நிலையையே உரு வாக்கியது.

நான் ராம்ராவின் பேச்சில் குறுக்கிட்டு என்னுடைய வாழ்விலும் சிக்கல் ஏற்பட்டிருப்பதைத் தெரிவித்தேன்.

"எனக்குத் தெரியும்" என்று சொல்கிறார். "நீங்கள் எப்படி இருக் கிறீர்கள் என்று கேட்கவே நான் அழைத்தேன்." நீண்ட நாட்களாக என்னிடமிருந்து எந்தத் தகவலும் இல்லாததால் கவலையுற்றே என்னைச் சந்திக்க வேண்டும் என்று அழைத்ததாகக் கூறினார்.

அந்த நொடி, எங்கள் இருவருக்குமிடையே நான் கட்டி யெழுப்பியிருந்த ஒரு தொழில்முறையிலான சுவரை, அதாவது நேர்காணல் எடுப்பவருக்கும் எடுக்கப்படுபவருக்குமான உறவை அவர் தகர்த்தெறிந்துவிட்டார். என்ன செய்வது... என்ன சொல் வது... என்று எனக்குத் தெரியவில்லை. ஆனால், அவரது சொற்கள் என்னை மிகவும் நெகிழச் செய்தன. இன்றளவிலும் மனித நேயம் இருப்பதை அவர் எனக்கு உணர்த்தினார்.

எனக்கு ஊக்கமளிப்பதைப் போலவும் அவர் பேச முயன்றார். வாழ்வின் சவால்களைக் கண்டு ஒருபோதும் துவண்டுவிடக் கூடாது என்கிறார். அவர் உற்சாகமான குரலில் எனக்கு ஆறுதல் அளிப்பவராக மாறிப்போனார். அவர் அவரது நிலத்தில் அவரது பண்ணையாட்கள் சூழவிருப்பதை நான் உணர்ந்தேன். தன்னைச் சுற்றியிருப்பவர்களுக்கும் தான் சொல்வது கேட்கும் விதமாக உரத்துப் பேசும் வழக்கம் ராம்ராவுக்கு இருப்பதை நான் அறிவேன். அவர் பொதுவாகப் பெருமை பேசும் குணமுடையவர் அல்ல. ஆனால், தனது நட்புகளைப் பறைசாற்றிக்கொள்ள விரும்புவார். தனது எழுத்தறிவற்றப் பண்ணையாட்களுக்குத் தனக்கு எல்லா இடங்களிலும் நண்பர்கள் இருப்பதைத் தெரிவிக்க விரும்பினார்.

"நான் ஒரு முறை இந்தப் பாடத்தை மறந்தேன். ஏறத்தாழ இறந்தே போனேன்." 2014இல் அவர் எவ்வாறு சாவுக்கு மிக நெருக்கமாகச் சென்றுத் திரும்பினார் என்பதை நினைவுக்கூர்ந்தார். அந்தச் சம்பவம் இன்று அவர் பகடி செய்து பேசும் ஒன்றாக மாறிப்போனது. "எனது மருமகன் அதை மறந்துவிட்டார்." இதைச் சொல்லும் போது அவர் குரல் மீண்டும் சோகத்தில் மூழ்குகிறது.

"என்ன நடக்கிறது? உங்கள் வயலில் என்ன நடக்கிறது?" என் றேன். என்னை அழைத்ததன் காரணத்தை அவர் சொல்வார் என்று எதிர்பார்த்தேன்.

"அண்ணா, நீங்கள் எவ்வளவு விரைவாக வர முடியுமோ அவ் வளவு சீக்கிரம் வர வேண்டும். உங்களை என் வயலுக்கு நான் அழைத்துச்செல்ல வேண்டும். அங்கு உங்களுக்கு நான் ஒன்றைத் தர விரும்புகிறேன். ஒன்றைக் காட்ட விரும்புகிறேன்," என்று கூறுகிறார்.

ஏதேனும் முக்கியமான ஒன்றாகத்தான் இருக்க வேண்டும். இல்லையென்றால் என்னை இந்த அளவுக்குக் கட்டாயப்படுத்த மாட்டார். அப்படி அவர் ஒருபோதும் செய்ததில்லை. விரைவில் வருவதாக நான் சொல்கிறேன். சில மணி நேரங்கள் வந்தால்

போதும் என்று வற்புறுத்துகிறார். சரி என்று கூறி எங்கள் உரை யாடலை முடிக்கிறேன்.

★ ★ ★

ஒரு வாரம் கழித்து, ஆகஸ்ட் மாதத்தின் நடுப்பகுதியில் நான் ஹிவாராவை நோக்கிப் பயணித்துக்கொண்டிருக்கிறேன்.

மழை சற்று விட்டிருந்தது. ஜூன் மாதத்தில் மழை பெரிதாகப் பெய்யவில்லை. ஆனால், ஜூலையில் பெய்திருந்தது. கிராமப் புறம் எங்கிலும் மக்கள் தங்கள் விதைப்பை முடித்திருந்தனர். தட்பவெட்ப நிலை மிகுந்த இறுக்கமாக இருந்தது. இந்த நெடுஞ் சாலையில் நான் பல முறை பயணித்திருக்கிறேன். குறுகலான ஒற்றைப் பாதையாக இருந்த சாலை இப்போது அகலமான நான்கு வழிச் சாலையாக மாறியிருக்கிறது. கடந்த 15 ஆண்டுகளில் வந்த சாலை இது. கடந்த 2000ஆம் ஆண்டு அன்றைய பிரதமர் அடல் பிகாரி வாஜ்பேயி தங்க நாற்கரத் திட்டம் என்னும் புதிய நெடுஞ் சாலை இணைப்பு வலையத்தினை அறிவித்தார். அதில் வடக்கையும் தெற்கையும் இணைக்கும் திட்டத்தின் பகுதியாக வந்தது இந்தச் சாலை. டாக்டர் மன்மோகன் சிங் இத்திட்டத்தினை விரிவுப்படுத்தி விரைவும் படுத்தினார். நெடுஞ்சாலைகள் நீண்டு வளர இயந்தி ரங்கள் வேலைக்கு வந்தன. கட்டு-செயற்படுத்து-கைமாற்று என்ற அடிப்படையில் தனியார் நிறுவனங்கள் மிகப் பெரும் இயந்திரங் களைக் கொண்டுவந்து சாலைகளைப் போடுவது அதிகரித்து வந்தது. ஒரு புதிய இந்தியா உருவாகத் தொடங்கியது. சாலை கட்டுமானப் பணிகளுக்குப் பெரிய அளவில் ஆண்களும் பெண் களும் இப்போது தேவைப்படுவதில்லை. ஒரு குறிப்பிட்ட நேரத் தில் சாலைப் பணிகளில் வெகு சில பணியாளர்களே வேலை பார்க்கின்றனர். சாலைப் பணிகளில் நேரடியாக நிறைய பேர் வேலை செய்வதை நான் பார்க்கவேயில்லை. சுங்கவரி வசூலிக்கும் மையங்கள் முளைக்கத் தொடங்கின. உலகின் இந்தப் பகுதியில் பயணிக்க நான் எப்போதும் குண்டும்குழியுமான சாலையிலேயே பயணித்திருக்கிறேன். ஆனால், கடந்த 3 ஆண்டுகளாக இந்தப் பயணங்கள் எளிதாகவும் வேகமாகவும் மாறியிருக்கின்றன.

எனினும், புதிய கட்டமைப்புக்கான விலை ஒன்று இருந்தது. பல பல ஆண்டுகளாக நெடுஞ்சாலைகள் நெடுகிலும் வளர்ந்து நிழல் பரப்பி கொடூரமான வெப்பக்காலங்களில் குளுமையைத் தந்த ஆயிரக்கணக்கான வேம்பு, மாமரங்கள் வெட்டப்பட்டு விட்டன. புதிய மரங்கள் நடப்பட்டன. ஆனால், அவை வேர்

பிடிக்கவேயில்லை. விரிவுப்படுத்தப்பட்ட நெடுஞ்சாலை எங்கும் கட்டப்பட்ட மேம்பாலங்கள் தனது வழியெங்கும் கிராமங்களைத் துண்டாடின. அரசு தந்த நிவாரணத் தொகையைப் பங்கிடுவதில் ஏற்பட்டத் தகராறு காரணமாகக் குடும்பங்கள் பிளவுண்ட கதை களும் உள்ளன. இந்தச் சாலையில் அதிவிரைவாகச் சென்ற பெரிய பெரிய வாகனங்கள் கிராமங்களுக்கே உரிய மிதிவண்டிகளையும் மாட்டு வண்டிகளையும் அச்சுறுத்தின. இவற்றிலெல்லாம் மாறாதது ஒன்று உண்டென்றால் நெடுஞ்சாலையின் ஓரங்களில் நீலம் மற்றும் மஞ்சள் தார்பாய்களால் கூரை வேயப்பட்ட பலவீனமான பாழடைந்த குடிசைகள்தான். புதிதாக எழுந்துவரும் வளமிக்க நகரங்களுக்கு இடையே கிராமங்களையும் எளிய குடியிருப்பு களையும் இரண்டாம் தர குடிமக்களாகக் காட்டுவனப் போல் இந்தக் குடிசைகள் இருந்தன. ஒரு வகையில் இந்தப் புதிய அகண்ட நெடுஞ்சாலைகள் நகரங்களைக் கிராமங்களிலிருந்தும் மக்களை மக்களிடமிருந்தும் இன்னும் தூரமாக நிறுத்தியதோடு விதர்பாவைப் போன்ற பின்தங்கியப் பகுதிகளிலும் கூட புதிய தேசங்களை உருவாக்கின.

அந்த நெடுஞ்சாலைகளின் வழியே நாக்பூரிலிருந்து ஐதராபாத் துக்கு கார்களில் செல்பவர்களுக்கு மழை சரியான நேரத்தில் பெய்வது குறித்து எந்தக் கவலையும் இல்லை. எப்படியிருந்தாலும் அவர்களால் அவர்களுக்குத் தேவையான உணவுப் பொருட்களை வாங்க முடியும், அது விலை அதிகமாக இருந்த போதும்-பருப்பு ஒரு கிலோ ரூ.100, காய்கறிகள் ரூ.120 என்று. ஆனால், மழைப் பொய்த்தாலோ, சரிவர பெய்யவில்லை என்றாலோ அல்லது இந்த ஆண்டு பெய்ததைப் போல மண்ணையும் வளர்ந்து நிற்கும் பயிர் களை நாசப்படுத்தும் பெருமழை பெய்தாலோ அந்த சாலையின் இருபுறங்களில் வாழும் விவசாயிகள் மிகவும் துன்பப்படுவார்கள். விவசாயிகள் அடுத்து வறட்சி ஏற்படலாம் என்று கவலைக் கொண்டுள்ளனர். எனினும் அதிசயத்தக்க விதமாக பருத்திச் செடிகள் திகைப்பூட்டும் அளவுக்கு உயரமாக வளர்ந்துள்ளன. அதற்கு நேர் மாறாக, சோயா பயிர்கள் மழையை எதிர்பார்த்து வாடி நிற்கின்றன.

நாக்பூரிலிருந்து ஹிவாராவுக்குப் பயணிக்கும் போது அந்த ஐதராபாத் நெடுஞ்சாலை ஓரிடத்தில் செங்கோணத்தில் திரும்பும். வார்தா மாவட்டத்தில் கழிந்த எனது குழந்தைப்பருவத்து நினைவு களில் ஜம் என்ற சிறிய கிராமமாக இருந்த அந்த இடம்

தற்போது பேருந்துகளுக்கும் பயணிகளுக்கும் புகழ்பெற்ற இடை நிறுத்துமிடமாக உள்ளது. அங்கிருந்து 12 கி.மீ. தொலைவில் ஒரு காலத்தில் மிகவும் புகழ்பெற்ற நெசவு நகரமான ஹிங்காகட் உள்ளது. பல ஆண்டுகளுக்கு முன் பொருளாதார மற்றங்களால் நாக்பூரிலிருந்து காம்கோன் வரை, விதர்பாவெங்கும் காணாமல் போன பல நூற்பாலைகள் போலவே இதுவும் விழுந்தது.

வரலாற்று ரீதியாகப் பார்த்தால் இரயில்வே தடங்கள் இந்த நகரங்களையே இணைத்தன. அல்லது மாற்றிச் சொல்ல வேண்டுமா? மும்பை-நாக்பூர், வங்காளம்-நாக்பூர் மற்றும் பின்னர் வந்த தெற்குத் தடங்கள் ஆகியவை நெடுகிலும் இந்த நகரங்கள் முளைத்தன. வார்தா மாவட்டத்தில் ஹிங்காகட், புல்கான், அமராவதியில் பத்நேரா, தர்யாபூர், அச்சல்பூர், புல்தானாவில் காம்கான் ஆகியவை அப்படி எழுந்த பல நகரங்களில் சில. நாக்பூரில் சந்திக்கும் மும்பை, ஐதராபாத்துக்குச் செல்லும் நெடுஞ்சாலைகள், ஒரு விதத்தில் மத்திய, மேற்கு, தெற்கத்திய பருத்தி மற்றும் நெசவு உலகங்களை இணைக்கும் சாலைகளாக இருந்தன.

1980கள் வரை இந்தப் பகுதியில் 163 ஒருங்கிணைந்த நெசவாலைகள் இருந்தன. 1990களின் பிற்பகுதியில் அவை அனைத்துமே வீழ்ந்து மூடப்பட்டன. விதர்பா ஏற்கெனவே தனது கைத்தறித் தொழிலை 1980களில் இழந்திருந்தது. அக்காலகட்டத்தில் பாரம்பரியமான நெசவுத் தொழிலை நசுக்கி எழுந்த புதிய நெசவுக் கொள்கையின் விளைவாக இது நடந்தது. ஒரு காலத்தில் மிகவும் வளமானதாக இருந்த அந்தத் தொழிலில் நீண்ட காலமாக இருந்தவர்கள் வெளியேற்றப்பட்டிருக்கின்றனர். கைத்தறிகளுக்கு மாற்றாக முதலில் விசைத் தறிகள் வந்தன. பின்னர் ஒருங்கிணைந்த ஆலைகளைத் தடமிழக்க வைத்தன.

சில மிகப் பெரும் புகழ் வாய்ந்த ஆலைகள்கூட நட்டமடைந்து அத்தொழிலிருந்து வெளியேறின. என் சொந்த ஊரில் டாடா நிறுவனத்தின் மிகப் பெரும் ஆலையான எம்ப்ரஸ் மில்ஸ் 1980களின் மத்தியில் மகாராஷ்டிரா மாநில நெசவு கார்பரேசனால் கையகப்படுத்தப்பட்டது. பின்னர் 2006இல் ஆலை முழுவதுமாக மூடப்பட்டது. அதற்கு முன் மாடர்ன் மில்ஸ் ஆலை நொறுங்கியது. நாக்பூரில் இருந்த கூட்டுறவு நூற்பாலைகள் போட்டியில் நிற்க இயலாது ஒதுங்கின. புதிய உலக மயமாக்கல் உலகின் போக்கில் இலாபகரமான ஒரு மாற்றத்தை உருவாக்கிக்கொள்ள இயலாத நிலையில் இந்த நிறுவனங்கள் அனைத்தும் விலகி வழிவிட்டன.

கைத்தறிகளும் நூற்பாலைகளும் மூடிய நிலையில் நூறாண்டு களுக்கும் மேலாகச் செழித்து வளர்ந்த விதர்பாவின் நெசவு பொருளாதாரம் திடீரென்று அழிந்தது என்பது, அதற்குப் பின்னான ஆண்டுகளில் வந்த பருத்தி விவசாயிகளின் தற்கொலைகளை முன்னறிவிப்பது போல் இருந்தது. பருத்தி விவசாயிகள் தங்க ளுடைய பெரும் வாடிக்கையாளர்களை இழந்தனர். அவர்களுக்குத் தேவையான போது நீண்ட ரகமோ குட்டை ரகமோ தேவைப் பட்டப் பருத்தியை அவர்கள் வழங்கினர். அத்துடன் வெளி நாடுகளில் புகழ்பெற்ற ஊம்ரா பருத்தியையும் வழங்கினர். 1980களிலும் 90களிலும் பருத்தி ஆலைத் தொழிலில் ஏற்பட்ட மாற்றமானது அதைத் தொடர்ந்து விவசாயிகளின் சீரழிவுக்கும் தற்கொலைகளுக்கும் வித்திட்டது. முதலில் தெலங்கான விவசாயத் தற்கொலைகளைச் சந்தித்தது. அதனைத் தொடர்ந்து விதர்பா. இந்தப் பகுதி பருத்தியிலிருந்து துணி வரையிலான ஒட்டுமொத்த செயல்முறைகளுக்குமான இடமாக ஒருகாலத்தில் இருந்து, அதைத் தொலைத்திருக்கிறது. வரலாற்று ரீதியாகப் பார்த்தால் பெரார் விவசாயிகளே முதன்மை உற்பத்தியாளர்களாக இருந்திருக் கின்றனர். உள்ளூர் நெசவு ஆலைகள் தங்களது தேவையை எப்போதும் தக்கவைத்துக்கொண்டிருந்தன. இது பருத்தி வியா பாரத்தை நிலைப்படுத்தி அந்த விவசாயிகளுக்குக் குறைந்தபட்ச இலாபத்தை அளித்தது.

ஹிங்காகட்டிலுள்ள மொரார்ஜி மில்ஸ் இன்று ஒன்றுமில்லாமல் போனது. பல்கான் பருத்தி ஆலை வரலாறாகிப் போனது. கான்கோன் ஆலைகள் சுத்தமாக அழிந்துவிட்டன. ஏறத்தாழ ஒரு நூற்றாண்டுக்கும் மேலாக நாக்பூரின் அடையாளமாக இருந்து பல நூறு தொழிலாளர்களுக்கு வேலை வழங்கிய எம்ப்ரஸ் பருத்தி ஆலை இருந்த இடத்தில் இன்று ஒரு பெரிய மால் நிற்கிறது.

* * *

நான் ஹிவாராவை அடைந்து தொலைபேசியில் அழைத்த போது ராம்ராவ், தான் வயலில் இருப்பதாகவும் வீட்டுக்குச் செல்லுமாறும், தான் வந்துக்கொண்டிருப்பதாகவும் கூறுகிறார். நான் வீட்டுக்குச் சென்று அசோக் ராவின் வீட்டின் முன் முற்றத்தில் இருந்த ஊஞ்சலில் அமர்ந்து காத்துக்கொண்டிருக்கிறேன். அசோக் ராவின் மருமகள் நளினி எனக்கு தேநீர் கொண்டுவந்து தருகிறார். இங்குத் தேநீர் எப்போதுமே நல்ல திடமாகவும் இனிப்பாகவும் இருக்கும். இந்த ஆண்டு வெப்பம் அதிகமாக இருப்பதாகவும்

மழை சீரற்று இருப்பதாகவும் நளினி சொல்கிறார். இரண்டு நாட்களுக்கு முன் மழை மிக அதீதமாகப் பெய்து சில வீடுகளின் கூரைகளைப் பெயர்த்ததாகச் சொல்கிறார். ஹிவாராவில் மட்டுமே இந்த அடைமழைப் பெய்திருக்கிறது. சுற்றியுள்ள கிராமங்களில் எங்குமே ஒரு சொட்டு மழைகூட பெய்யவில்லை.

இந்த விவசாயக் கட்டமைப்பிலிருந்து வெளியேறத் துடித்துக் கொண்டிருக்கும் ஓர் இளம் பெண், நளினி. தானே ஒரு விவ சாயியின் மகளாக இருந்தபோதும் அவர் தனது கணவரான பிரவீன் விவசாயத்துக்குப் பதிலாக, தான் இப்போது செய்து வரும் தரகுத் தொழிலேயேத் தொடர்ந்து ஈடுபட்டு தனது தந்தைக்குப் பொருளா தார ரீதியாக உதவ வேண்டும் என்றும் விவசாயத்துக்குச் சென்று விடக் கூடாதென்றும் விரும்புகிறார். அசோக் ராவும் பெரிதாக அவரை வற்புறுத்தவில்லை. மாதாமாதம் கடனை அடைப்பதை விட மாத வருமானம் தரும் ஒரு வேலையில் இருப்பது நல்லது என்று அவரும் கருதுகிறார். ஒரு விவசாயியின் வாழ்க்கை என் பது எவ்வாறு கடனில் மூழ்கிய ஒரு வாழ்க்கையாகவே உள்ளது என்பதை எனக்கு விளக்கினார். கிராமத்திலுள்ள மற்ற இளம் பெண்கள், சிறுமிகளைப் போல அல்லது தனது மாமியாரைப் போல் அல்லாமல் நளினி வீட்டிலேயே தனது தையல் இயந்திரத்தில் தைத்து கிராம மக்களிடமிருந்து சிறிது வருமானத்தையும் ஈட்டிக் கொள்கிறார். அவர் கிழிந்தத் துணிகளைத் தைப்பது, சேலை களுக்கு ஃபால்ஸ் வைத்துத் தைப்பது, சில அடிப்படையான கைவேலைகள், குழந்தைகள் துணிகளைத் தைப்பது போன்ற வற்றைச் செய்கிறார். அதன் மூலம் வரும் குறைந்தபட்சத் தொகை அவருக்கு மகிழ்ச்சியைத் தருகிறது. இரண்டு வயதாகும் தனது குழந்தையைப் பார்த்துக்கொள்ள வேண்டியுள்ளது. இதை அனைத்தையும் கனத்த தெலுங்கு உச்சரிப்பில் மராத்தியில் கூறுகிறார். வீட்டில் பஞ்சலேனிவார் குடும்பத்தினர் பொதுவாக தெலுங்கிலேயே பேசுகின்றனர். ஆனால், வெளியே மராத்தியில் பேசுகின்றனர்.

ராம்ராவ் வீட்டுக்கு வந்த அந்த நொடியே என்னை அணைத்துக் கொள்கிறார் – அன்புடனும் நட்புடனும். இது எனக்குப் புதிதாக இருக்கிறது. என் கரங்களைப் பிடித்துக்கொண்டு அவர் ஒரு மராத்திப் பழமொழியைச் சொல்கிறார். “கடினமான நாட்கள் நீடித்திருப்பதில்லை. கடினமான மனிதர்கள் நீடித்திருப்பதுண்டு.”

வீட்டுக்குள் நுழையுமுன் கூரையைக் காட்டி "இந்தக் கூரை இரண்டு நாட்களுக்கு முன் பாதிக்கப்பட்டது" என்கிறார். "சின்ன பாதிப்புதான். இதை நான் சரிசெய்துவிடுவேன். சில குடும்பங்கள் பெரும் பாதிப்பைச் சந்தித்துள்ளன. அவர்கள் தங்கள் வீட்டை மீண்டும் கட்ட அதிகப் பணம் செலவழிக்க வேண்டியிருக்கும்." தனது பண்ணையாட்களில் ஒருவர், தனது பழைய, சிதிலமடைந்த குடிசையை இந்தப் புயலில் இழந்து மீண்டும் கட்ட வேண்டிய நிலையிலிருப்பதாகச் சொல்கிறார். "நான் அவருக்கு உதவ வேண்டும்" என்கிறார்.

தன் நெற்றியில் வழியும் வியர்வையைத் துடைத்து பெரு மூச்செறிந்து அமரும் முன் எனக்கு ஒரு கோப்பை நீர் தருகிறார். அதிசயமாக அந்த நீர் சுத்தமான சுவையைத் தருகிறது. கிராமப் பஞ்சாயத்து ஒரு நீர் சுத்திகரிப்பு இயந்திரத்தை நிறுவியிருப்பதாகக் கூறுகிறார். அதனால் கிராமத்தினர் இப்போது சுத்திகரிக்கப்பட்ட நீரை வாங்க முடியும். அது பாட்டிலில் அடைக்கப்பட்ட நீர் அல்ல. ஆனால், ஹிவாராவில் உள்ள மக்கள், 50 லிட்டர் நீரை ரூ.3க்கு வாங்கலாம். பஞ்சாயத்தின் சார்பாக அங்குள்ள பெண்கள் சுய உதவிக் குழு ஒன்று அந்தச் சுத்திகரிப்பு ஆலையைப் பராமரிக்கிறது. ஹிவாரா அரசியல் அமைப்புச் சட்டத்தின் ஐந்தாவதுப் பட்டியலின் கீழ் உள்ளது. பட்டியலிடப்பட்ட பகுதிகள் சட்டத்தின் பஞ்சாயத்து நீட்டிப்புப் பிரிவு இந்த ஊருக்குப் பொருந்தும். பழங்குடியினர் நலத் துறை வழங்கிய நிதியில் இந்தச் சுத்திகரிப்பு ஆலை நிறுவப் பட்டுள்ளது. மகாராஷ்டிரா எங்கும் கிராமப்புறங்களிலும் சிறு நகரங்களிலும் இந்தச் சுத்திகரிப்பு இயந்திரங்கள் பரவிவருகின்றன. தனியார் நீர் விற்பனை ஒரு பெரும் தொழிலாக மாறிவருகிறது.

மதிய உணவுக்குப் பின் நாங்கள் அவரது வயலை நோக்கி நடக்கிறோம். வெப்பத்தின் காரணமாக நானும் அவரும் வியர் வையில் குளித்தவாறு மூச்சிறைக்க நடக்கிறோம். அந்தக் கிரா மத்தின் முக்கிய சாலை ஒரு சிமெண்ட் சாலை. அதைச் சுற்றி எல்லா இடங்களிலும் மனிதக் கழிவுகள் கிடக்கின்றன. அதனால் வரும் மணம் மிக மோசமாக உள்ளது. ஹிவாரா இன்னமும் திறந்தவெளி கழிப்பிடங்களைக் கொண்டதாகவே இருக்கிறது. மழைக்காலங்களில் வயல்களில் பாம்புகளும் நண்டுகளும் தவளைகளும் இருப்பதால் அங்குச் செல்ல அஞ்சி குழந்தைகள் தெருவில் அமர்ந்து கழிக்கின்றனர். தேங்கி நிற்கும் நீரும் அழுக்கும் கொசுக்களின் உற்பத்திக்கு மிகவும் துணை போகின்றன.

விரைவில் ஹிவாரா வைரஸ் காய்ச்சல், வயிற்றுப்போக்கு, வேறு பல நோய்களின் இருப்பிடமாக மாறலாம். இந்த மாத வானிலை இந்த மாதிரியான நோய்களுக்குப் பெரிதும் உகந்ததாக உள்ளது.

வயலுக்குச் செல்லும் வழியில் ராம்ராவ் ஆலக்யாவுக்கு அவரது கணவர் குடும்பத்தாருடன் உள்ள சிக்கல்களைக் குறித்து விவரிக்கிறார். மத்திய வங்கி மீண்டும் அவருக்குப் பயிர்க்கடன் தர மறுத்துவிட்டது. தினந்தோறும் அவர் தனது செலவினங்களைச் சமாளிக்க எவ்வளவு சவால்களைச் சந்திக்க வேண்டியுள்ளது என்று தனது பொருளாதாரச் சிக்கல்களையும் விவரிக்கிறார்.

நாங்கள் வயலை அடைந்த போது, "இந்தப் பக்கம் வாருங்கள்" என்று என்னை நெடிதுயர்ந்து நிற்கும் பருத்திச் செடிகளுக்கிடையே கூட்டிச் செல்கிறார். நிலத்தில் மண் சகதியாக இருக்கிறது. அதன் மீது நடப்பது கடினமாக உள்ளது. எனது காலணிகள் சகதியாகிவிட்டன. நான் அங்குள்ள குழிகளில் விழுந்து மீண்டு நடக்கிறேன். ராம்ராவ் அவரது சாதாரண ரப்பர் செருப்பில் வெகு வேகமாக நடக்கிறார். அவர் தனது கால்களைப் பற்றிக் கவலைப் படவில்லை. அவர் தனது பருத்திச் செடிகளைப் பற்றியே கவலைப்படுகிறார். அதில் ஏதோ சிக்கல் இருப்பதாக அவர் நினைக்கிறார். அவரது நிலத்திலுள்ள பருத்திச் செடிகளிலிருந்து சின்னப் பருத்திக் காய்கள் தொங்குகின்றன. அவை மிக விரைவில் வெள்ளைப் பருத்தியாக வெடித்து நிற்கும்.

விளைந்து நிற்கும் இந்தச் செடிகள் இந்த ஆண்டு விளைச்சல் நன்கு இருப்பதைக் காட்டுகின்றனவா என்று கேட்கிறேன். "அப்படி அவசியமில்லை" என்கிறார். இந்த ஆண்டு செடிகளின் உயரம் சற்றி அதிகம்தான் என்றும் சொல்கிறார். நான் அவரைப் பின்தொடர்கிறேன். வியர்வையில் குளித்து செடிகளுக்கு நடுவே புகுந்து கிணற்றின் அருகே வரும்போது சாமந்திப் பூவின் மணம் வீசுகிறது. அங்கே ஒரு சிறு துண்டு நிலத்தில் முட்டி உயரச் செடிகளில் சிறிய சாமந்திப் பூக்கள் மலர்ந்து நிற்கின்றன. அவை நாட்டு வகைச் செடிகள். சில கலப்புச் செடிகளும் உள்ளன – மஞ்சள், காவி, அடர்ந்த ஆரஞ்சு என்று அழகான நிறங்களில். பொதுவாக சாமந்திப் பூக்கள் அக்டோபர் மாதத்தில் முழுமையாகப் பூக்கும். வயலெங்கும் வண்ண மயமானப் பூக்கள் மலர்வதற்கு சில வாரங்களே இருந்தன.

"இவை பருவத்துக்கு முன்பே பூத்தவை," ராம்ராவ் உற்சாகமாகச் சொல்கிறார். சில மலர்களைப் பறித்து, சில சின்னஞ்சிறிய

செடிகளையும் வேருடன் எடுத்து அவற்றை ஒரு பையில் இட்டு என்னிடம் கொடுக்கிறார், அவற்றை நான் எனது வீட்டுக்கு எடுத்துச் சென்று எனது தோட்டத்தில பயிரிட வேண்டும் என்று கூறுகிறார்.

சில பருத்திக் காய்களைப் பறித்து அவற்றுக்குக் கீழே இருக்கும் சிறு துளைகளைக் காட்டுகிறார். அவை ஊசியால் குத்தியதைப் போன்றத் துளைகளாக இருக்கின்றன. பல காய்களிலும் அப்படி யான துளைகள் காணப்படுகின்றன. ராம்ராவ் கடினமான பச்சைக் காய் ஒன்றை உடைத்துத் திறக்கிறார். அதற்குள் என்ன இருக்கிறது என்று காட்ட விழைகிறார். ஒரு சின்ன, ஒரு செ.மீ. நீளமுள்ள இளஞ்சிவப்பு நிறத்திலான புழு ஒன்று எங்களை வரவேற்பதைப் போல சுருண்டு நிமிர்ந்து பார்க்கிறது. அது உயிருடன் இருக்கிறது. காய்க்குள்ளேயே முட்டைகள் இட்டிருக்கவும் கூடும். இன்னமும் முதிர்ச்சியடையாத வெள்ளைப் பருத்தி அந்தப் புழுவினால் சிதைந்து போயுள்ளது. இது இன்னமும் ஆயிரக்கணக்கான புழுக் களாக மாறும். அவை இந்த ஒட்டுமொத்த விளைச்சலையும் ஒன்றுமில்லாமல் ஆக்கிவிடும். அறுவடைக் காலத்துக்குள், இந்த இளஞ்சிவப்புக் காய்ப் புழு ஒட்டுமொத்த விளைச்சலையும் தர மற்றவையாக ஆக்கி எதற்கும் பயனற்றதாக ஆக்கிவிடும். அதற்குள் ராம்ராவ் இப்படிப் பாதிக்கப்பட்ட காய்களை நேரடியாகச் சென்று கண்டுபிடித்து அழிக்க வேண்டும். அப்புழுக்கள் மிக வேகமாகப் பெருகும் தன்மையுடையவை.

இந்தோ-பாகிஸ்தான் பகுதியில் தோன்றியதாகக் கருதப்படும் இப்புழுக்கள் பருத்தி, வெண்டைக்காய், செம்பருத்தி, சணல் ஆகிய சில பயிர்களில் மட்டுமே வாழும். பூக்கள். இளம் காம்புகளின் முனைகள், இலைகளின் அடிப்புறம் அல்லது இளம் காய்களில் அது முட்டையிடும். முட்டைகள் பொரித்த பிறகு அவை பூக்களின் மகரந்தங்களிலோ அல்லது இளம் காய்களிலோ புகுந்து இரண்டே நாட்களில் அவற்றை அழித்துவிடும்.

இந்தக் குட்டிப்புழுக்கள் 3-4 நாட்களில் இளஞ்சிவப்பு நிறத் துக்கு மாறிவிடும். அது உண்ணும் உணவைப் பொருத்து அதன் நிறத்தின் அடர்த்தி இருக்கும். மிக அடர்த்தியான நிறம் என்பது விளைந்த விதைகளை உண்பதிலிருந்து கிடைக்கிறது. விளைந்து வரும் விதைகளை உண்பதையும் விதைகளுக்குள்ளும் காய்களுக்குள்ளும் இருந்து வளர்வதையுமே இந்தக் குட்டிப் புழுக்கள் விரும்புகின்றன. பாதிக்கப்பட்டக் காய்கள் விளைவதற்கு

முன்பே வெடிக்கின்றன. அல்லது அழுகிப்போய்விடுகின்றன. அந்தப் பருத்தியின் தரம் – அதன் நீளம் மற்றும் திடம் – ஆகியவை மிக மோசமாகக் குறைந்துவிடுகின்றன.

இந்தப் புழு பொதுவாகப் பனிக் காலத்தின் தொடக்கத்தில் வருகிறது. பூக்களும் காய்களும் இருக்கும் வரையில் அதுவும் வாழ்கிறது. நீண்ட காலப் பருத்தி வகைகள் இந்தப் பூழுவை நீண்ட காலம் பல முறை உற்பத்திப் பெருக்கம் செய்து வாழ ஏதுவான நிலையைத் தருகின்றன. இதனால் அடுத்து வரும் விளைச்சலையும் அது பாதிக்கிறது. இந்த வகைப் புழு அடுத்தப் பருவக் காலம் வரை செயல்பாடற்ற நிலையிலும் ஏறத்தாழ 6-8 மாதங்கள் உயிருடன் இருக்கும் தன்மை வாய்ந்தவை.

ராம்ராவின் பருத்திப் பயிர் இந்தச் சிறியப் புழுவால் அச்சுறுத்தப் பட்டு நிற்கிறது. எல்லா வயல்களிலும் இதே நிலைதான். இது ஒரு மோசமான சகுனம் என்று அவர் நினைக்கிறார். பல பத்தாண்டுகளுக்குப் பிறகு இந்தப் புழு மீண்டும் வந்துள்ளது.

“இப்போது என்ன செய்வீர்கள்?” ராம்ராவ் குழம்புகிறார். “என் னுடையப் பயிர்கள் நன்றாக வளர்வதற்கான அத்தனையையும் நான் செய்தேன். இப்படி எதிர்பாராத அச்சுறுத்தல்கள் வந்தால் உங்களால் என்ன செய்ய முடியும்?”

வரிசைக்கட்டி நிற்கும் பருத்திப் பயிர்களுக்கிடையே மெது வாக நடந்து ஒவ்வொருச் செடியையும் உற்றுக் கவனிக்கிறார். இடையிடையே பின்னால் திரும்பி பாதிக்கப்பட்ட ஒரு காயை என்னிடம் காட்டுகிறார். விதர்பாவெங்கும் இவ்வாறு இந்த இளஞ்சிவப்புப்புழுவினால் பாதிக்கப்பட்டப் பயிர்கள் பற்றியச் செய்திகள் வந்து குவியத் தொடங்கின. மத்திய பருத்தி ஆய்வு நிறுவனத்தின் பருத்தி ஆய்வாளர்கள் இந்தப் பாதிப்புப் பற்றி சில காலமாகவே பேசி வருகின்றனர். ஏற்கெனவே நொடிந்து போயுள்ள விவசாயத் துறையை மேலும் பாதிக்கும் புதியச் சிக்கலாக இது எழுந்து வருகிறது.

விவசாயிகளுக்கு ஏற்கெனவே உள்ள சிக்கல்களின் பட்டியலில் கடந்த இருபது ஆண்டுகளாக, ஒவ்வொரு ஆண்டும், ஒரு புதிய சிக்கல் கூடுதலாக இணைந்துவருகிறது. 2017இல் இளஞ்சிவப்புப்புழு அந்தப் பட்டியலில் இணைந்துள்ளது. இதற்கு முந்தைய ஆண்டு பண மதிப்பிழப்பு, பழையக் கட்டமைப்புச் சிக்கல்கள் அப்படியே இருக்கின்றன. சிறிய, துண்டாடப்பட்ட நிலங்கள், மழையை நம்பியுள்ள வறட்சியான பூமியில் விவசாயம்,

கையில் பணமற்ற நிலை, வங்கிக் கடன்கள் பெறுவதில் உள்ள சிக்கல்கள், அதிகத்தரமான விதைகள், விவசாய உட்பொருட்களைப் பெறுவதில் உள்ள சிக்கல்கள், சந்தையின் நிலையற்றத் தன்மை, சமூகப் பாகுபாடுகள், மாற்று வருமானத்துக்கு வழியற்றத் தன்மை என பலவும் இன்றும் நிலவுகின்றன.

"விவசாயம்தான் இருப்பதிலேயே கடினமானத் தொழில்." ராம் ராவ் என்னிடம் உரக்கச் சொல்கிறார். சாமந்தி நாற்றுகளும் பூக்களும் கொண்ட பையை என்னிடம் தருகிறார். "இந்தப் பூக்களை எடுத்துச் சென்று நீங்கள் விரும்பும் தெய்வத்துக்குப் போடுங்கள். இந்தச் செடியை உங்கள் வீட்டில் நட்டு வளருங்கள். அது உங்கள் வீட்டுக்கு மகிழ்ச்சியையும் நறுமணத்தையும் உங்கள் வாழ்வுக்கு வெளிச்சத்தையும் தரும்."

ஒரு காலத்தில் கடவுள் நம்பிக்கையற்றவராக அறியப்பட்ட ராம்ராவ் இப்போது கோயிலுக்குப் பூக்களை எடுத்துச் செல்லு மாறுக் கூறுகிறார். "சாமந்தியில் என்ன சிறப்பு" என்று நான் கேட்கிறேன். அவர் வெறுமனே புன்னகைக்கிறார். கேள்விக்குப் பதில் அளிக்கவில்லை. நாங்கள் வீட்டுக்குத் திரும்பி நடக்கிறோம். இந்தக் கேள்விக்கான பதிலை திசம்பர் மாதம் ஆலக்யாதான் எனக்கு அளிக்கிறார்.

★ ★ ★

மொட்டையடிக்கப்பட்டத் தலையுடன் நெற்றியில் நீண்ட செந்தூரத்தை இட்டு தோற்றமளிக்கிறார் அவர். அவரது பெரிய சிவந்த கண்கள் அவர் பதற்றத்துடன் இருப்பதைக் காட்டுகின்றன.

வெளியே மிகக் கடுமையான வெப்பம் நிலவுகிறது. வீடெங்கும் ஆட்கள் நிறைந்திருக்கின்றனர். ஏற்கெனவே நிலவும் மனச் சங்கடமான சூழலில் ஒருவர் மீது ஒருவர் உரசி நிற்கும் நிலை சங்கடத்தை அதிகப்படுத்துகிறது. அவரது வயதான அம்மாவும் இரண்டு கால்களையும் இழந்த அவரது தந்தையும் அவருக்குப் பின்னால் அமர்ந்திருக்கின்றனர். அவர்கள் இருவரின் மூச்சும் ஏதோ சுமையினால் அழுத்தப்பட்டதைப் போன்று பெரிது பெரிதாக வெளிப்படுகின்றது. அவர்கள் உண்மையான வயதைவிட கூடுதல் வயதினராகத் தோன்றுகின்றனர். உறவினர்களும் நண்பர்களும் கிராமத்தினரும் கூடியிருக்கின்றனர். அவர்கள் மதிய உணவை உண்டு முடித்துள்ளனர். வீட்டில் பெருத்த அமைதி நிலவுகிறது.

மொட்டையடிக்கப்பட்டத் தலையும் நெற்றியில செந்தூரக் குறியும் கொண்ட நாம்தேவ் சோயம் இருபதுகளில் உள்ள ஒரு இளைஞர். அவர் தெளிவற்ற ஒரு நிலையில் இருப்பது நன்றாகத் தெரி கிறது. அவரது நடவடிக்கைகள் வெகு மெதுவாக இருக்கின்றன. எனது கேள்விகளுக்குப் பதில் சொல்லும் போது அவர் திக்குகிறார். எதுவும் புரியாதவரைப் போல என்னை வெறித்துப் பார்க்கிறார். தூரத்திலிருந்து அவரது மனைவி தன் கணவரின் பரிதாபமான நிலையை அமைதியுடன் பார்த்துக்கொண்டிருக்கிறார்.

"அவர் அதிர்ச்சியில் இருக்கிறார்" என்று அவரது உறவினர்களில் ஒருவர் என்னிடம் சொல்கிறார்.

அந்த வீட்டின் கூரை வேயப்பட்ட முன் முற்றத்தில் நாம்தேவுக்கு அருகில் ஒரு பிளாஸ்டிக் நாற்காலி போடப்பட்டிருக்கிறது. அந்த நாற்காலியின் மீது புதிதாக சட்டமிடப்பட்டிருந்த ஒரு இளைஞனின் படம் வைக்கப்பட்டிருக்கிறது. ரோஜா இதழ்களும் சாமந்தி மலர் களும் அந்தப் படத்தைச் சுற்றிப் போடப்பட்டிருக்கின்றன. அந்தப் படத்துக்கு முன் ஊதுபத்தி எரிந்துகொண்டிருக்கிறது. அந்தப் படம் அந்தக் குடும்பத்தில் நேர்ந்துள்ள துயரத்தை அறிவிப்பதாக உள்ளது. பர்தன் ஆதிவாசி இனத்தைச் சேர்ந்தவர்கள் இவர்கள். மழையை நம்பியுள்ள 15 ஏக்கர் நிலத்தில் விவசாயம் செய்துவரும் குடும்பத்தினர். 23 வயது பிரவீன் சோயம் இறந்து 48 மணி நேரம் ஆகியிருக்கிறது. தசராவுக்கு முந்தைய நாளான 29 செப்டம்பர் 2017 அன்று நான் அங்குச் சென்றிருந்தேன்.

பந்தர்காவுடாவுக்கு தெற்கே 40 கி. மீ. தொலைவில் ஐதராபாத் நெடுஞ்சாலையில் உள்ளது தெம்பி கிராமம். ராம்ராவின் கிராமத் திலிருந்து இது அதிகத் தொலைவில் இல்லை. பிரவீன், நாம்தேவின் தம்பி. நாம்தேவ் உடல்நலமின்றி இருந்தார். அதனால் அவர்களின் தந்தை பாவுராவ் பிரவீனைப் பூச்சிக்கொல்லித் தெளிக்க வயலுக்கு அனுப்பியிருந்தார். "இது நடந்தது செப்டம்பர் 25 அன்று" என்று பாவுராவ் நினைவுகூர்கிறார். அவரது கண்கள் மாலையிடப்பட்ட அந்தப் படத்தின் மீது நிலைத்து நிற்கின்றன. பிரவீன், நாம்தேவைவிட ஆரோக்கியமான, உயரமான, பத்து மடங்கு அதிகம் உழைக்கும் இளைஞர் என்று மெல்லியக் குரலில் கூறுகிறார்.

"அவர் என்ன தெளித்தார்?"

என்னுடைய கேள்வி நாம்தேவை எழுந்து நிற்க வைக்கிறது. அவர் வீட்டுக்குள் சென்று தன் கை நிறைய பைகளும் குப்பிகளும் கொண்டுவருகிறார். அவையெல்லாம் பல்வேறு பூச்சிக்கொல்லிகள். அசாதஃப் (Asataf), ரூபி (Ruby), போலோ (Polo), ப்ரோஃபெக்ஸ் சூப்பர் (Profex Super), மோனோக்ரோடோஃபாஸ் (Monocrotophos). வராந்தாவில் பிரவீனின் படம் வைக்கப்பட்ட பிளாஸ்டிக் நாற்காலிக்கு அருகே மண் தரையில் அவற்றைப் பரப்புகிறார்.

1990களில் கலப்பினப் பருத்தி அறிமுகப்படுத்தப்பட்ட போது பல செயற்கை பூச்சிக்கொல்லிகள் புதிய பூச்சிகளைக் கையாள அறிமுகப்படுத்தப்பட்டன. அதற்குப் பிறகு கடந்த 20 ஆண்டுகளாகப் பூச்சிகளைச் சமாளிப்பதற்கு அதீத விஷத்தன்மை வாய்ந்த இரசாயனப் பூச்சிக்கொல்லிகள் விவசாயிகளின் கரங்களில் ஏறியுள்ளன. விவசாயிகள் அவற்றைத் தெளிப்பது குறித்த எவ்வித அடிப்படை அறிவும் அற்று அவற்றைத் தங்கள் வயல்களில் மிக அபத்தமான அளவுகளில் தெளிக்கின்றனர். ரவுண்டப் ரெடி போன்ற தடைசெய்யப்பட்ட களை நீக்கிகள் சந்தையில் மிக எளிதாகவே கிடைக்கின்றன.

"இவையெல்லாம் எதற்கு?" நாம்தேவை கேட்கிறேன். இறுக்கமான அமைதியுடன் என்னை வெறித்துப் பார்க்கிறார். "இவற்றை யெல்லாம் பயன்படுத்தச் சொல்லி யார் சொன்னார்கள்?"

அவர் பதில் சொல்லாமல் என்னைத் தொடர்ந்து வெறித்துப் பார்க்கிறார்.

"நாங்கள் இவற்றை வாங்கிய கடைக்காரர்தான் இவற்றை எங்கள் வயலில் தெளிக்கச் சொன்னார்," என்று அவரது தந்தை சொல்கிறார்.

நாம்தேவுக்கோ அவரது தந்தைக்கோ எழுதப் படிக்கத் தெரியாது. அவர்கள் வாங்கியுள்ள இந்த இரசாயனங்களில் எவற்றையும் அவர்களால் உச்சரிக்கக்கூட முடியாது. இந்த இரசாயனக் கலவைப் பற்றி எதுவுமே அவர்களுக்குத் தெரியாது. இவை பயிர்களில் தெளிக்கத்தக்கதா, எந்த அளவுகளில் தெளிக்க வேண்டும் என்பது பற்றி எதுவுமே இவர்கள் அறிய மாட்டார்கள்.

இந்தப் பூச்சிக்கொல்லிகளின் கலவையை ஒரு பெரிய நீல நிறத் தொட்டியில் கலந்து அதனுடன் நீர் சேர்த்து அவர் தெளித்திருக்கிறார். அத்துடன் அந்த வெப்பம் நிறைந்த நாளில் அதை சுவாசித்தும்

இருக்கிறார். அது உயிராபத்தில் முடிந்துள்ளது. பிரவீனின் மரணம் பூச்சிக்கொல்லிகளை அருந்தியதால் ஏற்படவில்லை. ஆனால், அதை தவறி சுவாசித்ததால் ஏற்பட்டது. ராம்ராவை சென்ற முறை சந்தித்த போது அவர் குறிப்பிட்டதுபோல எதிர்பாராத பூச்சித் தாக்குதலுக்குப் பின் இந்த விபத்து நேர்ந்திருக்கிறது.

ராம்ராவையும் அந்த மாவட்டத்தில் உள்ள பல விவசாயி களையும் போலவே சோயம் குடும்பத்தினரும் பெரும்பாலும் பருத்தி, சோயா, பருப்பு வகைகளையே தங்கள் நிலத்தில் பயிரிட்டு வந்தனர். எதிர்பாராத இந்தக் காரணத்தினால் இறந்த பிரவீனுக்கு இரங்கல் செலுத்த அந்தக் குடும்பம் கூடியிருக்கிறது. இந்த நிலையில்தான் பூச்சிக்கொல்லிகளினால் ஏற்பட்டு வரும் இந்தப் பேரிடர் குறித்து விதர்பா மெது மெதுவாக விழித்துக்கொள்கிறது.

மேற்கு விதர்பாவெங்கும் பூச்சிக்கொல்லிகள் மனிதர்களுக்கு விஷமாக மாறிய செய்திகள் வந்த வண்ணம் இருந்தன. இத்தனைப் பெரிய அளவில் இந்தப் பகுதியில் இது நடப்பது இதுவே முதல் முறை. இந்தச் செய்திகளினால் தூண்டப்பட்டு இதைப் பற்றி மேலும் அறிவதற்காக நான் மீண்டும் பயணிக்கிறேன். ராம்ராவைத் தொலைபேசியில் அழைத்துப் பேசுகிறேன். பூச்சிக்கொல்லிகளைச் சுவாசித்ததாலோ தெளிக்கும் போது தொட்டதாலோ விவசாயிகள் நோய்வாய்ப்படுவதும் இறப்பதும் குறித்த செய்திகள் யவத்மால், அமராவதி எங்குமிருந்து வந்துகொண்டிருப்பதாகவும், தனது பண்ணையாட்களின் உடல்நிலையும் இதே போல் பாதிக்கப் படலாம் என்று அஞ்சுவதால் தனது வயலில் பூச்சிக்கொல்லிகள் தெளிப்பதை நிறுத்தி வைத்திருப்பதாகவும் தெரிவிக்கிறார். “பருத்தியைவிட எனது ஆட்களின் உயிர் முக்கியமானது” என்று கூறுகிறார்.

தசராவும் தீபாவளியும் சாவின் கொடிய கரங்களில் தன் களை யிழந்து போகின்றன.

“நான் முன்பே சொன்னேனே. அதீத வெப்பமும் இந்த இளஞ் சிவப்புப் புழுவும் இந்த துயரத்துக்குக் காரணம்” என்று அவர் கூறுகிறார்.

அந்தக் கிராமப்புறம் எங்கும் எனது பயணத்தைத் தொடர் கிறேன். ராம்ராவை மீண்டும் சந்திப்பதாகச் சொல்லி செல்கிறேன். அடுத்து வந்த இரு மாதங்களில் நான் பல பல கிராமங்களுக்குச் செல்கிறேன். யவத்மால் மாவட்டப் பொது மருத்துவமனையில் பல நோயாளிகளைச் சந்தித்துப் பேசுகிறேன். இந்தப் பூச்சிக்

கொல்லி விஷமாதல் குறித்த செய்திகளின் தன்மையையும் வீச்சையும் அறிந்துகொள்ள பல விவசாயிகளைச் சந்திக்கிறேன். சாலையெங்கும் உள்ள பருத்திக் காடுகள் சராசரியைவிட உயரமாகத் தோற்றமளிக்கின்றன. இந்த அடர்த்தியான வளர்ச்சி என்பது அந்தச் செடிகளுக்கு ஊடாக நடந்து செல்வதையே மூச்சு முட்ட வைப்பதாக உள்ளது.

ஜூலை முதல் நவம்பர்வரை அரசு மற்றும் தனியார் மருத்துவ மனைகளில் விவசாயிகள் குவிகின்றனர். பார்வை இழப்பு முதல் நரம்புத் தளர்ச்சி, மூச்சுத் திணறல் போன்ற பல காரணங்களுடன் அவர்கள் சிகிச்சைக்கு வந்துள்ளனர்.

அக்டோபர் முதல் வாரத்தில் யவத்மாலின் வசந்த்ராவ் நாய்க் அரசு மருத்துவக் கல்லூரி மருத்துவமனையின் முதல்வர் மரு. அசோக் ரத்தோட் அவர்களை ஒரு நேர்காணலுக்காகச் சந்திக் கிறேன். "இதுவரை நான் கண்டிராத ஒரு அசாதாரணமான சூழ் நிலை" என்று அவர் என்னிடம் கூறுகிறார். அவரது மருத்துவமனை மிக மோசமான மருத்துவச் சிக்கலை, அதன் உச்ச நிலையில் எதிர்கொண்டு நிற்கிறது. இதை கையாள்வதற்குப் போதுமான யோசனைகளும் அவர்களிடம் இல்லை என்பது தெளிவாகத் தெரிகிறது. அது அந்தச் சூழலை இன்னும் மோசமாக்குவதற்கான காரணமாக அமைகிறது.

"ஜூலை இறுதி வாரத்தில் இத்தகைய நோயாளிகளின் எண்ணிக் கைத் திடீரென அதிகரித்ததை நாங்கள் கண்டோம். அனைவருமே மிகுந்த வலியுடன் வந்தனர். வாந்தி, மயக்கம், பதற்றம், மூச்சுத் திணறல், திடீரென கண்பார்வை மங்குதல், தலைசுற்றுதல் போன்ற அறிகுறிகளுடன் அவர்கள் வந்தனர்" என்று கூறுகிறார்.

ஐந்து மாதங்களுக்கு மருத்துவமனையின் 12, 18, 19 ஆகிய மூன்று வார்டுகளும் விவசாயிகள் மற்றும் விவசாயக் கூலிகளினால் நிரம்பியிருந்தன. அவர்கள் அனைவருமே அதீத இரசாயன விஷத் தினால் பாதிக்கப்பட்டு வந்திருந்தனர்.

ஜூலை மாதத்தில் 41 நோயாளிகள் மருத்துவமனைக்கு வந்திருந் தனர். ஆகஸ்ட்டில் அது 111 ஆகவும் செப்டம்பரில் அது 300க்கு மேலும் அதிகரித்தது. அனைவருமே ஏறத்தாழ ஒரே மாதிரியான அறிகுறிகளைக் கொண்டவர்களாக இருந்தனர். அக்டோபர் மற்றும் நவம்பர் மாதங்களில் ஏறத்தாழ ஆயிரத்துக்கும் மேற்பட்ட விவசாயிகள் யவத்மாலின் பல மருத்துவமனைகளில் சேர்க்கப்பட்டிருந் தனர். சிக்கல் தொடர்ந்தது. விதர்பாவின் பிற மாவட்டங்களான

அகோலா, வாஷிம், அமராவதி, வார்தா, நாக்பூரிலும் இதே போன்ற நிலை ஏற்பட்டிருப்பதாக அறிக்கைகள் கூறின. விவசாய அலுவலர்களோ மிகுந்த குழப்பமும் பதற்றமும் அடைந்துள்ளனர். மருத்துவ ஊழியர்களும் அவ்வாறே.

நவம்பர் இறுதியில் நோயாளிகளின் எண்ணிக்கை குறை கிறது. விவசாயிகள் இந்தப் பூச்சிக்கொல்லிகளைத் தெளிப்பதை முற்றிலுமாக நிறுத்தியிருந்தனர். ஆனால், அதற்குள் மனிதர் களுக்கும் பருத்திப் பயிர்களுக்கும் போதுமான பாதிப்பு நிகழ்ந்து விட்டிருந்தது.

ஒவ்வொரு கிராமத்திலும் ஒருவரேனும் இதனால் பாதிக்கப் பட்டுள்ளனர். தனது பத்து ஏக்கர் குத்தகை நிலத்தில் பிரோஃபெ னோஃபாஸ் (profenofos) மற்றும் வேறொரு இரசாயனப் பூச்சிக் கொல்லியைக் கலந்து தெளித்த மறுநாள் மனோலி கிராமத்தைச் சேர்ந்த நாராயண் கோட்ராங்கே தலைச்சுற்றலை உணர்ந்தார். "நான் ஏற்கெனவே ஒன்பது முறை தெளித்து விட்டேன். ஆனால், பத்தாவது முறை நான் நிறுத்துவது என முடிவெடுத்தேன். அந்த வாரம் முழுவதும் என்னால் வேலை செய்ய முடியவில்லை. கடுமையாக நோய்வாய்ப்பட்டேன்" என்கிறார்.

அக்டோபர் முதல் வாரத்தில், தான் ஆண்டு ஒப்பந்தத்தில் வேலை செய்யும் நிலத்தில் பூச்சிக்கொல்லிகளைத் தெளித்த ஏழாவது நாள், 21 வயதான நிகேஷ் கதானே சுருண்டு விழுந்தார். "எனது தலை மிகவும் பாரமாக இருந்தது." யவத்மால் மருத்துவ மனையிலிருந்த தீவிரச் சிகிச்சைப் பிரிவில் சிறிதுசிறிதாகத் தேறி வரும் இவர் அக்டோபர் மத்தியில் இதை என்னிடம் கூறினார். இதே வார்டில்தான் 2014இல் ராம்ராவ் அனுமதிக்கப்பட்டிருந்தார். "என்னால் எதையும் பார்க்க முடியவில்லை. எனது பார்வை மங்கியது. நான் மிகவும் பீதியுற்றேன்".

எளிமையான விவசாயிகளான அவரது பெற்றோர்கள் மிகவும் பதற்றமடைந்திருந்தனர். "அன்று மாலையே நாங்கள் அவனை மருத்துவமனைக்குக் கொண்டுசென்றோம்." என்று அவரது அண் ணன் லக்ஷ்மண் கூறுகிறார். அது உதவியது. தாமதம் நிச்சயம் மோசமான நிலைக்கு இட்டுச்சென்றிருக்கும். இனி ஒருபோதும் பூச்சிக்கொல்லிகளைத் தெளிப்பதில்லை என முடிவெத்திருக்கும் நிகேஷுக்குத் தசைப் பிடிப்புகள் உள்ளன. அவர் ஆபத்தான கட்டத்தைத் தாண்டிவிட்டார். ஆனால், அதே தீவிரச் சிகிச்சைப் பிரிவில் தன்னைச் சுற்றி 9 நோயாளிகள் உயிருக்குப் போராடிக்

கொண்டிருப்பதைப் பார்ப்பது அவருக்கு அச்சத்தைத் தருகிறது. நான் அவரைப் பார்த்த போது அவர் தீவிரச் சிகிச்சைப் பிரிவில் ஏறத்தாழ ஒரு வாரமாக இருக்கிறார். சீனாவில் தயாரிக்கப்பட்ட பாட்டரியில் இயங்கக்கூடிய ஒரு தெளிப்பானை அவர் பயன் படுத்தியிருக்கிறார். அது தெளிப்பதை எளிதாக்கவும் துரிதமாக்க வும் உதவுகிறது. அதனால் மிகுந்த ஆபத்தையும் உண்டாக்குகிறது. "இந்தத் தெளிப்பானைப் பயன்படுத்தி அதிகமான பூச்சிக்கொல்லி யைக் குறைவான நேரத்துக்குள் தெளித்துவிட முடியும். அது எவ்வளவு மோசமானது என்பதை நான் இப்போது உணர்கிறேன்."

நிகேஷ், தாஹேகன் கிராமத்தைச் சேர்ந்தவர். அது யவத்மால் நகரத்திலிருந்து 30 கி. மீ தொலைவில் உள்ளது. அவரது கிராமத் திலிருந்து மேலும் 5 நோயாளிகளை நான் இதே மருத்துவ மனையின் பிற வார்டுகளில் பார்த்தேன். அவர்கள் பத்திரமாக உயிர்பிழைத்திருக்கின்றனர். ஆனால், அந்த விஷம் உடலில் நுழைந்ததால் ஏற்பட்டப் பாதிப்புகளிலிருந்து இன்னும் முழுமை யாக மீளவில்லை. 18ஆம் வார்டில் 29 வயதான இந்தால் ரத்தோட் என்னும் நான்கு ஏக்கர் நிலமுடைய விவசாயி இன்னமும் தெளி வற்ற மனநிலையிலேயே இருக்கிறார். அவர் வாத்கோன் கிராமத் தைச் சேர்ந்தவர். ஏறத்தாழ 10 நாட்களாக மருத்துவமனையில் இருக்கிறார்.

புழுதிப் படிந்த பருத்தி கிராமப்புறங்களிலும் கூட்ட நெரிசல் மிகுந்த மருத்துவமனை வார்டுகளிலும் அச்சமும் பீதியும் நிலவு கிறது. கடன் சூழல், குறைந்த வருமானம், இயற்கைப் பேரிடர்கள், தங்களது சமூக மற்றும் பொருளாதார நிலை சீரழிதல் எனத் தொடர்ந்த பல சிக்கல்களால் பல ஆண்டு காலம் தவித்து வரும் பருத்தி விவசாயிகள் இப்போது ஒரு புதிய எதிர்பாராத சிக்கலைச் சந்தித்து நிற்கின்றனர்.

"இந்த நோயாளிகளிடம் நடத்தப்பட்ட இரத்தப் பரிசோதனை யில் விஷம் அவர்களின் நரம்பு மண்டலத்தில் ஊடுருவிப் பாதித்துள்ளதை அறிய முடிகிறது" என்று ஒரு இளைய மருத்துவர் கூறுகிறார். இவர் நிகில் மற்றும் தீவிரச் சிகிச்சைப் பிரிவில் உள்ள பிறரையும் கவனித்துக் கொள்கிறார். அந்த விஷத்தை உட்கொள்வதற்கு இணையான பாதிப்பை அதை சுவாசிப்பதும் ஏற்படுத்தக் கூடியது எனினும் அதற்கான சிகிச்சை இன்னும் கடினமானது. ஏனெனில் நேரடியாக உட்கொண்டிருந்தால் வயிற் றைக் கழுவுவதன் மூலம் அதை வெளியேற்றலாம். ஆனால்,

இப்போது அவர்கள் சுவாசித்திருப்பதினால் அது நேரடியாக சுவாசப் மண்டலத்தைத் தாக்கியிருக்கிறது. இன்னமும் காரணங்கள் இருக்கின்றன. ஆனால், அவை தொடர்ந்த ஆய்வின் வழியாக மட்டுமே வெளிப்படும்.

இந்தத் துயரத்தின் பின்விளைவுகளால் நூற்றுக்கணக்கான விவசாயிகள் பாதிக்கப்பட்டு தொடர்ந்து அவதிப்பட்டு வருகின்றனர். சிலர் தங்களது பார்வை இழந்துள்ளனர். அவர்கள் தங்கள் பார்வையை மீண்டும் பெறும் சாத்தியமே இல்லை. மேலும் பலர் மீண்டும் தங்கள் நிலங்களுக்குத் திரும்ப இயலாத நிலையில் இருக்கின்றனர். விவசாயிகளுக்கும் விவசாயக் கூலிகளுக்குமான உறவை மிகக் கடுமையாகப் பாதித்துவிட்ட இந்தச் சூழலினால் உடைந்து போய், தெளிப்பானைத் தொடுவதற்கே அஞ்சும் நிலையில் அவர்கள் உள்ளனர்.

மருத்துவமனையில் சேர்க்கப்பட்ட விவசாயிகள், இதனால் பாதிக்கப்பட்டு இறந்தவர்களின் குடும்பத்தினர் ஆகியோரின் வாக்கு மூலங்கள் இரண்டு விரிவான சூழல்களை நமக்குக் காட்டுகின்றன. ஒன்று, ஒரு குறிப்பிட்ட வகையிலான பூச்சிக்கொல்லி கலவை, தூள் வடிவத்தில் பயன்படுத்தப்பட்டபோது அதை பயன்படுத்தியவர்களிடையே பார்வை குறைபாடுகளை ஏற்படுத்தியது. அதையே திரவ வடிவில் பயன்படுத்தியவர்கள் நரம்பு மண்டலம் பாதிக்கப்பட்டுள்ளனர். இந்தக் கலவையில் ப்ரொஃபெனோஃபாஸ் (profenofos - an organophosphate), சைபர்மெத்ரின் (cypermethrin - a synthetic pyrethroid) மற்றும் டையாஃபென்தியுரான் (diafenthiuron) ஆகியவை கலந்துள்ளன. இவை பல பயிர்களிலும் தெளிக்கப் பரிந்துரைக்கப்படுகிறது. இவை ஒன்றுசேரும் போது ஒரு மனிதரைக் கொல்லத்தக்க அளவிலான மிக ஆபத்தான விஷக் கலவையாக மாறுகிறது.

பிரவீன் சோயமின் உடல்நிலை சிறிதுசிறிதாக நலிவடைகிறது. முதலில் அவருக்கு நெஞ்சு வலி ஏற்பட்டது. பின்னர் வாந்தியும் தலைச்சுற்றலும். இறுதியில் பதற்றம். இருபத்து நான்கு மணி நேரத்தில் அவர் கோமாவில் விழுந்தார்.

அவர் உடல்நலம் பாதிக்கப்பட்ட மறுநாள் பந்தர்காவுடாவில் உள்ள சிறிய மருத்துவமனையை அடைந்த 3 மணி நேரத்தில் இறந்துவிட்டார். அவருக்குச் சிகிச்சை அளித்த மருத்துவர்கள் அவர் விஷத்தைத் தொட்டதால் பாதிக்கப்பட்டதாகக் கருதுகின்றனர். இந்தப் பூச்சிக்கொல்லிகளைத் தெளிப்பதற்குத் தேவையான பாதுகாப்பு உபகரணங்களையோ நடவடிக்கைகளையோ இதனால்

பாதிக்கப்பட்டவர்களோ மரணமடைந்தவர்களோ பின்பற்றவில்லை என்பது இதனால் தெரியவருகிறது. இந்தப் பகுதியில் உள்ள எந்த விவசாயியும் கையுறைகளையோ, முகக் கவசமோ, உடல் கவசமோ அணிவதில்லை. எந்தக் கவசமுமின்றி தங்கள் வேலையை விரைந்து முடிக்கும் ஆவலுடன், அதிகம் தெளிப்பது அதிக வருமானத்தை ஈட்டும் என்று நம்பி விவசாயிகளும் விவசாயக் கூலிகளும் இந்த மருந்து தெளிக்கும் காலத்தில் தங்களின் உயிரைப் பணயம் வைக்கின்றனர். பிரவீன் மருந்து தெளித்த அன்று சோர்வாக இருப்பதாகக் கூறியபோதும் மருத்துவரிடம் செல்வதற்கு மறுத்துவிட்டார்.

ஏதோ ஒன்று எனக்கு ராம்ராவை நினைவுப்படுத்துகிறது. வாழ்வைத் தொடங்கும் முன்பே பறிகொடுத்துவிட்ட பிரவீனின் சட்டம் செய்யப்பட்ட புகைப்படத்தின் மீது சாமந்தி மலர் மாலை தொங்குகிறது. அவர் தனது வாழ்வைத் தானே முடித்துக்கொள்ள வில்லை. ஆனால், விவசாயம் தொழில்மயமாக்கப்பட்ட ஒரு சூழலின் விளைவாக அவர் வீழ்ந்துள்ளார். அது அவர் மற்றும் அவரது குடும்பத்தினரின் புரிதலுக்கு அப்பாற்பட்டதாக இருந்தது.

“வெப்பத்தின் காரணமாக அவர் உடல் சோர்வுற்றிருக்கிறார் என்று நாங்கள் நினைத்தோம். அன்று மிகவும் வெப்பமாக இருந்தது. இந்தக் காலகட்டங்களில் காய்ச்சல் வருவது மிக இயல்பானது” என்று பாவுராவ் கூறுகிறார். மறுநாள் மாலை பிரவீனின் நிலை மேலும் நலிவடைந்த போது, நாம்தேவும் அவரது தாயும் அவரை அடுத்த கிராமத்திலிருந்த ஆரம்ப சுகாதார மையத்துக்கு எடுத்துச் சென்றனர். அங்கு இருந்த ஒரு மருத்துவ உதவியாளர், இது அவசரச் சிகிச்சைத் தேவைப்படும் நிலை என்பதைப் புரிந்து உடனடியாக பந்தர்காவுடா மருத்துவமனைக்கு அனுப்பி வைத்தார். அவர்கள் மருத்துவமனையை இரவு 7 மணிக்கு அடைந்தனர். இரவு 10 மணிக்கு பிரவீன் தனது வயதான தாயின் மடியில் உயிர் நீத்தார். அவரது பிரேதப் பரிசோதனை அறிக்கை வெறுமனே “ஆர்கனோ பாஸ்பேட் விஷத்தினால் ஏற்பட்ட மரணம்” என்று எளிமையாகக் குறிப்பிட்டிருந்தது.

★★★

அக்டோபர் மத்தியில் நான் எனது களப்பயணங்களை முடித்து விட்டு ராம்ராவின் வீட்டுக்குச் செல்கிறேன். அவர் வழக்கம்போல அவரது வயலில் இருக்கிறார்.

விதர்பாவின் பருத்தி உற்பத்தி செய்யும் கிராமங்களிலும் யவத் மாலிலும் மிகப் பெரும் குழப்பங்கள் நிலவுவதை அவர் அறிவார். "(விஷத்தை) சுவாசிப்பதால் ஏற்படும் சாவுகள் மிக வேதனையானவை" என்று என்னிடம் தொலைபேசியில் சொல் கிறார். ஐந்து நிமிடங்களில் வீட்டுக்கு வருவதாகக் கூறுகிறார்.

உள்ளே நுழையும் போதே உரத்தக் குரலில் "இரண்டு குப்பி பூச்சிக்கொல்லியைக் குடித்த நான் உயிருடன் இருக்கிறேன். ஆனால், வெறுமனே சுவாசித்தவர்கள் எல்லாம் இப்போது செத்துக் கொண்டிருக்கிறார்கள்" என்கிறார். இந்த நுட்பமான நகைச் சுவையைச் சொல்வதற்காகவே அவர் காத்திருந்ததைப் போன்று ஒலித்தது அவரது குரல். "விதி விசித்திரமானது" என்கிறார்.

நான் அவரைப் பார்த்து புன்னகைக்கிறேன். இது விதர்பாவின் இருண்ட நகைச்சுவையின் மற்றொரு எடுத்துக்காட்டு. மக்கள் தங்களின் சிக்கல்கள் குறித்து தாங்களே பகடி செய்துகொள் கின்றனர். சாவில் நகைச்சுவையைக் காண்கின்றனர். தங்களைத் தாங்களே பார்த்து சிரித்துக்கொள்கின்றனர். ராம்ராவ் கை, கால், முகம் கழுவி தன் முகத்தை ஒரு துண்டால் துடைத்துக்கொண்டே வருகிறார். நளினியை எங்களுக்குத் தேநீர் கலக்கச் சொல்கிறார்.

"இந்த ஆண்டு படைப்படையாகப் பூச்சிகள் தாக்கியுள்ளன" என்கிறார். இந்தப் பூச்சிக்கொல்லிக் கலவை அதீதமாகத் தெளிக்கப் பட்டதற்கு இதுவே காரணம் என்கிறார். "இது எல்லாம் அறியாமை. பெரும்பாலான விவசாயிகள் யோசிப்பதில்லை. எதையும் யாரி டமும் கேட்பதில்லை. எந்தப் பூச்சிக்கு எதைத் தெளிக்க வேண்டும் என்றும் தெரிந்திருப்பதில்லை." இந்த சாவுகள் அரசு நிர்வாகத்தை ஓட விட்டிருப்பதாகவும் கிராமங்களில் பீதியைப் பரப்பியிருப்பதாகவும் தெரிவிக்கிறார்.

அவர் அரசை மட்டுமல்ல, தன்னைப் போன்ற விவசாயி களையும் அவர்களின் அறியாமைக்காக சாடுகிறார். அவருக்கும் இந்தப் புதிய இரசாயனங்களைப் பற்றி எதுவும் தெரிந்திருக்க வில்லை என்பதையும் ஒப்புக்கொள்கிறார்.

ஏறத்தாழ குறைந்தபட்சம் 30% நட்டமாவது இந்த இளஞ் சிவப்புப் புழுக்களால் ஏற்பட்டிருக்கக் கூடும் என்று அவர் கணிக்கிறார். தனது நிலத்தில் பாதிக்கப்பட்ட பெரும்பகுதியான காய்களைத் தானே நேரே கண்டுபிடித்து நீக்கியிருப்பதாகக் கூறு கிறார். கடந்த மாதம் முழுவதும் இதை மட்டுமே ஒரு வேலையாக அவர் செய்துவந்திருக்கிறார். அது அவரது பருத்தியின் தரத்தைப்

பாதிக்கப்போகிறது. அதனால் அவருக்குக் குறைந்த விலையே கிடைக்கும். தனது விளைச்சல் குறைவதாலும் தரம் குறைவதாலும் அவருக்குக் கூடுதலாக நட்டமே ஏற்படும். ஹிவாராவில் உள்ள மற்ற விவசாயிகளின் நிலையும் இதுதான். இந்த ஆண்டு ஏற் பட்டுள்ள எதிர்பாராத நட்டங்களைப் பற்றி அவர்கள் என்னிடம் புலம்புகின்றனர்.

புதிய தலைமுறை இரசாயனப் பூச்சிக்கொல்லிகளும் பிற விவசாய உட்பொருட்களும் உயிரியல் மற்றும் வேதியியல் அறிவைச் சார்ந்தவை. அவை விவசாயிகளால் புரிந்துகொள்ள முடி யாத முற்றிலும் புதியதொரு தளத்துக்கு விவசாயத்தை எடுத்துச் சென்றிருக்கிறது. மேலும் அவை விலை அதிகம் உள்ளவை. பூச்சிக் கொல்லிகள், களை நீக்கிகள், வளர்ச்சியை வேகப்படுத்துபவை, உரங்கள் மற்றும் இது போன்ற விவசாய உட்பொருட்களுக்காக மட்டுமே ராம்ராவ் குறைந்தபட்சம் ஒன்று அல்லது இரண்டு இலட்ச ரூபாய் செலவிடுகிறார். ஹிவாராவின் விவசாயிகள் விவசாய உட்பொருட்கள் (விதைகள், உரங்கள், இரசாயனங்கள்), டிராக்டருக்கான டீசல், நீர் இறைப்பதற்கான மின்சாரம், தேவைக் கேற்ப அவ்வப்போது மாறும் தன்மையுள்ள விவசாயக் கூலி ஆகியவற்றுக்காகவே மிகப் பெரும் பணத்தைச் செலவு செய் கின்றனர்.

ஒரு ஏக்கர் நிலத்தில் பருத்தி பயிரிட்டு அறுவடை செய்ய அவர் எவ்வளவு செலவு செய்ய வேண்டும் என்பதை எனக்காகக் கணக்கிட்டுக் காட்டும்படி கூறினேன். 1990களில் அது ரூ.4,000 முதல் ரூ.5,000 வரை இருந்திருக்கிறது. 2017இல் அவரது ஒரு ஏக்கர் உற்பத்திச் செலவு என்பது ஏறத்தாழ பத்து மடங்கு அதி கரித்திருக்கிறது. ஒரு குவிண்டால் பருத்தி, துவரை, மிளகாய் அல்லது வேறு எதுவாக இருந்தாலும் அவற்றை உற்பத்தி செய்ய 20-30 ஆண்டுகளுக்கு முன்பு செலவு செய்ததைவிட தற்போது மிக அதிகமாகச் செலவு செய்கிறார். ஆனால், அவரது வருமானமோ ஏறத்தாழ அதே நிலையிலேயே தேங்கி இருக்கிறது. அவரது உற்பத்திச் செலவுகள் பன்மடங்கு அதிகரித்திருக்கின்றன. பத்து ஆண்டுகளுக்கு முன் உற்பத்தி செய்த அதே அளவை உற்பத்தி செய்ய தற்போது கூடுதலாகப் பல உரங்களையும் இரசாயனங் களையும், ஏன் கூடுதல் இயற்கை உரங்களையும்கூட அவர் பயன் படுத்துகிறார். டிராக்டர் பயன்படுத்துவது அதிக செலவு என்பதால் அவர் அதைப் பயன்படுத்துவதை நிறுத்த நேர்ந்தது.

என்றபோதும் ராம்ராவ் கொடுத்து வைத்தவர்தான். தன்னைத் தானே மாய்த்துக்கொள்ள அவர் உட்கொண்ட பூச்சிக்கொல்லியைப் பற்றி போதுமான அறிவு அவருக்கு இருந்திருக்கவில்லை. அவர் அருந்திய கோரேகான் (Coragen), ஆர்கனோ பாஸ்பேட் இல்லாத இரசாயனமாகும். அது மோனோக்ரோடோஃபாஸ் (monocrotophos) என்ற விஷத்தன்மை வாய்ந்த இரசாயனத்தைப் போன்றது அல்ல. இதைதான் இந்தப் பகுதியில் உள்ள பருத்தி விவசாயிகள் எல்லா வகையான பூச்சிகளையும் கொல்வதற்குப் பயன்படுத்துகிறார்கள். ஒரு வேளை அவர் 'மோனோ'வையோ எண்டோசல்ஃபானையோ (Endosulphan) உட்கொண்டிருந்தால் அது உடனடியாக அவரைக் கொன்றிருக்கும். இவற்றைதான் ஆயிரக்கணக்கான விவசாயிகள் தங்களைத் தாங்களே மாய்த்துக்கொள்ள பயன்படுத்துகின்றனர். பல ஆண்டுகளாக எண்டோசல்ஃபான்தான் முதன்மையான கொல்லியாக இருந்தது – பூச்சிகளையும் விவசாயிகளையும். அது எளிதாகக் கிடைக்கக் கூடியதாகவும் விலை குறைவானதாகவும் இருந்திருக்கிறது.

டுபான்ட் (Dupont) என்னும் நிறுவனத்தால் உற்பத்தி செய்யப் படும் கோரேகான் ஒரு க்ளோரன்ட்ரானிலிப்ரோல் (chlorantraniliprole) வகையைச் சார்ந்த இரசாயனமாகும். புதிய தலைமுறை இரசா யனங்களிலிருந்து தயாரிக்கப்படும் இது கரும்பு விவசாயத்தைத் தாக்கும் பூச்சிகளைக் கொல்வதற்கு அதிகமாகப் பயன்படுத்தப் படுகிறது. அவர் இதனை தனது பச்சைப் பயறு மற்றும் காய் கறிகளுக்காக வாங்கியிருந்தார். தண்ணீரில் கலந்து பயன்படுத்தக் கூடிய இதை, அது வரக்கூடிய குப்பியின் மீது அச்சிடப்பட்டுள்ள வழிகாட்டு நெறிமுறைகளைப் பின்பற்றி பயன்படுத்த வேண்டும். இந்த நடைமுறை விவசாயத்துக்குப் பயன்படுத்தப்படும் எந்த விதமான இரசாயனத்துக்கும் பொருந்தும். இந்தக் குறிப்பிட்ட இரசாயனக் கலவை சிறுநீரகத்தைப் பாதிக்கலாம் என்று மருத்து வர்கள் கூறுகின்றனர். அதன் தொடர்ச்சியாக முக்கிய உறுப்புகளைப் பாதித்து இறுதியில் சாவில் கொண்டு விடலாம். ராம்ராவின் சூழலில் அது நரம்புகளுக்கோ இரத்தத்திற்கோ செல்வதற்கு முன் சுத்திகரிக்கப்பட்டது.

இரசாயனப் பூச்சிக்கொல்லிகள் நரம்பு மண்டலத்தைப் பாதிக் கின்றன.

பூச்சியைக் கட்டுப்படுத்தப் பயன்படுத்தப்படும் எந்தவொரு விஷத்தன்மை வாய்ந்த இரசாயனமும் இரத்தத்தில் உள்ள

அசிடைல்கோலிநெசடெரேஸ் (acetylcholinesterase) என்னும் சுரப்பின் அளவை அதிகப்படுத்தும். இந்தச் சுரப்பி உடம்பில் உள்ள நரம்பு மண்டலத்துடன் தொடர்புடையது.

இதற்குச் சிகிச்சையாக உடனடியாக அளிக்கப்படுவது அட்ரோபின் (atropine) ஊசியாகும். இது அசிடைல்கோலின் (acetylcholine) அளவைக் குறைத்து சமநிலைக்குக் கொண்டுவர உதவுகிறது. இதன் மூலம் அந்தப் பூச்சிக்கொல்லியின் விஷத் தன்மை ஏற்படுத்தும் பாதிப்பைக் குறைக்கவும் சிறிது சிறிதாக இரத்தத்தைச் சுத்தப்படுத்தவும் நரம்பு மண்டலத்தை சீர்படுத்தவும் உதவுகிறது. இந்த அட்ரோபின் மருந்து ஆர்கனோ பாஸ்பேட் விஷத்துக்கு எதிர்விளைவை ஏற்படுத்துகிறது. அசிடைல்கோலி நெசடெரேஸ் சுரப்பியை அது தூண்டிவிடுகிறது. ஆர்கனோ பாஸ் பேட் இரசாயனம் தோல் வழியாக உள்ளிழுக்கப்பட்டு சுவாசத்தின் மூலமாகவோ அல்லது குடல் வழியாகவோ உடலுக்குள் செல் கிறது. உடலுக்குள் சென்றவுடன் அது ஏதேனும் ஒரு அசிடைல் கோலிநெசடெரேஸ் செல்லுடன் தன்னைப் பிணைத்துக்கொண்டு சிவப்பு இரத்த அணுக்களில் நுழைந்து அசிடைல்கோலி நெசடெரேஸ் சுரப்பியைச் செயல்பட விடாமல் ஆக்கிவிடுகிறது. இதனால் நரம்புத் தசைகள், அதன் ஒத்தப் பகுதிகளில் அசிடைல் கோலின் சுரப்பியின் அளவு மிகுதியாக அதிகரிக்கிறது. இது மயக்கம், வலிப்பை ஏற்படுத்தலாம். அதன் தொடர்ச்சியாகப் பக்கவாதம் வரலாம். இந்தச் சுரப்பிகள் உடம்பின் வேறு பகுதி களிலும் இருக்கின்றன. அது அதீத பதற்றம், வியர்வை, பட படப்பு, உடம்பில் வெள்ளை அணுக்கள் அதிகரித்தல் போன்ற விளைவுகளையும் ஏற்படுத்தலாம். ஆர்கனோ பாஸ்பேட் விஷம் தசை நார்களையும் சேதப்படுத்தலாம். அது இதயத்தின் துடிப்பைக் குறைக்கும் தன்மை வாய்ந்தது. நரம்பு மண்டலத்திலும் இதன் பாதிப்பு இருக்கிறது. நரம்பு மண்டலத்தில் உள்ள வியர்வை சுரப்பிகள் அதிகமாகத் தூண்டப்பட்டு மிக அதிக அளவு வியர்வையை வெளியேறுகிறது. ஆர்கனோ பாஸ்பேட்டின் பாதிப்புகள் இதயம், வியர்வை, கண்ணீர் போன்றவற்றை வர வழைக்கும் சுரப்பிகள் மற்றும் தசைகள் ஆகியவற்றில் பாதிப்பு களை ஏற்படுத்துகிறது. ஒரு கட்டத்தில் இந்த ஆர்கனோ பாஸ்பேட் முதிர்ச்சி அடைதல் என்ற நிலையை அடைகிறது. அது எப்போது நேர்கிறது என்பது ஒவ்வொரு கலவைக்கும் மாறுபடும். அப்படி ஒரு நிலையை அடைந்த பின் அது எவ்வித சிகிச்சை முறையையும் பயனற்றதாக்கிவிடுகிறது.

மற்றொரு புறம் கிளோரான்ட்ராநிலிப்ரோல் (chlorantraniliprole) என்பது மனிதர்களுக்கு விஷத் தன்மையை ஏற்படுத்துவதில்லை என்று பரவலாகக் கூறப்பட்டாலும் சில குறைபாடுகளை அவை ஏற்படுத்தலாம் என்று மருத்துவர்கள் கருதுகின்றனர். மற்ற பொதுவான பூச்சிக்கொல்லிகளைவிட இந்தப் பூச்சிக்கொல்லி தசைகள் சுருங்கி விரிவதற்குக் காரணமாக உள்ள சுரப்பியைப் பாதிக்கிறது. இப்படித்தான் அது வேலை செய்கிறது: இது தசைகளைச் சுருங்கி விரியச் செய்யும் சுரப்பிகளை அதிகம் தூண்டிவிட்டு அதன் மூலம் கால்சியத்தை வெளியேற்றி இதனால் தசை செயல்பாடுகளை ஒழுங்கற்றதாக்கி பக்கவாதத்தை ஏற்படுத்தி இறுதியில் சாவையே உண்டாக்கக் கூடும். இது பூச்சிகளின் மீது தனது செயல்பாட்டை அதிகமாகக் காட்டுகிறது என்றும் பாலூட்டிகளிடம் இதன் விஷத்தன்மை குறைவான பாதிப்பையே ஏற்படுத்துகிறது என்றும் கூறப்படுகிறது.

★ ★ ★

ராம்ராவ் வெடிச் சிரிப்புச் சிரிக்கிறார். "எப்படியாயினும்" – அவருக்கே உரிய எள்ளல் குரலில் சொல்கிறார். "யாரும் விஷ மருந்தத் தேவையில்லை. விவசாயிகள் ஒவ்வொன்றுக்கும் வரிசையில் நின்றே மாண்டுப்போவார்கள்." பண மதிப்பிழப்பின்போது பல்வேறு திட்டங்களுக்கு விண்ணப்பிக்க வரிசைகளில் நின்று, அதனால் சத்திழந்து சோர்வுற்று மாரடைப்பு வந்து பல வயதான விவசாயிகள் இந்தியாவெங்கும் இறந்திருப்பது பற்றிய செய்திகள் வந்தவண்ணம் இருந்தன.

எங்களது உரையாடலுடன் ராம்ராவின் மாமா விட்டல்ராவ் ஷங்கனேனிவார், அண்ணன் அசோக்ராவ், மற்றொரு உறவினர் மற்றும் அன்றைய நாளின் வேலை முடிந்து திரும்பியுள்ள அருகில் வசிக்கும் சில விவசாயிகள் எனப் பலரும் இணைந்துகொள்கின்றனர். அந்தப் பகுதிகளில் பூச்சிக்கொல்லி விஷத்தினால் பாதிக்கப்பட்டவர்களின் கதைகளைப் பகிர்ந்துகொள்கின்றனர். தங்களது பயிர்களின் மீது நடந்த பூச்சித் தாக்குதலினால் ஏற்பட்டுள்ள பதற்றத்தை வெளிப்படுத்துகின்றனர். முதல் முறையாக அசோக்ராவ் எரிச்சலுற்றுப் பேசுவதை நான் காண்கிறேன்.

பூச்சித் தாக்குதல் மிக அதிகமாக இருந்தபோதும் அதனால் ஏற்படும் நட்டம் மிக அதிகமாக இருக்கும் என்று தெரிந்தபோதும் அவர்கள் அனைவருமே அச்சத்தின் காரணமாகப் பூச்சிக்கொல்லிகள்

தெளிப்பதை முற்றிலுமாக நிறுத்தியிருந்தனர். பனிக்காலம் தொடங்க வுள்ளது. சோயாபீன் முற்றிலுமாக அழிந்துவிட்டது என்று கூறு கின்றனர். துவரை, பருத்தி, சோயாபீன், மிளகாய், காய்கறிகள் என அனைத்துப் பொருட்களின் விலைகளும் சரிந்துள்ளன. பூச்சிகளின் தாக்குதல் காரணமாகப் பருத்தியின் மூலமாக எந்த இலாபமும் கிட்டப் போவதில்லை. பி.டி. கலப்பினப் பருத்தியின் விளைச்சல் மிகவும் குறைந்திருக்கிறது.

ஒரு மாதம் கழித்து நவம்பர் மாத இறுதியில் மாநில அரசினால் அமைக்கப்பட்ட சிறப்புப் புலனாய்வுக் குழு யவத்மால் இறப்புகள் குறித்து விசாரித்து தனது அறிக்கையைச் சமர்ப்பித்தது. ஜூலை முதல் நவம்பர் 2017வரை யவத்மாலிலும் கிழக்கு விதர்பாவின் மற்றப் பகுதிகளிலும் ஏறத்தாழ 50 விவசாயிகளுக்கு மேல் தங்கள் உயிரை இழந்துள்ளனர் என்றும் ஏறத்தாழ ஆயிரம் பேருக்கு மேல் பாதிக்கப்பட்டு, அதில் சிலர் தங்கள் பார்வையை இழந்துள்ளனர் என்றும் இவை அனைத்தும் பூச்சிக்கொல்லிக் கலவையைச் சுவாசித்ததால் ஏற்பட்டது என்றும் அந்த அறிக்கைத் தெரிவிக்கிறது. யவத்மால் மருத்துவமனையில் பாதிக்கப்பட்ட விவசாயிகளின் உடலில் ஆர்கனோ பாஸ்பேட் உள்ளதா என்பதை பரிசோதிக்க இரத்தப் பரிசோதனை நடத்தியிருந்தால் சில உயிர்களைக் காப் பாற்றி இருக்கலாம் என்றும் அவர்கள் குறிப்பிட்டிருந்தனர். இந்த சோதனையும் அதற்கான மருந்தும் இல்லாத காரணத்தினால் மருத்துவர்கள் நோயாளிகளின் அறிகுறிகளுக்குச் சிகிச்சை அளித் துள்ளனர். மாவட்ட மற்றும் மாநில நிர்வாகத்துக்கிடையே போது மான அளவு தகவல் பரிமாற்றம் இல்லை. அதனால் இந்த மருத்துவ அவசரக் காலநிலை குறித்தும் அதன் ஆழமான பாதிப்பு குறித்தும் புரிதல் இருக்கவில்லை.

பூச்சிக்கொல்லிகள் சட்டம் 1968இன் படியும், இந்தச் சட்டப் பிரிவுகளில் கூறப்பட்டுள்ளபடியும் விவசாயிகளும் வியாபாரிகளும் நிறுவனங்களும் நடந்துகொள்கிறார்களா என்பதைக் கவனிக்க மாவட்ட அளவில் ஒரு பல்துறை வல்லுநர் குழுவை உருவாக்குவது கட்டாயம் ஆகும். ஆனால்,அப்படி ஒரு குழுவோ அப்படியான ஒரு கண்காணிப்போ இருக்கவில்லை.

அமராவதியின் மண்டல ஆணையரான பியுஷ் சிங்கின் தலை மையில் சென்ற உண்மை அறியும் குழு அளித்த அறிக்கையினைத் தொடர்ந்து 2017 அக்டோபர் 10ஆம் நாள் மாநில அரசு சிறப்புப் புலனாய்வுக் குழுவை அமைத்தது. நாக்பூரில் உள்ள மத்திய பருத்தி

ஆய்வு நிறுவனத்தின் இயக்குநரான டாக்டர் விஜய் வாக்மாரே, பரிதாபாத்தில் உள்ள பயிர் பாதுகாப்பு இயக்குநரகத்தின் கிரன் தேஷ்கர் ஆகியோர் உட்பட வேறு ஆறு உறுப்பினர்களும் இந்தக் குழுவில் இருந்தனர். மகாராஷ்டிரா அமைச்சரவை இந்தப் புல னாய்வுக் குழுவின் அறிக்கையை வெளியிடாமல் வைத்திருந்தது. ஜனவரி 2018இல் ஒரு பொது நல வழக்கை விசாரிக்கும்போது மும்பை உயர்நீதி மன்றம் அந்த அறிக்கையை வெளியிடுமாறு உத்தரவிட்டப் பிறகே மாநில அரசு அந்த அறிக்கையை வெளி யிட்டது.

மிகவும் வெப்பம் நிறைந்த ஒரு சூழலில் வயல்வெளிகளில் வேலைப் பார்ப்பது என்பது ஒரு விஷக் கிடங்குக்குள் நுழைந்து விஷத்தைச் சுவாசிப்பது போன்றது என்று சிறப்புப் புலனாய்வுக் குழு கூறியது. “இந்தப் பூச்சிக்கொல்லிகள், இதர இரசாயனப் பொருட்களின் புதியக் கலவையானது அதிக வெப்பமானச் சூழலில் விஷத்தன்மையை அதிகரித்து அதை சுவாசிப்பதையும் அதன் மூலம் விஷத்தன்மை உடலில் ஏறுவதையும் அதிகரித்துள்ளது” என்று அந்த அறிக்கைத் தெரிவிக்கிறது.

விவசாயப் பேணுதல் கட்டமைப்பு முற்றிலுமாகச் சிதைந்து இருப்பதையோ அல்லது மிகுந்த விஷத் தன்மை வாய்ந்த இரசாயனங்களைத் தங்கள் நிலங்களில் பயன்படுத்துவதற்கான செயல்முறைகள் மற்றும் பாதுகாப்பு வழிமுறைகள் குறித்து விவசாயிகளுக்குப் பயிற்சி அளிப்பதன் பொறுப்புக் குறித்தோ அந்த அறிக்கை எதுவும் சொல்லவில்லை. எனினும் பூச்சித் தாக்கு தல்களைக் கட்டுப்படுத்தவும், பயிர் வளர்ச்சியை அதிகப்படுத்தவும் பூச்சிக்கொல்லி விற்பனையாளர்களின் அறிவுரைகளின்படி விவ சாயிகள் தாங்களாகவே செயல்பட்டுள்ளனர் என்பதை அந்த அறிக்கைப் பதிவு செய்துள்ளது.

அந்த நான்கு மாதக் காலத்தில் மேற்கு விதர்பாவின் பருத்தி விவசாயிகள் எப்போதும் அவர்கள் பயன்படுத்தும் பயிர் வளர்ச்சிக் கான இரசாயனங்களான கிப்ராலிக் அமிலம் (gibbralic acid), இண்டால் அசிடிக் அமிலம் (indol acitic acid), இண்டால் புடைரிக் அமிலம் (indol butyric acid), அங்கீகரிக்கப்படாத அமிலங்களான ஹுமிட் அமிலம் (humid acid), நைட்ரோபென்சைன் (*nitrobenzine*), அமினோ அமிலங்கள் (amino acids) ஆகியவற்றுடன் இரசாயனப் பூச்சிக்கொல்லிகள், ஆர்கனோ பாஸ்பேட் மற்றும் பிற நவீன இரசா யனங்களையும் கலந்து தெளித்துள்ளனர். அங்கீகரிக்கப்படாதப்

பூச்சிக்கொல்லிகளான ஃபிப்ரோனில் (Fipronil) மற்றும் இமிடாகி ளோபிரிட் (Imidacloprid) ஆகியவற்றையும் கலந்து விவசாயிகள் பயன்படுத்தியுள்ளனர். இத்தகைய உடனடி பயன்பாட்டுக்கான இறக்குமதி இராசயனங்கள் உள்ளூர் சந்தைகளில் மிக எளிதாகக் கிடைக்கின்றன. இப்படியான அங்கீகரிக்கப்படாத இரசாயனங் களைப் பயன்படுத்துவது குறித்து எந்த விதமானக் கட்டுப்பாடும் இருக்கவில்லை. எடுத்துக்காட்டாக யவத்மாலில் 16 தாலுகாக்கள் உள்ளன. ஆனால், அந்த மாவட்டத்துக்கு ஒரே ஒரு தரக்கட்டுப்பாடு அதிகாரி மட்டுமே இருக்கிறார். இரண்டு ஆண்டுகள் அந்தப் பதவியும்கூட காலியாக இருந்தது.

விவசாயிகள் தங்கள் பருத்தி, சோயா மற்றும் பிறப்பயிர்களின் மீதான பூச்சித் தாக்குதல்களைத் தடுப்பதற்கு எவ்விதக் கட்டுப் பாடுமின்றி இரசாயனங்களைப் பயன்படுத்துவது குறித்து பரிந் துரையினை அளித்துள்ள சிறப்புப் புலனாய்வுக் குழு, யவத்மாலில் உள்ள வசந்த்ராவ் நாய்க் நினைவு அரசு மருத்துவக் கல்லூரி மருத்துவமனையானது கோலிநெஸ்டரேஸ் (cholinesterase) சோத னையைச் செய்வதற்கான வசதிகளோடு அமைக்கப்பட வேண்டும் என்று கூறியுள்ளது. இந்தச் சோதனை நரம்பு மண்டலத்தில் ஏற்பட்டுள்ள பாதிப்பைப் புரிந்துகொள்ள உதவும். அத்தோடு ஆர்கனோ பாஸ்பேட் விஷத்துக்கு முறிவையும் இந்த மருத்துவ மனை வைத்திருக்க வேண்டும். அமராவதியில் உள்ள அரசு மருத்துவக் கல்லூரி மருத்துவமனை மேற்கு விதர்பாவின் மண் டலத் தலைமையகமாக உள்ளது. இது இந்த விஷப் பரவலை சற்று மேம்பட்டு சமாளித்தது. அங்கு அதற்கான பரிசோதனையும் அதற்கான மாற்று மருந்தும் தேவையான அளவு இருந்தன.

வானி, புசாத் என்ற யவத்மாலின் தாலுகா தலைமையகங் களிலும் இதற்கென தனியாகத் தீவிரச் சிகிச்சை மையங்கள் அமைக்கப்பட வேண்டும் என்றும் சிறப்புப் புலனாய்வுக் குழு பரிந்துரைத்தது. இதோடு கூடுதலாகப் பூச்சிக்கொல்லி விஷத் தினால் பாதிக்கப்பட்டவர்களைக் கவனிக்க என்று யவத்மால் அரசு மருத்துவக் கல்லூரி மருத்துவமனையில் 30 படுக்கைகளைக் கொண்ட தீவிரச் சிகிச்சை மையம் ஒன்றையும் அகோலா மாவட்ட அரசு மருத்துவமனையில் 20 படுக்கைகளைக் கொண்ட தீவிரச் சிகிச்சை மையம் ஒன்றையும் அமைக்க வேண்டும் என்றும் பரிந்துரைத்தது. யவத்மால் அரசு மருத்துவக் கல்லூரி மருத்துவ மனையில் தொடர்ந்து இப்படியான நோயாளிகள் வருவதனால்

விஷ முறிவுக்கான ஒரு ஆராய்ச்சிக் கூடத்தை உயர் தொழில் நுட்பத்துடன் அமைக்க வேண்டும் என்றும் பரிந்துரைத்தது. 2017இல் கூட மருத்துவ அதிகாரிகள் உடனடியாக விஷத் தன்மை பரிசோதனைக்கு இரத்த மாதிரிகளை அனுப்பவில்லை. பெரு மளவு விஷம் தாக்கிய நிகழ்வுகளில் அவை சரியானபடி நிர்வகிக்கப் படவில்லை என்பதை இது காட்டுகிறது.

ஆனால், சிறப்புப் புலனாய்வுக் குழுவின் அறிக்கை பெரும் பாலும் இந்தச் சிக்கலுக்கான காரணத்தையும் பழியையும் விவ சாயிகள் மீதும் விவசாயக் கூலிகள் மீதும் போட்டது. அவர்கள் இம்மாதிரியான இரசாயனங்களை வெப்பமானச் சூழலில் உயரமாக வளர்ந்து நிற்கும் பருத்திச் செடிகளின் மீது தெளிப்பதற்கான சட்டத்திட்டங்களையும் பாதுகாப்பு வழிமுறைகளையும் பின் பற்றாமல இருந்ததே இந்தச் சூழலுக்கு வித்திட்டிருப்பதாக அவர் கள் குறிப்பிட்டனர்.

மோனோக்ரோடோஃபாஸ் முழுமையாகத் தடைசெய்யப்பட வேண்டும் என்றும் அது பரிந்துரைத்தது. இது மனிதர்களையும் பறவைகளையும் பாதிப்பதினால் பல நாடுகளில் தடை செய்யப் பட்டுள்ளது. இதனைத் தொடர்ந்து நவம்பர் முதல் 60 நாட் களுக்கு இந்த இரசாயனத்தை விற்பதை தடைசெய்து மகாராஷ்டிர அரசு உத்தரவிட்டது. ஆனால், முழுமையான தடையை விதிக்க அது மறுத்துவிட்டது. பூச்சிக்கொல்லிகள் சட்டம் 1968இன் கீழ் மோனோகிரோடோஃபாசை நாடு முழுவதும் தடை செய்ய மத்திய அரசு அதிகாரம் படைத்துள்ளது. மாநிலங்களும் கூட இதற்கான அனுமதியை வழங்குவதை நிறுத்தி வைக்கலாம். அல்லது ஏற் கெனவே அனுமதிப் பெற்றவர்களின் அனுமதியைப் புதுப்பிக்க மறுக்கலாம். இதைத்தான் பஞ்சாப் 2017இல் 20 பூச்சிக்கொல்லி களுக்குச் செய்தது. இதில் மோனோக்ரோடோஃபாசும் அடங்கும். இந்த 20 பூச்சிக்கொல்லிகளும் உணவு மற்றும் விவசாய நிறு வனத்தால் அதீத விஷத்தன்மை வாய்ந்தவை என்று அறிவிக்கப் பட்டவை. கேரளா மோனோக்ரோடோஃபாசை தடை செய்துள்ளது. சிக்கிம் ஒரு முழுமையான இயற்கை விவசாய மாநிலம் என்ற முறையில் எந்தவிதமான இரசாயனப் பயன்பாட்டையும் அனு மதிப்பதில்லை.

விஷத் தாக்குதல் ஏற்பட்டால் அதற்கான மாற்று மருந்துகள் இருக்கும் இடங்களில் மட்டுமே இந்தப் பூச்சிக் கொல்லிகளைப் பயன்படுத்துவதற்கான அனுமதியை அரசு வழங்க வேண்டும்

என்பது சிறப்புப் புலனாய்வுக் குழுவின் மற்றொரு முக்கியப் பரிந்துரையாகும். இத்தகைய இரசாயனங்கள், குறிப்பாகப் பயிர் வளர்ச்சிக்கான இரசாயனங்களைப் பயன்படுத்துவது அதிகரித் துள்ள நிலையில் அதனைப் பயன்பாட்டுக்கு அனுமதிப்பதற்கு முன் அதன் நீண்ட கால பாதிப்புகளைக் குறித்து அறிவியல் பூர்வமான ஆய்வுகளை அரசு மேற்கொள்ள வேண்டும் என்றும் அது பரிந்துரைத்தது.

2021 ஜனவரிவரை சிறப்புப் புலனாய்வுக் குழுவின் பரிந் துரைகள் எதுவும் நடைமுறைப்படுத்தப்படவில்லை.

விதர்பாவையும் அதைக் கடந்தும் இந்தச் சிக்கலின் மையமாக எது இருக்கிறது என்ற உண்மை இந்த அறிக்கையில் புதைந்திருக் கிறது. ராம்ராவும், சில விவசாயிகளும் என்னிடம் கூறிய ஓர் உண்மை. பருத்திக் காடுகள் எதிர்பாராத பூச்சிகளினால் தாக்கப் பட்டதினால் அதைக் கையாள விவசாயிகள் எதைச் செய்யவும் தயாராக இருந்தனர். அதனால்தான் விவசாயிகள் இந்த இரசாயனங் களைப் பயன்படுத்த நேர்ந்தது. அப்படித் தாக்கிய பூச்சிகளில், குறிப்பாக இளஞ்சிவப்புப்புழு மீண்டும் வந்திருப்பது அதீதக் கவலைத் தருவதாக உள்ளது.

★ ★ ★

42 வயதான கணேஷ் வதந்திரேவின் நிலத்தில் அவரது பருத்திச் செடிகளில் பச்சைக் காய்களின் மீது கறுப்புப் புள்ளிகள் விழுந்திருப்பது என்பது பருத்தி ஆய்வில் ஈடுபட்டிருக்கும் ஆய்வாளர்களுக்குப் புதிய செய்தியைச் சொல்கிறது. ஒரு புதிய மாற்றை உருவாக்குவதற்கான வாய்ப்பு அது.

"அவைதான் உள் நுழைவதற்கான துளைகள்" என்று வதந்திரே சொல்கிறார். அவர் 5 ஏக்கர் நிலம் வைத்துள்ளார். வார்தாவின் அமோகான் கார்கே கிராமத்தைச் சேர்ந்த அவர், அவரது கிராமத் தினரால் பெரிதும் மதிக்கப்படுபவர். நாக்பூருக்கும் வார்தாவுக்கும் இடையே அந்தக் கிராமம் உள்ளது. அங்கு ஒரு புகழ்பெற்ற அனு மார் கோயில் உள்ளது. பல ஊர்களிலிருந்தும் அந்த அனுமரைத் தரிசிக்க மக்கள் குவிவது உண்டு. வதந்திரேயும் அந்த அனுமரின் தீவிர பக்தர்தான். அதை அறியும்போது எனக்கு ராம்ராவின் நினைவு வருகிறது. அந்தக் கறுப்பு புள்ளிகள் உள்ள இடங்களின் வழியேதான் புழு உள்ளே நுழைகிறது என்று தேர்ந்த நுட்பமான அறிவியல் பார்வையுடன் சொல்கிறார்.

ஆகஸ்ட் மாதம் இதையேதான் ராம்ராவும் என்னிடம் காட்டினார்.

"இதை உடைத்துப் பார்த்தால் உள்ளே அந்த இளஞ்சிவப்புப்புழு இருப்பதைப் பார்க்கலாம்." அதைச் சொல்லும்போது அவருக்குப் பதற்றமும் ஆத்திரமும் ஏற்படுகிறது. கடந்த சில மாதங்களாக அந்தப் பகுதியில் உள்ள பல வயல்களிலும் இதைக் கவனித்திருப்பதினால் இந்த உண்மையை நானும் அறிவேன். அவர் அந்தக் காயை உடைக்கிறார். உள்ளிருந்து ஓர் இளஞ்சிவப்புப்புழு கண்விழித்து நிமிர்ந்து பார்க்கிறது. உள்ளே பருத்தி உருவா வதற்கு முன்பே அதை அது தின்றிருக்கிறது. அதனால் அந்தக் காய் பயனற்றுப்போனது.

மகாராஷ்டிராவின் பருத்தி விவசாயிகளின் உள்ளக்கிடக்கையைத் தான் வதந்திரேவும் ராம்ராவும் பிரதிபலிக்கின்றனர். பருத்திப் பருவம் உச்சத்தில் இருக்கும்போது பல்லாயிரம் ஹெக்டேர் பருத்திக் காடுகள் இந்த இளஞ்சிவப்புப்புழுவினால் பாதிக்கப் பட்டு கடந்த 30 ஆண்டுகளில் இல்லாத இழப்பை ஏற்படுத்தியிருக் கின்றன.

வதந்திரேவின் நிலத்தைச் சுற்றியுள்ள வயல்வெளிகளும்கூட இந்த இளஞ்சிவப்புப்புழு தாக்குதலின் அடையாளங்களைக் கொண்டுள்ளன. கறுப்புப் புள்ளிகளுடன் கூடிய காய்கள், கருத்தப் பருத்தி எந்தவிதத்திலும் பயனற்று நிற்கிறது.

"இதற்கு எந்தவொருப் பூச்சிக்கொல்லியும் பயன்படவில்லை. அத்தனை கொடியதாக இது உள்ளது. இனி பி.டி. பருத்தியால் என்ன பயன்?"

ஹிவாராவிலிருந்து 150 கி.மீ. தொலைவில் அமோகான் கர்கே இருக்கிறது. ஆனால், இவை இரண்டும் ஒரே சிக்கலில் சிக்கித் தவிக்கின்றன - பொருளாதார நெருக்கடி முதல் பூச்சித் தாக்குதல்கள் வரை. விதர்பாவில் உள்ள கிராமங்கள் சந்திக்கும் நெருக்கடிகள் ஒரே விதமானவை.

மகாராஷ்டிராவில் பருத்தி பயிரிடப்பட்டுள்ள நிலங்களான 42 இலட்சம் ஹெக்டேரில் ஏறத்தாழ 80% நிலம் இந்த இளஞ்சிவப்புப்புழுவினால் பாதிக்கப்பட்டுள்ளது என்று வருவாய்த் துறையினரால் நடத்தப்பட்டக் கணக்கெடுப்புக் கூறுகிறது. இதனால் ஏற்பட்ட இழப்பு ஏறத்தாழ 33% முதல் 50% வரை இருக்கும் என்றும் கூறுகிறது. ஜனவரி 2018இல் மகாராஷ்டிரா தனது பருத்தி உற்பத்தியில் 40% குறையும் என்று கணக்கிடுகிறது. இதன்

மூலம் மிகப் பெரிய அளவில் பூச்சித் தாக்குதல் ஏற்பட்டுள்ளது என்பதை அரசு ஒப்புக்கொள்கிறது. ஏற்கெனவே நீங்கள் இரத்த சோகையினால் பாதிக்கப்பட்டிருக்கும்போது மேலும் இரத்த இழப்பு என்பது உங்கள் உயிருக்கே ஆபத்தாக முடியும். ஏறத்தாழ இந்த நிலைதான் இப்போது—ஏற்கெனவே கடும் பொருளாதார நெருக்கடியில் சிக்கியுள்ள விவசாயிகள் இப்போது—மீண்டுமொரு நட்டத்தைச் சந்திக்கின்றனர்.

வதந்திரே போன்ற மழையை நம்பியுள்ள பருத்தி விவசாயிகள் தங்கள் விவசாய நிலங்களை டிசம்பர் 2018இல் கைவிட்டுச் செல்கின்றனர். அதுதான் நூற்றுக்கணக்கான சிறு விவசாயிகள்மீது இந்தப் பூச்சித் தாக்குதல் ஏற்படுத்திய பாதிப்பாகும். இப்படிச் சிதைந்த பருத்தியை விற்பதன் மூலம் கிடைக்கும் வருவாய் என்பது அவர் அந்தப் பருத்தியைப் பறிப்பதற்குச் செலவிடும் தொகையைவிட மிகக் குறைவாகவே இருக்கிறது என்று அடுத்த மாதம் அவர் என்னிடம் கூறுகிறார். அதனால் "அதை அறுவடை செய்வதைவிட அப்படியே விடுவது மேலானது" என்ற முடிவுக்கு அவர் வருகிறார்.

2017இலும் 2018இன் தொடக்கத்திலும் மகாராஷ்டிராவின் பருத்தி விவசாயிகள் அந்த முடிவையே எடுத்தனர். ராம்ராவ் அப்படிச் செய்யவில்லை. தன்னால் முடிந்த அத்தனைப் பருத்தியையும் அறுவடை செய்தார். அதை விற்பதன் மூலமாகக் குறைந்த பட்சம் கூலியையாவது கொடுத்துவிட விரும்பினார். சிலர் வளர்ந்து நின்ற பருத்திமீது புல்டோசர்களை ஏற்றி அழித்தனர். சிலர் அதன் மீதே உழுதனர். மற்றும் சிலர் மன விரக்தியடைந்து பருத்தியைப் பறிக்காமல் விட்டனர். இந்த இளஞ்சிவப்புப்புழு ஏற்படுத்திய அழிவை நான் சாட்சியாக நின்று பார்த்தேன். உண்மையில் மத்திய, மாநில அரசுகள் ஒரு மேம்பட்ட பயிர் காப்பீட்டுத் திட்டத்தையும் இயற்கை விவசாயத்துக்கு ஆதரவையும் தருவதாக உறுதி அளித்ததைத் தவிர புதிதாக வேறு ஒன்றும் செய்யவில்லை.

பூச்சிக்கொல்லிகளைப் பரவலாகச் சுவாசித்ததால் ஏற்பட்ட இழப்பைத் தொடர்ந்து மிக மோசமான ஓர் அறுவடையை மேற்கு விதர்பா சந்தித்தது. பனிக்காலம் உச்சத்துக்குச் சென்ற நிலையில் இளஞ்சிவப்புப்புழு மேலதிகமாக வளர்ந்தது. பருத்தி விவசாயிகள் மிகப் பெரும் இழப்பைச் சந்தித்து அவர்களது துன்பச் சுமையில் மற்றொன்றை ஏற்றிவைத்துக்கொண்டு திகைத்து நின்றனர்.

நான் வதந்திரேயை முதன் முதலாகச் சந்தித்தபோது அவருக்குத் தன் வயலின் மீது எவ்வித நம்பிக்கையும் இருக்கவில்லை. புழு தினம்தினம் பல்கிப் பெருகுவது என்பது அவரைப் பதற்றப் படுத்தியது. "நான் விரைவில் எனது நிலத்தை மீண்டும் தரை மட்டமாக்கிவிடுவேன்" என்கிறார்.

மிக அதிக அளவில் பூச்சிக் கொல்லிகளைப் போட்டபோதும் அது உதவவில்லை. அந்தப் புழு, காய்களுக்குள் துளையிட்டு அமர்ந்துகொண்டு இந்த இரசாயனத் தெளிப்புகளிடமிருந்து தன் னைப் பாதுகாத்துக்கொள்கிறது.

இந்திய பருத்திக் காடுகளில் திரண்டுவரும் ஒரு புயலையே இந்தச் சிக்கல் முன்னோடியாகக் காட்டுகிறது. 15 ஆண்டுகளுக்கு முன் இந்தியாவுக்குள் நுழைந்த பி.டி. பருத்தி இப்போது நொறுங்கி விட்டது. மேலும் என்ன? இதற்கு மேல் எந்தத் தொழில்நுட்பமும் வர வாய்ப்பில்லை. விவசாயிகளுக்கும் ஒட்டுமொத்த கட்டமைப் புக்குள்ளும் இருக்கும் தவிப்பு சொல்லில் அடங்காதது.

நான் ராம்ராவை நினைத்துக்கொண்டேன். அவரை அழைத்து எனது கணிப்பைப் பகிர்ந்துகொண்டேன். அவர் முன்பு என்னிடம் கூறியதை நினைவுப்படுத்தினார். அந்தப் புழு ஒரு வன்மத்துடன் இந்த ஆண்டு மீண்டும் வந்து விவசாயிகளை அழித்துச் செல்லும்.

★ ★ ★

இளஞ்சிவப்புப்புழு 2015இல் மீண்டும் வந்தது என்பது விவ சாய கட்டமைப்புக்கு ஓர் எச்சரிக்கை மணி அடித்தது. அழிவின் முதல் கணக்கீடு புனேவில் உள்ள மாநில விவசாய ஆணையரின் அலுவலகத்தில் எடுக்கப்பட்டது. அதன்படி 20 இலட்சம் ஹெக்டேர் நிலம் பாதிக்கப்பட்டதாகக் கூறப்பட்டது. இது மகாராஷ்டிராவில் பருத்திப் பயிரிடப்பட்டுள்ள மொத்த நிலத்தில் பாதியாகும். 2017-2018இல் இந்தியாவில் 130 இலட்சம் ஹெக்டேரில் பருத்திப் பயிரிடப்பட்டிருந்தது. இளஞ்சிவப்புப்புழுவின் பாதிப்பு குஜராத், மகாராஷ்டிரா, மத்தியப் பிரதேசம், தெலங்கானா எங்கும் பரவி யிருந்தது.

ஒன்றிய விவசாய அமைச்சகம் பிரச்சினை இருப்பதை ஒப்புக் கொண்டபோதும், பி.டி. பருத்தியைத் தடைசெய்ய வேண்டும் என்று மகாராஷ்டிரா மற்றும் பிற மாநிலங்கள் வைத்தக் கோரிக் கையை நிராகரித்தது. மாறாக, பருத்தி உற்பத்தி செய்யும் மாநிலங் களை 'பாதிக்கப்பட்ட பல்வேறு தரப்பினருடனும் கலந்து பேசி' தாங்களே இந்தச் சிக்கலைத் தீர்த்துக்கொள்ளுமாறு அறிவுறுத்தியது.

அனைத்துப் பருத்தி உற்பத்தி மாநிலங்களிலும் 2015 மற்றும் 2016இல், விளைந்து நின்ற பயிர்கள் மீது இளஞ்சிவப்புப்புழுவின் மீது தாக்குதல் நடந்ததையொட்டி வந்த கள அறிக்கைகள் இந்தியப் பருத்தி ஆய்வு நிறுவனத்தை மரபணு மாற்றம் செய்யப்பட்ட பி.டி. பருத்திக் குறித்து பெரிதும் கவலைகொள்ள வைத்தது. மே 2017இல் விவசாய ஆய்வுக்கான இந்தியக் குழுவின் கூட்டம் புதுதில்லியில் நடந்தது. அதேபோன்ற மற்றொரு கூட்டம் இந்திய அறிவியல் ஆய்வுக் கழகத்தினாராலும் நடத்தப்பட்டது. இந்த இரண்டு கூட்டங்களிலும் இந்திய பருத்தி ஆய்வாளர்களின் கவலை பெரிதும் வெளிப்பட்டது. நாக்பூரில் உள்ள மத்திய பருத்தி ஆய்வு நிறுவனம் அளித்த அறிக்கைகளின் அடிப்படையில் மரபணு மாற்றம் செய்யப்பட்ட பயிர்கள் குறித்த பொதுத்துறை முன்னெடுப்புகள் பற்றியும், இளஞ்சிவப்புப்புழுத் தாக்குதலின் தீவிரம் குறித்துமே இந்த இரண்டு கூட்டங்களிலும் பெரிதும் விவாதிக்கப்பட்டன. இந்த அமெரிக்கக் காய்ப் புழுக்கள் உடனடி யாகவோ அல்லது சிறிது காலம் கழித்தோ மிகப் பெரும் அச்சுறுத்த லாக மீண்டும் பருத்திப் பயிர்களைத் தாக்கக் கூடும் என மத்திய பருத்தி ஆய்வு நிறுவனம் கவலை கொண்டது.

ஐரோப்பிய பெரும் நிறுவனமான பேயர் (Bayer) நிறுவனத்தால் தற்போது வாங்கப்பட்டுள்ள அமெரிக்க விவசாய உயிரித் தொழில் நுட்ப பன்னாட்டு நிறுவனமான மான்சாண்டோ (Monsanto) இந்தி யாவின் பி.டி. பருத்தி விதை சந்தையில் ஒற்றையாட்சி செய் கிறது. பெரும் ஆபத்து நிறைந்த இளஞ்சிவப்புப்புழுக்களைக் கட்டுப்படுத்த இரண்டு புகழ்பெற்ற தொழில்நுட்பங்களை தன் வசம் அது வைத்துள்ளது. மரபணு மாற்றம் செய்யப்பட்ட விதைகள் சந்தையில் இந்தியப் பொதுத்துறைக்கு எந்தப் பங்கும் இல்லை. மரபணு மாற்றம் செய்யப்பட்ட பயிர்கள் குறித்த ஆய்வின் சாத்தியங்கள் பற்றி தற்போதுதான் சில நிறுவனங்கள் சிந்திக்கத் தொடங்கியுள்ளன. அதன் தொடர்ச்சியாகக் குறிப்பிட்ட எண்ணிக்கையிலான பயிர்கள் மீது மட்டுமே ஆய்வுகள் தொடங்கப் பட்டுள்ளன.

இந்திய பருத்தி சங்கத்தின் வாராந்திர வெளியீடான ‘பருத்தி புள்ளிவிவரங்களும், செய்தியும்’ (Cotton Statistics and News) என்னும் இதழில் மத்திய பருத்தி ஆய்வு நிறுவனத்தின் இயக்குநர் முனைவர் கேசவ் க்ரந்தி எழுதிய கட்டுரையில் “இந்தப் புழுக்கள் மீண்டும் வரும் என்பதில் சந்தேகமேயில்லை. பி.டி. பருத்தியால் எவ்வளவு

தூரம் இந்தப் புழுக்களின் தாக்குதலைத் தாங்கி நிற்க செய்ய முடியும் என்பதே நமது பெரும் கவலையாக உள்ளது” என்கிறார்.

அந்தப் புழுக்களைக் கட்டுப்படுத்த சாத்தியமான சில வழி முறைகளை இந்த இரண்டு உயர் நிலைக் கூட்டங்களிலும் அறிவியலாளர்கள் ஆராய்ந்தனர். ஆனால், அவர்கள் இரண்டு, மூன்று வழிமுறைகளைக் கடந்து செல்லவில்லை.

“இந்தியாவுக்குப் பொருந்தக்கூடிய நீண்டகால அணுகுமுறை என்பது குறுகிய கால பி.டி. கலப்பினப் பருத்திகளையோ அல்லது ஜனவரிக்குப் பிறகு நீடிக்காத வகைகளையோ பயிரிடுவதே ஆகும்” என்று 2017ஆம் ஆண்டு மத்தியில் க்ரந்தி என்னிடம் கூறினார். இதற்குள் அவர் வாசிங்டன் டி.சி.யில் உள்ள உலகளாவிய பருத்தி ஆலோசனைக் குழுவில் இணைந்திருந்தார். “இந்த அணுகுமுறை யானது புழுக்களைத் தவிர்த்துவிடும். ஏனெனில், பெரும்பாலும் பனிக்காலத்தில்தான் அவை பருத்திக்காய்களைத் தாக்குகின்றன” என்று குறிப்பிட்டார்.

இந்தியாவில் உள்ள பெரும்பாலான விதை நிறுவனங்கள் நீண்ட கால பி.டி. கலப்பின பருத்தி விதைகளையே உற்பத்தி செய் கின்றன. மேலும் 2017இல் புழுக்களின் தாக்குதல் பருவமழை காலத்திலேயே தொடங்கிவிட்டது. அதோடு அதற்கு அடுத்த ஆண்டு பனிக்காலம் கடந்தும் அது தொடர்ந்தது. இதற்கான காரணம் இன்னமும் புரியவில்லை.

பாசிலஸ் துரிங்கினிசிஸ் (bacillus thuringiensis) எனப்படும் மண்ணுக்குள் இருக்கும் நுண்கிருமியிலிருந்து பெறப்பட்ட மர பணுக்களைப் பருத்தி செடியின் மரபணுக்குள் நுழைத்து உரு வாக்கப்பட்டதுதான் பி.டி. பருத்தி. இது அந்தக் காய்ப் புழுக் களிடமிருந்து பாதுகாப்பதற்காகச் செய்யப்பட்டது. குஜராத், கர் நாடகம், மகாராஷ்டிரம் ஆகிய மாநிலங்களில் உள்ள பாசன வசதிக்குட்பட்ட பருத்தி உற்பத்தி செய்யும் பகுதிகள் இந்த இளஞ் சிவப்புப்புழு தாக்குதலின் பிடியில் இருக்கக் கூடும் என்று மத்திய பருத்தி ஆய்வு நிறுவனத்தின் அறிக்கைகள் கூறுகின்றன. இந்தப் புழு தாக்குதலை வட இந்தியாவில் உடனடியாகப் பார்க்க முடியவில்லை. ஆனால், 2016இல், அதாவது இரண்டு ஆண்டு களில் இந்தத் தாக்குதல் அங்கும் பரவலாம் என்று இந்த அறிக் கைகள் கணித்திருந்தன. அது உண்மையாகிப் போனது.

2010இல் முதன்முறையாக ஆங்காங்கே இந்த இளஞ்சிவப்புப் புழு பி.டி. பருத்திமீது காணப்பட்ட போதும், நவம்பர் 2015இல்

விளைந்து நிற்கும் தங்கள் பருத்திப் பயிர்மீது இளஞ் சிவப்புப்புழுக்களின் பெரும் தாக்குதல் நடந்திருப்பது குறித்து குஜராத் விவசாயிகள் புகார் அளித்தபோதுதான் பெரும் கவலைக் கான அடையாளங்கள் எழத் தொடங்கின. இளஞ்சிவப்பில் ஓர் அங்குலம் நீளம் மட்டுமே கொண்ட புழுவினால் பாதிக்கப்பட்டு, அதனுடைய காய்கள் உள்ளிருந்து அரிக்கப்பட்டு முற்றிலும் வலு விழந்து இந்தப் பயிர்கள் நிற்பது என்பது இந்தப் புழுக்களின் தாக்குதலை எதிர்த்து நிற்கும் வலுவாய்ந்ததென அறிவிக்கப்பட்ட, மரபணு மாற்றம் செய்து உருவாக்கப்பட்ட விலை உயர்ந்த இந்தப் பருத்திப் பயிரின் தோல்வியின் அடையாளமாக இருக்கிறது.

நவம்பர் 2015இல் குஜராத்தின் பாவ் நகர் மாவட்டத்தைச் சேர்ந்த ஒரு பெண் விவசாயி தனது நிலத்துக்கு ஆய்வு செய்ய வந்திருந்த பருத்தி வல்லுநர்களிடம் தனது நிலத்தில் விளைந்து நின்ற பருத்திப் பயிர்களிலிருந்து ஆங்காங்கே சில காய்களைப் பறித்து அவற்றை உடைத்து அவற்றுள் என்ன இருக்கிறது என்று அவர்களிடம் காட்டினார்.

2017களின் மத்தியில் என்னிடம் உரையாடிக்கொண்டிருந்த போது க்ரந்தி இந்த நிகழ்வை நினைவுகூர்ந்தார். அந்த வல்லுநர் குழுவுக்கு அவர்தான் தலைமையேற்றிருந்தார்.

"அந்தப் பெண் விவசாயி மிகுந்த ஆத்திரத்துடன் இருந்தார்". பச்சை பருத்திக் காய்களை, இளஞ்சிவப்புப்புழுக்கள் உள்ளிருந்து அரித்திருப்பதைக் கண்டு அறிவியலாளர்கள் அதிர்ச்சியடைந்தனர். அந்தப் பெண் விவசாயின் கோபம் அவருக்கு நேர்ந்த பெரும் இழப்பின் பிரதிபலிப்பாகும். இந்தச் சின்னஞ்சிறிய புழுவானது அவரது பருத்தி விளைச்சலைக் குறைத்ததோடு, அதன் தரத்தையும் வெகுவாகக் குறைத்திருந்தது. ஆனால், அறிவியலாளர்களின் கவலை அதையும் கடந்திருந்தது. இளஞ்சிவப்புப்புழு என்று அழைக்கப்படும் பெக்டினோஃபோரா கோசிபியல்லா (Pectinophora Gossypiella - Saunders) 30 ஆண்டுகளுக்குப் பிறகு மீண்டும் இந்தியாவுக்கு வந்துள்ளது. அமெரிக்க காய்ப் புழுக்களும் மீண்டும் வரக்கூடும் என்பதற்கான அடையாளமாக இது இருக்கலாம். 1970களிலும், 1980களிலும் இந்த இரு புழுக்கள்தாம் இந்தியாவின் பருத்தி விவசாயிகளைப் பெரிதும் பாதித்தவை. பி.டி. பருத்தி இந்த இரு புழுக்களையும் கையாளும் தகுதி வாய்ந்ததாகக் கூறப்பட்டது.

2015-16 காலகட்டத்தில் ஏக்கர் கணக்கில் பருத்திப் பயிர்கள் இளஞ்சிவப்புப்புழுவால் பாதிக்கப்பட்டு அதன் உற்பத்தியை

7% முதல் 8% குறைத்திருந்தன என்று மத்திய பருத்தி ஆய்வு நிறுவனத்தின் ஆய்வுகள் தெரிவிக்கின்றன.

"பெரிதும் எதிர்பார்க்கப்பட்ட பி.டி. பருத்தி தொழில்நுட்பத்தைக் கையாளும் திறனை இளஞ்சிவப்புப்புழுக்கள் வளர்த்திருந்தன. சிறிது காலத்தில் அமெரிக்கப் புழுக்களும் இந்தத் திறனை வளர்த்துக்கொள்ளும்" என்று க்ரந்தி கூறுகிறார். இதன் பொருள் என்னவென்றால், திறனும், எதிர்ப்பு சக்தியும் குறைந்த பி.டி. மற்றும் பி.ஜி-II பருத்தி தொழில்நுட்பத்துடன் அனுசரித்து வாழவும், இந்தப் புழுக்களைக் கையாள்வதற்குப் பழையபடி பூச்சிக்கொல்லிகளைப் பயன்படுத்தவும் விவசாயிகள் தொடங்க வேண்டும்.

காய்கள் வெடிப்பதற்கு முன் விவசாயிகளால் பாதிப்பை அறிய இயலாது என்பதே இளஞ்சிவப்புப்புழுக்களின் முக்கிய சிக்கலாகும். இது அறுவடையின் போது அதிர்ச்சியைத் தருவதோடு, பாதிக்கப்பட்ட பருத்திக்குப் பெரும் விலை குறைவை ஈட்டித் தருவதன் மூலம் சந்தை களத்திலும் பெரும் அதிர்ச்சியை ஏற்படுத்துகிறது.

மரபணு மாற்றமோ அல்லது பூச்சிக்கொல்லிகளோ, பி.ஜி-II வுக்கு மாற்றாக இருக்கக்கூடிய எந்தவொரு புது தொழில்நுட்பமோ அண்மை காலத்தில் வரக்கூடிய வாய்ப்பு இல்லை. இந்தியாவில் கோதுமைக்கும், அரிசிக்கும் அடுத்தபடியாக ஏறத்தாழ 120 இலட்சம் ஹெக்டேர் பயிரிடப்படக்கூடியதும், கிராமப்புற இந்தியாவில் கோடிக்கணக்கான நாட்கள் வேலை வாய்ப்பைத் தரக்கூடியதுமான பருத்தி மீண்டும் தொடங்கிய இடத்திலேயே நிற்கிறது.

பாசிலஸ் துரிங்கினிசிஸ் (bacillus thuringiensis) கிருமியிலிருந்து க்ரி1ஏசி மற்றும் க்ரி2ஏபி (Cry1Ac & Cry2Ab) ஆகிய மரபணுக்களைப் பருத்திப் பயிர்களுக்குள் நுழைக்கும் தொழில்நுட்பமே பி.ஜி-II (BG-II) என்று அழைக்கப்படுகிறது. இது அமெரிக்கப் புழு (ஹெலிகோவர்பா அர்மிகேரா - Helicoverpa armigera), இளஞ்சிவப்புப்புழு (பெக்டினோஃபோரா கோசிபியல்லா - Pectinophora Gossypiella - Saunders) மற்றும் புள்ளி புழு (ஏரியாஸ் விட்டல்லா - Earias vittella) ஆகிய மூன்று வகையான புழுக்களுக்கெதிராக எதிர்ப்பு சக்தியை உருவாக்குவதாகக் கூறப்பட்டன. முதலாம் தலைமுறை கலப்பினம் அல்லது பி.டி. பருத்தி தனது விதைகளில் ஒரு க்ரி1ஏசி மரபணுவை மட்டுமே கொண்டிருந்தது.

2016இல் இளஞ்சிவப்புப்புழு மீண்டும் வந்து பயிர்களுக்குப் பெரும் நாசம் விளைவித்தது என்பது ஏறத்தாழ 50 இந்திய பருத்தி விதை நிறுவனங்களை மான்சாண்டோவுக்கு எதிராக நிறுத்தியது. மான்சாண்டோ பி.டி. பருத்தியை 2002-03 காலகட்டத்தில் இந்தியாவுக்கு அறிமுகப்படுத்தியது. விற்கப்படும் ஒவ்வொரு விதைப் பைக்கும் 20% ராயல்டி என்ற அடிப்படையில் இந்திய விதை நிறுவனங்களுக்குத் தனது தொழில்நுட்பத்தை விற்றது. ஏறத்தாழ 46 நிறுவனங்கள் மான்சாண்டோவுக்கு ராயல்டியைக் கட்ட மறுத்தன. ஆனால், அது வேறொரு போராட்டம்; வேறொரு தடை.

400 கிராம் பி.டி. பருத்தி கலப்பின விதைகளைக் கொண்ட ஒரு பை அந்த ஆண்டு விதர்பாவில் ரூ.1000க்கு விற்றது. இதன்மூலம் மான்சாண்டோவுக்கு ஒரு பைக்கு ரூ.200 ராயல்டி கிடைக்கும். விதை சந்தையைத் தொடர்ந்து நோக்குபவர்கள் அடுத்த 13 ஆண்டுகளுக்கு பி.டி. பருத்தி மற்றும் பி.ஜி-II ஆகியவை ஒரு 400 கிராம் விதைப் பை ரூ.800 வரை என்ற நிலையிலேயே விற்ற போதும் மான்சாண்டோவின் ராயல்டி மாறாமல், விலையில் 20 விழுக்காடாகவே தொடர்ந்தது. அதாவது விதையின் விலை சரிந்து 13 ஆண்டுகள் சரிந்த விலையே தொடர்ந்தபோதும் மான்சாண்டோ தனது ராயல்டியைக் குறைத்துக்கொள்ளவில்லை.

2006-07இல் மான்சாண்டோ பி.ஜி-II கலப்பின விதைகளை வெளியிட்டது. முதல் தலைமுறை பி.டி. கலப்பினங்களைவிட, புதிய தொழில்நுட்பம் அதிகத் திறன் வாய்ந்தது என்று கூறி பி.டி. பருத்திக்கு மாற்றாக, இந்தப் புதிய வகை கலப்பின விதைகளை நிறுவனங்கள் கொண்டுவந்தன. ஆனால், உண்மையான காரணம் என்னவெனில், பி.ஜி-I மீதான உரிமைகளை மான்சாண்டோ இழந்திருந்தது. இதனால் தொடக்க ஆண்டுகளைப் போல மான் சாண்டோவால் ராயல்டி கேட்க இயலாது. உண்மையில், அந்த நிறுவனமோ அல்லது அதன் இந்திய கட்டமைப்பான மாகிகோ மான்சாண்டோ பயோடெக் இந்தியா (Mahyco Monsanto Biotech Limited) என்ற நிறுவனமோ இந்தியாவில் ஒருபோதும் பி.ஜி-Iக் கான உரிமைகளைக் கொண்டிருக்கவில்லை. இதனை தகவல் அறியும் உரிமை சட்டத்தின் கீழ் தொடுத்த பல வினாக்களின் மூலம் விவசாயத் தலைவரான விஜய் ஜவாந்தியா கண்டறிந்தார். ஆனாலும், விவசாயிகள் இந்த நிறுவனத்துக்கு மிகப் பெரும் தொகையை ராயல்டியாக தொடர்ந்து செலுத்தி வந்தனர்.

பி.ஜி-IIக்கான உரிமையை அது உண்மையிலேயே வைத்திருந்தது. அதனால் அந்தக் கலப்பினங்களை அது இந்திய சந்தைக்குள் வேகமாகத் தள்ளியது. இதன் மூலம் பருத்தி விவசாயிகளிடமிருந்து விதை நிறுவனங்களுக்கும், அவர்களிடமிருந்து மான்சாண்டோவுக்கும் ராயல்டி கிடைக்கும். அதனால் பி.ஜி-II தங்க வாத்தாகக் கருதப்பட்டது. இது விளைச்சலையும், வருமானத்தையும் அதிகரிக்கும் எனவும், பூச்சிக்கொல்லியைப் பயன்படுத்துவதைக் குறைக்கும் எனவும், அதன் மூலம் மிகப்பெரும் செலவினத்தைக் குறைக்கும் எனவும் பறைசாற்றப்பட்டது.

அரசின் கணக்கீட்டின்படி தற்போது இந்தியாவில் உள்ள மொத்தப் பருத்தி விளைநிலங்களில் 95% நிலங்களில் பி.ஜி-II கலப்பினங்களே பயிரிடப்பட்டுள்ளன.

உயிரியல் சூழலுக்கும், சுற்றுப்புறச் சூழலுக்கும் உகந்த வகையில் பி.டி. தொழில்நுட்பத்தை இந்தியாவில் தொடர்ந்து பயன்படுத்துவதற்கு எந்தத் திட்டமும் ஒருபோதும் இருக்கவில்லை என்று க்ரந்தி ஒரு கட்டுரையில் குறிப்பிடுகிறார். குறைந்தது 6 வெவ்வேறு பி.டி. நிகழ்வுகள் எவ்வித குறிப்பிட்ட தொலைநோக்குப் பார்வையுடன் கூடிய திட்டங்களுமின்றி அனுமதிக்கப்பட்டன. அதன் தாக்குப்பிடிக்கும் திறன் குறித்த சிக்கல்கள் எழுப்பப்பட்டபோதும், அறிவியலும், அறிவியலாளர்களும் பெரிதும் கவனத்தில் எடுத்துக் கொள்ளப்படவில்லை. 4 மற்றும் 5 ஆண்டுகளுக்குள் ஏறத்தாழ 1000த்துக்கும் மேற்பட்ட பி.டி. பருத்தி கலப்பினங்கள் அனுமதியளிக்கப்பட்டன. இது விவசாய பொருளாதாரத்திலும், பூச்சி தவிர்ப்பிலும் பெரும் கொந்தளிப்பை ஏற்படுத்தின. இதன் விளைவாக 2018ஆம் ஆண்டு தொடங்கி இந்திய பருத்தி விவசாயிகள் பூச்சி தவிர்ப்பு மற்றும் நிர்வாகத்தில் மிகப் பெரிய அளவில் எதிர்பாரா தன்மைகளைச் சந்திக்க வேண்டிய நிலை வந்தது.

2010இல் குஜராத்தில் முதன்முதலாக இளஞ்சிவப்புப்புழுக்கள் தாக்குதல் குறித்து செய்திகள் வந்தபோது அது ஒரு சிறிய பகுதியிலும் முதல் தலைமுறை பி.டி. பருத்தியின் மீதும் வந்திருந்தது. 2012-14க்குள் அதிக நிலப்பரப்புக்குள் அது பரவியது. 2015-16 காலகட்டத்துக்குள் பி.ஜி-IIவில் இளஞ்சிவப்புப்புழு நிலை கொண்டு தாக்குப்பிடிப்பது என்பது குஜராத் எங்கும் கவனிக்கத்தக்க அளவில் அதிகமாக இருந்ததாக மத்திய பருத்தி ஆய்வு நிறுவனத்தின் கணக்கெடுப்பு கூறியது. க்ரி1ஏசி, க்ரி2ஏபி மற்றும் க்ரி1ஏசி+க்ரி2ஏபி ஆகியவற்றைத் தாக்குப்பிடிக்கும்

தன்மையை இந்தப் புழு வளர்த்திருப்பது குறிப்பாக, அம்ரேலி மற்றும் பாவ் நகர் மாவட்டங்களில் கண்டறியப்பட்டது. பிற பூச்சிகளோடு இளஞ்சிவப்புப்புழுக்களையும் கொல்வதற்குப் பூச்சிக்கொல்லிகளை விவசாயிகள் ஏற்கெனவே பயன்படுத்தத் தொடங்கியிருந்தனர்.

டிசம்பர் 2015இல் நடத்தப்பட்ட மத்திய பருத்தி ஆய்வு நிறுவனத்தின் ஆழ்ந்த கள கணக்கெடுப்பின்படி, 2ஆவது மற்றும் 3ஆவது பறிப்பின்போதே குறிப்பாக, பச்சைக் காய்களில் பாதிப்பு இருந்தது கண்டறியப்பட்டது. பொதுவாக விவசாயிகள் அக்டோபர் முதல் மார்ச் மாதம் வரை நான்கு அல்லது 5 முறை காய்களை அவை பூக்கும் காலத்தில் பறிப்பார்கள்.

இளஞ்சிவப்புப்புழு மீண்டும் வந்ததற்கும், பி.ஜி-IIவின் தோல்விக்கும் பல காரணங்களை மத்திய பருத்தி ஆய்வு நிறுவனத்தின் ஆய்வுகள் கண்டறிந்து கூறின. மற்றவற்றைவிட முக்கியமானது நீண்டகால கலப்பின வகைகளைப் பயிரிடுவது என்பது இளஞ் சிவப்புப்புழுக்களுக்குத் தொடர்ந்து நீண்டகாலம் இடம் அளிப்பதாக உள்ளது.

இந்தியாவில் பி.டி. பருத்தி கலப்பினமாக அல்லாமல், திறந்த மகரந்தச் சேர்க்கை வகையாக (இந்திய நேரடி பருத்தி வகை) அறிமுகப்படுத்தப்பட்டிருக்க வேண்டும் என்று க்ரந்தி கூறுகிறார். பி.டி. மரபணுக்களைக் கலப்பினமாக உருவாக்குவதற்கு அனுமதி அளித்த ஒரே நாடு இந்தியாதான். நேரடி விதைகளாக இருந்தால் விவசாயிகள் விதைகளை மீண்டும் சந்தையிலிருந்து வாங்க தேவையில்லை. ஆனால், கலப்பினங்களை ஒவ்வொரு ஆண்டும் சந்தையிலிருந்து அதிக விலை கொடுத்து வாங்க வேண்டும். அத்துடன் பி.ஜி-II நீண்டகால கலப்பினமாக அனுமதிக்கப்பட்டிருக்கக் கூடாது. ஆனால், ஒரு தேசமாக நாம் அதற்கு நேர் எதிரானதையே செய்தோம்.

★★★

இந்தியா பி.டி. பருத்தியை 2000ஆவது ஆண்டு வாக்கில் அறிமுகப்படுத்தியது. 2002இலிருந்து விதர்பாவில் அதன் பயிரிடுதல் விரைந்து அதிகரித்தது. விவசாய உட்பொருட்கள் விற்கும் கடைகளில் பி.டி. விதைகள் அதிகரிக்கத் தொடங்கின. ஒருசில ஆண்டுகளிலேயே பி.டி. அல்லாத கலப்பின விதைகளும், உள்ளூர் வகைகளும் காணாமல் போயின. 2004க்குள் விதர்பாவில்

எந்தக் கடையிலும் பழைய விதை வகைகளை என்னால் காண முடியவில்லை. மாநில அரசு நடத்தக்கூடிய விதை நிறுவனத்தின் வெளியீடான மகாபீஜ் (Mahabeej) என்ற வகையைகூட காண முடியவில்லை.

தொடக்கக் காலத்தில் பி.டி. பருத்தி விதைகளுக்கு இந்திய விதை நிறுவனங்கள் நடத்திய பிரச்சாரம் என்பது தேர்தல் பிரச்சாரத்துக்கு நிகராக மிகுந்த வேகத்துடன் இருந்தது. பணம் வருகிறது அல்லவா?

காய் புழுக்களைத் தாக்கக்கூடிய க்ரி1ஏசி என்ற ஒற்றை மரபணு தொழில்நுட்பத்தைக் கொண்ட போல்கார்ட்-1 *(பி.ஜி-I)* (Bollgard-I) என்ற பி.டி. பருத்தி தொழில்நுட்பத்தை 1992இல் உருவாக்கி விற்பனை செய்த முதல் நிறுவனம் உலகிலேயே மான்சாண்டோ தான். அதைத் தொடர்ந்து இரண்டு பி.டி. மரபணுக்களான க்ரி1ஏசி, க்ரி2ஏபி ஆகியவற்றைக் கொண்ட இரண்டாம் தலைமுறை பருத்தி தொழில்நுட்பத்தை போல்கார்ட்-II *(பி.ஜி-II)* என்ற பெயரில் அது வெளியிட்டது. பி.ஜி.-Iனைத் தாக்குப்பிடிக்கும் வல்லமையை இளஞ்சிவப்புப்புழு வளர்த்துக்கொண்டதால், இதனை அது வெளியிட்டது. மகாராஷ்டிரத்தைச் சேர்ந்த விதை நிறுவனமான மாகிகோ மற்றும் மான்சாண்டோ ஆகியவை இணைந்த எம்.எம்.பி.எல். என்ற நிறுவனத்துக்கு மான்சாண்டோ தனது பி.டி. பருத்தி தொழில்நுட்பத்தை இந்தியாவுக்குள் விற்பனை செய்யும் உரிமையை 1998இல் தந்தது.

தொடக்கத்தில் எம்.எம்.பி.எல். உடன் ஐம்பது உள்ளூர் விதை நிறுவனங்கள் அதன் பி.டி. பருத்தி தொழில்நுட்பத்தை வாங்குவதற்கு ஒப்பந்தம் போட்டன. இதற்காக அவர்கள் திரும்பப் பெற இயலாத ஒருமுறை செலுத்தும் தொகையாக ரூ.5,00,000த்தையும், அத்துடன் ராயல்டியும் அல்லது பி.டி. மரபணு தொழில்நுட்பம் எந்த அளவுக்குப் பூச்சியைத் தடுக்கிறதோ அந்தளவுக்கான ஒரு தொகையும் அளிப்பதாக ஒப்பந்தம் இடப்பட்டது.

பி.டி. பருத்தி விதைகளின் விலையில் ஒரு பெரும் பங்கு அதன் தனித்தன்மைக்கான விலையாகும். அதை நிர்ணயிப்பது என்பது 2005இலிருந்தே விவாதத்துக்குரிய ஒன்றாகவே இருந்துவருகிறது. ஏனெனில், அதுதான் விதைகளின் இறுதி விலையை நிர்ணயிப்பதாகும். 2005 பி.டி. பருத்தி விதையின் 450கிராம் பை ரூ.1700 முதல் ரூ.1800 வரை விற்றது. பி.டி. அல்லாத பருத்தி விதைகளின் விலை வெறும் ரூ.300 ஆக இருந்தது.

பி.ஜி-I மற்றும் பி.ஜி-II பருத்தி செடிகளில் வட இந்தியாவைத் தவிர பெரும்பாலான பகுதிகளில் இளஞ்சிவப்புப்புழு தாக்கி யிருப்பது குறித்து 2017இல் பருத்தி விவசாயிகள் பரவலாகப் புகார் அளித்த நிலையில், சிக்கல்கள் எழுந்தன. உள்ளூர் நிறு வனங்கள் தனித்தன்மைக்கான விலைகள் குறித்து கேள்வி எழுப்பத் தொடங்கின. பூச்சிகளைக் கொல்வதாக உறுதிதந்த அந்தத் தனித்தன்மை முற்றிலும் தோல்வியுற்ற நிலையில் மான் சாண்டோவுக்கு எதற்காக ராயல்டி தர வேண்டும் என்று அவர்கள் கேள்வி எழுப்பினர்.

இந்தச் சிக்கல் அரசிடம் கொண்டுசெல்லப்பட்டது. விதை உற்பத்தி நிறுவனங்கள் மற்றும் விவசாயிகள் ஆகியோரின் கோரிக் கையைப் பரிசீலித்த அமைச்சகம் 2016ஆன் ஆண்டின் இறுதியில் பி.ஜி-Iக்கான ராயல்டியை முற்றிலுமாக நீக்கியது. அத்துடன் பி.ஜி-II விதைகளுக்கான ராயல்டியை 450கிராம் பை ஒன்றுக்கு ரூ.184லிருந்து ரூ.49ஆக குறைத்தது. மான்சாண்டோ இதனால் அதிருப்தியும், ஏமாற்றமும் அடைந்தது.

இந்தியாவில் மரபணு மாற்று பருத்தித் துறை முழுமையாக மான்சாண்டோவின் தொழில்நுட்பத்தினால் ஆக்கிரமிக்கப்பட் டுள்ளது. இந்தியா பணப் பயிர் உற்பத்தியில் ஆறு மரபணு மாற்ற பருத்தி தொழில்நுட்பங்களை அங்கீகரித்தது. ஆனால், மான்சாண்டோவின் வகைகள் இதில் 90% சந்தையைப் பிடித்திருக் கின்றன. ஏறத்தாழ 50 விதை நிறுவனங்கள் இவற்றை விற்கின்றன. அவற்றுக்கு மான்சாண்டோ உரிமை அளித்துள்ளது.

பிப்ரவரி 2016இல் இந்தியாவின் போட்டி நிலைக்குழு (Competition Commission of India) மான்சாண்டோ மற்றும் அதன் இந்திய துணை நிறுவனங்களான எம்.எம்.பி.எல். உள்ளிட்ட நிறுவனங்கள் போட்டி சட்டத்தின் பிரிவுகளுக்கு எதிராகச் செயல் பட்டதாக முதன்மை ஆதாரங்களைக் கண்டறிந்தது. ஐதராபாத்தை அடிப்படையாகக் கொண்ட நுசிவீடு விதை நிறுவனம் (Nuziveedu Seeds Limited) மற்றும் கொதித்தெழுந்த சில விவசாய சங்கங்கள் ஆகியவை அளித்தப் புகாரின் பேரில் இந்த நடவடிக்கை எடுக் கப்பட்டது. இது இந்தத் தொழிலுக்குள் ஒரு பெரும் கார்ப்பரேட் போரையே உருவாக்கியது. அந்தத் துறையே இரண்டாகப் பிளவு பட்டது. சில நிறுவனங்கள் அந்தப் பன்னாட்டு பெரு நிறுவனத் துடன் இணைந்து நின்று, சில போர் முறைகளைத் தேர்ந்தெடுத்தன. அவை ஒப்பந்தங்களிலிருந்து வெளியேற விரும்பின.

இந்தியாவின் பருத்தி தொழில் துறையில் 20 ஆண்டுகள் பி.டி. பருத்திக் குறித்த விவாதங்கள் பெரும் இடம் பிடித்தன. விவ சாயத்தில் மரபணு தொழில்நுட்பம் குறித்த விவாதங்கள் எழுந்தன. இதே நேரத்தில் விவசாயிகளின் தற்கொலைகளும், பருத்தியினால் ஏற்பட்ட சிக்கல்களும் பெருமளவில் எழுந்து நின்றன. பி.டி. பருத்தி தொழில்நுட்பமானது விளைச்சலைப் பெருக்கி விவசாயச் சிக்கலைத் தீர்க்க உதவும் என்று சொல்லப்பட்டது. ஆனால், அந்த நோக்கம் மிகச் சிறிய அளவில், மிகக் குறுகிய காலத்தில் மட்டுமே எடுபட்டது. முதல் சில ஆண்டுகளில் விளைச்சல் அதிகரிக்கவே செய்தது. ஆனால், கடந்த பத்தாண்டுகளில் அது மிகப்பெரும் அளவில் சரிந்துள்ளது. ஏறத்தாழ ஒட்டுமொத்தமாக பி.டி. பருத்தி உற்பத்திக்கு இந்தியா மாறியபோதும், இந்திய பருத்தி விளைச்சல் என்பது உலகளவில் மிகக் குறைவாக உற்பத்தி செய்யும் நாடு களில் ஒன்றாகவே உள்ளது. விதர்பாவில் பருத்தி விளைச்சல் எப் போதுமே குறைவாகவே இருந்துள்ளது. இப்போது அது மேலும் தேக்க நிலையை அடைந்துள்ளது.

2002முதல் 2005வரையிலான காலகட்டத்தில் பி.டி. பருத்தி யைப் பயன்படுத்தியபோது விதர்பாவில் ஒரு ஏக்கருக்கான விளைச்சல் நன்றாக உயர்ந்த து. இதன் விளைவாக எஞ்சியிருந்த பாரம்பரிய, கலப்பின விதைகள் அழிந்துபோயின. பெரும் கடனுக் குள் சிக்கியிருந்த விவசாயிகள் பி.டி. விதைகள் தங்கள் விளைச் சலை பன்மடங்கு அதிகரித்து பூச்சிக்கொல்லி செலவை பெரு மளவு குறைக்கும் என்று எதிர்பார்த்தனர். ஆனால், அது நடக்க வில்லை. நிறுவனங்களின் உத்தரவாதம் உண்மையைவிட அதீத மிகைப்படுத்துதலாக இருந்தது. மேலும் விதர்பாவின் பாசன வசதியற்ற நிலங்களில் பி.டி. மிக மோசமான விளைவை ஏற் படுத்தியது. அரசின் பரவலான கட்டமைப்பு மற்றும் விவசாய பல்கலைக்கழகங்கள் ஆகியவை அழிந்த காலகட்டத்தில் இத் தகைய அதி உயர் தொழில்நுட்பம் விவசாயத்துக்குள் நுழைந்தது. விவசாயத்துக்கான சீர்திருத்தம் என்பது அரசு விவசாய கட்டமைப் பினை மீட்டுருவாக்கி வலுப்படுத்துவதற்கு முக்கியத்துவம் தரு வதே ஆகும் என பல ஆய்வுகள் பரிந்துரைத்துள்ளன.

பருத்தி விளைச்சலின் அளவு, விளைந்த பருத்தியின் நீளம் மற்றும் திடம் ஆகியவற்றைத் தீர்மானிப்பது பருத்தி விதையே ஆகும். இந்தியா விடுதலை அடைந்த காலகட்டத்தில் வெறும் 3% ஆக இருந்த அமெரிக்க பருத்தி மற்றும் அதன் கலப்பின வகைகள்

இன்று இந்தியாவின் மொத்த பருத்தி விளைச்சல் பகுதிகளில் 70% நிலங்களை ஆக்கிரமித்துள்ளன. இந்திய பருத்தி வகைகளான கோசிபியம் ஹெர்பேசியம் (Gossypium herbaceum) மற்றும் கோசிபியம் அர்போரியம் (Gossypium arboreum) என்ற பருத்தி வகைகள் வெறும் 20% முதல் 30% பருத்தி விளைப் பகுதிகளில் மட்டுமே உள்ளன. இவை பெரும்பாலும் தேசி வகைகள் (Desi - நாட்டு வகைகள்) என்று அழைக்கப்படுகின்றன. இந்தியாவில் விளையும் மற்றொரு வகை - ஜி. பர்படன்ஸ் (G. barbadense). இது ஜி.ஹிர்சுடம் (G. hisrutum) என்னும் விதையை போல டெட்ராப்லாய்டு (tetraploid) வகையை சேர்ந்ததாகும். (டெட்ராப்லாய்டு என்பது ஒரே செல்லில் நான்கு குரோமோசோம்களைக் கொண்ட ஒரு வகை) இந்தியாவில் ஏறத்தாழ 50% பருத்தி விளை நிலங்கள் கலப்பின பருத்தி வகைகளால் நிரப்பப்பட்டுள்ளன. மற்றவை திறந்த மகரந்தச்சேர்க்கை வகைகளாகும்.

வியட்நாமுக்கும், சைனாவுக்கும் அடுத்தப்படியாக இந்தியா தான் கலப்பின பருத்திகளை விளைவிக்கும் வெகுசில நாடுகளில் ஒன்றாக உள்ளது. சைனா சிறிய அளவில் கலப்பின ஆய்வில் நுழைந்துள்ளது. அமெரிக்கா கலப்பின பருத்தியை விளைவிப்ப தில்லை.

இயற்கையாகவே நீண்ட கணுக்களைக் கொண்ட அமெரிக்கப் பருத்தியை போன்ற கலப்பின வகைகளை உருவாக்குவதில் இந்திய விதை ஆய்வு நீண்ட காலமாக முயன்று வருகிறது. இதனால் கலப்பின பருத்தி ஆய்வில் இந்தியா உலகளவில் முதன்மையாக இருக்கிறது. இந்தியா 1970இல் முதல் டெட்ராப்லாய்டு கலப்பின பருத்தியான ஹெச்4-ஐ (H4) உருவாக்கியது. முதல் மொட்டு பருத்தியான ஜி.காட்.101-ஐ (G.Cot.101) 1974இல் உருவாக்கியது. முதல் டைப்லாய்டு கலப்பின பருத்தியான ஜி.காட்.டிஹெச்7-ஐ (G.Cot.DH7) 1985இல் உருவாக்கியது. முதன்முதலில் நீண்ட கணுவைக்கொண்ட இந்திய கலப்பின பருத்தி வகையான ஜி.காட். டிஹெச்9-ஐ (G.Cot.DH9) 1988இல் வெளியிட்டது. இந்தியாதான் உலகிலேயே பி.டி. கலப்பின பருத்தியைப் பயன்படுத்தும் முதலாவதும், ஒரே நாடாகவும் உள்ளது. பல முதல்களைக் கொண் டிருந்தபோதும் இந்தியாவின் விளைச்சல் உலகில் குறைந்த அளவி லேயே உள்ளது. இந்த ஆய்வு செல்லும் திசையில் ஏதோ தவறு இருப்பதை இது காட்டுகிறது.

பன்முக ஆய்வில் அமெரிக்கப் பருத்தியை அடிப்படையாக வைத்திருப்பதே இந்திய ஆய்வின் பெரும் கவலைக்குரிய ஒன்று என்று பல நிபுணர்கள் கூறுகின்றனர். அமெரிக்க வகைகள் அதிக விளைச்சலைத் தந்த போதும், அவற்றைப் பயிரிடுவது இந்தியாவில் நீண்டகால பயனை அளிப்பதில்லை என்பது தொடர்ந்து நிரூபிக்கப்பட்டு வந்துள்ளது. விதர்பா இதற்குச் சிறந்த எடுத்துக் காட்டாகும். விவசாய - தட்பவெப்ப நிலை பொருத்தப்பாட்டின்மையின் காரணமாக அமெரிக்கப் பருத்தி இந்தியாவுக்குப் பொருந்தாமல் அடிக்கடி பயிர் நாசத்தை ஏற்படுத்துகிறது. மேலும் அதற்குக் கூடுதல் தண்ணீரும், கூடுதல் உட்பொருட்களும் தேவைப்படுகின்றன. மேலும், 3 ஆண்டுகள் கழித்து அவற்றின் விளைச்சல் பெரும் சரிவைக் கண்டுள்ளது. இந்தியச் சூழல்களுக்குப் பொருந்தாதபோதும் மிக நீண்ட கணுக்களைக் கொண்ட அமெரிக்க பருத்தி இன்னமும் பரவலாகப் புகழ்பெற்றே விளங்குகிறது. ஏனெனில் இந்திய பருத்தி வகைகளை நெய்யும் இயந்திரங்கள் போதுமான அளவுக்கு இல்லை.

அடுத்த சிக்கல் என்னவெனில், ஆய்வுகள் கலப்பினங்களையே மையமாகக் கொண்டுள்ளன. ஓராண்டுக்குப் பிறகு கலப்பினங்கள் தொடர்ந்த விளைச்சலைத் தருவதில்லை. உலகளவில் பருத்தி உற்பத்தியில் முதல் மூன்று இடங்களைப் பிடித்துள்ள நாடுகளான அமெரிக்கா, ஆஸ்திரேலியா மற்றும் சைனா ஆகியவை மேம்பட்ட பருத்தி விதைகளை உருவாக்குவதில் தங்கள் ஆய்வினை ஒரு முகப்படுத்தியுள்ளன. அவை பெரும்பாலும் கலப்பினங்களை முற்றிலுமாக ஒதுக்கிவிட்டன.

அண்மை ஆண்டுகளில் உள்ளூர் பருத்தி வகைகள் குறித்து புதிய நம்பிக்கையூட்டும் ஆய்வுகள் மேற்கொள்ளப்பட்டு வருகின்றன. இந்த வகைகள் ஏறத்தாழ 35% முதல் 50% ஹிர்சுடும் (hirsutum) வகைகளைவிட சிறப்பாக பலன் தருகின்றன என்பதை இந்திய அறிவியலாளர்கள் கண்டறிந்துள்ளனர். மேலும் தண்ணீர் பற்றாக்குறை சூழல்களுக்கும் இவை பொருத்தமாக உள்ளன. ஆனால், இந்த ஆய்வுக்குப் போதுமான நிதி ஒதுக்கப்படவில்லை.

தேசிய விவசாயிகள் ஆணையம் அளித்த ஓர் அறிக்கையின்படி இந்த வகைகள் சிறந்த நார்ச்சத்து நிரம்பியவையாகவும், பரவலாகப் பயன்படுத்தப்படும் கலப்பின வகைகளோடு எல்லாவிதத்திலும் ஒப்பிடக்கூடியதாகவும் உள்ளன. இதைப் பயன்படுத்திய விவசாயிகள் உற்பத்தி விலையில் பெரும் பணத்தைச் சேமித்ததாகப்

பதிவு செய்துள்ளனர். அத்துடன் ஒரே நேரத்தில் பல பயிர்களையும் பயிரிடுவது சாத்தியமாகியுள்ளது. உள்ளூர் வகைகளின் அபரிமிதமான செயல்பாட்டைக் கடந்தும், அவை விற்பனை அளவில் மிக குறைவாகவே பயன்படுத்தப்பட்டு வருகின்றன என்று அந்த அறிக்கை கூறுகிறது.

கலப்பின விதைகளை விற்பதன் மூலமே இந்திய பருத்தி விதைத் தொழில் தன்னை கட்டெழுப்பியுள்ளது. விதைத் தொழில் துறை கலப்பின விதைகளுக்கான தேவையைச் சந்திக்க முடிந்த போதும், உள்ளூர் பருத்தி வகைகளை விவசாயிகளுக்குத் தர அவற்றால் இயலாமல் போனது. தேசிய விவசாயிகள் ஆணையம் இவற்றுக்கிடையிலான இந்த இடைவெளி மிகப் பெருமளவு உள்ளது என்றும், ஏறத்தாழ 0.42 மில்லியன் குவிண்டால்கள் தேவை இருக்கும் இடத்தில் 80,000 முதல் 90,000 குவிண்டால்கள் மட்டுமே உள்ளூர் பருத்தி வகைகள் சந்தையில் கிடைக்கின்றன என்றும் கூறியுள்ளது. இன்று ஏறத்தாழ 50 நிறுவனங்கள் 3,000த்துக்கும் மேற்பட்ட பி.டி. கலப்பின பருத்தி விதைகளை விவசாயிகளை ஈர்க்கும் வகையில் புகழ்பெற்ற பெயர்களில் நாடெங்கும் விற்று வருகின்றன. பருத்தி விதை பெரும்பாலும் தனியார் துறையினரால் மட்டுமே விற்கப்படுகிறது. பொதுத் துறை விதை நிறுவனங்கள் மிகமிகக் குறைந்த பங்கு மட்டுமே இதில் வகிக்கின்றன.

2008இல் மகாராஷ்டிராவின் விவசாயத் துறை ஆணையம் பி.டி. பருத்தியின் செயல்பாடு குறித்து இந்திய அரசுக்கு அளித்த அறிக்கையில் கடந்த மூன்று ஆண்டுகளாக பி.டி. பருத்தி விளைச்சல் சரிந்துவருகிறது என்றும், பி.டி. மற்றும் பி.டி. அல்லாத கலப்பின விதைகளின் விளைச்சலைப் பொறுத்தவரை மழை சார்ந்த நிலங்களில் அவற்றின் விளைச்சலில் பெரிய வேறுபாடு ஒன்றும் இல்லை என்றும் குறிப்பிட்டுள்ளது. ஆனால், பி.டி. அல்லாத விதைகளைவிட, பி.டி. விதைகளின் உற்பத்திச் செலவு இருமடங்காக உள்ளது.

மேலும் 2007இல் க்ரந்தி குறிப்பிட்டபடி பி.டி. பருத்தி தோல்வி யுற்று புதிய விதைகள் எதுவும் கண்ணுக்கு எட்டிய தூரம் வரை இல்லாத நிலையில் இந்தியா மீண்டும் தொடங்கிய இடத்துக்கே வந்து நிற்கிறது.

20 ஆண்டுகளில் விதர்பா பி.டி. பருத்திப் பயன்பாட்டில் பெரும் எழுச்சியைக் கண்டுள்ளது. இது அதற்கு ஆதரவு தெரிவிப்பவர்கள்

மற்றும் எதிர்ப்பவர்கள் ஆகியோருக்கு இடையிலான கசப்பான விவாதங்களுக்கிடையிலும் இயற்கை விவசாயம் மற்றும் இரசாயன விவசாயம் ஆகிய கருத்தியல்களுக்கிடையிலான விவாதங்களுக்கு இடையிலும் நேர்ந்துள்ளது. பி.டி. பருத்தி பெரிய அளவில் பயன் படுத்தப்பட்டமை என்பது இந்தியா தனது பாரம்பரிய பருத்தி வகைகளையும், அதன் மூலக்கூறையும் தொலைத்துள்ளது என்ப தோடு, ஒரே வகையான கலப்பினம் மட்டுமே இருப்பதற்கு வழி வகை செய்துள்ளது என்பதையும் எடுத்துக்காட்டுகிறது.

எந்த வகையிலும் இது விவசாய வருமானத்தை மாற்றவில்லை என்பதை என்னால் உறுதியாகச் சொல்ல முடியும். விளைச்சல் ஓரளவு அதிகரித்தால் உற்பத்தி விலையோ பன்மடங்கு அதிகரித்தது. இதனால் கடனும் அவ்வாறே அதிகரித்தது. மேலும் அது விவசாய மற்றும் பயிர் பன்முகத் தன்மையை மீட்கவில்லை. மாறாக, பருத்தி ஒற்றைத் தன்மையை அது மீண்டும் வலியுறுத்தியது.

ராம்ராவ் 2003இல் பி.ஜி-I பயன்படுத்தத் தொடங்கினார். முதலில் விளைச்சல் பெருகுவதையும், பின்பு வேகமாகச் சரி வதையும் கண்டார். அதன் பின்னர் 2009இல் பி.ஜி-IIக்கு அவர் மாறினார். விளைச்சல்கள் அதிகரித்தன. ஆனால், அவர் வாழ்வு எதிர்பாராதத் திருப்பத்தைச் சந்தித்தது. "நான் கடனில் உடைந்து கிடப்பதைவிட, ஏழையாக இருப்பதையே விரும்புகிறேன்" என்று அவர் ஒருநாள் என்னிடம் கூறுகிறார்.

பணம் எதுவும் இல்லாவிடினும் நல்ல உறக்கமேனும் அவருக்கு வரக்கூடும்.

ராம்ராவ் தனது பயிர் மீதான நம்பிக்கையை மொத்தமாக விட்டு விடவில்லை. இளஞ்சிவப்புப்புழுவின் தாக்குதலைக் கையாளவும், தனது இழப்பைக் குறைக்கவும் தன்னால் இயன்ற அனைத்தையும் செய்தார். அவரது தற்கொலை முயற்சிக்குப் பின் முதல்முறையாக அவர் தனது நிலத்தின் மீது முழுமையான கவனத்தைச் செலுத்தி யிருக்கிறார். அவருக்குக் கடன் கொடுத்தவர்களில் சிலர் அவர்களது தனிப்பட்ட எதிர்பாராத செலவுகளுக்காக அந்தப் பணத்தை எதிர் பார்த்து நின்றனர்.

கிறிஸ்துமஸை ஒட்டி டிசம்பர் மாதத்தில் சில்லென்ற ஒரு பனி நாள் காலையில் நான் மீண்டும் ஹிவாராவுக்குச் செல்கிறேன். நீண்ட நாட்களுக்குப் பிறகு தன் தந்தையைக் காண வந்துள்ள ஆலக்யாவைச் சந்திக்க நான் ஆவலாய் உள்ளேன். அவரது மகள் வர்ஷினிக்கு இப்போது கிறிஸ்துமஸ் விடுமுறை. அவர் தன்

கணவரை இழந்து ஒன்றரை ஆண்டு காலம் ஆகிவிட்டது. ராம்ராவ் எப்போதும் அவரைக் குறித்த கவலையிலேயே இருக்கிறார்.

ஹிவாராவுக்குச் செல்ல இதுதான் மிக சிறந்த காலம். எல்லாம் காய்ந்து சுத்தமாக உள்ளன. மக்கள் சற்று ஆசுவாசமாக இருக் கின்றார்கள். பெரும்பாலான வேலை முடிந்துவிட்டது. பனிக்கால விதைப்பு நடந்துகொண்டுள்ளது. ஒற்றைப் பயிரிடுபவர்கள் புதிய ஆண்டில் பயிர் மாற்றத்துக்குத் தயாராய் இருக்கிறார்கள். கம்பளிகள் வெளிவந்துவிட்டன. புகையிலையை மென்றபடி வயதானவர்கள் வெயில் காய்ந்துகொண்டிருக்கிறார்கள். ஆண்டு முழுவதும் வம்பு பேசி, சீட்டு விளையாடும் இளைஞர்கள் இந்தக் காலத்தில் மட்டும் நாள் முழுவதும் அதையே செய்கிறார்கள் . ஏனெனில் அவர்களிடம் இப்போது பணப்புழக்கம் கொஞ்சம் அதிகரித்திருக்கிறது.

ராம்ராவ் பனிப் பயிரை நடவும், பருத்தியையும், பருப்பு களையும் பார்க்கவும் தனது நிலத்துக்குச் சென்றிருக்கிறார். ஆலக் யாவும், அனுஜாவும் வீட்டில் உள்ளனர். வாசலில் மிக அழகான வண்ணமயமான கோலத்தை அவர்கள் இட்டுள்ளனர். துளசி மாடத்துக்கு வண்ணமடித்துள்ளனர். வாசலில் சாமந்திப் பூவினால் கட்டப்பட்ட மாலையைத் தொங்கவிட்டுள்ளனர்.

இந்த இரு சகோதரிகளும் மறைந்த தங்கள் தாய் விமல்பாயுடன் பல விதங்களில் ஒத்திருக்கின்றனர். ராம்ராவ் மறைந்த தன் மனைவியைப் பற்றி விவரித்ததைப் போல இவர்களும் ஒல்லியாக எலும்பு துருத்தும் முகங்களுடன் உயரமாக நீண்ட சுருண்ட முடி யுடன் பெரிய கண்களையுடையவர்களாக, தங்கள் நடையில் சக்கரம் கட்டிக்கொண்டவர்களாக இருக்கின்றனர். சகோதரிகள் இருவரையும் அவர்கள் குழந்தைகளுடன் ஒன்றாக நான் பார்த்ததே இல்லை. நளினியும் அவர்களுடன் இருக்கிறார். மூன்று பெண் களும் மகிழ்ச்சியுடன் காணப்படுகிறார்கள். தனது அக்காவுக்கு ஒரு கடினமான வாழ்க்கை காத்திருக்கிறது என்பதை அனுஜா அறிந்தே வைத்திருக்கிறார். ஆனால், 2014இல் ராம்ராவ் உயிர் பிழைத்ததற்காக அவர்கள் கடவுளுக்கு நன்றி செலுத்துகின்றனர். இல்லையெனில் இந்நேரம் அவர்கள் அநாதைகளாக இருந்திருப் பார்கள்.

"எங்கள் தந்தை சில காலத்துக்கு முன்பு உங்களுக்குத் தந்த சாமந்தி செடியை நட்டீர்களா?" ஆலக்யா ஒரு புன்னகையுடன், 'ஆம்' என்ற பதிலை எதிர்பார்த்து கேட்கிறார்.

நான், 'ஆம்' என்று உரைத்து சாமந்திக்குப் பின் இருக்கும் கதையை என்னவென்று கேட்டேன். அந்தக் கதை இந்தக் குடும்பத்தில் ஏதோ முக்கியத்துவம் கொண்டது என்று நான் உணர்கிறேன்.

"எனது தந்தை சீக்கிரம் திருமணம் செய்துகொள்ள விரும்பவில்லை" தனது பெற்றோர்களின் கதையில் மூழ்கி ஆலக்யா கூறுகிறார்.

அனுஜாவும், நளினியும் உன்னிப்பாகக் கவனிக்கிறார்கள். விமலின் சம்மந்தம் முதன்முதலில் வந்தபோது ராம்ராவுக்கு 18 வயதுகூட ஆகியிருக்கவில்லை. தனது மனதில் இருப்பதை தன் அண்ணன் அசோக்ராவிடம் சொல்லும் தைரியம் அவருக்கு இருக்கவில்லை. அசோக்ராவ் மீது அவர் பெரும் மதிப்பை வைத்திருந்தது மட்டுமல்ல, அச்சமும் கொண்டிருந்தார். அவர் கூச்சத்துடனும், பதற்றத்துடனும் இருந்தார். விமலைச் சந்திக்கச் சென்ற போது தலையை மொட்டையடித்துக்கொண்டார். அப்படிப் பார்ப்பதற்கு அழகற்றுத் தோன்றினால், விமல் அவரை நிராகரித்து விடுவார் என்று நினைத்தார். விமலுக்கு அப்போது வயது 16.

அத்தனை இளம் வயதில் ஒரு குடும்பத்தை உருவாக்க தான் விரும்பவில்லை என்று ஒருவழியாக ராம்ராவ் தன் அண்ணனிடம் எடுத்துரைத்துப் புரிய வைத்தார். தனது திருமணத்துக்கு முன் சுமனைத் திருமணம் செய்து அனுப்பி வைக்க வேண்டும் என்ற காரணத்தைக் கூறினார்.

விமலின் அண்ணன் சுரேஷ் உகேர்லாவரும் ராம்ராவைப் போல அவரது தங்கைக்கு முதலில் திருமணம் செய்து வைக்காமல் தான் திருமணம் செய்ய விரும்பாமல் இருந்தார். உகேர்லாவர் குடும்பத்தினர் தெலங்கானாவின் நிப்பானியைச் சேர்ந்தவர்கள்.

ஓராண்டு கழித்து விமலின் குடும்பத்தினர்—அவரது தந்தை — பாஞ்ச்லேனிவார்களிடம் ஒரு புதிய திட்டத்துடன் வந்தனர். விமலை ராம்ராவ் திருமணம் செய்துகொண்டால், விமலின் அண்ணன் சுமனைத் திருமணம் செய்துகொள்வார் என்று அவர் அசோக்ராவிடம் கூறினார். அவருக்கும் இந்த யோசனை பிடித்திருந்தது. எந்தவித வரதட்சணையும் இருதரப்புக்கும் கொடுக்கப்படாமல் செலவை மிச்சப்படுத்தும் வகையில் இரு திருமணங்களும் ஒன்றாக நடத்தப்படும்.

விமலின் உடல்நலம் மட்டுமே ஒரே சிக்கலாக இருந்தது. அவருக்கு ஆஸ்துமா இருந்தது. அதனால் அவர் தொடர்ந்து

மருத்துவரைச் சந்திக்க வேண்டியிருந்தது. ஆனால், சுமனுக்கு ஒரு சிறந்த தேர்வாக சுரேஷ் இருந்தார். சுமனின் குடும்பத்தினரால் வர தட்சணை கொடுக்க இயலாத காரணத்தால்தான் சுமன் இன்னும் திருமணம் ஆகாமல் இருந்தார். சுரேஷ் ஒரு நல்ல, கடினமாக உழைக்கும் ஒரு விவசாயி. அவருக்கு சுமனைப் பிடித்திருந்தது. முதலில் மறுத்த ராம்ராவ், சுமனுக்காகத் திருமணத்துக்குச் சம்மதித்தார்.

"இதனால்தான் சுமனும், ராம்ராவும் மிக நெருக்கமாக இருக்கிறார்களா" நான் ஆலக்யாவிடம் கேட்டேன்.

"ஆமாம். அவர்கள் இருவரும் நண்பர்களைப் போலவே வளர்ந்தார்கள். அவர்கள் இருவருமே அசோக்ராவையும், அவர்களின் தாத்தாவையும் கண்டு அஞ்சினார்கள்."

ராம்ராவ் தான் உடல் நலிவுற்ற ஒரு பெண்ணைதான் மணக்க இருக்கிறோம் என்பதை நன்றாக அறிந்தே திருமணத்திற்கு சம்மதித்தார். இரு குடும்பங்களும் இணைந்து ஹிவாராவில் எளிமையான முறையில் திருமணங்களை நடத்தின. விமலின் தந்தையும் ஒரு விவசாயியாக இருந்தார், அவர் ராம்ராவ்மீது ஒரு கனிவான அன்பு கொண்டிருந்தார். அவரது வாழ்க்கை முழுவதும் அவருக்கு விருப்பமான மருமகனாகவே ராம்ராவ் இருந்தார்.

விமல் அதிகம் பேசாதவராகக் சற்று கூச்ச இயல்புடையவராகவும், அதே நேரத்தில் மிகுந்த பாசமுடையராகவும் இருந்தார். வரும் வருமானத்தில் குடும்பத்தை நன்றாகவே நடத்தினார். ஆனாலும் குழந்தைகளுக்காகவும், உணவுக்காகவும் செலவு செய்வதை விரும்பினார். அவர் மிக நன்றாகச் சமைப்பார். மிக சுவையான லட்டுகளை செய்வதில் வல்லவர்.

"எனது பெற்றோரின் கதையை யாரேனும் எழுத வேண்டும் என்று நான் எப்போதும் இரகசியமாக விரும்பி வந்திருக்கிறேன்." கண்கலங்க ஆலக்யா நெகிழ்வுடன் கூறுகிறார்.

"ஏன்?"

"ஏனெனில் அவர்கள் போராட்டம் ஒரு கதைக்கானது."

அவரது பெற்றோர்களைப் பற்றி அவருக்கு இருக்கும் ஒரே பிம்பம் எப்போதும் நிலத்தில் கடுமையாக உழைப்பது—அது வெயில் காலமோ, பனிக்காலமோ, மழைக்காலமோ. பெரும்பாலான பெண்களைவிட, அவர்கள் அம்மா உடல் நலிவுற்றே இருந்தார். ஆனாலும் பருத்தி பறிக்கும் காலத்தில் 80கிலோ

முதல் 1 குவிண்டால் வரை பருத்தி பறிப்பார். ஓரளவு நன்றாகப் பறிப்பவர்களைவிட, இது மிக அதிகமாகும்.

"இது ஒருநாளுக்கு ரூ.500 வரை கூலியில் மிச்சப்படுத்துவதாகும்" என்று ஆலக்யா சொல்கிறார்.

2012க்குப் பின் விமல் பாயின் ஆரோக்கியத்துக்காக ராம்ராவ் மிகப் பெரும் தொகையைச் செலவழித்தார். ஆஸ்துமாவின் காரணமாக அவர் அவ்வப்போது மருத்துவமனையில் அனுமதிக்கப்பட்டு வந்தார். ஒவ்வொரு முறை ஆஸ்துமா தாக்கும்போதும் அது அவரது பிற முக்கிய உறுப்புகளையும் பாதிக்கத் தொடங்கியிருந்தது. அவரது சிகிச்சைக்காக ராம்ராவ் தொடர்ந்து கடன் வாங்கினார். பலமுறை மருத்துவமனைக்குச் சென்று வருவதற்குச் செலவிட்ட அந்தத் தொகை ஆயிரக்கணக்கான ரூபாய்களாகும்.

2012இல் அவரது இறப்புக்குச் சற்றுமுன்பு ராம்ராவ் ஏறத்தாழ இரண்டு மாதங்கள் யவத்மால் மருத்துவமனைகளில் செலவிட்டார். அவர் உடலுக்குச் சற்றேனும் தெம்பூட்ட முயன்றார். ஆலக்யாவுக்குத் திருமணமாகியிருந்தது. அனுஜா வீட்டைக் கவனித்துக்கொண்டார். விமல் பாயைக் கவனிப்பதற்காக ராம்ராவ் ஹிவாராவுக்கும் யவத்மாலுக்கும் இடையே அலைந்துகொண்டிருந்தார். அவ்வப்போது ராம்ராவை அவரது மருத்துவமனை கடமைகளிலிருந்து விடுவிக்கவும் பொருளாதாரச் சுமையில் உதவவும், அசோக்ராவும் அவரது மனைவியும் பிற குடும்ப உறுப்பினர்களும், கிராமத்தினர்களும், தெலங்கானாவில் உள்ள நெருங்கிய, தூரத்து உறவினர்களும் உதவ முன் வந்தனர். ஆனால், விமல்பாய் உடல்நலம் தொடர்ந்து இறங்குமுகமாகவே இருந்தது.

அவரது இறுதி நாட்களில் ராம்ராவ் அவரை வீட்டுக்குக் கூட்டி வந்து கவனித்துக்கொண்டார். அப்போதுதான் ராம்ராவ் இறைவன் அனுமாரிடம் நம்பிக்கை வைத்து விமலின் உயிருக்காகவும் ஆரோக்கியத்துக்காகவும் வேண்டிக்கொண்டார். அதற்காக அசைவம் சாப்பிடுவதையே விட்டுக்கொடுப்பதாக உறுதி எடுத்தார்.

அவர்களது முதல் குழந்தையான மஞ்சுளா இருதய பாதிப்பால் ஒரு வயதிலேயே இறந்தபோதுகூட ராம்ராவ் கோயிலுக்குச் செல்லவில்லை. அதுதான் தனிப்பட்ட வாழ்க்கையில் அவர் சந்தித்த முதல் பெரும் துயரம். விமலின் ஆரோக்கியம் கெடும்வரை அவர் ஒரு நாத்திகராகவே இருந்தார். இப்போது கோயிலுக்குச் சென்று, அங்கு அமர்ந்து விமலின் வாழ்வுக்காக அமைதியாக வேண்டினார். விமலை இழப்பது குறித்தும் விமலுக்குப் பின் நீண்ட தனிமையான

ஒரு வாழ்க்கை தனக்குக் காத்திருப்பதை எண்ணியும் அவர் அஞ்சினார். விமலை அவர் மிகவும் நேசித்தார். அவர் அவருக்கு ஒரு பெரும் துணையாக இருந்தார். அவர் ஏற்படுத்தும் வெறுமையை எவராலும் இட்டு நிரப்ப இயலாது. அவர் இறந்த அன்று, அவர் தன் இறுதி மூச்சை சுவாசித்துக்கொண்டிருந்தபோது, முற்றிலும் உடைந்துப்போயிருந்த ராம்ராவ். தனது பண்ணையாட்கள் சூழ கோயிலில் அமர்ந்து தீவிரமாகப் பிரார்த்தித்துக்கொண்டிருந்தார். விமல் மறைந்தபோது ராம்ராவ் வீட்டில் இல்லை.

"எனது அம்மாவுக்கு சாமந்தி மிகவும் பிடிக்கும். அவைதான் அவருக்கு மிகவும் விருப்பமான மலர்கள்." தினந்தோறும் மாலையில் சாமந்தி பூக்கும் காலத்தில் நிலத்தில் தன் வேலைகளை முடித்துவிட்டு சாமந்தி மலரைப் பறித்து தன் தலையில் சூடிக் கொள்வதை அவரது அம்மா வழக்கமாக வைத்திருந்ததாக ஆலக்யா நினைவுகூர்கிறார். பூச்சிகளையும் 'தீயவற்றையும்' விரட்டுவதற் காக அவர் பருத்திப் பயிர்களுக்கிடையே சாமந்திகளைப் பயிரிடுவ துண்டு. அவரைப் பொறுத்தவரை சாமந்தி ஒரு நல்ல சக்தியாகும்.

அவரது மறைவுக்குப் பின் ஏதோ காரணத்தினால் சாமந்தி பூக்கவே இல்லை. 2014இல் அவர் சாமந்திப்பூவை நட முயன் றார். 2015இல்கூட அவர் மனமுடைந்து இருந்த நிலையிலும் சாமந்திகளை மீண்டும் பயிரிட முயன்றார். ஆனால், பூக்கள் பூக்கவே இல்லை. ஜூன் 2012இல் விமல் இறந்து ஐந்து ஆண்டு களுக்குப் பிறகு இந்த ஆண்டு அவரது நிலத்தில் சாமந்திகள் முழுமையாக மலர்ந்திருக்கின்றன. விமல் தங்களைக் கண்டு மீண்டும் புன்னகைப்பதாக அக்குடும்பம் கருதுகிறது. விமலின் ஆத்மா அமைதி அடைந்துவிட்டதாக அவர்கள் நம்புகிறார்கள்.

சாமந்தி பூக்கும் காலம் முழுவதும் ராம்ராவ் விமலின் படத் துக்குத் தினமும் ஒரு சாமந்திப் பூவைச் சாத்துகிறார். அவரது நிலத்தில் சாமந்திகள் மலர்வது என்பது பிரிந்த தனது மனைவி மகிழ்ச்சியாக இருப்பதற்கான ஒரு அடையாளமாக அவர் கருது கிறார். விமல்பாய் தன் அருகில் இருப்பதாக அவர் நம்புகிறார்.

அத்தியாயம் - 7
பாகவதம்

நந்தனுக்கு ஒரு ஆண் குழந்தைப் பிறந்தது, ஒட்டுமொத்த உலகமும் ஒளிர்ந்தது அந்த அரங்கின் ஒருபுறம் அமைக்கப்பட்டிருந்த சின்ன மர மேடையின் மீது நின்று நடுத்தர வயதுடைய அந்த பாகவதக் கதை கூறும் பாடகர் கிருஷ்ணரின் பிறப்பைக் குறித்தும், அவரது மாயங்கள் குறித்தும் புராணக் கதைகளைக் கூறிக்கொண் டிருக்கிறார். கிருஷ்ணரின் சாகசங்களைக் கேட்டு வயது வேறு பாடின்றி கிராமத்தினர் அனைவரும் மகிழ்ந்திருக்கின்றனர்.

இன்று பாகவத சப்தத்தில் ஐந்தாம் நாள். 2008 பிப்ரவரி இறுதியில் இருக்கிறோம். வெகு விரைவில் ஹோலிப் பண்டிகை வரவுள்ளது.

ஹிவாராவின் குழந்தைகள் அனைவரும் அங்குத் திரண்டிருந் தனர். பெரும்பான்மையானவர்கள் குளித்தோ, சுத்தமாக உடை யணிந்தோ இருக்கவில்லை. ஆனால், சிலர், வெகுசிலர் சுத்த மான நாகரிகமான உடையில் இருக்கிறார்கள். ஏறத்தாழ 20-30 பேர். ஒல்லியாக. மாநிறத்தில். ஒரு சிலரின் எலும்பு துருத்தும் முகங்களில் வெள்ளைப் புள்ளிகளோடு – இது கால்சியம் அல்லது வேறு ஏதேனும் ஊட்டச்சத்து குறைபாட்டுக்கான அறிகுறி. பெண் குழந்தைகள் கூச்சத்துடன் இருக்கிறார்கள். ஆனால், உன்னிப்பாகக் கவனிக்கிறார்கள். ராம்ராவின் வீட்டுக்கு அருகில் வசிக்கும் 6-7 வயதான ஒரு பெண் குழந்தை ராதையைப் போல வேடமணிந்து வந்துள்ளார். அவர்கள் அனைவரும் கிருஷ்ணரைப் பற்றிய கதை களைக் கேட்க இங்குக் குழுமியுள்ளனர். பக்திப் பாடல்களுக் காகவோ, ஆன்மீக ஆய்வுக்காகவோ அல்லது கீதையின் பாடங் களுக்காகவோ அவர்கள் வரவில்லை. அவர்களின் தாய்மார்கள் வீட்டில் செய்த அல்லது கடையில் வாங்கிய இனிப்புப் பண்டங் களைத் தட்டு நிறைய நிரப்பி இன்று பிரசாதமாக அளிக்க கொண்டுவந்துள்ளனர். அவர்களது தட்டில் பூக்களும், செந்தூரமும், மஞ்சளும் தடவப்பட்ட அரிசியும் நிறைந்திருக்கிறது.

அங்குக் கூடியுள்ள பெரும்பாலான விவசாயிகள் சற்று ஓய்வான மனநிலையில் இருக்கிறார்கள். பருத்தி விளைச்சல் காலம் முடிந்தது. இந்த ஆண்டு ஒரு விசித்திரமான விவசாய ஆண்டாக இருந்திருக்கிறது. இளஞ்சிவப்புப்புழு மீண்டும் வந்தது. இரசாயன செலவினம் அதிகரித்தது. சக விவசாயிகள் பலர் இரசாயனங்களைத் தங்கள் நிலங்களில் தெளித்ததால் ஏற்பட்ட விஷத் தாக்குதலினால் இறந்துள்ளனர்.

கிருஷ்ணரைக் குறித்த பலபல சுவாரசியமான கதைகளில் அவருக்கும் சுதாமருக்கும் உள்ள நட்பைக் குறித்த கதைதான் ராம் ராவுக்கு மிகவும் பிடித்தமானது. சுதாமர் ஓர் ஏழை பார்ப்பன குடும்பத்தில் பிறந்தவர். தனது நண்பர் கிருஷ்ணரின் தீவிர பக்தர். கிருஷ்ணர் துவாரகாவின் மன்னராக ஆன நிலையில் சுதாமர் ஒரு ஏழைப் பார்ப்பனராகவே தொடர்கிறார். கிருஷ்ணர் சுதாமரின் பக்தியைக் காலத்துக்குக் காலம் சோதிப்பதுண்டு. ஒருநாள் தனது மாளிகையில் சுதாமர் அவரைப் பார்க்க வந்தபோது சுதாமர் சிறிய துணிப்பையில் தனக்காக என்ன கொண்டுவந்திருக்கிறார் என்பதை அறிய கிருஷ்ணர் விரும்புகிறார். வறுமையிலிருந்து விடுபட கிருஷ்ணரிடம் உதவி கேட்கவே சுதாமர் வந்திருந்தார். ஆனால், தனது ஏழை நண்பன் கொண்டுவந்திருந்த அரிசி அவலை உண்ணவே கடவுள் விரும்புகிறார்.

ராம்ராவுக்கு இந்தக் கதை மிகவும் பிடிக்கும். ஏனெனில், அவர் தன்னை சுதாமரோடு இணைத்துப் பார்க்கிறார். கடவுள்மீது ஆழ்ந்த அன்பும், பக்தியும் கொண்டிருந்தபோதும் தொடர்ந்து கடவுளால் சோதனைக்குள்ளாக்கப்படும் ஒரு பக்தனாக சுதாமரில் ராம்ராவ் தன்னைக் காண்கிறார்.

சுதாமரின் ஆழ்ந்த அன்பைப் புரிந்திருந்தபோதும் கிருஷ்ணர் அவலைக் கொடுக்குமாறு கேட்கிறார். இதே நிலைதான் எனக்கும் என்று ராம்ராவ் கூறுகிறார். "கடவுள் என் சொந்த நிலத்தில் விளையும் கத்திரிக்காய்களையும், சிறு தானியங்களையும் நான் பயன்படுத்த விடுவதில்லை. ஒவ்வொரு ஆண்டும் அவர் அனைத்தையும் எடுத்துக்கொண்டு ஒன்றுமற்றவனாக என்னை நிறுத்துகிறார்."

அச்சமுற்ற ஒரு குழந்தை தன்னைத் தானே தேற்றிக்கொள்வதைப் போல் இருந்தது ராம்ராவின் விளக்கம். தன்னுடைய இழப்பு கடவுளின் விருப்பம் என்று அவர் தனக்குத் தானே சொல்லிக்கொள்கிறார்.

யாருக்குத்தான் கிருஷ்ணரின் கதைகள் பிடிக்காது? அதிலும் குறிப்பாக, அவரது குழந்தைப் பருவ அற்புதங்கள். இந்த நாட்டின் பக்திப் பாரம்பரியத்தை அவை நினைவூட்டுகின்றன. வார்தா மாவட்டத்தின் தாம் நதிக்கரையில் தன் வாழ்நாளை கழித்த, மகாத்மா காந்தியால் முதல் தனிநபர் சத்தியாகிரகி என்று அழைக்கப்பட்ட மகாத்மா காந்தியின் தீவிர தொண்டரான மரியாதைக்குரிய ஆச்சாரிய வினோபா பாவே அவர்கள் கீதையின் தத்துவங்களை விளக்கி எழுதிய நூலான "கீதை" என்னை மிகவும் ஈர்த்த ஒன்றாகும்.

இன்று, குழந்தை கிருஷ்ணர் கோவர்தன் மலையைத் தூக்கு வதையும், பல தலைகொண்ட பாம்பான காளியாவுடன் சண்டை யிடுவதையும் தனது தாய்மாமாவான கம்சனைக் கொல்வதையும் கதாகாலட்சேபகர் விவரிக்கிறார். "யாதவர்களுக்குப் பாதுகாப்பு அளிக்க கிருஷ்ணர் மலையைத் தூக்குகிறார்" என்று கூறிவிட்டு, கிருஷ்ணரைப் போற்றும் பஜனை பாடல்களைப் பாடுகிறார். குழந்தைகள் கதையைக் கேட்டு சிலிர்த்து நிற்கின்றனர். கூட்டமே தளர்வான மனநிலையில் உள்ளது.

பஜனையை நிறுத்தி அவர் சொல்கிறார்: "கம்சன் கவலை யுற்றிருக்கிறான். ஆனால், கோகுலமும் மதுராவும் கொண்டாடு கின்றன." அவர் தனது கதைகளுக்கு நடுவே பக்திப் பாடல்களைப் பாடி ஒட்டுமொத்த நிகழ்வுக்கும் எழுச்சியூட்டுகிறார். கிருஷ்ண அவதாரத்தின் காரணத்தை அவர் விளக்குகிறார். யசோதா, ராதை, கிருஷ்ணரின் சேட்டைக்கார நண்பர்கள், யாதவர்கள் ஆகியோரின் பங்கை நுட்பமாக விவரிக்கிறார். "உலகில் எப்போதெல்லாம் சிக்கல்கள் அதிகரிக்கிறதோ அப்போதெல்லாம் விஷ்ணு அவதாரம் தரித்து இவ்வுலகுக்கு வந்து மக்களை அவர்கள் துன்பங்களிலிருந்து விடுவிப்பார்." அந்த விஷயத்தைப் பற்றி முழுமையான ஞானம் உடையவராகத் தன்னைக் காட்டி அவர் தொடர்ந்து கதையாடுகிறார்.

"கடவுள் நம் அனைவருக்குள்ளும் இருக்கிறார்." ஒருமுறை இவ்வாறு சொல்கிறார். ராம்ராவ் அந்தக் கருத்தை ஏற்பவராக என்னை நோக்கி தலையசைக்கிறார். யவத்மாலிலிருந்து 40 கி.மீ. தொலைவில் உள்ள கதஞ்சி என்னும் பருத்தி வியாபார நகரைச் சேர்ந்தவரான பிரசாந்த் போயர் என்னும் இந்த காலட்சேபகர் ஒரு பிரமாதமான கதைசொல்லி. இப்படியான கீர்த்தங்கர்கள் கிராமப்புறமெங்கும் பரவலாக இருக்கிறார்கள். வெயில் காலம் தொடங்குவதற்கு முன் இவர்கள் இந்தியாவெங்கும் உள்ள கிராமப் புற மக்களை மகிழ்விக்கும் பணியைச் செய்கிறார்கள்.

விதர்பாவில் பாகவத சப்தத்தின் புகழ் வளர்ந்து வருகிறது. கிராமப் புறங்களில் மத, ஆன்மீக வாழ்வில் பஜன்களும், கீர்த்தனைகளும் பெரும் பங்கு வகித்த காலம் உண்டு. நவீன சீர்திருத்தவாதிகள் பலரும் விவசாயிகளுக்குச் சமூக ஒழுக்கநெறிகளைக் கற்பித்த தோடு, தொலைநோக்குப் பார்வையுடன்கூடிய விவசாய வழிமுறை களையும் கற்பித்தனர். கடந்த 20 ஆண்டுகளில் சில ஆன்மீகப் பாரம்பரியங்கள் அழிந்துபோய்விட்டன. புதியவை வியாபார நோக்கில் எழுந்துவருகின்றன. பலருக்கும் இது அவர்களின் வாழ்வாதாரமாகிப் போனது. கிராமங்கள் இத்தகைய மத விழாக் களை ஒரு போட்டி மனப்பான்மையோடு நடத்துகின்றன. "பக்கத்து கிராமம் நடத்தியது. நம்மால் முடியாதா? அவர்களைவிட பெரிய விழாவை நாம் நடத்திக்காட்ட வேண்டும்."

விவசாய சிக்கல் பெரிதும் அதிகரித்தபோது இந்த விழாக்களைத் தவிர்த்த கிராமங்கள் சிலவற்றை நான் அறிவேன். "ஒரு கிராமம் -ஒரு கணபதி பந்தல்" என்ற முறையில் மத விழாக்களில் தேவை யற்ற ஆடம்பரச் செலவுகளைத் தவிர்க்க அவர்கள் அழைப்பு விடுத்தனர். கஞ்சிரா வித்வானான சத்தியபால் மகராஜ் போன்ற இந்தப் பகுதியைச் சேர்ந்த சமூக சீர்திருத்தவாதிகள் சிலர் வளர்ந்து வரும் ஆடம்பர செலவுகளுக்கான ஈர்ப்பு, ஒலி மிகுந்த கொண் டாட்டங்கள் ஆகியவற்றுக்கிடையே சிறிது அறிவுபூர்வமான நோக்கை கிராமத்தினர் இடையே உருவாக்க முனைந்தனர். ஆனால், பெரும்பாலான கிராமங்கள் சமூக, மத பண்பாட்டு, குடும்ப நிகழ்வுகளுக்கு கடன் வாங்கியேனும் அதீதமாகச் செலவு செய்ய முற்படுகின்றன. நகர்ப்புறங்களைப் பார்த்து தாங்களும் அவ்வாறே வாழ எடுக்கும் முயற்சி இது.

★ ★ ★

விவசாயிகளின் தற்கொலைகள் அதிகரித்தபோது மகாராஷ்டிரா அரசு பஜன்கள், கீர்த்தனைகள் நடத்துவதற்கு நிதி அளிக்க முன் வந்தது. இதன் மூலம் சமூக விழாக்களை அதிகரித்து உடைந்த உறவுகளைப் புதுப்பிக்க முனைந்தது. ஆனால், அது எந்த விதத் திலும் விவசாயிகளுக்குப் பலன் தரவில்லை. உற்பத்தி மற்றும் வாழ்வியல் செலவுகள் கற்பனைக்கு எட்டாத வகையில் அதிகரித்து வருமானமோ குறைந்துவரும் நிலையில் விவசாயிகள் அந்தக் கவலையில் இருந்தனர்.

மகாராஷ்டிரா அரசு ஆதரவு அளித்த, ஊக்கப்படுத்திய ஒரு குறிப்பிட்ட நிகழ்வு - கூட்டுத் திருமண விழாக்கள். இது சிறிது காலம் புகழ்பெற்று விளங்கியது. அரசு நிதி உதவி பெற்ற தன்னார்வ நிறுவனங்கள் பெரும் திருமண விழாக்களை நடத்தின. அதில் ஒரே நேரத்தில் பல திருமணங்கள் நடத்தி வைக்கப்பட்டன. இதன் மூலம் விவசாயக் குடும்பங்கள் திருமண செலவு, வரதட்சணை ஆகியவற்றிலிருந்து விடுவிக்கப்படும் என்று நம்பப்பட்டது.

விதர்பாவின் பல கிராமங்கள் இந்தத் திட்டத்தால் பலனடைந்தன. ஆனால், ஒரு கட்டத்தில் இந்தத் திட்டம் உள்ளூர் அரசியல்வாதிகளால் கைப்பற்றப்பட்டது. இதனால் இந்தத் திருமண முறையே நிறுத்தப்பட்டது. இந்த அரசியல்வாதிகள் போலியான தன்னார்வத் தொண்டு நிறுவனங்களைத் தொடங்கி அதன் மூலம் ஆடம்பரமான திருமண விழாக்களை நடத்தத் தொடங்கினர். இது கூட்டுத் திருமண விழாக்கள் நடத்தப்பட்டதன் காரணத்தையே புறந்தள்ளியது. ஆனாலும், இன்னமும் சில நல்ல நிறுவனங்கள் உள்ளன. அவை ஏழைகளிலும் ஏழைகளாக இருப்பவர்களுக்கும் சிறு விவசாயிகளுக்கும் நிலமற்றவர்களுக்கும் குறைந்த செலவில் திருமண விழாக்களை நடத்தி, சமூகச் சீர்திருத்தத்துக்கு வழிகோலுகின்றன. விதர்பாவில் சில கிராமங்கள் தங்கள் சமூகங்களுக்குக் கூட்டுத் திருமண விழாக்களை நடத்தத் தொடங்கியிருக்கின்றன. ஒரே நேரத்தில் ஐந்து, சில சமயம் பத்து திருமணங்கள் ஒன்றாக நடத்தப்பட்டு ஒட்டுமொத்த கிராமத்துக்கும் சுவையான விருந்தளிக்கப்படுகிறது. பாகவத சப்தமும் "ஒரு கிராமம் - ஒரு கணபதி பந்தல்" என்பதும் இந்தச் சீர்திருத்தங்களின் பகுதியாகும். இவை சமூகப் பதற்றங்களைக் குறைக்கவும், தேவையற்ற செலவினங்களை மிச்சப்படுத்தவும் உதவுகின்றன.

போயர் மகராஜ் ஒரு முழுமையான கட்டமைப்பையே எழுப்பியுள்ளார். விலையுயர்ந்த ஒலி அமைப்பு, ஆடம்பரமான உடைகள், பெரும்பாலும் யவத்மால் கிராமங்களிலிருந்து தேர்ந்தெடுக்கப்பட்ட இசைக் கலைஞர்களும், நடிகர்களும் கொண்ட குழு என்று அவரது கட்டமைப்பு முழுமையானது. நிகழ்வு நடக்கும் இடத்தில் அவர் பக்தி நூல்களையும் விற்பனைக்கு வைக்கிறார். அதற்காகவே ஒரு பதின் வயது இளைஞரும் அவருடன் பயணிக்கிறான். தனது நிகழ்வில் அவர் விவசாயிகளின் நலன், அவர்களது பயிர்கள் ஆகியவற்றைப் பற்றியும் விசாரிக்கிறார். மாவட்டத்தின் பிற பகுதிகளில் நடந்த நிகழ்வுகள், வம்புச் செய்திகளையும் பகிர்கிறார். அருகில்

உள்ள கிராமங்கள், மாவட்டங்களிலிருந்து செய்திகள் சேகரித்து கொண்டுவருபவராக அவர் இருக்கிறார்.

பூதனையிடமிருந்து பாலையும், இரத்தத்தையும் குழந்தை கிருஷ்ணன் உறிஞ்சும் கதையை மகராஜ் சொல்லத் தொடங்கு கிறார். பூதனை அழகான பெண்ணின் உருவத்தில் வந்து கிருஷ் ணருக்குத் தாய்ப்பால் தரும் பாவனையில் விஷமிட்டுக் கொல்ல வந்த அரக்கி. இந்தக் கதையை அவர் விவரிக்கத் தொடங்கும் போதே குழந்தைகள் ஆர்வமடைகிறார்கள். ஒரு நடிகர் கறுப்பு உடையணிந்து பூதனை வேடத்தில் தோன்றுகிறார். குழந்தைகளை அச்சப்படுத்தி கோயில் அரங்கில் அங்குமிங்கும் ஓட வைக்கும் வகையில் அவர் ஒரு முகமூடி அணிந்து ஒலிபெருக்கியில் 'ஹி... ஹி... ஹி... ஹா...ஹா...ஹா...' என்று உரக்க ஒலியெழுப்புகிறார். அவருடைய நடிப்பு அரங்கையே உற்சாகமூட்டுகிறது. குறிப்பாக, குழந்தைகள். பூதனை தன் கையில் ஒரு பொம்மையை வைத் துள்ளார். அது அவரை இறுக்கமாகப் பற்றி விட மாட்டேன் என்கிறது. நடிகர் மேடையின் நடுவே வந்து கூடியுள்ளோரின் கவனத்தைத் தன் பக்கம் ஈர்த்த நிலையில் மகராஜ் அமைதியாய் நிற்கிறார். இந்த உச்ச குரல் நாடகம் பத்து நிமிடங்கள் தொடர் கிறது. அதன் பிறகு அரக்கி இறந்து விழுகிறார். இசைச் கலை ஞர்கள் தபேலாவிலும், மத்தளத்திலும் உற்சாக இசையை இசைக் கிறார்கள். மகராஜ் "ஹரே கிருஷ்ணா ஹரே ஹரே" என்று பாடத் தொடங்குகிறார். கூடியுள்ளோரும் அவருடன் இணைந்து பாடுகின்றனர். அரங்கெங்கும் அது ஒலிக்கிறது.

அந்தச் சூழலில் புன்னகையுடன் ஒரு இளம் கிருஷ்ணர் மேடை ஏறுகிறார். இதே கிராமத்தைச் சேர்ந்த ஒரு பத்து வயது பெண் குழந்தை கிருஷ்ணரின் மயிலிறகுக் கிரீடம் அணிந்து கையில் புல்லாங்குழலுடன் கிருஷ்ணராகத் தோற்றமளிக்கிறார். கைத் தட்டல்கள் அதிகரிக்கின்றன. 'ஹரே கிருஷ்ணா' என்ற உச்சரிப்பும் அதிகரிக்கிறது. தபேலா மற்றும் மத்தளத்தின் அடிகள் வேகமெடுக் கின்றன. புல்லாங்குழல் இசைப்பவர் ஏதோ ஒரு மயக்கத்தில் ஆழ்ந்தவரைப்போல மூச்சுவிடாது அதிஅற்புதமான இசையை இசைக்கிறார். அதன் பிறகு மகராஜ் கண்களை மூடி கைகளை விரித்து எழுந்து நிற்கிறார். தன் அருகில் ஒரு பிளாஸ்டிக் நாற்காலியில் அமர்ந்துள்ள கிருஷ்ணரை நோக்கி கைக்கூப்பி வணங்குகிறார். கூடியுள்ளோரும் எழுந்து நின்ற இறைவனை வணங்குகின்றனர். ஒருவழியாகப் படிப்படியாக எழுந்த ஒலி

குறைந்து அடங்குகிறது. இசை நிற்கிறது. உடனே அரங்கம் முழுவதும் மக்களின் பேச்சொலியால் நிரம்புகிறது. குழந்தைகள் சிரிக்கின்றன. மதிய இடைவெளிக்கான நேரம் இது.

கதை மீண்டும் 4 மணிக்குத் தொடங்கும் என மகராஜின் உதவியாளர் அறிவிக்கிறார். கிருஷ்ணராக வேடமணிந்த குழந்தையை நோக்கி பெண்கள் தங்கள் அர்ச்சனை தட்டை எடுத்துக்கொண்டு ஒருவர் பின் ஒருவராகச் சென்று அந்தக் குழந்தையின் காலை தொட்டு வணங்கி பின்னர் மகராஜின் ஆசியையும் பெற்று செல்கின்றனர். பின்னர் அவர்கள் கூடியுள்ள பக்தர்களுக்கு இனிப்பும், தேங்காயும், சர்க்கரையும் கொடுக்கின்றனர்.

நானும் ராம்ராவும் அரங்கின் சுவர்மீது சாய்ந்து பிரசாதத்தை உண்டு கொண்டு ஓய்வாக அமர்ந்திருக்கிறோம். பஜனையின் தாக்கம் இன்னமும் இருக்கிறது. இறுதியில் அவர் தன்னைத் தொடர்ந்து வெளியே வருமாறு கையசைக்கிறார்.

"நல்ல வேளை இந்தக் கதைகள் இருக்கின்றன. இப்படியான கதைகளும் இல்லாவிட்டால் மக்கள் என்னதான் செய்வார்கள்?" நான் ராம்ராவிடம் சொல்கிறேன். நாங்கள் இருவரும் அவரது வீட்டை நோக்கி நடந்து செல்கிறோம்.

அவர் புன்னகைக்கிறார். "எங்கள் வாழ்வுக்கு அர்த்தமே இல்லாமல் போயிருக்கும்" என்கிறார். "பெரும்பாலான நாட்கள் நாங்கள் செத்தவர்களைப் போல வாழ்கிறோம். நாங்கள் உயிருடன்தான் இருக்கிறோம் என்பதை இது எங்களுக்கு நினைவூட்டுகிறது."

ஹிவாராவின் குடும்பங்கள் மகராஜையும், அவரது குழுவினரையும் கவனித்துக்கொள்கின்றன. சில அவர் தங்குவதற்கும் உணவுக்கும் பொறுப்பேற்கின்றன. பிறர் நிகழ்வு நடத்துவதற்குத் தேவையானவற்றை செய்கின்றனர். தனது உண்மையான வயதை விட இளமையாக தோன்றும் மகராஜ், ராம்ராவின் உறவினரின் வீட்டில் தங்கியுள்ளார். இதன் மூலம் ஹிவாரா செலவினங்களைப் பங்கிட்டுக் கொள்கிறது. அவர்களுக்கான தொகையை அளிக்க கிராமத்தினர் தங்கள் பங்கைக் கொடுக்கின்றனர்.

போயர் மகராஜ் இதை இப்போது தனது வாழ்வாதாரமாக மாற்றிக்கொண்டிருக்கிறார். ஆனால், அவர் ஒரு விவசாயியும்கூட. உணவு இடைவேளையின் போது நான் அவரைச் சந்தித்தேன். விவசாயத்தின் மூலமாக மட்டுமே வாழ்வை நடத்துவது கடினம் என்று அவர் கூறுகிறார். மழை சார்ந்த விவசாயம் இனி

பலனளிப்பதில்லை. நிலமுடையவர்கள் கிராமத்தில் மரியாதை யுடன் நடத்தப்பட்டதும் சமூக அந்தஸ்தை அனுபவித்ததும் கடந்த காலமாகிவிட்டது. பருத்தி இழப்பை மட்டுமே தருகிறது. ஒரு கடைநிலை ஊழியராக நிரந்தர வேலையில் உள்ள ஒருவர்கூட பத்து ஏக்கரையுடைய ஒரு விவசாயியைவிட அதிகம் சம்பாதிக்கிறார். குழந்தைகள் விவசாயத்தில் தங்கள் பெற்றோருடன் இணைய விரும்பவில்லை. ஏனெனில், தங்கள் பெற்றோர்கள் தொடர்ந்து கடுமையாக உழைத்தபோதும் இழப்பும், கவலையும் விரக்தியுமே அடைகின்றனர் என்பதை அவர்கள் காண்கின்றனர். விவசாய வேலைக்கு ஆள் கிடைப்பது கடினமாக உள்ளது. மழையோ ஒழுங்கின்றி பெய்கிறது.

“நான் பஜன்களும், கீர்த்தனைகளும் பாடத் தொடங்கினேன். ஏனெனில், எனக்கு இது பிடித்திருக்கிறது” ஒரு அழகான பருத்தி தலைப்பாகையை அணிந்திருந்த அவர் அதைக் கழற்றி அருகில் வைக்கிறார். “இது விவசாயிகளை மகிழ்ச்சியடையவும், அவர் களை ஆன்மீக ரீதியாக வைத்திருக்கவும் உதவுகிறது.”

கதஞ்சியில் உள்ள ஒரு மூத்த பாடகர் மற்றும் கீர்த்தங்கரிட மிருந்து போயர் கீர்த்தனைகளையும், பக்திக் கதைகள் சொல்லும் திறனையும் கற்றுக்கொண்டிருக்கிறார். அவரால் பாடவும், நடிக் கவும் முடியும். மேலும் ஆன்மீகப் பாரம்பரியத்திலும், புராணக் கதைகளிலும் அவருக்கு ஆழமான ஆர்வமிருந்தது. அதனால் இது அவரது தொழிலாகிப்போனது.

“இது ஆழ்ந்த தத்துவார்த்தமானது” என்று கூறுகிறார்.

பாகவதம் 18 புராணங்களுள் ஒன்றாகும். சமஸ்கிருதத்தில் எழுதப்பட்ட இது பல மொழிகளில் மொழிபெயர்க்கப்பட்டுள்ளது. துவைதம் மற்றும் அத்வைதம் ஆகிய இரண்டு தத்துவங்களையும் பக்தி தத்துவத்துடன் இணைத்து கூறுகிறது.

ஹோலிக்குச் சற்று முன்பாகப் பாகவத சப்தத்தை ஹிவாரா நடத்துவதற்கு ஒரு காரணம் உள்ளது. ராம்ராவ் அதனை என்னிடம் கூறுகிறார்.

மக்கள் சாராயம் அருந்தி ஒருவருடன் ஒருவர் சண்டையிடுவதால் ஏகப்பட்ட சச்சரவுகள் நிலவும். ஓராண்டு பாஸ்கர் குடித்துவிட்டு வந்து தனது பக்கத்து வீட்டுக்காரரைப் பணத்துக்காக அடித்து விட்டார். மற்றொரு ஆண்டு கோலம்களுக்கும் யெல்மிகளுக்கும் இடையே ஒரு சிறு பிரச்சினை குறித்து அசிங்கமான ஒரு சண்டை

நடந்து அது இரத்தக்களறியானது. ஆண்கள் அதிகமாகக் குடித்து விட்டு வீட்டுக்கு வந்து தங்கள் மனைவிகளை அடிப்பார்கள். ஜனவரி 2008இல் பின் 60களில் இருந்த கஜனன் சந்துருக்கர் என்ற நிலமற்ற மனிதர் பாகவத சப்தம் நடத்துவது என்ற யோசனையை முன்வைத்தார். அதை ஏற்பாடு செய்வதற்கும் தானே முன்வந்தார். "இதனால் இப்போது இந்த வாரம் முழுவதும் யாரும் சீட்டு விளையாடுவதில்லை. முடிந்தளவு சாராயத்திடமிருந்து விலகி நிற்கின்றனர். பல சாதிகளைச் சேர்ந்த குடும்பங்களும் ஒன்று கூடுகின்றன."

சற்றே பருமனான உடல்வாகு உடைய வயதான மனிதரான சந்துருக்கர் இன்றும்கூட ஹிவாராவில் பாகவத சப்தம் நடத்துவதற்கான ஏற்பாட்டுக் குழுவின் தலைவராகத் தொடர்கிறார். அதற்கான நிதியைத் திரட்டுவதில் முன் நிற்கிறார். செலவினங்கள் பற்றிய திறந்த அறிக்கையை வெளியிடுகிறார். அனைவரும் அவரை நம்புகின்றனர். திரட்டிய பணத்திலிருந்து ஒற்றை ரூபாய்கூட அவர் எடுத்துக்கொள்ள மாட்டார் என அனைவரும் நம்புகின்றனர். அவர் வீட்டைவிட்டு வெளியேறும்போது நேரு தொப்பியணிந்து கழுத்தில் உருத்திராட்ச மாலையோடு செல்கிறார். கிராமத்தினர் அவருக்கு எதிராக எதுவும் சொல்வதில்லை.

"எங்களுக்கு ஏற்கெனவே நிறைய கவலைகள் உள்ளன. மேலும் சச்சரவுகள் எங்களுக்குத் தேவையில்லை." அவர் தன் மனைவியுடன் குடியிருக்கும் சிறிய வீட்டுக்கு நான் சென்றிருந்தபோது, சந்துருக்கர் இவ்வாறு என்னிடம் கூறுகிறார். மண்ணினாலும், ஓலையாலும் வேயப்பட்ட இரண்டு சிறிய அறைகளைக் கொண்ட குடிசை அது. அதற்குள் இரண்டு மரக் கட்டில்கள் கிடக்கின்றன. "தேவையற்ற சச்சரவுகள் இல்லாமலேயே போதுமான சிக்கல்கள் எங்களுக்கு உள்ளன. சாராயம்தான் அடிப்படை காரணம். ஒரு மத விழாவை நடத்தும்போது கிராமத்தினர் ஒரு வாரம் அதைவிட்டு விலகியிருக்கின்றனர். ஹோலி அமைதியாகக் கழிகிறது. ஆனால்…"

"ஆனால், என்ன?" நான் கேட்கிறேன்.

"ராம்ராவைப் போல எவரேனும் விஷம் அருந்தாவிட்டால் ஹோலி அமைதியாகவே கழியும்" தனது நகைச்சுவைக்குத் தானே சிரித்து ராம்ராவை முதுகில் தட்டிக்கொடுக்கிறார். ராம்ராவ் ஒரு பதற்றமான சிறு புன்னகையை வெளியிடுகிறார்.

சந்துருக்கர் ஓர் அன்பான மனிதர். அவருக்கு ராம்ராவைப் பிடிக்கும். ராம்ராவும் குழந்தைகளற்ற அந்த வயதான தம்பதியினரைக் கவனித்துக்கொள்கிறார். மாநில அரசின் ஆதரவற்றோர் ஓய்வூதிய திட்டத்தின் கீழ் கிடைக்கும் சொற்ப தொகையான மாதம் ரூ.600தான் அவர்களது ஒரே வருமானம். முன்பு இதே திட்டத்தின்கீழ் ரூ.1,000 பெற்று வந்தார். ஆனால், ஏதோ காரணத்துக்காக அரசு அதில் ரூ.400ஐ குறைத்துவிட்டது. ஏதேனும் அவசரத் தேவை ஏற்பட்டால் அவர் ராம்ராவின் தாராள மனதை நம்பியிருக்கிறார்.

★ ★ ★

தனது பருத்திக் காட்டின் கிழக்கு ஓரத்தில் வரிசைக்கட்டி நின்று அருகில் உள்ள புதர்க்காட்டிலிருந்து இதை பிரிக்கும் மரங்களை நோக்கி ராம்ராவ் சத்தமிட்டுக்கொண்டும், கல்லெறிந்துகொண்டும் இருக்கிறார். கிராமம் மேற்கு பக்கமாக இருக்கிறது. அவர் கொந்தளித்துப் போயிருக்கிறார்.

அவரது நிலத்தை அடைந்த நான் “என்ன நடக்கிறது?” என்று கேட்கிறேன்.

“குரங்குகள். அவை என் பயிரை உண்கின்றன.” அவர் எரிச்சலுற்றவராகவும், சோர்வுற்றவராகவும் காணப்படுகிறார்.

ஒரு பெரிய மரத்தின் மீது நான் ஒரு குரங்குக் கூட்டத்தைக் கண்டேன். அவை தூரத்திலிருந்து ராம்ராவையும், மறுபக்கம் நின்றிருந்த மற்றொரு விவசாயியையும் முறைத்துப் பார்த்துக் கொண்டிருந்தன. ராம்ராவையும், அவரது நண்பர்களையும் வம்பிழுப்பதில் அந்தக் குரங்குகள் ஆனந்தம் கொள்வதுபோல் எனக்குத் தோன்றியது. சற்று நேரத்துக்கு முன்புதான் அவை அவரது நிலத்தில் புகுந்து நாசம் செய்திருந்தன.

ஹோலிக்குப் பிறகு ஒரு மாதம் கழித்து மார்ச் 2018இல் நான் ராம்ராவை மீண்டும் சந்திக்க வந்திருக்கிறேன்.

“ஒரு மிருகக்காட்சி சாலையில் வாழ்வதுபோல் உள்ளது. குரங்குகள், நீலான் மான்கள், புலிகள், காட்டுப் பன்றிகள், மான்கள் என அனைத்தையும் நான் இங்குக் காண்கிறேன். நேற்று பின் இரவில் நரிக்கூட்டம் ஒன்று இங்கு வந்தது. எங்குப் பார்த்தாலும் காட்டுப் பன்றிகள். இந்தச் சனியன்கள் அவற்றுக்குப் பசிக்காதபோதுகூட என் பயிர்களை நாசம் செய்கின்றன.”

ராம்ராவின் அருகில் இருப்பவர்களும் இதேபோல் பாதிக்கப் பட்டுள்ளனர். காட்டு விலங்குகளைத் துரத்துவதற்கு ஒரு விவசாயி செய்வதற்குப் பெரிதாக ஒன்றுமில்லை. அவற்றை நீங்கள் கொல்ல முடியாது; துரத்தவும் முடியாது; உங்கள் நிலத்தையும் பாதுகாக்க முடியாது. நீங்கள் நட்டத்தை அனுபவித்துக்கொண்டு விதிப்பயன் என்று சமாதானம் செய்துகொள்ள வேண்டும். இது மிகப்பெரும் சிக்கலாகும்.

பருத்தி விளைச்சல் காலம் முடிந்தது. செடிகளில் ஒரு சில காய்கள் மட்டுமே பறிக்கப்படாமல் இருக்கின்றன. சில இளஞ் சிவப்புப்புழுக்கள் வெயில் காலத்தைத் தாக்குப்பிடிக்கக்கூடும் என்று ராம்ராவ் கூறுகிறார். இரண்டு ஏக்கரில் அவர் பயிரிட்டிருந்த துவரையும், பச்சைப் பயறும் அறுவடை செய்யப்பட்டிருந்தன. ஒரு ஏக்கரில் பயிரிட்டிருந்த நிலக்கடலை அறுவடைக்குத் தயா ராக இருந்தது. இந்த ஆண்டு ஹிவாரா எங்கும் நிலக்கடலைப் பயிர்களைத் தாக்கிய ஒரு குறிப்பிட்ட கிருமி குறித்து அவர் கவலை கொண்டுள்ளார். அந்தக் கிருமியைத் தவிர, காட்டுப் பன்றிகளும், நீலான் மான்களும் நீருக்காகவும், உணவுக்காகவும் அவரது நிலத்துக்குள் புகுந்து பயிர்களை அழிக்கின்றன. இதுவும் அவர் மனதுக்குள் பெரும் கவலையாக இருக்கிறது.

விதர்பாவெங்கும் எங்கெல்லாம் விவசாயிகளுக்குத் தண்ணீர் வசதி உள்ளதோ, அங்கெல்லாம் பனிக் காலத்துப் பயிராக நிலக் கடலை பயிரிடப்பட்டு, ஏப்ரல் மாதத்தில் அறுவடை செய்யப் படுகிறது. அது ஒரு நல்ல திடமான பணப்பயிர். ஆனால், விதர்பா வெங்கும் விவசாயிகள் அதைவிட்டு விலகியே இருந்துள்ளனர். காரணம், காட்டு விலங்குகளின் அட்டகாசம்.

"இது குறித்து நாம் செய்வதற்குப் பெரிதாக ஒன்றுமில்லை" என்று அவர் வருத்தத்துடன் கூறுகிறார். நாங்கள் சாலையை நோக்கி யுள்ள முதல் நிலத்தைக் கடந்து அவரது நண்பர் குன்வான்டா கோலம்வாரின் நிலத்துக்குள் நுழைகிறோம். அந்நிலத்தில் பருத்தி முழுவதும் பறிக்கப்பட்டுள்ளது. இப்போதும்கூட யாருக்கெல்லாம் நல்ல தண்ணீர் வசதி உள்ளதோ அவர்கள் பச்சைப் பயறைப் பயிரிடவில்லையெனில், நிலக்கடலையையே இரண்டாவது பயிராகப் பயிரிடுகின்றனர். அவரது நிலத்தை இரண்டாகக் கூறு போடும் பருவகால ஓடைக்கு அருகே உள்ள ஒரு ஏக்கர் நிலத்தில் அவர் சோளம் பயிரிட்டிருக்கிறார். இது அவருக்கு இரு விதத்தில் பயன் தரும். ஒன்று அவருக்கான உணவு.

இரண்டாவது மாட்டுத்தீவனம். இந்த ஓடையை இந்த ஆண்டு முன்னாபோலன்வார் ஆழப்படுத்தியிருக்கிறார். அவர் அரசு ஒப்பந் தங்களில் வாழ்பவர்.

"அது மிகச் சிறந்த தரத்துடன் இருக்கப்போகிறது – வெள்ளை யாக, பெரியபெரிய தானியங்களாக. எவ்வளவு உயரமாக வளர்ந் திருக்கிறது என்று பாருங்கள்..." ஒரு குழந்தையின் குதூகலத்துடன் அவர் கூறுகிறார். உண்மையில் உயரமாகத்தான் வளர்ந்திருக்கிறது. எட்டு முதல் ஒன்பது அடி உயரம் இருக்கலாம் என்று நினைக் கிறேன். சோளம் ஒரு குவிண்டாலுக்கு ரூ.1500 முதல் ரூ.2000 வரை அவருக்குப் பெற்றுத் தரக்கூடும். எஞ்சியிருக்கும் பச்சை ஈரப்பதம் மிக்க தழைகள் அவரது மாட்டுக்குத் தீவனமாக அமையும்.

தனது பயிர் செழிப்பாக வளர்ந்து நிற்பதைப் பார்க்கும் தருணம் ஒரு விவசாயிக்கு மிகுந்த பெருமிதத்தைத் தரும். அது அவரது அத்தனை கடின உழைப்புக்குமான சான்று. ராம்ராவ் முட்டிவரை தனது கால்சட்டையை மடக்கிவிட்டு அடர்த்தியாக வளர்ந்துள்ள சோளப் பயிர்களுக்கு நடுவே கவனமாகக் காலெடுத்து வைக்கிறார். அவர் மிகமிக மகிழ்ச்சியுடன் காணப்படுகிறார்.

அரை ஏக்கரில் அவர் எள்ளு விதைகளையும், கொண்டை கடலையையும் பயிரிட்டுள்ளார். அது இன்னும் 15 நாட்களில் அறுவடைக்குத் தயாராகிவிடும். விளைச்சலை பந்தர்காவுடா சந்தையில் விற்று ரூ.50,000 பெறுவார். அது அதிகத் தொகை அல்லதான். ஆனால், வெயில் காலத் தேவைகளையும், கூலியைக் கொடுப்பதற்கும் போதுமானதாய் இருக்கும்.

இந்தப் பயிர்களும் அறுவடை செய்யப்பட்ட பின் மற்றொரு பருவக்காலம் முடிவுறும். ஆனால், ராம்ராவ் தனது கடன்கள் அனைத்தையும் அடைத்துவிடும் நிலைக்கு மிக அருகில்கூட இல்லை. அவர் அவரது அத்தை அளித்த கைமாற்றுக் கடனை அடைக்காமல் போகலாம். அவரது உறவினர்கள் சிலர் அவரிடம் பணத்தை எதிர்பார்ப்பதில்லை.

★ ★ ★

அடுத்த இரண்டு மாதங்களில் இந்தியாவின் பெரும்பகுதியில் வறட்சியும் வேதனையும் சூழ்ந்திருக்கும் நிலையில் நான் ராம்ராவை இரண்டு முறை சந்திக்கிறேன். அடிக்கடி அழைத்து அவர் எவ்வாறு இருக்கிறார் என்று விசாரிக்கிறேன். சொல்வதற்குத் தேவையின்றி

அவர் தனது நிலத்தில் வேலை செய்துகொண்டும், குரங்குகளை விரட்டிக்கொண்டும் இருக்கிறார். இந்த ஆண்டு குரங்குகள் அவரது நிலத்துக்கு அடிக்கடி வருவதுபோல் தோன்றுகிறது.

மார்ச் மாத கடைசியில் அவர் கொண்டைக்கடலையும், சோளத்தையும் அறுவடை செய்து அதை விற்று எதிர்பார்த்த அளவு பணம் திரட்டினார். குறைந்தது 20 குவிண்டால்கள் அறுவடை செய்யலாம் என்று அவர் எதிர்பார்த்திருந்த நிலக்கடலைப் பயிர் முழுவதுமாக கிருமி பாதிப்பாலும், காட்டுப்பன்றியின் தாக்குதலாலும் அழிந்து போய்விட்டது. சோளம் மற்றும் கொண்டைக்கடலையால் அவர் பணம் ஈட்டியபோதும், நிலக்கடலையால் அவர் நட்டத்தைச் சந்தித்தார்.

மார்ச் மாத இறுதியில்ராம்ராவ் என்னை தொலைபேசியில் அழைத்து அவரது கிராமத்தைச் சேர்ந்த தாமு அத்ரம் என்பவர் ஒரு புலியின் தாக்குதலிலிருந்து அதிசயமாக உயிர்ப்பிழைத்த செய்தியைக் கூறுகிறார். விதர்பாவெங்கும் புலி தாக்குதல்கள் நடந்து கொண்டிருந்தன. கோலம் பழங்குடி இனத்தைச் சேர்ந்த 60 வயதான தாமு ஒரு மாலை நேரத்தில் தனது நிலத்தில் வேலை பார்த்துக்கொண்டிருந்தபோது, அவரது பின்புறமிருந்து புலி தாக்கியது. அவர் உதவிக்குக் கூக்குரலிட்டவுடன் அது ஓடிவிட்டது. கழுத்திலும், தலையிலும் கடுமையான காயங்களுடன் உயிர் தப்பினார். ஆனால், அவர் மிகுதியாகப் பயந்திருப்பதாக ராம்ராவ் என்னிடம் கூறுகிறார். ஹிவாராவைச் சுற்றி ஒரு பருவ வயது புலி சுற்றிக்கொண்டிருப்பதாக அவர் என்னிடம் சொல்கிறார்.

நான் அடுத்தமுறை கிராமத்துக்கு வரும்போது அவரைச் சந்திப்போம் என்கிறேன். நிச்சயம் என்கிறார்.

ஏப்ரல் மாத இறுதியில் வெப்பம் அதிகரித்து காய்ச்சிக்கொண்டிருந்த நிலையில், அவர் மீண்டும் அழைக்கிறார். ஆலக்யாவின் வாழ்வில் ஏற்பட்டுக்கொண்டிருக்கும் சிக்கல் குறித்து கவலையுற்றவராக இருக்கிறார். தொடக்கத்தில் 3 ஏக்கர் நிலம் தருவதாக உறுதியளித்த ஆலக்யாவின் மாமனார், மாமியார் தற்போது சொத்தில் அவரது கணவர் ராகுலின் பங்கை தர மறுத்துவிட்டனர். எனக்கு இந்தக் கதை பழக்கமானதாகத் தோன்றுகிறது. நான் ஆச்சரியப்படவில்லை. ஆனால், ஆத்திரப்பட்டேன். ஆலக்யா இப்போது அவளது உரிமைக்காகப் போராட வேண்டும். அவர் அவரது மாமனார் வீட்டிலிருந்து துரத்தப்பட்டு ராம்ராவிடம் திரும்பிவருவதற்கான வாய்ப்புகளே அதிகம். தங்கள் கணவரின்

மறைவுக்குப் பிறகு வெகு சில பெண்களே நிலத்தில் தங்கள் பங்கினைப் பெறுகின்றனர். யெல்மி சமூகப் பெரியவர்கள் இரண்டு, மூன்று முறை பேச்சுவார்த்தை நடத்தியபோதும், அவரது மாமனார் மாமியார் அவருக்குரிய பங்கைத் தர மறுத்துவிட்டனர்.

ரங்கேனேனிவார் குடும்பத்துடன் சமாதான பேச்சுவார்த்தை நடத்த ராம்ராவும், முன்னாபோலன்வாரும்கூட சென்றிருந்தனர். ஆனால், அவர்கள் ஆத்திரமடைந்து எந்த ஒப்பந்தத்துக்கும் வர மறுத்துவிட்டனர். டிசம்பர் 2017இல் வர்ஷினியின் பெயரில் 3 ஏக்கர் நிலத்தை எழுதிக்கொடுக்க அவர்கள் சம்மதித்தனர். ஆனால், ஆலக்யாவை வீட்டிலிருந்து வெளியேறுமாறு கூறிவிட்டனர். இப்படியான சூழல்களில் இது ஒரு வழக்கமான சதித்திட்டம். “நிலம் உனக்கு உரிமையாகும். ஆனால், நாங்கள்தான் அதை வைத்திருப்போம்.”

அவர் கணவர் இறந்து ஏறத்தாழ இரண்டு ஆண்டுகள்வரை ஆலக்யா ரங்கேனேனிவார் குடும்பத்துடன் அவர்களது பாரம்பரிய கிராமத்தில் மிகுந்த வலியோடும், மன அழுத்தத்துடனும் வாழ்ந்து வந்தார். சில மாதங்கள் அவரது நாத்தனாருடன் மற்றொரு கிரா மத்தில் கூண்டுக் கிளியைப்போல வாழ்ந்தார். ஆனால், இனியும் ராம்ராவ் அவரை அந்த நிலையில் விட்டுவைக்க முடியாது என்று மே மாதத்தில் ராம்ராவ் என்னிடம் கூறுகிறார். “ஆலக்யாவுக்கு வீடில்லை” என்று மிகுந்த வேதனையுடன் அவர் சொல்கிறார். ஒரு ஆண்டுக்கு மேலாக வர்ஷினி பள்ளிக்குச் செல்லவில்லை. சுமன் திருமணம் செய்திருந்த ஆலக்யாவின் தாய் மாமனான ஒரு இரக்கமுள்ள நல்ல மனிதருடன் அவர் தற்போது தங்கியிருக்கிறார்.

”நான் அவளை இங்குக் கூட்டிவரப் போகிறேன்.” நான் அவரை மே மாதம் இறுதியில் நேரில் சந்தித்தபோது ராம்ராவ் கூறுகிறார். அப்போதுதான் நாங்கள் தாமு அத்ரமின் வீட்டுக்கும் செல்கிறோம். அவர் உடல்நலம் தேறிவிட்டார். ஆனாலும் நிலத்துக்குத் திரும்ப அஞ்சுகிறார். இன்னமும் கெட்ட கனவு கண்டு விழிப்பதுண்டு.

அதிசயமாக ராம்ராவ் இலகுவாகவும், மகிழ்ச்சியுடனும் இருக் கிறார். ஆலக்யாவின் போராட்டங்கள் குறித்து வருந்தினாலும் தன் மகளுடன் ஆலக்யா வீடு திரும்ப ஒத்துக்கொண்டிருப்பது அவருக்கு மகிழ்ச்சியளிக்கிறது. “நான் அவர்களை நன்றாகப் பார்த்துக்கொள் வேன்” என்று கூறுகிறார்.

இவை போதாது என்று ஒவ்வொரு வெயில் காலத்திலும் அவர் சந்திக்கும் மற்றொரு சிக்கலையும் எதிர்கொள்ள வேண்டியிருக்கிறது. அடுத்த பருவ காலத்துக்கான விவசாய உள்ளீடு பொருட்களை வாங்குவதற்கும், நிலத்தைத் தயாரிப்பதற்கான கூலியைத் தருவதற்கும் அவர் பணம் திரட்ட வேண்டியுள்ளது.

வெயில் காலம் அவரை பதற்றமடைய வைக்கிறது. இக்காலத்தில்தான் அவர் யாருக்கெல்லாம் கடன் பாக்கி வைத்துள்ளாரோ அதே வட்டிக்கடைக்காரர்களிடம் அதே விவசாயப் பொருட்கள் விற்பனையாளர்களிடம், அதே உறவினர்களிடம் அவர் மீண்டும் செல்ல வேண்டும். மேலும் கடன் பெற வேண்டும். புதிய பயிர் விளைந்தவுடன் அவர்கள் பணத்தைத் திருப்பித்தருவதாக உறுதியளிக்க வேண்டும்.

ஏமாற்றம் மற்றும் கையறுநிலையுடன் வாழ வேண்டும். உங்களுக்குக் கடன் கொடுத்தவர்களிடம் மீண்டும் செல்லும் சங்கடத்தை அனுபவிக்கவேண்டும். ஆனால், உங்கள் நிலத்தை உழ வேண்டும் என்றால், இவற்றை நீங்கள் செய்துதான் தீர வேண்டும். இதுதான் ஒரு விவசாயியாக நீங்கள் கற்கும் முதல் பாடம். உங்களது சுய மரியாதையை விழுங்கவும், கோபத்தை அடக்கவும் நீங்கள் கற்றுக் கொள்ள வேண்டும்.

அவர் தனது பயிர் மற்றும் சேமிப்பு கணக்குகளை வைத்துள்ள மத்திய வங்கி, பழைய கடன்களை அடைக்காமல் அவருக்கு புதிய கடன்களை வழங்க இயலாது என கூறிவிட்டதை நினைத்து ராம்ராவ் ஆத்திரம் கொண்டுள்ளார். பழைய கடன்கள் மட்டும் ரூ.1,50,000 இருந்தன. மகாராஷ்டிரா அரசு ஜூன் 2017இல் அறிவித்த கடன் தள்ளுபடி திட்டத்தின் பலனை விளக்க இயலாத ஒரு காரணத்துக்காக அவரால் அனுபவிக்க முடியவில்லை. ரூ.1,00,000 கடன் தள்ளுபடியை அவர் பெற்றிருக்க வேண்டும். ஹிவாராவின் விவசாயிகள் சிலர் அதை பெற்றனர். ஆனால், பலருக்கும் அது கிடைக்கவில்லை. அரசு தள்ளுபடி பணத்தை வங்கிகளில் ஒழுங்கற்ற முறையில் கட்டியது. பழைய கடன்கள் கட்டப்படாத நிலையில் புதிய கடன்கள் ஏறியுள்ளன.

கடன் தள்ளுபடி திட்டம் அறிவிக்கப்பட்ட நாளிலிருந்து அக்டோபர் 2019 வரை ரூ.19,000 கோடி செலவழிக்கப்பட்டுள்ளது. ஆனால், மகாராஷ்டிரா எங்கும் உள்ள அவதிப்படும் விவசாயிகளுக்கு அது தீர்வினை தரவில்லை. மாறாக, வங்கிகளை நெரித்து பயிர்க்கடன் திட்டத்தை முடக்கியுள்ளது.

ராம்ராவ் தனது பயிர்க்கடன் தள்ளுபடி செய்யப்பட்டுள்ளதா என்பதை அறிய பலமுறை தனது வங்கிக் கிளைக்குச் சென்று ஏமாற்றத்துடனேயே திரும்பியுள்ளார். நான் அவரைச் சந்திக்க சென்றிருந்தபோது, நான் அவருடன் வங்கிக்குச் சென்றேன். தரவுகளில் ஏதோ சிக்கல் இருப்பதாக கிளை மேலாளர் அமைதியாகக் கூறினார். ராம்ராவ் இரண்டு வங்கிக் கணக்குகளை வைத்துள்ளார். ஆனால், எதிலும் நிவாரணம் கிடைக்கவில்லை. அவர் மட்டுமல்ல, ஹிவாராவில் உள்ள பெரும்பாலானோர் அதைப் பெறவில்லை. இதற்கு என்ன பொருள் என்றால், அவர் பழைய கடன்களைக் கட்ட வேண்டும். அப்படியாயின், அவருக்கு மேலும் பணம் வேண்டும். எப்போதும் செய்வதைப் போலவே இப்போதும் அவர் செய்வார். தனது ஆட்டுமந்தை ஒன்றையும் ஏன்? ஒரு காளையையும்கூட விற்கப்போவதாக அவர் என்னிடம் கூறுகிறார். யவத்மாலில் உள்ள விவசாய அலுவலரிடம் முன்பணமாகச் சிறிது பணத்தைப் பெற இருப்பதாகவும் கூறுகிறார். எல்லாம் சேர்த்து மே மாதத்தில் அவருக்கு ரூ.1,00,000 தேவைப்படுகிறது.

ராம்ராவ் ஒரு அவசரக் கடன் பெற, கேட்கக்கூடிய நபர்களின் பட்டியலைத் தயாரிக்கிறார். யாரேனும் தனக்கு உதவுவார்கள் என்ற நம்பிக்கையுடன் ஒவ்வொருவராக அழைத்துப்பார்க்க வேண்டும். ஒரு கடன் பெறுவது அத்தனை எளிதானதல்ல என்று அவருக்குத் தெரியும். 2014இல் நிலத்தை உழுவதற்கான ஊக்கம் ராம்ராவிடம் இல்லை. இந்த ஆண்டு அவர் அதீத ஊக்கத்துடன் இருக்கிறார். அவருக்கு ஒரு புதிய நோக்கம், வாழ்வுக்குப் புதிய பொருள் கிடைத்துள்ளது. அவர் தனது மகளையும், அவரது மகளையும் காப்பாற்ற வேண்டும். இந்தப் பருவகாலம் நட்டத்துடன் முடிந்திருந்தாலும் ஆலக்யாவும், வர்ஷினியும் நிரந்தரமாகத் தன்னிடம் திரும்புகிறார்கள் என்பது ராம்ராவுக்கு மகிழ்ச்சியை அளித்தது.

அவர் வீட்டில் அமர்ந்து கேட்கிறேன். "ராம்ராவ் கடனை அடைப்பதில் எவ்வளவு தூரம் இருக்கிறீர்கள்?"

"விவசாயப் பொருட்கள் விற்பனையாளர் ஒருவருக்கு ரூ.2,00,000, ஒரு உறவினருக்கு ரூ.50,000 அளித்துள்ளேன்."

அருகில் உள்ள கிராமமான போர்கான் கத்லியைச் சேர்ந்த ஒரு கோண்டு பழங்குடி இன விவசாயியின் நிலத்தைக் குத்தகைக்கு எடுத்ததன் மூலம் அவர் ஈட்டிய பணம் முழுவதையும் அத்துடன் சோளம் மற்றும் கொண்டைக் கடலையின் மூலம் அவர் ஈட்டிய பணத்தையும் தனக்குக் கடன் கொடுத்தவர்களுக்குத் திருப்பி அளித்துவிட்டார். தனக்கு என்று அவர் எதையும் வைத்துக் கொள்ளவில்லை.

அத்தியாயம் - 8

வயல்

மழை மேகங்கள் சூழ்ந்துள்ளன. காரிஃப் பருவ காலம் தொடங்கயிருக்கிறது. 2018 ஜூன் 6 அன்று நான் ராம்ராவை அழைக்கிறேன். அவர் தன் மாட்டுக்கொட்டிலில் பசுக்களுக்குத் தீவனம் போட்டுக்கொண்டிருக்கிறார்.

கடந்த இரண்டு நாட்களாகப் பருவமழைக்கு முந்தைய மழை புயல் காற்றுடன் அடித்து ஹிவாராவில் உள்ள நிறைய வீடுகளின் தகரக் கூரைகளைப் பிய்த்துக்கொண்டு சென்றுவிட்டது என்று அவர் கூறுகிறார். கோலம்பாதாவில் உள்ள கோலம்களின் வீடுகளில் பெரும்பாலானவை இதனால் பாதிக்கப்பட்டிருக்கின்றன. குறைந்தது ஆறு ஓலை வேய்ந்த மண் குடிசைகளாவது மீண்டும் கட்டப்பட வேண்டிய நிலையில் உள்ளன என்று கூறுகிறார். ஒரு சிறு புழு வயல்வெளிகளையும், மக்களையும் துளைத்து ஒன்றுமற்றதாக்கி சென்றுவிட்ட ஒரு மோசமான காலத்தில், கூடுதல் செலவினத்தை இது உருவாக்கியுள்ளது.

ஒரு கிராமத்துக்குள் இருக்கும் சமத்துவமின்மைக்குச் சான்றாக அங்குள்ள வீடுகள் விளங்குகின்றன. தங்களது பழைய மண் குடிசைகளுக்கு அருகிலேயே அரசு வீட்டுத் திட்டத்தின் கீழ் சிறிய ஒற்றை அறை, சிமெண்ட் வீடுகள் கொண்ட குடும்பங்கள் வெகு சிலவாகவே ஹிவாராவில் உள்ளன. பெரிய விவசாயிகள் சிமெண்ட் வீடுகளில் வாழ்கிறார்கள். ஆனால், கிராமத்தில் பாதி மக்கள் கூரைவேயப்பட்ட அல்லது மண்ணினாலும், செங்கல்லி னாலும் செய்யப்பட்ட வீடுகளிலேயே வாழ்கிறார்கள். ஒவ்வொரு முறையும் பெரு மழையோ அல்லது வேகமான காற்றோ வீசும் போதெல்லாம் இவை பிளந்துகொள்கின்றன அல்லது முற்றிலு மாகப் பாதிக்கப்படுகின்றன. கிராமத்துக்குச் செல்லும் சாலையின் வலதுபுறத்தில் உள்ள சில வீடுகள் கடுமையாகப் பாதிக்கப்பட் டிருப்பதாக ராம்ராவ் என்னிடம் கூறுகிறார். அவரது வீட்டிலும் சிறு விரிசல்கள் ஏற்பட்டுள்ளன. அவை சரிசெய்யப்படவேண்டும். இல்லையெனில் அதன் வழியாக மழைநீர் உள்ளே கசியத் தொடங்கிவிடும்.

ஒரு மாதத்துக்கு முன்பு கொடூரமான வெயில் காலம் மக்களை எதுவும் செய்ய விடவில்லை. வெயில் காலங்களில் ஆண்களுக்கும் பெண்களுக்கும் வேலை கிடைப்பதில்லை. அதனால் வெப்பத்திலிருந்து தங்களைப் பாதுகாத்துக்கொள்ள அவர்கள் வீட்டிலேயே இருக்கிறார்கள் அல்லது அருகில் உள்ள நகரங்களுக்குச் சென்று கூலி வேலைபார்க்கிறார்கள். ராம்ராவ் இக்காலகட்டத்தில் தனது பசுக்களையும், ஆடுகளையும் மேய்ப்பதையே முதன்மையாக செய்கிறார்.

சிறிது காலத்துக்கு முன்பு ஆடு மேய்க்கும் ஒரு கிராமத்தவரை சந்தித்தேன். அவரது மந்தையில் நினைத்துப்பார்க்க முடியாத அளவுக்கு அதிக ஆடுகள் இருந்தன. நான் அதுகுறித்து அவரிடம் கேட்டபோது, தெலங்கானாவில் உள்ள ஒரு வியாபாரி சில நாட்கள் பராமரிப்பதற்காக ஆடுகளை அவரிடம் விட்டிருப்பதாகவும், அதற்குப் பின்பு மீண்டும் தெலங்கானாவுக்கு அவற்றை அவர் ஓட்டிச்செல்வார் என்றும் கூறினார். அங்குள்ள விவசாயிகளுக்கு அரசு திட்டத்தின் கீழ் அளிக்கப்பட்ட ஆடுகளை இந்த வியாபாரி சுழற்சி முறையில் பயன்படுத்திவருகிறார் என்று தோன்றியது. தெலங்கானா அரசு விவசாயிகளுக்குக் கொடுக்கவேண்டிய ஆடுகளை இந்த வியாபாரியிடமிருந்து வாங்குகிறது. வியாபாரி அதே ஆடுகளை அந்த விவசாயிகளிடமிருந்து குறைந்த விலைக்கு மீண்டும் வாங்குகிறார். அவற்றை ஹிவாராவில் உள்ள இந்த ஆடு மேய்ப்பவரிடம் அனுப்புகிறார். சற்று காலம் கழித்து தெலங்கானா அரசு புதிய பயனாளிகளுக்கு அளிப்பதற்காக மீண்டும் ஆடுகளை வாங்கும்.

இந்த ஆடு மேய்ப்பவர் இந்த ஆடுகளில் சிலவற்றை விற்றுக் கூடுதல் பணம் சம்பாதித்தால்? அந்த வியாபாரி கண்டுகொள்ள மாட்டார் என்று இவர் கூறினார்.

"எப்படியும் அது ஊழல்தானே" சொல்லிவிட்டுச் சிரிக்கிறார்.

இதற்கிடையே ஆலக்யா வர்ஷினியுடன் அவரிடம் திரும்பி வந்துவிட்டதாக ராம்ராவ் தெரிவிக்கிறார். அவர் ஆலக்யாவுக்குத் திருமணப் பரிசாக அளித்த குளிர்சாதன பெட்டி (refrigerator) உட்பட தனது அனைத்து உடைமைகளையும் அவர் வீட்டுக்கு எடுத்துவந்துவிட்டார். அவரது தங்க நகைகளை மட்டும் அவரது மாமனார், மாமியார் தர மறுத்துவிட்டனர்.

ராம்ராவின் பேத்தி பந்தர்காவுடாவில் உள்ளூர் மருத்துவ மனைக்கு நேர் எதிரே உள்ள கான்வென்ட் பள்ளியில் சேர்க்கப்

பட்டார். அதற்காக அவர் ரூ.60,000 செலுத்தவேண்டியிருந்தது. தனது மகளைப் பற்றி நீண்ட ஒரு விளக்கத்தை அவர் எனக்கு அளிக்கிறார். அதன் பின் எங்கள் உரையாடல் மீண்டும் விவசாயத்தை நோக்கித் திரும்புகிறது.

"நீங்கள் விதைகளையும் பிற உட்பொருட்களையும் வாங்கி விட்டீர்களா" என்று நான் கேட்டேன்.

"இல்லை. இன்னும் இல்லை. ஆனால், வெகுவிரைவில் வாங்குவேன்" என்று பதிலளித்தார்.

"எப்போது?"

"முதலில் நான் பணத்துக்கு ஏற்பாடு செய்கிறேன்."

ராம்ராவ் தனக்கு வழக்கமாகப் பணம் கொடுப்பவர்களிடம் நிச்சயமாகப் பேசியிருப்பார். அத்துடன் பயிர்க்கடனுக்கான சாத்தியங்களைப் பற்றி அறிந்துகொள்ள வங்கிக்கும் சென்றிருப்பார் என்று எனக்கு உறுதியாகத் தெரியும்.

கிராமப்புற வங்கிக் கிளைகள் மெதுவாகக் காணாமல் போய் கொண்டிருக்கின்றன. ஏனெனில், அவை இலாபத்தை ஈட்டித் தருவதில்லை. பருத்தி விவசாயிகளுக்கு, குறிப்பாக வறண்ட நிலங்களைக் கொண்ட குறு மற்றும் சிறு விவசாயிகளுக்குப் பயிர்க்கடன் கிடைப்பது என்பது வானத்தில் ஏறி நிலவைப் பிடிப்பதற்குச் சமமானது.

விதர்பாவில் கடந்த 20 ஆண்டுகளாக வங்கிகளில் பயிர்க்கடன் பெறும் விவசாயிகளின் எண்ணிக்கை 40%க்கு மேல் இருந்ததில்லை. பல அரசு அறிக்கைகளின்படி குறிப்பாக, 2000த்திலிருந்து 2010க்குள் விதர்பாவின் நிலைக் குறித்து அறிய முதன்மை செயலாளர் ஆதர்ஷ் மிஸ்ரா தலைமையில் அமைக்கப்பட்ட திட்டக் குழுவின் உண்மை அறியும் குழுவின் அறிக்கையானது இந்த எண்ணிக்கையை 25% என்கிறது.

வங்கிக் கடன் கிடைப்பது கடினமாகிவிட்ட நிலையில், விவசாயிகள் தங்கள் பயிருக்கும், வீட்டுச் செலவுகளுக்கும் தனிப்பட்ட வட்டிக்கடைக்காரர்களையே நம்பி இருக்கவேண்டிய நிலை ஏற்பட்டுள்ளது. அதில் சிலர் பேராசைமிக்கவர்களாக அமைந்து விடுகின்றனர். கடந்த 10 ஆண்டுகளில் விதர்பா, குறிப்பாக, யவத்மாலில் கிராமப்புற நுண் கடன் நிறுவனங்களும், கிராமப்புற வீட்டுக் கடன் நிறுவனங்களும் நுழைந்திருக்கின்றன. இவை பெண்கள் சுயஉதவிக்குழுக்களுக்கு 20% முதல் 36% ஆண்டு வட்டி

விகிதத்தில் கடன் கொடுக்கின்றன. ஆண்டு முழுவதும் சிறு தொகைகளைக் கடனாகக் கொடுத்துகொண்டிருக்கின்றன. மேலும் வங்கி மற்றும் தனிப்பட்ட நிதி நிறுவனங்கள் தங்க கடன்கள் அதிகரித்துவருவதைக் கண்டிருக்கின்றன. அதாவது, தங்கத்தை அடமானமாக வைத்து கொடுக்கப்படும் கடன். அவர்கள் கொடுத்த கடன்களுக்கு ஈடாக டன் கணக்கில் தங்கம் இந்த நிறுவனங்களின் வசம் உள்ளது.

முன்பெல்லாம் இப்பகுதிகளில் இடைத் தரகர்கள் இருப்பார்கள். இவர்கள் ஆண்டு முழுவதும் விவசாயிகளுக்கு அவர்களது செல வினங்களுக்காகப் பணம் கொடுத்துகொண்டேயிருப்பார்கள். அதற்குப் பதிலாக விவசாயிகள் தங்கள் விளைச்சலை இவர் களிடம் விற்பார்கள். கடன் கொடுப்பவர்களில் சிலர் உண்மையில் இப்படியான குறு மற்றும் சிறு விவசாயிகளிடமிருந்து விளைச்சல் களை வாங்கி ஒன்றுதிரட்டி பெரும் வியாபாரிகளுக்கு விற்பார்கள். ஒருசிலர் மட்டுமே இன்னமும் நன்கு தொழில் செய்துகொண் டிருக்கிறார்கள். ஆனால், அந்தக் கட்டுமானம் ஏறத்தாழ தகர்ந்து விட்டது. புதிய கடன் கொடுப்பவர்கள் உருவாகியிருக்கிறார்கள் - விவசாய உட்பொருட்கள் விற்பனையாளர்கள், அரசு ஊழியர்கள் அல்லது அங்கீகரிக்கப்படாத தனியார் வட்டிக்கடைக்காரர்கள். இவர்கள் குறைந்த கால, அதிக வட்டிக் கடன்களாகக் கொடுத்துப் பெரும் பணத்தை ஈட்டுகிறார்கள். இது சட்டவிரோதமானது. சுரண்டல் தன்மையுடையது. விவசாயிகளுக்கும் அது தெரியும். ஆனாலும் அவர்களுக்குக் கட்டாயம் பணம் தேவைப்படுகிறது.

ராம்ராவ் விதைக்கத் தொடங்கும் முன்பு எனக்குத் தெரிவிப்பதாக உறுதிக் கூறியதுடன் எங்கள் உரையாடல் நிறைவடைகிறது.

இரண்டு நாட்கள் கழித்து விதைக்கப்போவதை சொல்வதற்காக அவர் அழைக்கிறார். மறுநாள் வரச்சொல்கிறார்.

2018 காரிஃப் பருவத்துக்காக ராம்ராவ் விதைக்கப்போகிறார். அவரது தற்கொலை முயற்சிக்குப் பின் இதுதான் பழைய கடின உழைப்பாளி ராம்ராவாக அவர் மீண்டும் தனது வயலில் இறங்கி யிருக்கும் முதல் ஆண்டு. ஏறத்தாழ 20 ஏக்கர் மொத்தப் பரப்பளவு கொண்ட தனது சொந்த நிலம் மற்றும் குத்தகை நிலங்களில் அவர் தனது கவனத்தை முழுமையாகச் செலுத்தியுள்ளார். அத்துடன் யவத்மாலில் உள்ள விவசாய அலுவலருக்கு ஹிவாராவில் உள்ள 45 ஏக்கர் நிலத்தையும் மேலும் இருவரின் நிலங்களையும் மேற் பார்வை செய்யவும் அவர் ஒப்புக்கொண்டுள்ளார். ஒரே நாளில்

இத்தனையையும் அவரால் எப்படிச் சமாளிக்க முடிந்தது என்று நான் ஆச்சரியப்பட்டேன். அவரது அண்ணன் மகன் பிரவீனின் நண்பர் 'தன்மை கிரிஷிகேந்த்ரா'வின் உரிமையாளர். அவரிடமிருந்து விதை களையும் மற்ற உட்பொருட்களையும் கடனில் வாங்கியதாகக் கூறுகிறார். ஒரே நேரத்தில் விதைப்பை நடத்தாமல் இடைவெளி விட்டு நடத்தப்போவதாகக் கூறுகிறார். இது செலவினங்களையும் ஒரே நேரத்தில் ஏற்படுத்தாமல் சற்று நிதானிக்க வைக்கும். தனது தந்தை அசோக்ராவையும் ராம்ராவையும் பி.ஜி-II வகையைச் சேர்ந்த புதிய கலப்பின பருத்தியை வாங்குமாறு பிரவீன் அறிவுறுத்தினார். சந்தையில் ஏறத்தாழ 3,000 பி.டி. பருத்தி கலப்பினங்கள் கிடைக் கின்றன. ராம்ராவ் நான்கு வெவ்வேறு வகையிலான பி.டி. பருத்தி கலப்பினங்களின் 450கிராம் விதைப் பைகள் 20 வாங்கினார். மேலும் துவரை 8 பைகளும், 2 சோளப் பைகளும் சில பைகள் உரமும் வாங்கினார்.

கடந்த மே மாதம் இவரது துவரை விளைச்சலை சில குவிண் டால்கள் வாங்கிய ஒரு சிறு வியாபாரி அதற்கான தொகையைத் தற்போது அளித்துள்ளார். இதை கூலி கொடுப்பதற்கு அவர் பயன்படுத்திக் கொள்வார். அவரது நிலம் விதைப்புக்கு ஏற்ற ஈரப்பதத்தோடு இருக்கிறது. மழை தாமதித்தாலும் அவரது கிணற்றி லிருந்து அவரால் அவர் நிலத்துக்கு பாசனம் செய்ய இயலும். இத்தகைய வசதி விதர்பாவில் பெரும்பாலான விவசாயிகளுக்கு இருப்பதில்லை. மழையை மட்டுமே நம்பியுள்ள விவசாயிகள் ஜூலை மாத நடுப்பகுதி வரை தங்கள் விதைப்பை முடிக்கக் காத்திருக்க வேண்டும். தொடக்கத்தில் பெய்த சிறு மழைக்குப் பின் ஜூன் மாதத்தில் பொதுவாக வறண்ட நிலையே காணப்பட்டது. ஆனாலும் இதுதான் விதைப்புக்குத் தோதான மாதமாகும். எவ் வளவு விரைவாக விதைக்கிறோமோ அவ்வளவுக்கு அது விளைச்ச லுக்கும் ஒட்டுமொத்தப் பயிர் வளர்ச்சிக்கும் நல்லது.

ஜூன் 9 காலை நான் ராம்ராவின் வீட்டுக்குள் நுழைந்தபோது, வீடு கலகலப்பாக இருக்கிறது. முதல்முறையாக ஒரு குளிர்சாதனப் பெட்டியும் ஒரு பெரிய இரட்டைக் கட்டிலும் சில ஸ்டீல் பாத்தி ரங்களும் வீட்டில் இருப்பதைக் கண்டேன். ஆலக்யாவுடன் வந்த பொருட்களால் ராம்ராவின் வீடு நிறைந்துள்ளது.

குளிர்ச்சியான தண்ணீரை எனக்குத் தரும்போது ராம்ராவ் பரவச மடைந்திருக்கிறார்.

ஆலக்யா வீட்டில் இருக்கிறார். அவர் அவர்களுக்காகவும் பண்ணையில் வேலை செய்பவர்களுக்காகவும் சப்பாத்திகளையும் சோற்றையும் காய்கறிகளையும் பெருமளவில் சமைக்கிறார். இரண்டு பெண்கள் அவருக்குச் சமையலில் உதவியாக இருக்கிறார்கள்.

முன் முற்றத்தில் 10-12 இளம் பெண்களும் ஆண்களும் குத்துக் காலிட்டு அமர்ந்திருக்கிறார்கள். கிராமத்தில் இத்தனை இளை ஞர்கள் இருப்பதைப் பார்க்க எனக்கு ஆச்சரியமாக இருந்தது. ஏனெனில், இதற்குமுன் ஹிவாராவில் அவர்களில் பெரும் பாலானவர்களை நான் பார்த்ததில்லை. கணபதி விழா அல்லது துர்கா பூஜையின் போது மட்டுமே அவர்களில் சிலரை நான் கண்டிருக்கிறேன். இருவர் விலை குறைந்த தங்களது தொடுபேசி யில் மூழ்கிப்போயிருக்கிறார்கள். மற்றவர்கள் அவர்களது தாய் மொழியான கோந்தி மொழியில் பேசிக்கொண்டிருக்கிறார்கள். ஓரிருவர் தங்களைச் சுற்றி நடக்கும் அரட்டைகளை வெறுமனே கவனித்துக்கொண்டிருக்கிறார்கள்.

அகலமான தோள்களைக் கொண்ட உயரமான நடுத்தர வய துடைய மனிதர் ஒருவருக்கு ராம்ராவ் சில உத்தரவுகளை இட்டுக்கொண்டிருக்கிறார். தன் கையில் புகையிலையைக் கசக்கிக் கொண்டே அந்த மனிதர் ராம்ராவ் சொல்வதைக் கேட்டுக் கொண்டும் தலையாட்டிக்கொண்டும் அவ்வப்போது இடையிட்டு திருத்திக்கொண்டும் இருக்கிறார். இருவரும் ஆழமான உரை யாடலில் இருக்கிறார்கள். பின்னர் அந்த மனிதர் புகையிலையை ஒரு தட்டுத்தட்டி தன் இரு விரல்களால் அதை எடுத்து தனது வாயில் கீழ் உதட்டுக்கு அடியில் அழுத்துகிறார். இதுதான் இங்குப் புகையிலை போடும் முறை.

அவர் தீபக் கோச்சடே. ராம்ராவிடம் முன்பு பண்ணையாளாக வேலைப்பார்த்தவர். விதைப்பதில் வல்லுநர். எப்போதுமே கோச்சடேயும் அவரது குழுவினருமே விதைப்பை நடத்துவார்கள்.

“ஓடை முனையிலிருந்து தொடங்குங்கள்” ராம்ராவ் அவர் களிடம் கூறுகிறார். “இரு வரிசைகளுக்கிடையே போதுமான இடைவெளி விடுங்கள். சென்ற முறை நாம் போதுமான இடை வெளி விடவில்லை. அதனால் அது விளைச்சலைப் பாதித்து பூச்சி களையும் கொண்டுவந்தது.”

“சரி ஐயா” கோச்சடே குறித்துக்கொள்கிறார். அவருக்கே மூன்று ஏக்கர் நிலம் சொந்தமாக உள்ளது. அதில் அவர் பருத்தியும், துவரையும் பயிரிடுகிறார். அத்துடன் கூடுதலாக விவசாயக் கூலி

வேலையும் செய்கிறார். ஏனெனில், அவரது நிலம் மேம்போக்கான மண்ணையும், நிறைய பாறைகளையும் கொண்ட மழை சார்ந்த நிலமாகும். அது அவரது குடும்பத்தைக் காக்கப் போதுமான வருமானத்தைத் தருவதில்லை. அவரும் அவரது மனைவி ரேகாவும் பிறர் வயல்களில் வேலை செய்கிறார்கள். அதில் கிடைக்கும் கூலியை வைத்து தங்கள் நிலத்தை உழுகிறார்கள்.

"இவற்றையும் எடுத்துச்செல்லுங்கள்" ராம்ராவ் கோச்சடேயிடம் கூறுகிறார். அவர் கைக்காட்டும் திசையில் ஒட்டும் தன்மையுடைய மஞ்சள் நிற தாள்கள் தொங்கிக்கொண்டிருக்கும் 5-6 இரும்புச் சட்டங்கள் இருக்கின்றன. "விதைகளோடும் உரங்களோடும் இதையும் வண்டியில் ஏற்றுங்கள்."

"அவை ஃபெரோமோன் பொறிகள் (pheromone traps)" ராம்ராவ் என்னிடம் சொல்கிறார்.

இளஞ்சிவப்புப்புழுக்கள் உள்ளிட்ட பூச்சிகளைக் கட்டுப் படுத்துவதற்கு எளிதான, விலை குறைவான இயற்கையான வழிமுறையே ஃபெரோமோன் பொறிகளாகும். தாளின் வாசனை மற்றும் பளபளப்பினால் ஈர்க்கப்பட்ட புழுக்கள் கூம்பு வடிவ பொறியில் உள்ளிழுக்கப்பட்டு இறந்துபோகின்றன. இதை வயல் வெளி எங்கும் பயிர் வரிசைளுக்கிடையே போட்டுவைத்தால் பூச்சிகள் முட்டைப் பொரித்து வளர்வதைத் தடுக்கின்றன. 2017இல் இளஞ்சிவப்புப்புழுவின் அட்டகாசம் ராம்ராவையும் பிற விவசாயிகளையும் இந்த வழிமுறையை மேற்கொள்ளத் தூண்டின. இது தொடக்க நிலையிலேயே பூச்சிகளைக் கட்டுப்படுத்த உதவுகிறது.

தனக்கும் இவை வேண்டுமென கோச்சடே கூறுகிறார். பந்தர் காவுடா சந்தையில் குறைந்த விலையில் இவை கிடைக்கும் என ராம்ராவ் சொல்கிறார். ஒரு பொறியின் விலை ரூ.200. அந்த இரும்புச் சட்டங்கள் ராம்ராவுடையவை. மரச் சட்டங்களிலும் ஃபெரோமோன் பொறிகளை அமைக்க முடியும்.

"நான் சொன்னதை நினைவு வைத்து செய்யுங்கள்" ராம்ராவ் வலியுறுத்துகிறார். கோச்சடே தலையாட்டுகிறார். "பழைய பயிர் எச்சங்களை நீக்குங்கள். மாடு கட்டிய ஏரை நேர்கோடுகளில் உழுங்கள். பயிர் எச்சங்களை எரித்துவிடுங்கள். மீண்டும் உழுங்கள். இரண்டு அடி இடைவெளியில் ஒன்று அல்லது இரு விதைகளை பெண்கள், சிறுமிகள், சிறுவர்கள் வைத்து விதையுங்கள்."

காடு போர்கானைச் சேர்ந்த மஜித்கான் உழும் சக்கரம் பொறுத்தப் பட்ட டிராக்டரைக் கொண்டுவருவார். கோச்சடே ராம்ராவிடம் சொல்கிறார். “அவருக்கு ரூ.500 கொடுக்க வேண்டும்.”

ராம்ராவ் கோபமாகப் பதிலுரைக்கிறார். “இந்த விலையெல் லாம் வேற்று கிரகத்தைச் சேர்ந்ததா என்ன?”

“சரி!, விலையைச் சற்றுக் குறைத்துக்கொள்ளுமாறு கேட் கிறேன்.” கோச்சடே புன்னகைக்கிறார்.

உழும் சக்கரங்கள் நேரத்தையும் முயற்சியையும் குறைக்கின்றன. அவை வயலை அப்படியே புரட்டிப்போட்டு மண்ணைப் பிளந்து காய்ந்த பயிர் எச்சங்களை நசுக்கிவிடுகின்றன. அவ்வாறு செய்து முடித்த பின் பயிர் எச்சங்களைச் சேகரிப்பதும் எரிப்பதும் எளி தாகிறது. இந்த இயந்திரங்கள் நிலத்தை மிருதுவாக்கி காற்றோட்ட மாக்கி செடிகளும் காய்கறிகளும் விரைவாக வளர உதவுகின்றன.

கோச்சடே வேலையாட்களுடன் வீட்டைவிட்டு வெளியேறு கிறார். அவர்கள் ராம்ராவின் வயலை நோக்கிச் செல்கிறார்கள். அவர்கள் ராம்ராவின் உத்தரவுகளைப் பின்பற்றுகிறார்கள். ஆனால், அப்படியே அல்ல. தங்களது சொந்த அனுபவங்களின் மூலம் சிலவற்றைச் செய்வார்கள். ஆனால், எப்படியும் அவரின் வயலை விதைப்புக்குத் தயார்ப்படுத்திவிடுவார்கள்.

ஒரு காலத்தில் ராம்ராவும் அவரது குடும்பமும் இந்த வேலை களைத் தாங்களே பெரும்பாலும் செய்தனர். வேலையாட்கள் தேவைப்படவில்லை. ஆனால், இப்போதெல்லாம் எல்லா வேலைகளையும் தானே செய்ய அவரால் முடிவதில்லை.

விதைப்பில் வேலையாட்களுடன் ஆலக்யாவும் இணைந்து கொள்வார். அதிகாலையில் அவரும் ராம்ராவும் ஒரு சின்ன பூஜையைச் செய்கின்றனர். இது ஒரு நல்ல பருவகாலமாக அமைய வேண்டும் என்று தேங்காய் உடைத்து வேண்டிக்கொள்கின்றனர். கிணறு இருப்பதால் இந்தப் பருவகாலத்தில் ஹிவாராவிலேயே முதன்முதலில் விதைப்பைத் தொடங்கும் வயல் இவர்களுடையது தான். மழை வந்து மண்ணைப் போதுமான அளவுக்கு ஈரமாக்கும் வரை குத்தகைக்கு எடுக்கப்பட்ட நிலங்கள் காத்திருக்க வேண்டும்.

“இந்தப் பூஜை எதற்காக?” என்று நான் கேட்கிறேன்.

“எங்களை நாங்களே சமாதானம் செய்துகொள்ள இதனை செய்கிறோம்” ராம்ராவ் உரக்கச் சிரித்தவாறே தொடர்கிறார். “இந்த ஆண்டு எந்த வகையிலும் மாறாக இருக்காது என்று எனக்குத் தெரியும்.”

தனது சேலையின் மீது சட்டை அணிந்துகொண்டு ஆலக்யா செல்ல உடன் நானும் ராம்ராவும் வயலுக்குச் செல்கிறோம். அங்குக் கூடியுள்ள வேலையாட்கள் விதைக்கத் தயாராய் நிற்கிறார்கள். அவர்கள் அனைவரும் தங்கள் தலையைப் பருத்தித் துணியால் மூடி கட்டியிருக்கிறார்கள். நிலம் பழைய பயிர் எச்சங்கள் நீக்கப் பட்டு இருக்கிறது. கோச்சடே பின்புறம் ஏர் கட்டப்பட்ட மாட்டு வண்டிகளை நிலத்தில் ஓட்டிக்கொண்டிருக்கிறார். இதன்மூலம் ஈரப்பதமான நிலத்தில் விதைப்பதற்கான வரிசைக் குழிகளை ஏற்படுத்துகிறார். இதில் வேலையாட்கள் விதைகளை நடுவார்கள்.

நான் ஒருமுறை "ஏன் செடிகள் நேர் வரிசையில் வளர்க்கப்பட வேண்டும்" என்று கேட்டேன். அவர் உடனே "ஏனெனில், மாடுகள் அப்படித்தான் நடக்கும்" என்றார். பிற்காலத்தில் வட்டமாகச் சுற்றும் இயந்திரத்தைக் கண்டுபிடித்தால் செடிகளும் அவ்வாறு வளரக்கூடும். ஆனால், வரிசைகளில் வளரும்போது செடிகளைப் பராமரிப்பது எளிதாகிறது. களைகளை நீக்கவும் உரமிடவும் நீர்ப் பாய்ச்சவும் எளிதாக இருக்கிறது. மாடுகள் நேராக நடந்து வயலின் எல்லையில் மெதுவாக அடுத்த வரிசைக்குத் திரும்புகின்றன. பின்பு மீண்டும் நேராக நடக்கின்றன. இவ்வாறு விதைப்புக்கான வரிசை களை உருவாக்குகின்றன. ஏரின் அகலம் தேவைக்கேற்ப மாற்றிக் கொள்ள கூடியது. அவர் பருத்தியை நடுகிறார் என்றால், மிக அதிகப்பட்ச அகலமான 4 முதல் 5 அடி அகலம் வைக்கப்படுகிறது. ஆனால், அதுவே சோயாவாக இருந்தால் 1 அடி அளவுக்கு அதைக் குறுக்க வேண்டும்.

★ ★ ★

ராம்ராவ் தனது வயலை இயந்திரமயமாக்கவில்லை. காளை மாடுகளின் உரிமையாளர்களுக்கும் வேலை கொடுப்பது முக்கியம் என்று கருதுகிறார். கிராமப்புறங்களில் பெரு இயந்திரங்களில் முதலீடு செய்வது ஒரு ஆபத்தான முதலீடாகவே பார்க்கப்படுகிறது. அவை மின்சாரம், எரிபொருள் பயன்பாட்டையும் செலவினத் தையும் அதிகரிக்கக் கூடியவை. மிகப் பெரும் நிலவுடைமை யாளர்களாகப் பெரும் விளைச்சல்களை ஏற்படுத்தக்கூடியவராக இருந்தாலோ அல்லது உங்கள் இயந்திரங்களை ஆண்டு முழுவதும் பிற விவசாயிகளுக்கு வாடகைக்கு விடக்கூடிய நிலையில் இருந் தாலோ மட்டுமே அத்தகைய முதலீடு பயன் தரும். இந்த ஆண்டு பெரும்பாலான விவசாயிகள் இயந்திரங்களைவிட காளைகளையே தங்களது விவசாயத் தேவைகளுக்கு வாடகைக்கு எடுப்பார்கள்

என்று ராம்ராவ் உறுதியாக என்னிடம் கூறுகிறார். ஏனெனில், டீசல் மற்றும் பெட்ரோல் விலைகள் அதிகரித்துவருகின்றன. விவசாயிகளோ கடந்த ஆண்டின் பூச்சித்தாக்குதலினால் நட்டத்தைச் சந்தித்து நிற்கின்றனர்.

வேலையாட்கள் ஒரு மெல்லிய பருத்தித் துணியினால் செய்யப்பட்ட சுருக்குப் பைகளில் விதைகளைப் போட்டு அதனைத் தங்கள் இடுப்பைச் சுற்றி கட்டியிருக்கிறார்கள். பெண்களே விதைகளை நடுவது என்பது ஒரு குறியீடாகவே உள்ளது. விதைகளைக் கையாள்வதும் அதை விதைப்பதும் நுட்பமான வேலையாகும். அது செழிப்பு மற்றும் உற்பத்தியோடு நெருங்கிய தொடர்புடையது. 30-40 வருடங்களுக்கு முன் பெண் விவசாயிகள் அடுத்த பருவத்துக்காக வைத்திருக்கக்கூடிய வீட்டு விதைகளை மாட்டு சாணத்தால் மெழுகி அதன் பின்னரே விதைக்க அனுப்புவார்கள். தங்கள் விதைகளையே பயன்படுத்திய காலத்தில் ஒவ்வொரு ஆண்டும் விதைகளை வாங்க வேண்டிய தேவை இருக்கவில்லை. ஆனால், விளைச்சலும் அதிகமாக இருக்கவில்லை. அதன் பிறகு 80களின் பிற்பகுதியிலும் 90களின் தொடக்கத்திலும் கலப்பின விதைகள் வரத் தொடங்கின. விவசாயிகள் பெரும் விளைச்சலைக் கொடுக்கக்கூடிய விதை வகைகளைச் சந்தையிலிருந்து வாங்கத் தொடங்கினர். 2000களின் தொடக்கத்தில் பி.டி. பருத்தி கலப்பின விதைகள், பூச்சிகளிலிருந்து பாதுகாப்பதாகவும் பெரும் விளைச்சலைத் தருவதாகவும் உறுதிகூறி சந்தைகளில் நுழைந்து ஆக்கிரமித்தன. இவற்றிலெல்லாம் மாறாத ஒன்றே ஒன்று விதைகளைக் கையாள்வதும் நடுவதும் இன்னமும் பெண்களாக இருப்பதுதான்.

தற்போது, ராம்ராவின் நீண்டகால பண்ணை வேலையாளான மீராபாயும் வேறு ஆறு பெண்களும் 10-12 வயதுடைய நான்கு சிறுமிகளும் விதைகளை விதைக்கத் தயாராகின்றனர். 11ஆம் வகுப்பு படிப்பதாகக் கூறிக்கொண்ட ஒரு சிறுவனும் அவர்களுடன் இணைகிறான்.

அது வலி மிகுந்த முதல் நாளாக இருக்கும்.

"மாலைக்குள் எனது கால்களும் முதுகும் வலியெடுத்துவிடும். ஆனால், நாளை காலை சரியாகிவிடுவேன்" என்று அந்தச் சிறுவன் ஒரு வெட்கப் புன்னகையுடன் கூறுகிறான். விதைக்கும் காலம் முழுவதும் பெரும்பாலான வேலையாட்கள் வலி நிவாரணிகளை உட்கொள்கிறார்கள். வெப்பம் மிகுந்த சூழலில் விதைகளை விதைப்பது என்பது முதுகு ஒடியும் ஒரு வேலையாகும்.

ராம்ராவும் ஆலக்யாவும் இறுதியாக ஒரு முக்கிய உத்தரவை வேலையாட்களுக்கு இடுகிறார்கள்.

"பசந்த் வகையை அந்தப் பக்கம் – இடது கடைசி மூலையில் நடுங்கள்."

"பின்னர் இவற்றை, ராசி-659, இரண்டு மூன்று வரிசைகளில் நடுங்கள்."

அதன் பிறகு மத்தியில் நாங்கள் நின்றுகொண்டிருப்பதற்கு நேர் எதிரே யூ.எஸ். அக்ரி சீட்ஸ் (US Agri seeds) நிறுவனத்தின் பி.ஜி-II கலப்பின வகையைச் சேர்ந்த 70-67 விதைகளை நடுமாறு சொல்கிறார். இந்த விதைகளையே பிரவீன் பரிந்துரைத்து இந்த ஆண்டு முயற்சி செய்து பார்க்குமாறு கூறியிருந்தார்.

"70-67-ஐ அடுத்து சோதனை செய்யப்பட்ட KCH-15-K39 வகை விதையான மோக்ஷாவை நடுங்கள். வலது கடைசியில் காவேரி விதைகள் நிறுவனத்தின் KCH-100-ஐ நடுங்கள்."

ராம்ராவ் இதை தனது மனதில் குறித்துக்கொள்கிறார். ஆலக்யா விதைகளைக் குழுக்களுக்கிடையே பிரித்துக் கொடுக்கிறார். ஒவ்வொரு குழுவும் ஒரு வகையினை மட்டுமே விதைக்குமாறு விடப்படுகின்றனர். ஆலக்யா மற்ற இரு பெண்களுடன் இணைந்து 70-67-ஐ நடுகிறார். அந்தச் சிறுவனும் இரு சிறுமிகளும் இடது ஓரத்துக்குச் சென்று பசந்த் வகையை நடுகிறார்கள். பிறரைக் குறிப்பிட்ட இடங்களுக்குப் பிரிந்து சென்று விதைப்பைத் தொடங்குமாறு ராம்ராவ் கூறுகிறார். மாலைக்குள் அந்த 5 ஏக்கர் வயலும் அல்லது அதன் பாதியளவேனும் விதைக்கப்பட்டிருக்க வேண்டும்.

ஆண்டு முழுவதும் இந்த வெவ்வேறு வகை விதைகள் ஒரே தட்பவெட்ப, புறச் சூழல்களில் எவ்வாறு வளர்கின்றன என்பது குறித்து அவர் தொடர்ந்து கண்காணிப்பார்.

இடையே துவரையைப் பயிரிட ஒரு வரிசையை விடுவார்கள். 8 துவரை விதைப் பைகளை அவர் வாங்கியிருக்கிறார். தனது வீட்டுத் தேவைக்காக ஒரு மூலையில் சோளம் நடவிருக்கிறார். துவரையைப் பருத்திக்கு ஊடு பயிராகப் பயிரிடும் வழக்கம் விதர்பாவில் ஒரு பழமையான பழக்கமாக இருந்து வருகிறது. இரண்டு வரிசைக்கு இரண்டு வரிசை அல்லது இரண்டு வரிசைக்கு ஒரு வரிசை அல்லது சில விவசாயிகள் இரண்டு வரிசைக்கு மூன்று வரிசை நடுவதுண்டு. முதலில் குறிப்பிட்டது பருத்தியின் வரிசைகள். இரண்டாவது குறிப்பிட்டது துவரையின் வரிசைகள்.

60களிலும் 70களிலும் ஒட்டுமொத்தப் பயிரிடப்பட்ட நிலத்தில் 40% கூட பருத்தி இருந்ததில்லை. சோளம், பருப்பு வகைகள், சூரியகாந்தி, குங்குமப்பூ, மக்காச்சோளம் போன்ற உணவுப் பயிர்களே பிற இடங்களில் பயிரிடப்பட்டிருந்தன. 80களில் தொடங்கி 90களுக்குப் பிறகு இப்பகுதியில் பருத்தி ஒற்றைப் பயிராக எழுந்தது. உணவுப் பயிர்களும் எண்ணெய் மூலப்பயிர்களும் குறையத் தொடங்கின.

விதைப்பு முடிந்தவுடன் யூரியாவும் உரங்களும் தெளிக்கப்படும். இது ஊட்டமும் விதைகள் வளமுடன் துளிர்க்கவும் உதவும். இரண்டு நாட்கள் விதைப்பதற்கு ராம்ராவுக்கு ரூ.15,000 முதல் ரூ.20,000வரை கையிருப்புப் பணமாகத் தேவைப்படும். ஏனெனில், வேலையாட்களுக்கு உடனடியாகக் கூலியைக் கொடுத்தாக வேண்டும். மேலும் விதைகள் தேவைப்படின் அவற்றை உடனே வாங்குவதற்குப் போதுமான பணம் கையில் இருக்க வேண்டும்.

“அடியற்ற பானைக்குள் பணத்தைக் கொட்டுவதைப் போன்றது இது. எவ்வளவு போட்டாலும் போதுமானதாக இருப்பதில்லை” என்று வெறுமையுடன் கூறுகிறார்.

இந்த நாள் முதல் வயலில் செலவு செய்ய தொடர்ச்சியான பணப் புழக்கம் ராம்ராவுக்குத் தேவைப்படுகிறது. தனது வீட்டுத் தேவைகளை வயலின் தேவைகளுக்கும் பணத்தைப் புரட்டுவதற்கான தனது திறனுக்கும் ஏற்ப சுருக்கிக்கொள்ள வேண்டும். அவ்வாறு செய்வதற்கு அவர் தொடர்ந்து பல கதவுகளைத் தட்ட வேண்டும். ஏதேனும் சேமிப்பு இருந்தால் அதையும் பயன்படுத்த வேண்டும். வேறு வழியே இல்லையெனில் சொத்துகளையும் விற்க வேண்டும்.

ஆண்களும் பெண்களும் அமைதியாகத் தங்கள் வேலைகளைச் செய்துகொண்டிருக்க ராம்ராவ் என்னை ஒரு அத்திமரத்தின் நிழலுக்கு அழைத்துச்செல்கிறார். காய்ந்த சருகுகளைப் பிடுங்கி நான் உட்கார ஒரு பாய் விரிக்கிறார். எங்களுக்கான மதிய உணவு அங்கு ஏற்பாடு செய்யப்பட்டிருக்கிறது. காகிதத்தில் சுற்றி ஆலக்யாவும் பிற பெண்களும் கொண்டு வந்துள்ளதை நாங்கள் உண்போம். அது ஒரு கூட்டுப் பந்தியாக இருக்கும்.

ஏர் நேர் வரிசைகளில் நிலத்தை உழ ஆண்களும் பெண்களும் அதில் நிதானமாகவும் ஆனால், சுறுசுறுப்பாகவும் முதுகு ஒடியவும் எவ்வாறு விதைகளை நடுகிறார்கள் என்பதை நான் நாள் முழுவதும் கண்டேன். எழுந்து நின்று தங்கள் சுருக்குப் பையிலிருந்து

விதைகளை எடுத்து குனிந்து விதைகளைத் தங்கள் விரல் இடுக்கு களின் வழியே இரண்டு மூன்று அல்லது சில சமயங்களில் நான்கு இடங்களில் அடுத்தடுத்து போடுகிறார்கள். ஒரு இடத்தில் இரண்டு விதைகள். ஒன்று தவறினாலும் மற்றொன்றாவது பிழைத்திருக்கும். 450 கிராம் பை ஒவ்வொன்றும் 65% பிழைப்புத் தன்மையைக் கொண்டவை. ஒரு ஏக்கருக்கு ராம்ராவ் குறைந்தது மூன்று விதைப் பைகளைப் பயன்படுத்துவார். விளைச்சலுக்காக அவர் அக்டோபர் மாதம்வரை காத்திருக்க வேண்டும்.

காட்டுச் செடிகளையும் ஆண்டு முழுவதும் காணக் கிடைக்கும் செடிகளையும் பயிர்களாக மாற்றவும் காட்டு உயிரிச் சூழலை விவசாயமாக மாற்றவும் மனிதனுக்குள்ள திறனே நவீன நாகரிகத்தின் உட்கூறாக உள்ளது. ஒரு விதையை நட்டு அது உயிர்ப் பெற்று, முதலில் மலர்கள், பின்னர் காய்கள், பின்னர் அந்தக் காய்கள் வெடித்து இயற்கை நார் என்று ஒவ்வொரு நாளும், மெதுவாக ஆனால், உறுதியாக வளர்ந்து வருவதைக் காண்பது என்பது மிக அற்புதமான அனுபவமாகும். ஒரு பருத்தி விதையிலிருந்து பல மலர்கள். பின் காய்கள், விதைகள். ஒரு சோள தானியத்திலிருந்து பல தானியங்கள். ஒரு சோயாபீனிலிருந்து பல பீன்கள்.

வயலில் வாழ்வு மிக மெதுவாகவே செல்கிறது. அண்மைக்கால வரலாற்றில்தான் நாம் செடிகளின் வளர்ச்சியை வேகப்படுத்தும் செயற்கை முறைகளைக் கண்டறிந்துள்ளோம். இதை விவசாயிகள் விவசாயத்தை வேகப்படுத்த மேலும்மேலும் பயன்படுத்தத் தொடங்கியுள்ளனர்.

தொழில் மற்றும் பொருளாதாரத்தை ஒதுக்கிவிட்டு, விதை, அதன் வளர்ச்சி, உயிர்ப்பு, இயற்கை ஆகியவற்றில் மட்டுமே கவனம் செலுத்தினால் விவசாயச் சுழற்சி என்பது மயக்கும் தன்மை வாய்ந்தது. ஆனால், பொருளாதாரத்தை முன்வைத்தால் நீங்கள் ஒரு சுழலுக்குள் மாட்டிக்கொள்வீர்கள். சந்தையின் நிச்சயமற்றத் தன்மைகள், இயற்கையின் புரியாதப் போக்குகள், விலை ஏற்றத் தாழ்வுகள், வயலில் தனித்த வாழ்வு என இவையனைத்தும் சாவு மணியைப் போல எவருக்கும் தோன்றக்கூடும்.

★ ★ ★

அடுத்த நாள் அதிகாலை தனது வேலையாட்களை அவர்களது இல்லங்களிலேயே எனக்கு அறிமுகப்படுத்த ராம்ராவ் விழைகிறார்.

இந்தியக் கிராமப்புறங்கள் நீண்ட நாட்களாக இந்த விசித்திர மான சூழலை சந்தித்து வருகின்றன. கிராமப்புறத்தில் விவசாயம்,

விவசாயம் அல்லாத வேலை வாய்ப்பு என்பது தேக்க நிலையை அடைந்து, குறைந்து, ஏறத்தாழ இல்லாமல் போனது. விதைப்பு, களையெடுத்தல் அல்லது பருத்தி பறிக்கும் காலங்களில் வேலையாட்கள் கிடைப்பதில் உள்ள சிக்கல்களை நீங்கள் சந்திப்பீர்கள். சில சமயங்களில் கிராமத்தவர் நகரங்களிலிருந்து வேலையாட்களை அதிகக் கூலிக்கும் அவர்களது போக்குவரத்துக்கு ஏற்பாடு செய்தும் அழைத்து வருவதுண்டு. பண்ணையாட்களுக்காக விவசாயிகள் கோபத்துடன் ஒருவருடன் ஒருவர் போட்டியிடுவதை நீங்கள் பார்க்கலாம். ராம்ராவுக்கு அவரது வேலையாட்களுடன் இருப்பதைப்போல தனிப்பட்ட அன்புடனும் பல தலைமுறைகளைக் கடந்த உறவுடனும் உள்ள பழக்கம் தற்போது விவசாயிகளுக்கும் அவர்களது வேலையாட்களுக்குமிடையே காண்பது அரிதானது. வேலையாட்களின்றி விவசாயம் சாத்தியமற்றது என்பதை ராம்ராவ் அறிந்தே வைத்திருக்கிறார்.

பீம்ராவ் தேவ்ராவ் அத்ரம், அவரது மனைவி பார்வதிபாய் ஆகிய இருவரையும் நாங்கள் முதலில் சந்திக்கிறோம். இவர்கள் ஒரு காலத்தில் ராம்ராவின் பண்ணையில் வேலைப்பார்த்து வந்தார்கள். ஆனால், இந்த வயதான தம்பதி தற்போது வேலைப்பார்ப்பதை நிறுத்திவிட்டார்கள். பார்வதிபாய்க்குச் சுருக்கங்களுடன் கூடிய ஆனால், புன்னகைத் தவழும் முகம். அவர் நெற்றியில் பெரிய பொட்டு ஒன்றை வைத்திருக்கிறார். புகையிலையுடன் வெற்றிலையைக் தொடர்ந்து மென்றுகொண்டிருக்கிறார். அது அவரது வாயைச் சிவப்பாக்கியிருக்கிறது. இந்தத் தம்பதியினர் ஒரு காலத்தில் ஆண்டு முழுவதும் பிறரது வயல்களில் உழைத்து அதில் கிடைக்கும் சொற்பக் கூலியில் வாழ்ந்து வந்தனர். பல ஆண்டுகளாகச் சேமித்தப் பணத்தைக் கொண்டு தங்கள் குழந்தைகளுக்குத் திருமணம்செய்து கொடுத்தனர். இப்போது மூத்த மகளுடன் வாழ்கின்றனர். ஆனாலும் சிறு தொகைகளாகப் பணத் தேவை ஏற்படும்போது அவர்கள் ராம்ராவிடமே கேட்கிறார்கள்.

அறுவடை முடிந்த பிறகு வேலையாட்களுக்கும் ஒரு சிறு பங்கு பயிர் பிரித்துக் கொடுக்கப்பட்ட காலத்தைப் பற்றி வயதான அந்த மனிதர் என்னிடம் கூறுகிறார். அது சர்வா என்று அழைக்கப்பட்டது. அந்த நிலவுடைமையாளருக்காக உழைத்ததற்காகக் கொடுக்கப்படும் ஊக்கம் அது. நவீன விவசாயம் எழுந்த பிறகு அந்தப் பழக்கம் ஒழிந்துபோனது. மக்களுக்குப் பணமே தேவைப் பட்டது. பயிர்களைக் கூலியாக வாங்கி அதன் நிச்சயமற்ற

விலைகளினால் கையைச் சுட்டுக்கொள்வதற்குப் பதிலாகப் பணம் நிச்சயத்தன்மை வாய்ந்ததாக இருந்தது. எந்த வேலையாளும் இடர்களிலும் ஆபத்துகளிலும் பங்குகொள்ள விரும்பவில்லை. அவையெல்லாம் ராம்ராவின் தலைவலி என்று அந்த வயதான மனிதர் பகடிச் செய்கிறார்.

அடுத்தப்படியாக நாங்கள் தீபக் கோச்சடேயின் வீட்டுக்குச் செல்கிறோம். அவர் தன் வயலுக்குச் சென்றிருந்தார். அங்கு தனது வீட்டுத் தேவைக்காக சோளமும், ஒரு ஏக்கரில் பணத் தேவைக்காகப் பருத்தியும் விதைக்க இருக்கிறார். அவரது மனைவி ரேகா எங்களுக்குக் கறுப்புத் தேநீர் கொடுக்கிறார். அது கரும்புச்சாறை விட இனிப்பாக இருக்கிறது. அவர்களது வீடு இந்திரா ஆவாஸ் யோஜனாவின் கீழ் கட்டப்பட்ட சிறிய இரு அறைகளைக் கொண்ட சிமெண்ட் வீடு என்று ரேகா கூறுகிறார். 40வயதுகளில் இருக்கும் அந்தத் தம்பதியினர் மிக குறைந்தபட்ச தேவைகளைக் கொண்டவர்கள். சில சமயம் ராம்ராவ்தான் அவர்களது அவசரத் தேவைகளைக் கவனித்துக்கொள்கிறார். அவர்களுக்குப் பதின் வயதில் ஒரு மகன் இருக்கிறான். ராம்ராவின் வயலில் துடிப்புடன் ஆனால், கூச்சத்துடன் இருந்த அந்தச் சிறுவன்தான் இவர்கள் மகன். இரண்டு மூத்த மகள்களும் திருமணமாகித் தூர கிராமங்களில் மகிழ்ச்சியாக வாழ்கிறார்கள்.

மிக நீண்ட காலமாக ராம்ராவுடன் பணிபுரியும் பாவ்ராவை நாங்கள் அடுத்துச் சந்தித்தோம். அவர் ஏழ்மையில் இருந்தாலும் ஒருபோதும் பணத்துக்காகக் கெஞ்சுவதில்லை. வேட்டியும் குர்தாவும் அணிந்து ஒல்லியாக, உயரமாக இருக்கும் அவர் மிக அரிதாகவே பேசுகிறார். சுருள் பீடியை எப்போதும் புகைத்தவாறே இருக்கிறார்.

அடுத்து நாங்கள் இஸ்தாரியைச் சந்திக்கிறோம். 50 வயதுகளில் அகலமான தோள்களோடும் பராமரிக்கப்படாத முடியோடும் உயரமாக இருக்கிறார் அவர். பல ஆண்டுகளாக ராம்ராவின் நம்பிக்கைக்குரிய உதவி ஆளாக அவர் இருக்கிறார். கோண்டு பழங்குடியினத்தைச் சேர்ந்த அவர் ஒரு எளிமையான வீட்டில் தனது மனைவி, இரு குழந்தைகளுடன் வாழ்கிறார். அனைவருமே விவசாயக் கூலிகளாக வேலைப்பார்க்கிறார்கள். இஸ்தாரி எல்லா காலத்துக்குமான மனிதர். அவர் விதைக்கிறார். களையெடுக்கிறார். காளை மாடுகள் பூட்டப்பட்ட ஏரைக் கொண்டு நிலத்தை உழுகிறார். பூச்சிக்கொல்லிகளைத் தெளிக்கிறார். எல்லாம் செய்கிறார்.

ராம்ராவ் அவரது குடும்பத்தைத் தமது குடும்பம்போல் பார்த்துக் கொள்கிறார். இஸ்தாரி சிரிக்கும்போது அவர் மஞ்சள் பல் தெரிகிறது. அவர் அவரது வயதான தாயாரை மிகவும் நேசிக்கிறார். அவரது தாயாருக்கு இரண்டு கண்களிலும் புரை உள்ளது. மிகவும் மெலிந்து இருக்கிறார். இஸ்தாரிக்குச் சொந்தமான நிலம் இல்லை. தனது வாழ்நாள் சேமிப்புகளைக் கொண்டு தனது இரு மகள்களையும் திருமணம் செய்து கொடுத்துவிட்டார். ஆனால், தனது நான்கு குழந்தைகளில் எவரையும் பள்ளி அனுப்ப அவரால் முடியவில்லை. அவரும் ஒருபோதும் பள்ளிக்குச் சென்றதில்லை.

நாங்கள் அடுத்து பாஸ்கரின் வீட்டுக்குச் செல்கிறோம். அவரை எங்கும் காணவில்லை. அவரது மனைவியையும் குழந்தை களையும் சந்திக்கிறோம். அவர் வேலைக்காக நகரத்துக்குக் குடி பெயர்ந்திருப்பதாக அவர்கள் சொல்கிறார்கள். பாஸ்கரின் மனைவி எப்போதும் சிரித்த முகத்துடன் இருக்கும் ஒரு பெண்மணி. அவரது கணவர் குடிக்கு அடிமையாகியிருப்பதை அவர் அறிவார். ஆனால், அவரது பழக்கத்தை மாற்ற அவரால் செய்யக்கூடியது ஒன்றுமில்லை.

"பாஸ்கர் பலரிடம் அதிக பணம் வாங்கியிருக்க வேண்டும். அதனால்தான் கிராமத்தை விட்டுச் சென்றுவிட்டார்" என்று புன்னகையுடன் ராம்ராவ் கூறுகிறார். அவரது மனைவி அதை ஒப்புவதைப் போல வெட்கத்துடன் புன்னகைக்கிறார்.

பாஸ்கர் எப்போதுமே தனக்குக் கடன் கொடுத்தவர்களிட மிருந்து தப்பிக்க கிராமத்தைவிட்டு சில நாட்கள், சில சமயம், சில மாதங்கள் ஓடிவிடுவார். பணம் கொடுத்தவர்கள் அதை மறக்கும் போது அவர் மீண்டும் வருவார்.

யெல்மிகளுக்கு சொந்தமான சில வீடுகளைத் தவிர, கோலம் மற்றும் கோண்டு மக்களுக்கு சொந்தமான வீடுகள் அனைத்தும் குடிசைகள்தான் என்பதை ராம்ராவ் எனக்குத் தொடர்ந்து நினைவு படுத்திக்கொண்டிருந்தார். அவர் சொல்வது உண்மைதான். இந்தச் சிறிய குடிசைகள் பட்டினி, போராட்டம், வறுமை இழைந்த கதைகளை நமக்குச் சொல்கின்றன. ஆனால், மற்றொருபுறத்தில் இவை மனித பிணைப்புகளுக்கான அதிஅற்புதச் சான்றுகளாகவும் இருக்கின்றன. கிராமத்தினருக்கிடையே சின்னச்சின்ன சண்டை களும் சாதிகளுக்கிடையிலான சச்சரவுகளும் இருக்கத்தான் செய் கிறது. ஆனாலும் கடினமான காலங்களில் ஒருவருடன் ஒருவர் மிக உறுதியாகப் பிணைந்து நிற்கின்றனர்.

கிராமத்தின் சாலை வழியே நாங்கள் மெதுவாக நடந்துவரும் போது பணக்காரர்கள் எவ்வாறு மேலும் பணக்காரர்களாகவும் ஏழைகள் மேலும் ஏழைகளாகவும் ஆகிக்கொண்டிருப்பது குறித்து ராம்ராவ் புலம்புகிறார். பந்தர்காவுடாவில் உள்ள அரசு ஊழியர்கள், காட்டிலாகா அதிகாரிகள் ஆகியோர் கையூட்டுப் பெறுவதின் மூலம் மிகப் பெரும் பணம் சம்பாதிப்பது குறித்துக் கூறுகிறார்.

அவரின் பழைய நண்பர் தாதாராவ் புச்சேவைச் சந்திக்கிறோம். 21 ஏக்கர் நிலமுடைய ஊக்கம் தளராத விவசாயி அவர். பெரும் நிலம் வைத்திருந்த போதும் எளிமையான மனிதராகவே அவர் இருக்கிறார். ஏனெனில், தனது அடிப்படை தேவைகளுக்காக மட்டுமே அவரால் சம்பாதிக்க முடிகிறது. தனது மகளின் கல்விக்கும் தனது நிலத்தை அதிகக் கடனின்றி வைத்திருக்கவுமே அவரால் முடிகிறது. ஒரு காலத்தில் பெரும் நிலவுடைமையாளராக இருந்த குடும்பம் தனது வருமானத்தைப் பெருக்கிக்கொள்ள பிற வழிகளை உருவாக்கத் தவறி முழுமையாக விவசாயத்தை மட்டுமே நம்பி இருந்ததால் தனது வளத்தை இழந்து நிற்பதற்கு அடையாளமாக அவர் இருக்கிறார்.

தாதாராவுக்கு ஒரு பழைய வீடு உள்ளது. பல ஆண்டுகளாகப் பராமரிப்பற்ற நிலையில் அது உள்ளது. தேக்கு மரத்தினால் செய்யப்பட்ட கதவுகளும் ஜன்னல்களும் பல ஆண்டுகளாகச் சுத்தப்படுத்தப்படாத நிலையில் இருந்தன. ஒரு பெரிய மாட்டுக் கொட்டிலில் பசுக்களுக்குப் பதிலாக ஒரு டிராக்டர் நிற்கிறது. அவரால் இனி பசுக்களைப் பராமரிக்க முடியாது என்று அவர் கூறுகிறார். அதனால் இரண்டு மூன்று மாடுகளை மட்டுமே வைத்துக்கொண்டு விவசாய வேலைகளுக்கு இயந்திரங்களை நாடியுள்ளார். தேவைப்படும்போது தனது நிலத்துக்கு இயற்கை உரங்களை அவர் வாங்கிக்கொள்கிறார்.

புச்சேயின் மகன் நாக்பூரில் தங்கி போட்டித் தேர்வுகளுக்குப் படித்து வருகிறார். ராம்ராவின் நண்பர் கல்வியறிவு பெறாதவர். ஆனால், அவர் மகன் குறித்துப் பெருமிதம் கொண்டுள்ளார். தனது படிப்பு, போட்டித் தேர்வுகளுக்கான தயாரிப்பு குறித்து தனது தந்தை தங்கள் கிராமத்தில் எழுப்பியுள்ள பிம்பம் பற்றி அந்தப் பையனுக்கு எதுவும் தெரியாது. அந்தப் பையன் இறுதியில் எதுவும் செய்யாமல் திரும்ப வரலாம். வந்து விருப்பமின்றி விவசாயத்தை மேற்கொள்ளலாம் அல்லது ஒரு சின்ன வேலையில் சேர்ந்து தன் வாழ்வை நடத்தலாம்.

கிராமங்களிலிருந்து ஒவ்வொரு ஆண்டும் பெரும் எண்ணிக் கையில் இளைஞர்கள் பெரிய நகரங்களுக்குச் செல்கிறார்கள். ஏதேனும் போட்டித் தேர்வுகளுக்குப் படிக்கவோ அல்லது வேறேனும் வேலையில் அமரவோ முயல்கிறார்கள். ஆனால், அவர்கள் தங்களைத் தாங்களே ஏமாற்றிக்கொள்வதை நன்றாகவே அறிந்திருக்கிறார்கள். நகர்ப்புற கான்வென்ட் படிப்பு பெற்ற ஆங்கிலம் பேசக்கூடிய தன்னம்பிக்கை மிகுந்த இந்த நூற்றாண்டின் இளைஞர்களுடன் அவர்களால் போட்டிப் போடவே இயலாது. விதர்பாவின் கிராமப்புறங்களிலிருந்து ஆயிரக்கணக்கான இளம் ஆண்களும் பெண்களும் நகர்ப்புறங்களுக்குப் படிக்கவும் வேலைப்பார்க்கவும் செல்கிறார்கள். சிலர் நன்றாகவே பரிண மிக்கிறார்கள். ஆனால், பெரும்பாலானோரால் அது முடிவதில்லை. அவர்களது விவசாயப் பெற்றோர்கள் பணமும் பொருட்களும் கொடுத்து உதவ தங்கள் நேரத்தை வீணடிக்கிறார்கள்.

நாக்பூரில் உள்ள பெரும்பாலான ஓலா மற்றும் ஊபர் ஓட்டுநர்கள் விதர்பாவின் கிராமங்களிலிருந்து நகரத்துக்கு இடம்பெயர்ந்த இளைஞர்களே ஆவர். உணவகங்களில் பணிபுரிபவர்களும் அவ் வாறே. பெரும்பாலானவர்கள் கல்லூரிகளில் படித்துக்கொண்டு தங்களது அறை வாடகை, உணவு தேவைகளுக்காக இரவில் வேலைபார்க்கிறார்கள். தங்கள் குழந்தைகள் நகரத்தில் வாழ்வதே மேல் என விவசாயிகள் நினைக்கிறார்கள். ஏனெனில் கிராமப் புறங்களில் எந்த எதிர்காலமும் இல்லை.

மழை வந்தால் தாங்களும் விதைக்கலாம் என காத்து நிற்கும் வேறு சிலரையும் சந்தித்தோம். பெரும்பாலானர்கள் பணப் பற்றாக் குறையைப் பற்றியும், வங்கிக் கடன் கிடைப்பதில் ஏற்படும் தாமதங்கள் குறித்தும், அல்லது இந்த ஆண்டு தனிப்பட்டக் கடன் களை வாங்குவதில் உள்ள சிக்கல்கள் குறித்துமே பேசினார்கள். இளஞ்சிவப்புப்புழுவின் தாக்குதலால் தாங்கள் சந்தித்த பெரும் நட்டத்தைப் பற்றிப் பேசினார்கள். பூச்சிக்கொல்லிகளால் விவ சாயிகளும் விவசாயக் கூலிகளும் சந்தித்த உடல் உபாதைகள் குறித்தும் பேசினார்கள். இவை இந்த ஆண்டு மக்களின் மனதில் எத்தகைய பாதிப்பை ஏற்படுத்தும் என்பதையும் கூறினார்கள்.

“நிலைமை பெருமளவு மாற்றத்தைச் சந்திக்கவில்லையெனில் மேலும் பல விவசாயத் தற்கொலைகளை இந்த ஆண்டு காணலாம்” என்று புச்சே வெளிப்படையாகக் கூறுகிறார்.

கடந்த ஆண்டு தேவேந்திர பட்நாவிஸ் அரசு அறிவித்த கடன் தள்ளுபடியின் பலன் பெரும்பாலனவர்களுக்குக் கிடைக்கவில்லை. இளஞ்சிவப்புப்புழுவினால் ஏற்பட்ட பயிர் நட்டத்துக்கு அரசு அறிவித்த பண நிவாரணமும் ஒருவருக்கும் கிடைக்கவில்லை. அவர்கள் வங்கிக் கடன்களைத் அடைக்காதவர்களாக நிற்கிறார்கள். அதனால் புதிய கடன் பெற இயலாதவர்களாகவும் இருக்கிறார்கள். ராம்ராவைப் போல பெரும்பாலான விவசாயிகளும் வங்கிக் கடன்கள், பருவமழை, விலைகள் குறித்து ஆழ்ந்த கவலை கொண்டிருக்கிறார்கள்.

★★★

ஒரு நல்ல பயிர்.

ஒரு நல்ல ஆண்டு.

ஒரு நல்ல பருவமழை.

ஒரு நல்ல விலை.

இவையெல்லாம் கிராமப்புற மாயைகள். ஒரு விவசாயின் வாழ்வில் நல்ல ஆண்டு என்று எதுவும் இல்லை. எப்போதுமே சராசரியான ஆண்டு அல்லது சற்று மேலான ஆண்டு.

தன்னைச் சுற்றியுள்ள விவசாயிகள் என்ன செய்தாலும் இறுதியில் தோல்வியுற்றவர்களாகவே இருக்கிறார்கள் என்று ராம்ராவ் கூறு கிறார். விதைப்பைத் தொடங்கும்போது பல கவலைகளுடனேயே தொடங்குகிறார்கள். கடன் கிடைக்குமா? காலத்தில் மழை பெய்யுமா? என்ன விதைப்பது? அது நன்றாக வளருமா? நல்ல விலை கிடைக்குமா?

பெரும்பாலான விவசாயிகளுக்கு மனமுறிவுடனேயே ஆண்டு முடிகிறது. இந்தப் பகுதியில் அது மேலும் சவால்களையும் மேலும் இடப்பெயர்வுகளையும் மேலும் தற்கொலைகளையும் கொண்டுவருகிறது. சில விவசாயிகள் நன்றாகவே பரிணமிக்கி றார்கள். அவர்கள் விதிவிலக்குகள். இந்தப் பருத்தி கிராமப் புறங்களுக்குள் நான் என் பயணத்தைத் தொடங்கிய நாளிலிருந்து இன்றுவரை ஒரு சிலது மட்டுமே சரியாக நடப்பதையும் சிலது மோசமாவதையும் பெரும்பாலானவை மாற்றமின்றி அப்படியே இருப்பதையோ அல்லது மிகவும் மோசமாவதையோ நான் கண்டிருக்கிறேன்.

நகரங்கள் பன்மடங்கு வளர்ந்துள்ளன. புதிய முதலீடுகள் அவற்றை அலங்கரிக்கின்றன. பல புதிய கட்டடங்கள் முளைத்துள்ளன. ஹிவாரா பெரும் மாற்றம் எதையும் சந்திக்கவில்லை. மழையைத் தவிர்க்க நீலம் அல்லது மஞ்சள் தார்பயினால் வேயப்பட்ட குடிசைகள் அப்படியேதான் இருக்கின்றன - கிழிந்தும் நைந்தும்.

பயிர்கள் தவறுவதற்கும் நட்டம் ஏற்பட்டதற்கும் இயற்கை சீற்றங்களாலோ, காட்டு விலங்குகளினாலோ அழிந்ததற்கும் நிவாரணம் வேண்டுவது என்பது தொடர்ந்த அரசியல் கோரிக்கையாக இருக்கிறது. பல ஆண்டு கால துயரத்தினால் விவசாயிகள் மனதில் ஒருவிதத் தாழ்வு மனப்பான்மை ஏற்பட்டுள்ளது. நகர்ப்புறத்துக்குக் குடியேறிவிட்ட ஒரு சகோதரர் விழாக்காலங்களில் கிராமத்துக்கு வரும்போது, அவரும் அவரது குடும்பத்தினரும் நகரத்தில் சாதாரண கூலி வேலைபார்த்தாலும்கூட, அவர்கள் வாழ்வுக்கும் கிராமத்து வாழ்வுக்கும் இடையிலான சமத்துவமின்மையும் வேறுபாடும் பட்டவர்த்தனமாக வெளிப்படுகின்றன. சிறிய வேலையாக இருந்தாலும் தொடர்ச்சியான சம்பளம் கொண்ட, நகரில் வாழும் குடும்ப உறுப்பினர் ஒருவர், 10 ஏக்கர் நிலத்தைப் பயிரிட்டு வாழும் கிராமத்தினரைவிட, வளம்மிக்கவராகவே தோன்றுகிறார். அரசு ஊழியர்களையோ அல்லது நவீன பணக்கரார்களையோ கிராமப்புற உலகோடு ஒப்பிடவே இயலாது.

ஹிவாராவில் இளம் சிறுவர்களும் சிறுமிகளும் எந்தவிதமான விளையாட்டையும் விளையாடி நான் பார்த்ததேயில்லை. இத்தனைக்கும் அங்குள்ள மாவட்ட தொடக்கப் பள்ளியில் ஒரு சிறிய விளையாட்டு மைதானம் உள்ளது. அந்த விளையாட்டு மைதானத்தைச் சுற்றிலும் புதிதாக அசோக மரங்கள் நடப்பட்டுள்ளன. பந்தர்காவுடாவுக்கும் ஹிவாராவுக்குமிடையே இரண்டு ஆசிரியர்கள் பயணித்து அங்கு கற்பிக்கின்றனர். அவர்கள் தங்கள் பணியிலும் குழந்தைகள் மீதும் அர்ப்பணிப்புடன் காணப்படுகின்றனர். ஆனால், பெரும்பாலான இளைஞர்கள், நிரந்தரமாகத் தங்கள் கிராமத்தைவிட்டு வெளியேறுவதைப் பற்றியே கனவு காண்கின்றனர்.

ராம்ராவின் முதல் விதைப்புக்கு ஒரு மாதத்துக்குப் பின் நான் ஹிவாராவுக்குச் செல்கிறேன். அவர் கவலையுற்றிருக்கிறார். ஓரிரு நாட்களில் மழை பெய்ய வேண்டும் என்று ஆதங்கத்துடன் சொல்கிறார். இல்லையெனில், அவர் குத்தகைக்கு எடுத்துள்ள மழை

சார்ந்த நிலங்களில் விதைக்கப்பட்ட விதைகள் முளைக்காது. நீண்ட வறட்சி கிராமத்தினர் அனைவரையும் பதற்றமடைய வைத்திருக்கிறது. ராம்ராவும் பிறரும் மீண்டும் விதைக்க வேண்டி வரலாம். முன்பு விதைத்த அதே இடங்களில் அவை முளைக்காத நிலையில் சில நேரங்களில் மூன்று முறைகூட மீண்டும் விதைக்க வேண்டி வரலாம். ஒவ்வொரு முறையும் புதிய விதை பைகளையும் உரங்களையும் வாங்க வேண்டும்.

விதர்பாவில் விசித்திரமான வகையில் மழை பெய்கிறது. ஒரு புறம் தொடர்ந்த பெரு மழை அல்லது மழையே இன்றி நீண்ட காலம் வறட்சியுடன் இருப்பது. கடந்த 20 ஆண்டுகளாக இதே நிலைதான். பூமியைப் பாதித்துள்ள சூழலியல் மாற்றத்தின் காரணமாகவே இது நிகழ்கிறது என அறிவியலாளர்கள் கூறுகிறார்கள்.

ராம்ராவின் வயலைச் சுற்றி கண்ணுக்கு எட்டும் தொலைவு வரை ஆண்களும் பெண்களும் தங்கள் வயல்களில் கடும் வெயிலில் நின்று புதிய பருவத்தின் முதல் பணியான விதைப்பை முடிக்க காத்திருக்கிறார்கள். மழை பெய்யும் என்ற நம்பிக்கையில் அவர்கள் விதைகளைக் கைகளால் நடுகிறார்கள். கடந்த மாதம் ராம்ராவ் கணித்ததைப் போல மாடுகளினால் இழுக்கப்படும் கலப்பையைக் கொண்டே விதைக்கிறார்கள். வயல்களில் நான் அதிகம் டிராக்டர்களைப் பார்க்கவில்லை.

ராம்ராவ் பல வகைகளில் பணத்தைப் புரட்டியிருக்கிறார். ஒரு காளையை விற்றிருக்கிறார். அசோக்ராவிடம் கொஞ்சம், முன்னாவிடம் கொஞ்சம் பணம் வாங்கியிருக்கிறார். விவசாய உட்பொருட்களை கடனில் வாங்கியுள்ளார். தனது நண்பர் பெட்டினேனி ஸ்ரீநிவாசலுவிடமிருந்து கொஞ்சம் பணம் வாங்கியிருக்கிறார். இந்த நண்பர் தெலங்கானாவைச் சேர்ந்த ஒரு விவசாயி. ஹிவாராவைச் சுற்றி பலநூறு ஏக்கர் நிலத்தைக் குத்தகைக்கு எடுத்து அதில் பெரும் முதலீட்டில் மிளகாய் செடிகளை வளர்க்கிறார். அதனைப் பின்னர் தனது சொந்த மாநிலத்தில் விற்கிறார். அவர் இதன் மூலம் பெரும் பணத்தை ஈட்டுகிறார். அதேநேரம் இழப்பைச் சந்திக்கும் போது அதுவும் மிக மோசமான இழப்பாகவே இருக்கிறது. அவர் ஆந்திரப்பிரதேசம் மற்றும் தெலங்கானாவில் உள்ள 'சாகுகர்'களிடமிருந்து (பாரம்பரியமாக வட்டித் தொழிலில் ஈடுபடுபவர்கள்) பணம் கடன் வாங்குகிறார். சில சமயங்களில் ராம்ராவ் போன்ற விவசாயிகளுக்கும் உதவுகிறார்.

1990களில் ஆந்திராவைச் சேர்ந்த நூற்றுக்கணக்கான விவசாயிகள் இப்பகுதிகளில் நிலங்களைக் குத்தகைக்கு எடுத்து வந்தனர். ஆனால், விவசாய சிக்கல்கள் அதிகரித்து பொருளாதார சிக்கல்கள் ஆழமான பிறகு அவர்கள் வருவதை நிறுத்திவிட்டனர். மிளகாய் மற்றும் பருத்தி விலைகள் மிக மோசமாகச் சரிந்து சந்தை நிச்சய மற்றதாகிபோனபோது இவர்களில் பலர் தற்கொலை செய்து கொண்டதை நான் அறிவேன்.

ராம்ராவ் ரூ.70,000 புரட்டுவதற்காகக் கடந்த ஆண்டின் துவரையை ஒரு தனியார் வியாபாரியிடம் விற்றார். அந்தத் தொகையை விவசாய உட்பொருட்கள் வாங்குவதற்குப் பயன் படுத்தினார். இந்த முறையேனும் விதைகள் துளிர்க்க வேண்டும் என்று வேண்டிக்கொண்டார். போர்கானில் அவர் குத்தகைக்கு எடுத்த நிலம் ஒன்றில் விதைகள் அனைத்தையும் மீண்டும் முழுமை யாக விதைக்க வேண்டி வந்தது. ஒன்றுகூட முளைக்கவில்லை. காரணம் தொடர்ந்து மழையின்றி வறட்சியான வானிலை நிலவி யது. விவசாயிகளின் வாழ்வில் மீண்டும் விதைப்பது என்பது ஒரு வழக்கமான நடவடிக்கைதான். கடந்த பத்தாண்டுகளாக இது நிரந்தரமான ஒன்றாகிப் போனது. மழை இடைவெளி விடுகிறது. மண்ணில் ஈரப்பதம் குறைகிறது. அதனால் விதைகள் துளிர்க்க இயலாமல் போகின்றது. அத்துடன் தொடர்ந்து இரசாயனப் பொருட் களை அதிகமாகப் பயன்படுத்தியதன் காரணமாக மண்ணின் தரமும் குறைந்துள்ளது.

மீண்டும் விதைப்பது என்பது மேலும் சுமை. விதைகள், உரங்கள், யூரியா, வேலையாட்களின் கூலி எல்லாவற்றுக்கும் மீண்டும் செலவழிக்க வேண்டும். மழை வேகம் பிடிக்கும் ஜூலை, ஆகஸ்ட் மாதங்களில் வேலையாட்கள் கிடைப்பது கடினமாகிறது. மழையைச் சார்ந்துள்ள விவசாயிகள் விதைப்பை முடிக்க தட்டழிந்து வருவார்கள். வேலையாட்களுக்கான தேவை அதிகரிக்கும்போது அதற்கேற்றாற் போல் கூலியும் உயர்கிறது. ஆனாலும் அது நகரங்களில் சம்பாதிப்பதைவிட குறைவுதான்.

★★★

இந்த ஆண்டு மாநிலத்தில் போதுமான பருவமழை பெய்யப் போவதில்லை என்பதற்கான எல்லா அடையாளங்களும் ஆகஸ்ட் மத்தியிலேயே தெரியவருகின்றன. யவத்மால் இதற்கு விதிவிலக் கல்ல. எல்லா இடங்களிலும் தண்ணீருக்கான தேவை அதிகரிக்கிறது.

ஆகஸ்ட் இறுதி வாரத்தில் ராம்ராவ் என்னை தொலைபேசியில் அழைத்து இன்னமும் தனக்குப் பயிர்க்கடன் கிடைக்கவில்லை என்று கூறுகிறார். கடன் தள்ளுபடியும் கிடைக்கவில்லை. அத்தோடு பருத்தி மற்றும் சோயாவின் விளைச்சலும் பெரிதாக இந்த முறை இருக்கப்போவதில்லை.

"வங்கி மேலாளர் தாசில்தாரைக் கேட்கச் சொல்கிறார். தாசில்தார் மாவட்ட ஆட்சியரைக் கேட்கச் சொல்கிறார். அப்படியே அமைச்சர், முதலமைச்சரைக் கேட்கச் சொல்கிறார். நான் விவசாயம் செய்வதா அல்லது இவர்களிடம் சென்று என் கடன் தள்ளுபடி குறித்துக் கேட்பதா?"

செப்டம்பர் மத்தியில் ராம்ராவைச் சந்திக்க நான் ஹிவாராவுக்குச் செல்லும்போது சாலையின் இருபுறங்களிலும் பருத்திச் செடிகள் போதுமான வளர்ச்சியின்றி இருப்பதை நான் காண்கிறேன். மழை குறைவாக இருப்பதே இதற்குக் காரணம். இது வறட்சி. சில விலக்குகளும் உள்ளன. நல்ல ஆரோக்கியமாக வளர்ந்து நிற்கும் பயிர்கள் கிணற்றுப் பாசனத்தின் பலனை அடைந்தவை. சில விவசாயிகள் தங்கள் வயல்களில் வேலை பார்த்துக்கொண்டிருக்கிறார்கள். களைப் பறித்துக்கொண்டும் தங்கள் செடிகளைக் கவனித்துக்கொண்டும் அவற்றின் வளர்ச்சியை உற்று நோக்கியவாறும் வேறு சிந்தனையின்றி உழைத்துக்கொண்டிருக்கிறார்கள். இளஞ்சிவப்புப்புழுவும் மற்ற பூச்சிகளும் மீண்டும் வந்துவிட்டன. வேலையாட்கள் பூச்சிக்கொல்லிகளைத் தெளிப்பதைக் காண்கிறேன். அவர்கள் தங்கள் முதுகில் சீனாவிலும் இந்தியாவிலும் தயாரிக்கப்பட்ட வண்ணமயமான தெளிப்பான்களைச் சுமந்திருக்கிறார்கள். விவசாயிகள் தங்கள் நிலத்தை உழ டிராக்டர்களுக்குப் பதிலாக அதிகமாகக் காளைகளையே பயன்படுத்துகிறார்கள். ஏனெனில், டீசல் விலை கடுமையாக அதிகரித்துள்ளது. விவசாயிகளிடமோ பணம் இல்லை. அவர்கள் தங்கள் வயல்களில் உள்ள களைகளை ஒழிக்க களை ஒழிப்பான்களை விலைகொடுத்து வாங்குகிறார்கள். ஏனெனில், வேலைக்கு ஆள் கிடைப்பது அரிதாக இருக்கிறது. வேலையாட்களை அமர்த்துவதைவிட, இப்படி இரசாயனங்களைத் தெளிப்பது பணத்தை மிச்சப்படுத்தும். ஆனால், இதற்கு ஒரு மறுபுறம் உண்டு. இது சூழலியல் அடிப்படையில் தற்கொலைக்குச் சமமானது. இவையெல்லாவற்றிலும் ஒரேயொரு ஆறுதல்தான். கடந்த ஆண்டைப் போல வெப்பம் அவ்வளவு மோசமாக இல்லை.

நாங்கள் சந்தித்த போது ராம்ராவ் பெரும் பிரச்சினை ஒன்று இருப்பதாகக் கூறுகிறார். விவசாயிகளிடம் பணம் இல்லை. அதனால் விவசாய வேலைகளுக்கு ஆட்களை அமர்த்துவது குறைந்துள்ளது. இவர்களுக்குக் கூலி கொடுக்க விவசாயிகளிடம் பணம் இல்லாததால் நிலமற்றவர்கள் நகரங்களுக்கு வேலை தேடி செல்கிறார்கள். பெரும்பாலான விவசாயிகள் விவசாயக் கூலிகளை அமர்த்தாததற்குக் காரணம் வங்கிகள் பயிர்க்கடன் கொடுக்கவில்லை. தனியாரிடமிருந்து கடன் வாங்குவது மிகவும் அதிக சுமையானது. கடந்த ஆண்டின் கடன் தள்ளுபடி திட்டம் பயிர்க்கடன் சுழற்சியை முடக்கியுள்ளது.

2009இல் ஐக்கிய முற்போக்குக் கூட்டணி அரசு கடன் தள்ளுபடி திட்டத்தை அறிவித்தபோது தள்ளுபடி செய்யப்பட்ட கடன்களுக்கான தொகையை வங்கிகளுக்கு மூன்று தவணையில் கட்டி முடித்தது. சுருக்கமாக, வங்கிகளின் சுமையை ஒன்றிய அரசு ஏற்றது. மாநில அரசுகள் தொடர்ந்து அறிவித்த கடன் தள்ளுபடி திட்டங்களில் ஒன்றிய அரசு எந்தவித பங்குக்கும் உறுதியளிக்க வில்லை. அதனால் மாநில அரசுகள் தள்ளுபடி செய்யப்பட்ட கடன்களைத் தாங்களே கட்டுவதாக உறுதியளித்தன. ஆனால், மத்திய ரிசர்வ் வங்கியின் கீழ் வரக்கூடிய தேசியமயமாக்கப்பட்ட வங்கிகள், மாநில அரசுகள் கடன் தவணைகளைக் கட்டும்வரை கடன்களை மறுகட்டமைப்பு செய்ய மறுத்துவிட்டன. இதனால் கடன் தள்ளுபடி ஓர் அரசியல் அறிவிப்பாக இருந்த நிலையில், உண்மையில், வங்கிகள் மாநில அரசிடமிருந்து பணத்தைப் பெறாமலேயே விவசாயிகளின் கடன்களைத் தள்ளுபடி செய்ய கட்டாயப்படுத்தப்பட்டன. இது பொருளாதார சிக்கலை ஏற் படுத்தியது. விவசாயிகளின் பயிர்க்கடன் கணக்குகள் வங்கிகளின் பதிவேட்டில் வாராக்கடன் பட்டியலிலேயே வைக்கப்பட்டிருந்தன. இதனால் புதிய பருவத்தில் புதிதாக வங்கிக் கடன் பெற இயலாத நிலை ஆயிரக்கணக்கான விவசாயிகளுக்கு ஏற்பட்டது.

வாராக் கடன்களின் சுமையால் வங்கிகள் கடுமையாகப் பாதிக் கப்பட்டு நிற்கின்றன. தங்களது கடன்கள் தள்ளுபடி செய்யப்படும் என்ற நம்பிக்கையினால் விவசாயிகளும் கடன் தவணைகளைக் கட்டாமல் இருக்கிறார்கள். எப்படியாயினும் ராம்ராவைப் போலவே பெரும்பாலானவர்களிடம் கட்டுவதற்குப் பணமும் இல்லை.

எந்த வேலையும் இல்லாத நிலையில் ஹிவாராவில் பெரிதாக ஒன்றும் நடக்கவில்லை. மக்கள் தங்கள் அன்றாட வேலைகளில்

ஆழ்ந்திருக்கிறார்கள். மேலோட்டமாகப் பார்த்தால் ஓர் எளிமை யான வாழ்வுதான். ஆனால், அதன் ஆழத்தில் அவர்களின் இருத் தலை நிலைக்க வைக்க கண்ணுக்குத் தெரியாத பல நடவடிக்கைகள் செயல்படுகின்றன. அது வாழ்வையே கற்பனைக்கு எட்டாத சவா லாக்கி நிற்கிறது.

கடந்த 20 ஆண்டுகளில் பெரும் நகரங்கள் கற்பனைக்கு எட்டாத வகையில் பெருத்திருக்கின்றன. நகரங்கள் விரிவடைந்துள்ளன. நெடுஞ்சாலைகளின் அருகில் இருந்த சில கிராமங்கள் பெரிய நகரங்களாக மாறியுள்ளன. ஆனால், ஹிவாராவைப் போன்ற கிராமங்கள் கடந்த காலத்திலேயே சிக்கி நிற்கின்றன. கோலம் குடும்பங்கள் பெரும்பாலும் தங்களுக்குள்ளேயே உறவாடிக் கொண்டு பிறருடன் பழகுவதைத் தவிர்க்கின்றனர். இளைஞர்கள் இரகசியமாகச் சூதாடுகின்றனர். பத்தாண்டுகளுக்கு முன்பு பந்தர் காவுடாவிலிருந்து ஜாரி நகருக்குச் செல்லும் சாலையில் இருந்த கிராமங்கள் 'மட்கா' என்ற ஒரு சூதாட்டத்தில் சிக்கியிருந்தன. ஏழை விவசாயிகளும் கூலிகளும் தாங்கள் கடினமாக உழைத்து ஈட்டிய பணத்தை அதில் தொலைத்தனர். ஒரு காவல்துறை அதிகாரியும் யவத்மாலின் காவல்துறை கண்காணிப்பாளரும் இணைந்து உள்ளூர் ரவுடிகளைக் கைது செய்து இந்தக் கொடூரத்தை முடிவுக்குக் கொண்டுவந்தனர். பெண்கள் மகிழ்ச்சியடைந்தனர். காவல்துறை சாராயக் கடைகள்மீதும் நடவடிக்கை எடுக்க வேண்டும் என்று அவர்கள் விரும்புகின்றனர். திட்டமிட்ட முறையில் நடந்த சூதாட்டம் முடிவுக்கு வந்த போதும் கிராமங்களில் ஏதோ ஒரு விதத்தில் சூதாட்டம் தொடரத்தான் செய்கிறது. வயது வேறு பாடின்றி ஆண்கள் ஒன்றுகூடி அதற்குள் ஆழ்ந்திருப்பதை நீங்கள் எப்போதும் காணலாம். ராம்ராவ் அவர்களைக் கடந்து போகும் போதெல்லாம் நேரத்தை வீணடிப்பதற்காக அவர்களைத் திட்டு கிறார்.

"முட்டாள்களே போய் ஏதேனும் வேலையைப் பாருங்கள்" என்று அவர்களிடம் சொல்கிறார். ஆனால், அதற்குப் பதிலாக எப்போதும் அவர்களின் சிரிப்பைதான் கேட்க முடியும். சில சமயங்களில் அவர்கள் உடனே கலைந்து சென்று ராம்ராவின் தலை மறைந்ததும் ஒன்றுகூடுவதைக் காணலாம்.

இங்கு அனைத்தும் பயிர் சுழற்சியைச் சார்ந்துள்ளன.

ஒரு வயலை விளைவிப்பது என்பது அத்தனை எளிதானதல்ல. மே மாதம் விதைப்பு காலத்துக்காக ராம்ராவ் தனது நிலத்தைத்

தயார் செய்யவேண்டி இருக்கும்போது அதிகாலையிலும் பின் மாலையிலும் அவர் வேலைப்பார்க்க வேண்டும். காலை 11 மணி முதல் மாலை 5 மணிவரை மட்டும் அவர் வேலைப் பார்ப்பது இல்லை. கடினமான வெப்பத்தை அவரது உடல் ஏற்றுக்கொள்ள இயலாது என்பதால் மட்டுமே அந்த இடைவெளி. ஜூன் முதல் அக்டோபர்வரை வெப்பமான வானிலை வயலை இயற்கையான வெந்நீர் தொட்டியாக மாற்றிவிடுகிறது. ஆனால், அது ஓர் ஐந்து நட்சத்திர விடுதியில் கிடைக்கும் ஆனந்த அனுபவமல்ல. நரகம்.

இரண்டு பெரும் திமில்களைக் கொண்ட காளைகள் பூட்டப் பட்ட ஏரை நான் ஒருமுறை உழ முயன்றேன். முதல் மழை முடிந்தவுடன் வயல் ஈரப்பதத்துடனும் சேறாகவும் இருந்த காலம் அது. ராம்ராவ் தயங்கினார். நான் அதை செய்வதை அவர் விரும்பவில்லை. எனக்கு உடல்நலம் குன்றிப்போய்விடும் என்று எச்சரித்தார். அப்படித்தான் நடந்தது. 15 நிமிடங்களில் நான் நீர்ச் சத்தை இழந்து நின்றேன். ஒரிரு மணி நேரங்கள் மட்டுமே ஏரை உழுதுவிட்டு நான் காய்ச்சலும் சோர்வும் அடைந்து நின்றேன். ஆண்களும் பெண்களும் என விவசாயிகள் பல நாட்கள், மாதங்கள், வருடங்கள் இதையே செய்கிறார்கள். உழுவது. விதைப்பது. களைப் பறிப்பது. காய் பறிப்பது. வெட்டுவது.

வயலில் இருப்பதற்குச் சிறந்த நேரம் பனிக்காலம்தான். அதன் ஒரே சிக்கல் விலை வீழ்ச்சியடைந்திருந்தால் விவசாயிகள் மனம் உடைந்திருப்பதைக் காண நேரிடும். கடும் உழைப்பையும் நேரத் தையும் செலவிட்டும் ஒரு கடினமான தேர்வில் மோசமான மதிப் பெண்களைப் பெற்ற ஒரு குழந்தையைப் பார்ப்பது போன்றது அது.

ராம்ராவ் குத்தகைக்கு எடுத்த நிலத்தில் ஏற்பட்ட இழப்பைப் பார்த்துக்கொண்டிருக்கிறார். இந்த இழப்புகளைக் கடந்து போய் கொண்டுதான் இருக்க வேண்டும் என்று அவர் கூறுகிறார். அவர் துணிவுடன் நிற்கவில்லையெனில் அவர் மகள் உடைந்துவிடுவார். அதற்காகவாவது அவர் தைரியமாக இருக்க வேண்டும்.

செப்டம்பர் இறுதியில் மழை முற்றிலுமாகத் தணிந்து ஒரு நீண்ட வறட்சி காலம் வரவுள்ளது. இது பயிர்களை நாசம் செய்யும். அவர் போர்கானில் குத்தகைக்கு எடுத்துள்ள வயலைக் காண நான் அவருடன் செல்கிறேன். குறுகலான அந்தச் சாலையின் ஓரத்தில் எங்கள் வண்டியை நிறுத்திவிட்டுப் புதர்களுக்கிடையே 10 நிமிடம் நடந்து நாங்கள் அந்த வயலை அடைகிறோம். ஒரு மரத்தின் உச்சியில் அமர்ந்து தனது சோளப் பயிர்களைக்

கொத்திக்கொண்டிருக்கும் பறவைகளை விரட்ட முயலும் ஒரு வயதான மனிதரை வழியில் காண்கிறோம். அவர் அந்தப் பறவைகளின் மீது கற்களை விட்டெறிந்து பெரும் கூச்சல் எழுப்பி அவற்றை விரட்ட முயல்கிறார்.

தான் வயலுக்கு ஒழுங்காக வராவிட்டால் பறவைகள் தனது தானியங்களையும் சாப்பிடத்தான் செய்யும் என்று ராம்ராவ் என்னிடம் கூறுகிறார். வரும் மாதங்களில் அவர் குடும்பத்துக்கான உணவாக இந்த சோளத்தை அவர் வளர்க்கிறார்.

"அந்த வயதான மனிதர் உறுதியானவர்" என்று சொல்கிறார்.

ஒருவழியாக ராம்ராவின் வயலை அடைகிறோம். சுற்றிலும் எவரும் இல்லை. வெண்மைப் பூத்திருக்கும் வயலுக்கு நடுவே நாங்கள் மட்டுமே இருக்கிறோம். இந்த வயல் எங்கும் பருத்தி விளைந்து நிற்கிறது. மிக அழகான ஒரு நிலம் அது. 8 ஏக்கர் முழுவதும் வெண் தங்கத்தால் நிரம்பியுள்ளது.

காட்டுப் பன்றிகள் அல்லது நீலம் மான்கள் போன்ற காட்டு விலங்குகள் அங்கு மேய்ந்து கொண்டு இருக்கலாம் என்று ராம்ராவ் கருதுகிறார். பாதுகாப்புக்காக ஒரு கம்பை கையில் எடுத்துக் கொள்கிறார். ஒருவேளை எங்கள் வழியில் ஏதேனும் மிருகம் வந்தால் அதற்கு உதவும்.

"மழையோ நீரோ, இந்தச் செடிகளுக்கு இந்த நொடி ஈரப்பதம் தேவை."

மழையின்றி செடிகள் வாடிவிடும். ராம்ராவுக்கு இங்கு நீராதாரம் எதுவுமில்லை. இது மழை சார்ந்த நிலம். இந்த ஆண்டு பருவ மழையோ பொய்த்திருக்கிறது. ஆனால், எப்போதும் நம்பிக்கையுடன் இருக்கும் இவரா தற்கொலைக்கு முயன்றவர் என்பதை நினைக்கும்போது இது நம்பக் கடினமானதுதான் - ஒரு வானிலை முன்னறிவிப்பைச் செய்கிறார்.

"ஆந்திராவில் ஒரு புயல் உருவாகியிருப்பதாகக் கேள்விப்படுகிறேன். அதனால், இங்கு விரைவில் மழை பெய்யக்கூடும்." சொல்லிவிட்டுச் சிரிக்கிறார், ஏதோ அந்த நகைச்சுவைத் தன்னைப் பற்றியது என்பதை அறிந்தவரைப் போல.

அரை மணி நேரம் அவர் பருத்திச் செடிகளுக்கு நடுவே நடந்து அதன் பூக்கள், காய்கள், வேர்கள் ஆகியவற்றை உன்னிப்பாகக் கவனித்து பூச்சிகள் ஏதேனும் இருக்கின்றனவா என்று தேடினார். சில காய்களுக்குக் கீழே கறுப்புப் புள்ளிகள் இருப்பதைக்

கண்டவுடன் இளஞ்சிவப்புப்புழு உள் நுழைந்திருப்பதை உடனே உணர்ந்துகொண்டார்.

இனி எந்தப் பயனும் இல்லை என்று முணுமுணுக்கிறார். இந்த செடிகள் இதற்கு மேல் இனி வளராது.

நாங்கள் திரும்பி நடந்து நிறுத்தியிருந்த வண்டிக்கு வந்து அதில் ஏறி ராம்ராவின் வீட்டை அடைகிறோம். அங்கு ஆலக்யா பணம் இல்லாததைப் பற்றி குறை கூறுகிறார். வீட்டுக்குத் தேவையான மளிகைப் பொருட்கள் வாங்க வேண்டியிருந்தது. ராம்ராவ் அமைதியாகப் புன்னகைக்கிறார். "நான் அதற்கு ஏற்பாடு செய்கிறேன்" என்று கூறுகிறார்.

மகாராஷ்டிராவில் உள்ள பல விவசாயிகளைப் போலவே அவருக்கும் இந்த ஆண்டு பயிர்க்கடன் கிடைக்கவில்லை. 2017இல் அரசு அறிவித்த கடன் தள்ளுபடியும் அவருக்குக் கிடைக்கவில்லை.

"மேலும் நிலத்தைக் குத்தகைக்கு எடுப்பது குறித்து எப்படி முடிவெடுக்கிறீர்கள்?" என்று நான் கேட்டேன்.

"உள்ளுணர்வு. என் கையில் நேரம் இருப்பதாக நான் நினைத்தேன். ஒரு நண்பர் செலவுகளைப் பகிர்ந்துகொள்வதாகச் சொல்லி நிலத்தைக் குத்தகைக்குக் கொடுக்க முன்வந்தார். அதனால் நான் அதை எடுத்துக்கொண்டேன்."

போர்கானில் அவர் குத்தகைக்கு எடுத்துள்ள 8 ஏக்கர் நிலம் இந்த ஆண்டு 30 குவிண்டால் பருத்திக்கு மேல் விளைச்சல் தராது என்று கணிக்கிறார். அந்தப் பயிர் ரூ.1,50,000 பெறுமானமுள்ளது. இதை விளைவிக்க அவர்கள் செலவிட்ட தொகைக்கு சமமானது. இலாபமும் இல்லை நட்டமும் இல்லை.

ஒரு பழைய பழமொழியை சொல்கிறார் "உங்கள் அப்பாவின் பெயரைக் காப்பதற்காக ரூ.100ஐ ரூ.60ஆக மாற்ற வேண்டும்..."

★ ★ ★

"நமது வயலிலிருந்து சின்ன அளவுகளில் பொருட்கள் திருடப் படும்போது வறட்சி ஏற்பட்டிருப்பதை நாம் அறிவோம்." ராம்ராவ் என்னைப் பார்த்து புன்னகைக்கிறார்.

யாரோ அவரிடமிருந்து 10-15 கிலோ பருத்தியைத் திருடி யுள்ளனர். வயலின் சொந்தக்காரர் கண்டுகொள்ள மாட்டார் என்பதை அறிந்த ஒருவர்தான் திருடியிருக்க வேண்டும் என்கிறார்.

மக்கள் அத்தனை தவிப்புடன் இருக்கிறார்கள்.

நான் ராம்ராவை மீண்டும் சந்தித்தபோது அது அக்டோபர் மாதமாக இருந்தது. அது அவருக்கு ஒரு முக்கியமான நாள். சீதா தேவி எனும் சடங்கை அவர் செய்துகொண்டிருக்கிறார். அது ஏன் அவ்வாறு அழைக்கப்படுகிறது என்பது குறித்தோ அல்லது அது ஏன் முக்கியத்துவம் வாய்ந்தது என்பது குறித்தோ எவரும் அறிந் திருக்கவில்லை. வயல் சார்ந்த கடவுளான 'ஷேத் தேவதா' தான் 'சீதா தேவி' என்று மாறியிருக்க வேண்டும்.

தங்களது வயல்களில் பருத்தி அறுவடையைத் தொடங்குவதற்கு முன் விவசாயிகள் இந்த சடங்கைப் பல்லாண்டு காலமாகச் செய்து வருகிறார்கள் என்று ராம்ராவ் கூறுகிறார். சாதி, இன வேறுபாடின்றி அனைவருமே இதை செய்கிறார்கள்.

பெரும்பாலான விவசாயிகளுக்கு இன்னமும் அறுவடை காலம் வரவில்லை. தங்கள் வயல்களில் பாசனத்துக்கு நிலத்தடி நீரைப் பயன்படுத்தும் நல்வாய்ப்பு பெற்றவர்களுக்கு மட்டுமே அறுவடை காலம் வந்துள்ளது. மரத்வாடா போன்ற பகுதிகளில் விவசாயிகள் தண்ணீருக்காக மேலும்மேலும் தோண்டுகிறார்கள். மிகக் கொடுமையான அளவில் கரும்பை வளர்க்கிறார்கள் அல்லது பூச்செடிகளுக்குப் பாசனம் செய்கிறார்கள். ராம்ராவ் தனது 5 ஏக்கர் நிலத்தில் ஒரு திறந்தவெளி கிணறு வைத்துள்ளார். அதனால் அவரது பயிர் அறுவடைக்குத் தயாராக உள்ளது. ஆனால், அவர் குத்தகைக்கு எடுத்த நிலங்களில் அறுவடை செய்து பருத்தியைப் பறிக்க இன்னமும் ஒரு மாதக் காலம் அவர் காத்திருக்க வேண்டும்.

விவசாயிகள் பெரும்பாலும் சீதா தேவி சடங்கை நவராத்திரி காலத்தில் தசராவையொட்டி செய்கிறார்கள் என்று ராம்ராவ் தெரி விக்கிறார். நாங்கள் ஆலக்யாவுடன் வயலுக்கு நடந்துகொண் டிருக்கிறோம். ஆலக்யா பூஜைக்குத் தேவையான பொருட்களைச் சுமந்து வருகிறார். ஒரு தேங்காய், கொஞ்சம் பால், தண்ணீர், செந்தூரம், ஊதுவத்திகள். பூக்களை நாங்கள் வயலிலேயே பறித்துக் கொள்வோம். சாமந்திகள் இப்போது நன்கு பூத்து நிற்கின்றன. நான் இந்த பூசைக்காகவே அதிகாலையிலேயே ஹிவாராவை வந்தடைந்துவிட்டேன்.

ஆலக்யாவும் ராம்ராவும் உயரமாக வளர்ந்து நிற்கும் பருத்திச் செடிகளுக்கிடையே அமர்கிறார்கள். செடிகளிலுள்ள காய்கள் வெடித்து வெள்ளைப் பருத்தி பூத்து நிற்கிறது. ராம்ராவ் இலை களையும் ஒரு பருத்தித் துணியையும் வைத்து சின்ன ஊஞ்சல் போன்ற ஒன்றைச் செய்கிறார். அதைச் செடிகளின் தண்டில்

கட்டுகிறார். புதிதாகப் பறிக்கப்பட்ட பருத்தியைக் கொண்டு ஒரு சின்ன உருவத்தைச் செய்கிறார். அது பூமா தேவியின் மகளான சீதையின் அடையாளமாகும். கொஞ்சம் பாலையும் தண்ணீரையும் தெளித்து தேங்காய் உடைத்து ஊதுவத்தியை ஏற்றி அதை மூன்று முறை சுற்றி அந்தச் சின்ன ஊஞ்சலுக்கு அருகில் அதனை நடுகிறார். பின்னர் சிறிது சாமந்தி மலர்களையும் கொஞ்சம் தேங்காய், வெல்லத்தையும் படைக்கிறார். தான் அமைத்த அந்தச் சிலைக்கு முன் மண்ணில் தன் நெற்றிப்பட குனிந்து வணங்குகிறார். தனது குடும்பம், தனது வயல் செழிக்க வேண்டிக்கொள்கிறார்.

"விமல் உயிருடன் இருக்கும்வரையில் அவர்தான் இந்தப் பூஜையைச் செய்வார்" என்று என்னிடம் சொல்கிறார். இப்போது ஆலக்யா செய்ய வேண்டும். ஆனால், தான் ஒரு விதவை என்பதால் இந்தப் பூஜையைச் செய்ய தனக்குத் தகுதி இல்லை என்று அவர் மறுக்கிறார். இந்த விளக்கம் ஆலக்யாவைச் சங்கடப்படுத்துகிறது. நானும் "கடவுள் புரிந்துகொள்வார்" என்று கூறி அவரை வற்புறுத்துகிறேன்.

"நீயே செய்" என்று ராம்ராவ் அவரிடம் கெஞ்சுகிறார்.

ஆலக்யா தயக்கத்துடன் பூஜையைச் செய்கிறார். ஆனாலும் மகிழ்ச்சியுடன் காணப்படுகிறார்.

"நாளை பெண்கள் பருத்தியைப் பறிக்கத் தொடங்கிவிடுவார்கள்." ராம்ராவ் மகிழ்ச்சியுடன் அறிவிக்கிறார். இது கொஞ்சம் வருமானத்தை ஈட்டி கூலிகளைக் கொடுக்க உதவும் என்று நம்பிக்கையுடன் இருக்கிறார். இது ஒரு மோசமான ஆண்டாக இருந்தபோதும் கொஞ்சம் கடன்களையேனும் தன்னால் அடைக்க முடியும் என்று மகிழ்ச்சியடைகிறார். எப்படியும் அவர் கடன் அற்றவராக மாறப்போவதில்லை.

பருத்தி விலை ஒரு குவிண்டாலுக்குக் கிட்டத்தட்ட ரூ.5,500யாக உள்ளது. அது மோசமான விலையல்ல. ஆனால், ரொம்ப நல்ல விலையும் அல்ல. கடந்த ஐந்தாண்டுகளாக இதே விலையில் நிற்கிறது. இந்த ஆண்டு விளைச்சல்கள் சரியும் என்று விவசாயிகள் கணிக்கிறார்கள்.

சீதா தேவி சடங்கு முடிந்த பிறகு தங்கள் பருத்தியைக் கிராம அளவில் உள்ள சிறு வியாபாரிகளிடமோ அல்லது நூற்பாலைகளிடமோ விற்கிறார்கள். 1990களிலும் 2000களின் தொடக்கத்திலும் பனிக் காலத்தில் பருத்தி சந்தைகளின் வெளியே உள்ள

சாலைகளில் பருத்தி வண்டிகள் வரிசைக்கட்டி நிற்கும். அரசு நடத்திய பருத்தி விற்பனை கூட்டமைப்பின் பிரதிநிதிகளிடம் பருத்தியை விற்பதற்காகக் காத்திருக்கும். இன்று ஒரு சின்ன டெம்போ நிறைய பருத்தியை எடுத்துக்கொண்டு சந்தைக்கோ அல்லது ஒரு நூற்பாலைக்கோ சென்று உடனடி பணத்துக்குப் பருத்தியை விற்கலாம்.

அடுத்த மூன்று மாதங்களுக்கு ராம்ராவ் தனது 5 ஏக்கர் நிலத்தி லிருந்து 40 முதல் 45 குவிண்டால் பருத்தியை அறுவடை செய் வார். கோலம்வாரின் 7 ஏக்கரிலிருந்து 25 முதல் 30 குவிண்டால் பருத்தியை அவர் எதிர்பார்க்கிறார். அதிலிருந்து கிடைக்கும் இலாபம் அவர்களிடையே பகிர்ந்துகொள்ளப்படும். போர்கான் நிலத்தின் பருத்தி வீணாகிப்போனது. மழை சீக்கிரமாகவே நின்று விட்டதால், செடிகள் வளர்ச்சிக் குன்றி நின்றுவிட்டன. அவர் பயிரிட்ட 8 ஏக்கரில் வெறுமனே 20 குவிண்டால்கள் மட்டுமே அறுவடை செய்ய இயலும் என நினைக்கிறார். அது உற்பத்தி விலைக்கும் கூலி தரவும் மட்டுமே போதுமானதாக இருக்கும்.

சீதா தேவி சடங்கைச் செய்த பிறகு ஆலக்யா வீட்டுக்குத் திரும்புகிறார். பருத்தியையும் சாமந்திப் பூக்களையும் புதிதாகப் பறித்து ஒரு பையில் எடுத்துச்செல்கிறார். வீட்டில் தன் அம்மாவின் படத்துக்கு முன் அதை வைக்க இருக்கிறார்.

அடுத்த இரண்டு நாட்களுக்கு ராம்ராவ் வழக்கமாக அமர்த்தும் பெண் வேலையாட்களான மீராபாய் போன்றவர்களை வேலைக்கு அமர்த்துவார். அவர்களுடன் ஆலக்யாவும் இணைந்து அவர்கள் வயலில் பருத்தியைப் பறிப்பார்கள். பெண்கள் நாள் முழுவதும் அரட்டை அடித்துக்கொண்டு தங்கள் கவலைகளைப் பகிர்ந்து கொண்டு, ஊர் வம்பு பேசிக்கொண்டு தண்ணீர் அருந்துவதற்கும் மதிய உணவுக்கும் மட்டும் இடைவேளைவிட்டு தொடர்ந்து வேலை செய்வார்கள். ஒவ்வொருவரும் 50 முதல் 60 கிலோ பருத்தியைப் பறிப்பார்கள். 7 அல்லது 8 பேர் சேர்ந்து ஒரு நாளில் 3 முதல் 4 குவிண்டால் பருத்தி பறிப்பார்கள். ராம்ராவ் அவர்களுக்குப் பறிப்பு கூலியாக ஒரு கிலோவுக்கு ரூ.5 அளிப்பார். டிசம்பர் மாதத்தில் பறிப்பு காலம் உச்சத்தில் இருக்கும்போது, வேலைக்கு ஆட்கள் தேவை அதிகரிக்கும்போது ரூ.10 வரை இந்தக் கூலி உயரக்கூடும். பந்தர்காவுடாவுக்கு அருகில் உள்ள ஒரு நூற்பாலையிடம் அவர் பருத்தியை விற்கலாம் அல்லது தனது நண்பர் சந்தீப் சிந்தாவரிடம் விற்கலாம். இந்த நண்பர் பருத்தி வியாபாரிகளுக்குப் பருத்தியைத்

திரட்டிக் கொடுப்பவராக இருக்கிறார் அல்லது பந்தர்காவுடாவைச் சுற்றியுள்ள நூற்பாலைகளின் முதலாளிகளிடம் விற்கலாம். அங்கிருந்து அவரது பருத்தி எங்குப் பயணிக்கும் என்பது பற்றி ராம்ராவ் எதுவும் அறிந்திருக்கவில்லை. அது உடையாக மாறுமா? அல்லது மெத்தைகளில் திணிக்கப்படுமா? நாட்டைவிட்டு வெளியே பயணித்து ஒரு வெளிநாட்டுக்காரர் பயன்படுத்தும் நிலைக்கு மாறுமா?

★★★

நவம்பர் மாத தொடக்கத்தில் தீபாவளியையொட்டி நான் மீண்டும் ஹிவாராவில் இருக்கிறேன்.

ஹிவாரா அமைதியாக இருக்கிறது. நெடுஞ்சாலை நெடுகிலும் எங்குமே விழாவுக்கான அறிகுறிகள் தென்படவில்லை. இது ஒரு வறட்சி ஆண்டு. பெரும்பாலான வயல்களில் பருத்தி இன்னமும் அறுவடைக்குத் தயாராகவில்லை. விவசாயிகள் தங்கள் வருமானத்தில் பெரும் சரிவைச் சந்தித்திருக்கிறார்கள். சூழல் இறுக்கமாக நம்பிக்கை இழந்து இருக்கிறது. பந்தர்காவுடா சந்தையும்கூட அமைதியாகவே இருக்கிறது. வியாபாரிகளிடம் பணம் இல்லையென்று கடை வைத்திருக்கும் சில நண்பர்கள் என்னிடம் கூறுகிறார்கள். இந்தப் பகுதிகளில் தீபாவளி கொண்டாட்டமின்றி கழியப்போகிறது.

மாலையில் ஹிவாரா சில எளிமையான கொண்டாட்டங்களைத் தொடங்குகிறது. கிராமத்தவருக்கு இது மீண்டும் ஒரு கறுப்பு தீபாவளி. விழாவுக்கான சுறுசுறுப்போ, விளக்குகளோ, அலங்காரமோ எந்த வீட்டிலும் இல்லை. பருத்திச் செடிகள் நினைத்துப் பார்க்க முடியாத அளவுக்குக் குன்றித் தெரிகின்றன. போதுமான மழையின்மை, தாமதமான விதைப்பு மற்றும் மறுவிதைப்பு, இடையிடையே நீண்ட வறட்சி ஆகியவை விளைச்சலைப் பாதித்துள்ளன. குறைந்த பருத்தி என்றால், குறைந்த வருமானம் என்றால், வேலையாட்களுக்குக் குறைவான கூலி. அதனால் குழந்தைகளுக்குப் புது துணிகள் இல்லை. வாண வேடிக்கைகள் இல்லை. 6, 7 வயதுடைய உடையணியாத ஒரு சிறுவன் யாரோ ஒருவர் முந்தைய நாள் இரவு வெடித்த வெடிகளின் குப்பைகளுக்குள் வெடிக்காத வெடிகளைத் தேடிக்கொண்டிருக்கிறான்.

“எங்கள் கிராமத்தில் பணம் சுத்தமாக இல்லை” என்று ஆலக்யா என்னிடம் சொல்கிறார். ராம்ராவ் வழக்கம்போல வயலில் இருக்கிறார்.

நான் வீட்டை அடைந்தபோது வெளியே உள்ள முற்றத்தில் அவர் துணி துவைத்துக்கொண்டிருக்கிறார். தனது துவரை செடிகளுக்குப் பூச்சிக்கொல்லிகளைத் தெளிக்க திட்டமிட்டிருப்பதால் ராம்ராவ் வயலில் நிற்கிறார் என்று அவர் சொல்கிறார். ஏதோ பூச்சி தாக்கியிருப்பதாகச் சொல்கிறார். போர்கான் வயல் நல்ல விளைச்சலைத் தரப்போவதில்லை. இந்த ஆண்டு நட்டமே அதிகமாக இருக்கப்போகிறது என்றும் சொல்கிறார். தீபாவளிக்கு முன் கூலியைத் தருவதற்காக அவர்களது 5 ஏக்கர் நிலத்திலிருந்து 25 குவிண்டால் பருத்தியை அவர்கள் விற்றிருக்கின்றனர். பருத்தி ஒரே நேரத்தில் காய்ப்பதில்லை. அதனால் அக்டோபர் தொடங்கி பிப்ரவரி வரையிலான ஐந்து மாதங்களில் இரண்டு அல்லது மூன்று முறை சில சமயம் நான்கு முறைகூட பருத்தி பறிக்க வேண்டிவரும். தனது நிலத்தில் விளைந்தவற்றின் மூலம் கிடைக்கும் வருமானத்தை வைத்து மற்ற இரண்டு நிலங்களின் குறைந்த வருமானத்தை ராம்ராவ் ஈடுகட்டுவார்.

ராம்ராவ் வீட்டில் உள்ள முதல் அறையில் கூரைவரை பருத்தி மூட்டைகள் சுவர் ஓரமாக அடுக்கி வைக்கப்பட்டுள்ளன. அது போர்கான் வயலிலிருந்து வந்த 10 குவிண்டால் பருத்தி ஆகும். ஹிவாரா, விதர்பாவெங்கும் உள்ள விவசாயிகள் தங்களது வயல்களிலிருந்து பறித்த பருத்தியைத் தங்கள் வீட்டில் சேமித்து வைத்து அந்தக் காலகட்டம் முழுவதும் பகுதி பகுதியாக விற்பார்கள்.

யவத்மாலின் தெற்குப் பகுதி முழுவதும் விவசாயத்தில் என்ன வெல்லாம் தவறாக நடக்கக் கூடுமோ அவற்றால் நிரம்பியிருக்கின்றன – வளர்ச்சிக் குறைந்த சத்தற்ற பருத்திச் செடிகள், தளர்ந்த துவரைச் செடிகள்.

பணப் புழக்கம் குறையக்கூடும் என்று நான் எதிர்பார்க்கிறேன்.

ஹிவாராவுக்குத் தெற்கே 30 கி. மீ. தொலைவில் உள்ள மார்க்கி கிராமத்தைச் சேர்ந்த விவசாய செயற்பாட்டாளரான பந்து பர்கி இது பருத்திக்குரிய ஆண்டாக இருக்கவில்லை என்று கூறுகிறார்.

"விதைகளில் ஏதோ சிக்கல் இருப்பதாக நான் நினைக்கிறேன். மழையிலும்கூட நிச்சயமான பாசன வசதி உடையவர்கள் மட்டுமே கொஞ்சமேனும் பலன் பெற்றுள்ளனர்."

2005இல் விதர்பாவில் 3% பருத்தி நிலங்கள் மட்டுமே பாதுகாப்பான பாசன வசதி கொண்டவையாக இருக்கின்றன. பாதுகாப்பான பாசன வசதி என்பது கிணற்றின் மூலமாகவோ அல்லது

பாசன வாய்க்கால்கள் மூலமாகவோ பாசனம் பெறும் நிலங்கள். இது குறித்து நிச்சயமான தரவுகள் எதுவுமில்லை. ஆனால், விதர்பா பாசன வளர்ச்சி நிறுவனம் தற்போது இது 15% அதிகரித்திருப்பதாகக் கூறுகிறது. எஞ்சியுள்ள 80% முதல் 85% நிலங்களில் பெரும் நிச்சயமற்றத் தன்மை நிலவுகிறது. பருத்திச் செடிகளில் காய்களே இல்லை. இருப்பவையும் குன்றி வாடியுள்ளன. மார்லி, மாங்கிலி, முகுத்பன் என எல்லா இடங்களிலிருந்தும் விவசாயிகள் இது மற்றுமொரு கொடூரமான ஆண்டு என்று என்னிடம் கூறுகின்றனர். கடந்த மாதம் ராம்ராவ் என்னிடம் கூறியதைப் போல சிறிய திருட்டுகள் திடீரென அதிகரித்துள்ளன.

புதிய ஆண்டு பிறந்திருக்கிறது. கடனில் மூழ்கியிருந்த போதிலும் ராம்ராவ் நம்பிக்கையுடன் காணப்படுகிறார். டிசம்பர் மாத இறுதியில் நான் அவரைச் சந்தித்தபோது அவரது வீட்டின் முன்னறையின் பெரும்பகுதி பருத்தியால் நிரம்பியிருந்தது. இப்போது அந்த அறை முழுவதுமே பருத்தி அடுக்கி வைக்கப்பட்டுள்ளது.

ஜனவரி முதல் வாரத்தில் ஒரு குவிண்டாலுக்கு ரூ.5,100 என்ற விலையில் 30 குவிண்டால் பருத்தியை ராம்ராவ் விற்கிறார். அது அவரது நண்பர் கோலம்வாரின் வயலில் விளைந்தது. அதில் கிடைத்த வருமானம் இருவருக்குமிடையில் சமமாகப் பங்கிடப்படும். கடந்த இரு மாதங்களில் அறுவடை செய்யப்பட்ட பருத்தி மற்றும் துவரையைச் சந்தைக்குச் சென்று அவர் விற்கும் மாதமாக ஜனவரி இருக்கும். பாசன வசதியுடைய அவரது 5 ஏக்கர் வயலில் பனி காலத்துக்கான நடவை முழுவதுமாக முடித்திருந்தார்.

அன்று குளிர் மிகுந்த இனிமையான ஒரு நாளாக இருந்தது. ஜனவரி மத்தியில் இருந்தோம். தனது பருத்தியை விற்பதற்காகச் சந்தைக்கு எடுத்துச்செல்வதற்காக வரவழைக்க திட்டமிட்டிருந்த வாகனத்தை வர வேண்டாம் என சொல்லியனுப்புகிறார். ஏனெனில், விலை ஏறுவதாக இல்லை என்ற தகவல் அவருக்குக் கிடைத்திருக்கிறது. விலை ஏறுகிறதா என்று ஒரு வாரம் காத்திருந்து பார்க்கலாம் என்று முடிவு செய்கிறார். அந்தக் காலகட்டத்தில் தனது வயலில் விளைந்த துவரையை போர் அடித்து பருப்பைப் பிரிக்கும் வேலையைச் செய்யப் போவதாக என்னிடம் கூறுகிறார். தனது பண்ணையாட்களில் ஒருவரான பீம்ராவிடம் அந்த வேலையைச் செய்யுமாறு உத்தரவிடுகிறார். நாங்கள் அவர் வயலை நோக்கி நடக்கிறோம். அதில் கோதுமை, கொண்டை கடலை,

கொஞ்சம் சோளம் ஆகியவற்றைப் பயிரிட்டிருக்கிறார். வயலில் குளிர் அதிகமாக இருக்கிறது. ராம்ராவ் குளிரிலிருந்து தன்னைப் பாதுகாக்க இரண்டு சட்டைகளை அணிந்துள்ளார்.

"இது ஒரு வறட்சி ஆண்டு. ஆனாலும் விலைகள் சரிந்துகொண்டிருக்கின்றன. இது எப்படி நடக்கிறது?" ஆச்சரியத்துடன் சொல்கிறார்.

உலகளாவிய சந்தைகளில் பருத்தியும் பருப்புகளும் அதிகமாய் கிடைக்கின்றன. அதனால்தான் விலைகள் சரிகின்றன என்று நான் கூறுகிறேன்.

சற்று எரிச்சலுற்றவராக அவர் சொல்கிறார் "நாங்கள் இப்போது எதைப் பற்றிதான் கவலைப்படுவது? பருவ மழை, சந்தைகள், கடன்காரர்கள், அரசியல்வாதிகள்... மற்றும் குரங்குகள்!" சொல்லிக் கொண்டே போனவர் திடீரென முன்னே குனிந்து ஒரு பெரிய கல்லை எடுத்து ஒரு மரத்தின் மீது எறிகிறார். அந்த மரத்தில் ஒரு குரங்குக் கூட்டம் அமர்ந்து எங்களைப் பார்த்துக்கொண்டிருக்கிறது.

"சனியன்கள்!" ராம்ராவ் மற்றொரு கல்லையும் எடுத்து அந்த மரத்தை நோக்கியும் எறிகிறார். அந்தக் குரங்குகள் ஓடிவிடுவது போல் போக்குக் காட்டுகின்றன. ஆனால், ஓடவில்லை.

நாங்கள் ஒரு வறட்சி ஆண்டில் இருப்பதால் காடுகளிலோ, வயல்வெளிகளிலோ தண்ணீர், உணவு, பசுமை எதுவும் இல்லை. நிற்கும் பயிர்களைத்தான் காட்டு விலங்குகள் தங்களால் முடிந்தளவு உண்கின்றன. அவை பருத்திக் காய்களைகூட விட்டு வைப்பதில்லை என்று ராம்ராவ் சொல்கிறார். சில வயல்வெளிகள் மட்டுமே இந்த முறை பசுமையாக இருக்கின்றன. அவற்றில் ராம்ராவின் நிலமும் ஒன்று. அங்குப் பருத்திச் செடிகள் காய்வதற்காக விடப்பட்டுள்ளன. ஒரு சிறு பகுதியில் மட்டும் பனிக்கால பயிரிடுதலுக்காக நிலத்தை அவர் சீர்செய்துள்ளார். பனிக்கால பயிர்கள் அவருக்குச் சாத்தியமாவதற்குக் காரணம். அவர் நிலத்தில் நீர் உள்ளது.

"உங்கள் வாழ்வில் இதுவரை எந்தப் பயிர்களையெல்லாம் வளர்த்துள்ளீர்கள்?" ஆர்வத்துடன் கேட்கிறேன்.

அதைப் பட்டியலிட தொடங்கும் ராம்ராவின் கண்கள் மின்னுகின்றன.

"முட்டைகோஸ். நான் ஒரேயொரு முறைதான் முட்டைகோஸை வளர்த்தேன். ஆனால், அவற்றை நான் சந்தைக்கு எடுத்துச்சென்ற

போது விலை மிகவும் குறைவாக இருந்தது. வாங்குவதற்கு ஆளில்லை. ஒருமுறை எள்ளு பயிரிட்டேன். பெரும் விளைச்ச லையும் கண்டேன். நான் அவற்றைச் சந்தைக்கு எடுத்துச் செல் வதற்குள் அவற்றின் விலை ஒரு கிலோவுக்கு ரூ.100லிருந்து ரூ.45ஆக குறைந்து போனது."

"அடிக்கடி கொண்டைக்கடலை பயிரிடுவதுண்டு. 1 ஏக்கருக்கு 5 குவிண்டால் விளைச்சல் கிடைக்கும். 1 குவிண்டாலுக்கு ரூ.4,000 முதல் 5,000 வரை கிடைக்கும்."

"ஒருமுறை கத்திரிக்காயும் வெங்காயமும்கூட பயிரிட்டுள்ளேன். செலவழித்ததைத் திரும்பப் பெற்றுள்ளேன்."

நான் இடை நுழைந்து கேட்கிறேன், "எப்போது இலாபம் கண்டீர்கள், எந்தப் பயிரில்?"

ஒரு நொடி யோசிக்கிறார். "மிளகாய். 2000களின் தொடக்கத்தில் மிளகாய்க்கு நல்ல விலை கிடைத்தது. ஆனால், பின்னர் நட்டத்தைச் சந்தித்தேன்." அதே காலகட்டத்தில்தான் மிளகாய் வளர்க்க ஹிவா ராவைச் சுற்றி ஆதிவாசிகளின் நிலங்களைக் குத்தகைக்கு எடுத் திருந்த ஆந்திர விவசாயிகள் இந்தப் பகுதியிலிருந்து வெளியேறி னார்கள். நிலையற்ற சந்தையின் காரணமாக அவர்கள் பெரும் நட்டத்தைச் சந்தித்திருந்தனர்.

ராம்ராவ் தான் இதுவரை பயிரிட்ட பயிர்களின் பட்டியலைத் தொடர்கிறார். "சணல், கீரை, வெள்ளரி, உருளைக் கிழங்கு – என் நிலம் உருளைக் கிழங்கு பயிரிட ஏதுவானதல்ல – குடை மிளகாய், தக்காளி, வெண்டைக்காய்..."

இதுவரை 36 விதமான பயிர்களை அவர் பயிரிட்டுள்ளதாகக் கூறுகிறார். வாய்க்கால் பாசன வசதி இல்லாத நிலையும் பயிர் களுக்கு உரிய சந்தைகள் இருப்பதும் அவர் என்ன பயிர்களை பயிரிட வேண்டும் என்பதை முடிவு செய்கின்றன. 90களின் இறுதியில் தனது வயலில் அவர் ஒரு கிணறு தோண்டுவதற்குப் பெரும் பணம் செலவிட்டார். பசுக்களையும் எருமைகளையும் பராமரிக்க கிணறு இருப்பது மிகவும் அவசியம். இருந்தபோதும் அவர் பால் பண்ணை வைக்க முயன்றதில்லை. இப்போது அந்தக் கிணறு அவரது 5 ஏக்கர் நிலத்துக்கு நீர் பாய்ச்ச உதவுகிறது. ஆனால், அவர் குத்தகைக்கு எடுக்கும் வறண்ட நிலங்களுக்கு நீர் பாய்ச்ச இதிலிருந்து நீர் எடுப்பதில்லை.

"நீரும் சந்தையில் சரியான விலையும் இருந்தால் நான் எதை வேண்டுமானாலும் வளர்ப்பேன்."

வெயில் காலம் தொடங்கியவுடன் 2018-19 விவசாய ஆண்டு முடிவுக்கு வருகிறது. ராம்ராவ் தனது வயலிலிருந்து கொஞ்ச மேனும் பணம் ஈட்டியுள்ளார். ஆனால், அந்தப் பகுதியெங்கும் தண்ணீர் பற்றாக்குறையால் விவசாயிகள் நெருக்கடியிலேயே உள்ளனர். ராம்ராவ் தான் குத்தகைக்கு எடுத்த நிலங்களில் உற்பத்தி செலவுகளுக்கு ஈடான பணத்தை மட்டும் ஈட்டியுள்ளார். விவசாயத்துறை அலுவலரின் வயலை நிர்வகிப்பதற்கான ஆண்டு சம்பளமும் கிடைக்கிறது. இவற்றைக் கொண்டு ரூ.3,00,000 முதல் ரூ.4,00,000 வரையிலான நிலுவைக் கடன்களை அவரால் அடைக்க முடியும். முடிவில் அவருக்கென்று எஞ்சியது எதுவுமில்லை.

அவரது சக கிராமத்தினருக்கு இது ஒரு நீண்ட கொடூரமான வெயில் காலமாக இருக்கப் போகிறது.

2014இல் ராம்ராவ் விவசாயத்தையே விட்டுவிடும் மன நிலையில் இருந்தார். ஆனால், இப்போது நம்பிக்கையுடன் இருக்கிறார். ஆலக்யாவுக்கும் வர்ஷினிக்கும் ஒரு வாழ்வை அமைத்துத் தர வேண்டும் என்பதில் தன் முழு கவனத்தையும் செலுத்தியுள்ளார். ஆனாலும் கடனில் மூழ்கித்தான் இருக்கிறார். தனது கடன்களை பைசா பாக்கியில்லாமல் அடைத்துவிட வேண்டும் என்பதில் மிக உறுதியுடன் இருக்கிறார். வாழ்வையோ அல்லது விவசாயத்தையோ விட்டு விலகுவது என்பது இனி அவருக்கு ஒரு வாய்ப்பாகவோ அல்லது விருப்பமாகவோ இல்லை.

அத்தியாயம் - 9

ஜேனஸ்

இரண்டு குப்பி கோரேகானைக் குடித்து தன் உயிரை மாய்த்துக்கொள்ள முயன்ற ராம்ராவ் உயிர்பிழைத்து ஐந்து ஆண்டுகள் ஓடிவிட்டன.

2014இல் பருவ மழை வழக்கம் போல் இருந்தது. ஆனால், ராம்ராவ் தன் வயலுக்குத் திரும்பிச் செல்லும் மனநிலையில் இருக்க வில்லை. அப்புறம் 2015 ஆண்டும் வந்தது. அவர் இன்னமும் மன அழுத்தத்திலேயே இருந்தார். விதர்பா, மரத்வாடா, வடக்கு மகாராஷ்டிரா ஆகிய இடங்களில் பருவ மழை பொய்த்தது. மாநிலத்தில் பாதி இடங்கள் வறட்சியின் பிடியில் சிக்கியிருந்தன. அதற்கு அடுத்த ஆண்டு அவரது மூத்த மருமகன் தற்கொலை செய்து கொண்டு இறந்ததைத் தொடர்ந்து எழுந்த தேவையின் காரணமாக அவர் மீண்டும் ஏர் பிடித்தார். அந்த ஆண்டு அவரது பருத்தியும் சோயாவும் சந்தைக்குச் செல்லத் தயாராக இருந்தபோதும் அவரையும் அவரது சக விவசாயிகளையும் பண மதிப்பிழப்பு பல வகைகளில் பாதித்தது. அவர் சிரமப்பட்டார். மாநில அரசு கூட்டுறவு மற்றும் தேசியமயமாக்கப்பட்ட வங்கிகளைப் பயிர்க் கடன்களை மறுகட்டமைப்பு செய்ய உத்தரவிட்டது மட்டுமே அந்த ஆண்டு கிடைத்த ஒரே நிவாரணம். ராம்ராவுக்கும் அவரது கடன் மறு கட்டமைப்பு செய்யப்பட்டது. அதற்குப் பொருள் என்னவெனில், அவரது பெயர், வாராக்கடன் பட்டியலிலிருந்து இருப்பு கடன் பட்டியலில் சேர்க்கப்பட்டிருக்கிறது. ஆனால், எந்தப் புதிய வங்கிக் கடன்களும் அவருக்குக் கிடைக்கவில்லை.

2017இல் ஒரு சராசரியான பருவ மழை பெய்த போதும் விதர் பாவில் இளஞ்சிவப்புப்புழு மீண்டும் வந்து பருத்தி விளைச்சலை அழித்தது. மீண்டும் 2018 ஒரு வறட்சி ஆண்டாக இருந்தது. பருவ மழை பொய்த்தது. பாதுகாப்பான பாசன வசதியற்ற குத்தகை நிலங்களிலிருந்து அவருக்கு நல்ல விளைச்சல் கிடைக்கவில்லை. திறந்தவெளி கிணறு இருந்ததால் தன்னுடைய வயலில் விளைந்த வற்றைக் கொண்டு அவர் நட்டங்களுக்கு ஈடுகட்டினார்.

இந்த ஆண்டுகளில், பூச்சிக்கொல்லிகளைக் குடித்தும் தூக்கிட்டுக்கொண்டும், கிணறு அல்லது ஏரிகளில் குதித்து மூழ்கியும், சில இடங்களில் நெருப்பில் குதித்தும் நூற்றுக்கணக்கான விவசாயிகள் தற்கொலை செய்துகொண்டதைப் பற்றிய செய்திகள் நாட்டின் அனைத்துப் பகுதிகளிலிருந்தும் வந்த வண்ணம்தான் இருந்தன. வளமிக்க பஞ்சாப், நீர் பற்றாக்குறை மிக்க மத்திய மகாராஷ்டிரா, காவேரிப் படுகை, வறண்ட பந்தல்காண்ட், வனம் நிறைந்த ஒடிசா, ராயலசீமா, வடக்கு கர்நாடகம்... அது ஒரு நீண்ட பட்டியல். ஆயிரக்கணக்கானோர் விவசாயத்தை விட்டு கூடுதல் கூலியும் கடன் சுமையிலிருந்து விடுபடவுமான வேலை எங்குக் கிடைக்கிறதோ அங்குக் குடிபெயர்ந்துள்ளனர்.

பெரும்பான்மையானோர் விவசாயக் கூலிகளாக மாறியுள்ளனர். இதுவரை நடக்காத இடங்களிலும்கூட இப்போது விவசாயத் தற்கொலைகள் நடக்கின்றன. மாநிலங்கள், பயிர்கள் வேறுபாடின்றி விவசாயத் துயரம் என்பது நீக்கமற நிறைந்துள்ளது. முன்பெல்லாம் நெல் விவசாயிகள் தற்கொலை செய்துகொண்டது என்பது கேட்டறியாததாக இருந்தது. ஆனால், இப்போது அதுவும் அதிகரித்துள்ளது. கணக்கெடுப்புகளின் அடிப்படையில் பார்த்தால் 2014 முதல் 2019 வரையான காலகட்டத்தில் மட்டும் குறைந்தது 84,000 விவசாயிகள் தற்கொலை செய்துகொண்டிருக்கலாம். இது ஓராண்டுக்கு 14,000 என்ற கணக்கில் வருகிறது. மகாராஷ்டிராவில் மட்டுமே அதன் நீண்ட கால ஆண்டு சராசரியான 3,500ஐ வைத்து கணக்கிட்டால் இந்தக் காலகட்டத்தில் தற்கொலைகளின் எண்ணிக்கை 21,000 ஆக இருக்கும். விதர்பா மட்டுமே 10,000 தற்கொலைகளைக் கண்டிருக்கும்.

5 ஆண்டுகளில் மோடி அரசால் விவசாயிகளின் வலியை நீக்கவோ, குறைக்கவோ இயலவில்லை. ஆனாலும் அவர்கள் தொடர்ந்து அவர்மீது நம்பிக்கை வைத்துள்ளனர். பண மதிப்பிழப்பு காலகட்டத்தில் பல நாட்கள் நீண்ட வரிசைகளில் நின்றிருக்கின்றனர். எதிர்பாராத பல நெருக்கடிகளைச் சந்தித்துள்ளனர். நட்டத்தை அனுபவித்துள்ளனர். ஆனாலும் அந்த நடவடிக்கை என்பது நீண்ட கால நோக்கில் வளத்தைக் கொண்டுவந்து தரும் என்று நம்பினர்.

தனது குடும்பத்தினர், நண்பர்களால் தனக்கு மீண்டும் கிடைத்த வாழ்வின் அருமையை ஒவ்வொரு நாளும் ராம்ராவ் உணர்கிறார். மீண்டும் மார்ச் மாதம் ஹிவாராவில் வெப்பம் சூடு பிடிக்கத்

தொடங்குகிறது. பனிக்காலத்தில் குளிர்ச்சி குறைந்துள்ளது. அதி காலைகள் இதமாய் இருக்கின்றன. ஆனால், ஒரே வாரத்தில் வெப்பம் தாங்க இயலாததாக மாறிவிடும். வயல்வெளிகள் கடின முறும். காடுகள் சிறுக்கும். மரங்கள் இலைகளை உதிர்க்கும். உறுதியாய் நிற்கும் ஒரே மரம், வயல்வெளிகளின் ஓரத்தில் நிற்கும் முள் அடர்ந்த கருவேல மரங்கள் மட்டுமே.

ஹிவாராவில் இன்னமும் கொஞ்சம் காடு மிச்சமிருக்கிறது. ஆனால், நாக்பூரிலிருந்து பந்தர்காவுடா வரை செல்லும் நெடுஞ் சாலை எங்கும் மரங்களைவிட அதிகமாகப் பெயர்ப் பலகைகள் நிற்கின்றன. நாட்டின் 'வளர்ச்சி'க்காக நெடுஞ்சாலைகளை அகலப் படுத்த மரங்கள் வெட்டப்பட்டன. ஹிவாராவைச் சுற்றியுள்ள சில கிராமங்கள் குறுகலான மண் சாலைகளால் இணைக்கப்பட்டுள்ளன. அவற்றைச் சுற்றி தேக்கு மற்றும் புதர்க்காடுகள் மண்டியுள்ளன. அவையும் பணத்துக்காக மரங்களைத் திருடுபவர்களால் தங்கள் அடர்த்தியை இழந்துவருகின்றன. ஏழை விவசாயிகள் காடுகளை அழித்து உருவாக்கும் சிறு துண்டு நிலங்களில் பருத்தி, சோயா, சோளத்தை வளர்த்து தங்கள் வாழ்வை நடத்துகின்றனர்.

ஹிவாராவில் பாகவத சப்தம் தொடங்கி நடந்துவருகிறது. ஹோலிப் பண்டிகை வரை ஒரு வாரம் தொடர்ந்து நடக்கும் இந்த நிகழ்வு சாவை முத்தமிட்டுத் திரும்பிய நினைவுகளை ராம்ராவுக்குக் கொண்டு வருகிறது.

அதை எப்படி அழைப்பது? ஆண்டு விழா என்றா?

இந்தக் காலகட்டத்தில் தனக்குத் துணையாகவும் கருணை யுடனும் இருக்கும் மனிதர்களைப் பற்றி ஆழமான புரிதல் அவருக்குள் ஏற்பட்டுள்ளது. தன் அண்ணனை நன்றியுடன் நினைத்துக்கொள்கிறார். பாஸ்கர் சூதாட்டத்தில் தொலைத்துவிட்டு வரும்போதெல்லாம் அவ்வப்போது தனது நன்றியுணர்வின் வெளிப்பாடாக அவருக்கு ரூ.100 தாள் ஒன்றைத் தருகிறார். தன் மனைவியை நினைத்துக்கொள்கிறார். தனது பேத்திகளைச் சிலாகிக்கிறார். அவர் மனதில் அவர்கள் மிகுந்த மகிழ்வை ஏற்படுத்து கிறார்கள். தனது இரு மகள்களுக்காகவும் இறைவனிடம் வேண்டிக் கொள்கிறார். தனது வாழ்வின் சவால்களை எதிர்கொள்ள ஆலக்யா வுக்குத் தேவையான பலம் கிட்டும் என்று நம்புகிறார். அவர் வாழ்வில் மீண்டும் நல்லது நடக்க வேண்டும் என்று விழைகிறார். ஆலக்யாவின் வாழ்வு மற்றும் நலம் அவர் மனதை விட்டு இப்போதெல்லாம் நீங்குவதே இல்லை. தனது மகளின் நிலையை

நினைத்து தனித்து அமர்ந்திருக்கும் போதெல்லாம் அவர் உணர்ச்சி வசப்படுகிறார்.

தனது அத்தனை சிக்கல்களையும் கடந்து ராம்ராவ் நன்றியுணர் வுடன் இருக்கிறார். வாழ்வு பெரும்பாலும் தன்மீது கருணை யுடனேயே இருந்திருக்கிறது என்று கூறுகிறார். பெரும்பாலான கிராமத்தினரோடு ஒப்பிடும்போது அவர் எவ்வாறு அவர்களைவிட மேலான வாழ்வை வாழ்கிறார் என்பதை சலனமின்றி கூறுகிறார். "பாஸ்கரைப் பாருங்கள். அவனால் தன் வீட்டுக்குப் புதிய கூரையைகூட வேய முடியவில்லை. கோலம்களைப் பாருங்கள். இரண்டு முழுமையான உணவை உண்ணக்கூட அவர்களிடம் போதுமான வசதி இல்லை." நிலமற்றவர்கள் பலபல ஆண்டு களாகக் கைக்கும் வாய்க்குமான போராட்டத்திலேயே வாழ்ந்து கொண்டிருக்கிறார்கள். தனது எளிமையான வாழ்வில் இவ்வுலகின் மிக ஏழ்மையான வாழ்நிலையில் இருப்பவர்களோடு மேலும் மேலும் ஒப்பிட்டு தனது சிக்கல்களைக் கடந்து நன்றியுடன் இருப் பதற்குத் தன்னிடம் நிறைய இருப்பதாகத் தனக்குத்தானே நினை வூட்டிக்கொள்கிறார். பெரும்பாலானவர்களிடம் இல்லாத நிலமும் தன்னிடம் இருப்பதை நினைவூட்டுகிறார்.

அதனால்தான் தன்னால் முடிந்தபோதெல்லாம் தனது சக கிராமத்தினருக்காகச் செலவிடுகிறார். அவர்கள் நகரத்துக்கோ, கோயிலுக்கோ, ஏதேனும் திருவிழாவுக்கோ செல்வதற்கான பயண செலவுகளை முன்வந்து ஏற்கிறார். ஐதராபாத் நெடுஞ்சாலையில் ஹிவாராவிலிருந்து 20 கி.மீ. தொலைவில் உள்ள கேலாப்பூர் கிராமத்தில் ஒன்பது நாட்கள் நடக்கும் நவராத்திரி விழாவில் கலந்து கொண்டு திருவிழாவையும் அப்போது நடக்கும் சர்க்கஸையும் கண்டு மகிழ ஒவ்வோர் ஆண்டும் கோலம் பழங்குடியினர் மற்றும் பிற ஏழைக் குடும்பங்களிலிருந்து 15 முதல் 20 சிறுவர்களை அவர் கூட்டிச்செல்கிறார். அவர்களில் பெரும்பாலானோர் கிராமத்தைத் தாண்டி பயணம் செய்யும் வாய்ப்பற்றவர்கள் என்பதை அவர் அறிந்திருந்தார். ஒரு ஆட்டோவை வாடகைக்கு அமர்த்தி அவர்கள் அனைவரையும் அதில் திணித்து திருவிழாவில் ஒரு நாளைக் கழிக்கச் செல்கின்றனர். சின்னஞ்சிறுவர்களைச் சமாளிக்க சற்றே பெரிய சிறுவர்கள் உதவுவார்கள். தனது சமூகத்தின் மீது அவர் கொண்டுள்ள இந்த நிபந்தனையற்ற அன்பின் காரணமாகவே கிராமத்தினர் அவரை ஒரு புண்ணிய ஆத்மா, கடவுளால் அனுப்பப் பட்டவர் என்றே கருதுகிறார்கள்.

★★★

“நான் நல்வாய்ப்புப் பெற்றவன். எனக்கு ஒரு மேம்பட்ட வாழ்க்கை அமைந்துள்ளது. அது குறித்து குறை கூறுவது தவறு” என்று சொல்கிறார் ராம்ராவ்.

பாகவதக் கதை சொல்லப்படும் கோயிலை நோக்கி நாங்கள் நடந்துகொண்டிருக்கிறோம். கடந்த ஐந்து ஆண்டுகளில் அந்த அனுமார் கோயில் செங்கல் செங்கலாக வளர்ந்துள்ளது. கிராமத்தில் புகையிலையும் சிகரெட்டும் விற்கும் மற்றொரு பெட்டிக் கடை முளைத்துள்ளது. ஆனால், கிராமத்தினரின் துன்பத்தைக் குறைக்கக் கூடிய சுகாதார மையமோ பெரும்பாலான நாட்களில் மூடியே கிடக்கிறது. இங்கு வாழ்க்கை கடினமானதாகவும் கொடூரமாகவும் இருப்பதால் கிராமப்புறங்களில் சேவை செய்ய விரும்பாத மருத்துவர்களின் பற்றாக்குறையால் பெரும்பாலான கிராமத்து சுகாதார மையங்கள் மூடியே கிடக்கின்றன.

நாங்கள் கோயிலை நெருங்கநெருங்க பாகவதக் கதையின் சத்தம் அதிகரிக்கிறது. கோயில் கோபுரத்தின் மேல் ஒரு தடிமனான மூங்கில் கம்பில் கட்டப்பட்டுள்ள ஒலிபெருக்கியின் மூலம் மொத்த கிராமமும் கேட்கும் வகையில் கதை ஒலிக்கிறது. அவ்வளவு இனிமையான குரலாக இல்லாத போதும் அந்தக் கடினமான குரலில் உரத்துப் பாடுகிறார் அந்தப் பாடகர்.

என் மனதைப் படித்தவர் போல “பெரும் சத்தமாகவும் கூச்சலாகவும் இருக்கிறது” என்கிறார் ராம்ராவ்.

இந்த ஆண்டு சப்தத்துக்கான ஏற்பாடுகள் எளிமையாகவே இருக்கின்றன. பெரிய வாண வேடிக்கை இல்லை. தினந்தோறும் அளிக்கப்படும் பிரசாதம் இல்லை. பந்தலோ சாமியானாவோகூட போடப்படவில்லை. ஒரேயொரு ஒலிவாங்கியும் ஒலிபெருக்கியும் மட்டும்தான்.

“ஏன் என உங்களுக்குத் தெரியுமா?” தனது வழக்கமான தொனியில் ராம்ராவ் என்னிடம் கேட்கிறார்.

இதற்குள் ஒவ்வொரு நிகழ்வைப் பற்றியும் கிராமத்தைப் பற்றிய அனைத்து விவரங்களையும் கிராமப்புற வாழ்க்கை முறை குறித்தும் எனக்குச் சொல்லிக்கொடுப்பதைத் தனது கடமையாகவே அவர் ஏற்றுக்கொண்டுவிட்டார். அவரது ஆழமான புரிதல்களை நான் மெச்சுகிறேன் என்பதை அவர் அறிந்திருக்கிறார். எப்போதுமே “ஏனென்று உங்களுக்குத் தெரியுமா?” என்றே தொடங்குகிறார்.

ஒவ்வொரு முறையும் நானும் “ஏன்?” என்றே கேட்கிறேன்.

"துன்பம்! இது ஒரு வறண்ட ஆண்டு." ராம்ராவ் விளக்குகிறார். "மக்களிடம் பணம் இல்லை. நீங்கள் அதை பார்க்கிறீர்கள்தானே. நட்டத்தைச் சந்தித்துள்ள விவசாயிகளிடமிருந்து பெறக்கூடிய குறைந்தபட்ச நிதியை வைத்தே நாங்கள் சமாளிக்க வேண்டி வந்தது. இந்த ஆண்டு மக்கள் பணம் தரவில்லை. ஏனெனில் அவர்களிடம் பணம் இல்லை."

கிராமப்புறங்களில் வறட்சி என்பது ஒவ்வொருவருக்கும் ஒவ்வொரு மாதிரியாக இருக்கிறது. சரிவர பெய்யாத குறைந்த மழையாக இருக்கலாம். பல காரணங்களால் ஏற்பட்ட பயிர் இழப்பாக இருக்கலாம். குறைந்துவரும் நிலத்தடி நீர், பண புழக்கமின்மை, மனிதர்களால் ஏற்படும் பல காரணங்களின் கலவையாக இருக்கலாம்.

ஹிவாராவில் பருவ மழை சீரின்றி பெய்ததாலும் போதுமான அளவு பெய்யாததாலும் பயிர்கள் நாசமுற்றன. 10 குவிண்டால் பருத்தி அறுவடை செய்யவேண்டிய இடத்தில் பெரும்பாலான விவசாயிகளுக்கு வெறும் 4 குவிண்டால் மட்டுமே கிடைத்தது. 5 குவிண்டால் துவரை கிடைக்கவேண்டிய இடத்தில் 2 குவிண்டால் மட்டுமே கிடைத்தது. ராம்ராவைப் போல ஒருசில விதிவிலக்குகள் தவிர ஹிவாராவில் எவராலும் பனிக் காலத்துப் பயிரை நட முடியவில்லை. வேலையாட்களுக்குப் போதுமான வேலை கிடைக்கவில்லை. இந்த வெயில் காலத்தில் காட்டு வேலை கிடைக்கும் என்பதற்கான உத்தரவாதமும் இல்லை. வழக்கமான தெண்டு இலை சேகரிப்பை தவிரவும் காட்டில் செடிகளை விதைத்து பராமரிப்பது, காட்டுக் களைகளை நீக்குவது, தேக்கு மர அறுவடைகள் சில என பருவக் கால வேலைகளைக் காட்டிலாகா கொடுப்பதுண்டு.

"ஆம்!, நான் அதைப் பார்க்கிறேன்" அவர் சொல்வதை நான் புரிந்துகொண்டேன் என்பதை உணர்த்த அதை சொல்கிறேன். "நீங்கள் எவ்வளவு நிதி தந்தீர்கள்" என்று கேட்கிறேன்.

ராம்ராவ் புன்னகைக்கிறார். "அதை என்னிடம் கேட்காதீர்கள்." ஒரு நொடிக்குப் பின் சிரித்துக்கொண்டே "நிறைய" என்கிறார்.

அவர் மிகைப்படுத்திச் சொல்கிறார் என்பதை நான் அறிவேன். ஆடம்பரமான நிதி அளிப்புக்கு அவரிடம் பணம் இல்லை என்று எனக்குத் தெரியும். ஆனால், தன்னிடம் இருப்பதையெல்லாம் அவர் கொடுத்திருக்கக்கூடும். கோயிலுக்கு என்று வரும்போது தன்னிடம் இருப்பதையெல்லாம் கொடுக்க அவர் யோசிப்பதே இல்லை. ஆனால், ஆலக்யா அவரை நிதானிக்க வைத்திருக்கக் கூடும் என்று நான் நம்புகிறேன்.

எங்கிருந்து அந்தப் பணம் கிடைத்தது என்று எனக்கு ஆச்சரிய மாக உள்ளது.

"பனிக் காலத்தின் பச்சைப் பயறில் கிடைத்தப் பணத்தைக் கொடுத்தேன்"

"எவ்வளவு?" அவர் பதில் சொல்வதற்காகக் காத்திருக்கிறேன். ஆனால், வற்புறுத்தவில்லை.

அவர் அந்தக் கேள்விக்கான பதிலைச் சொல்லாமல் சமாளிக் கிறார்.

புதிதாகக் கட்டப்பட்டுள்ள கோயில் அரங்கில் இருக்கிறோம். அதற்கு வெள்ளையடிக்கப்பட்டுள்ளது. ஆனால், வண்ணம் பூசப் படவில்லை. அரங்கு திறந்திருக்கிறது. உள் அரங்குக்குள் நுழைய ஒரு புதிய கம்பி கதவு போடப்பட்டுள்ளது. அதன்மீது அடிக்கப் பட்டுள்ள கறுப்பு வண்ணத்தின் வாசம் வருகிறது. கிராமத்தினர் பக்தியுடன் கடவுளர்களான ராமர், லெட்சுமணர் மற்றும் சீதையின் பளிங்கு சிலைகளை நிறுவியுள்ளனர். வறட்சி ஆண்டிலும்கூட மக்கள் கோயிலுக்கு நிதி அளித்துள்ளனர். சல்பார்தியைச் சேர்ந்த ஓர் உள்ளூர்த் தலைவர் சிறிது பணம் கொடுத்துள்ளார் என்பதை நான் ராம்ராவின் மூலம் அறிகிறேன்.

இந்த ஆண்டு வந்துள்ள கதைசொல்லி மிக இளவயதினராக இருக்கிறார். வயது 30களின் தொடக்கத்தில் இருக்கலாம். அதிக அனுபவம் வாய்ந்த ஒருவர் கேட்கும் அளவுக்கு இல்லாமல் ஒரு எளிமையான தொகையையே அவர் கேட்டுள்ளார்.

இன்று சப்தத்தின் மூன்றாவது நாள்.

கடந்த ஆண்டு பல உதவியாளர்கள், நடிகர்கள், மின்னும் உடை களுடன் வந்தவரைப் போல் அல்லாமல் இந்த ஆண்டு வந்துள்ள கதைசொல்லி அனுபவமற்றவர் என்று ராம்ராவ் இரகசியக் குரலில் என்னிடம் சொல்கிறார். கடந்த ஆண்டு வந்த கதைசொல்லி தனது கலையைச் சுற்றி ஒரு துணை தொழிலையே கட்டமைத்திருந்தார். அவர் ஒலிவாங்கிகளையும் ஒலிபெருக்கிகளையும் மற்றும் ஒரு முழுமையான ஒலி கட்டமைப்பையும் வாடகைக்கு எடுக்கிறார். இவையனைத்துக்குமாக ஒரு பெரும் தொகையை வாங்கிக்கொள் கிறார்.

சில ஆண்டுகளில் இந்தப் புதிய கதைசொல்லியும்கூட இப்படி யான மத நிகழ்வுகளை நடத்துவதில் தேர்ந்தவராகிப் பெரும் தொகையைக் கேட்கக்கூடும். விதர்பாவெங்கும், மகாராஷ்டிரா

எங்கிலும்கூட இருக்கலாம், இப்படியான கதைசொல்லிகளின் கூட்டம் வளர்ந்துவருகிறது. இவர்கள் கிராமப்புறப் பக்தர்களிடம் ஒரு தேர்ந்த தொழிலை நடத்தி பணம் ஈட்டுகின்றனர். அதில் ஒரு சிலர் தங்கள் பக்தர்கள் தங்கள் கால்களைக் கழுவி ஏதோ அவர்களே விஷ்ணுவின் புதிய அவதாரம் போல் வணங்கப்பட விழைகிறார்கள்.

ஒரு வாரம் நடக்கும் இந்த நிகழ்வு எளிமையாக நடத்தப்பட ரூ.2,00,000 முதல் 5,00,000 வரை ஆகிறது. ஆடம்பரமாக நடத்தப்படும் நிகழ்வுகளின் செலவு ரூ.20,00,000 ஆகலாம். கிராமத்தின் பொருளாதாரத்தில் அற்புதங்களை நிகழ்த்தி வறட்சியைக் கையாளக் கூடிய ஏரிகளையோ, குளங்களையோ வெட்டுவதற்குப் பதிலாக மக்கள் ஏன் இப்படியான மத விழாக்களில் செலவிடுகிறார்கள் என நான் ராம்ராவிடம் கேட்கிறேன்.

"அச்சம்" உடனடியாகச் சொல்கிறார்.

"பாவத்துக்கு மேல் பாவம் செய்யும் மக்கள் குற்ற உணர்ச்சியுடனேயே வாழ்கிறார்கள். இதை செய்வதால் அவர்கள் பாவங்களைக் கழுவிவிட முடியும் என்று நம்புகிறார்கள். சிலர் மூட நம்பிக்கையுடன் இருக்கிறார்கள். இதை செய்யாவிட்டால் அவர்களுக்கு சாபம் வந்துசேரும் என்று நம்புகிறார்கள். வெகு சிலரே உண்மையான பக்தியுடன் உள்ளனர்."

இடைவேளை நேரத்தில் அந்த இளம் கதைசொல்லியும் பழைய வழக்கங்களையே கடைப்பிடிப்பதைப் பார்க்கிறேன். மக்களை அவர் முன் வணங்கி காலைத் தொடச் செய்கிறார். அவர்களுக்கு ஆசி வழங்கும் விதத்தில் அவர்கள் முதுகில் தட்டிக்கொடுக்கிறார். அல்லது கண்களை மூடி கைகளைக் குவித்து தியானத்தில் அமர்ந்திருப்பதுபோல் பாவனை செய்கிறார். அவர் ஒரு நாடகத் தன்மையுடன் இருப்பதை ராம்ராவும் ஒத்துக்கொள்கிறார். ஆனால், கிராமத்தினர் ஒப்புக்கொள்ள மாட்டார்கள் என்றும் சொல்கிறார். அவர்கள் மந்திரத்தால் கட்டுண்டதுபோல் இருக்கிறார்கள்.

இந்த பாபா இரவில் 'பௌவா' – கால் குப்பி சாராயம் – குடிக்கக் கூடும் என்று ராம்ராவ் என்னிடம் இரகசியமாகச் சொல்கிறார். ராம்ராவுக்கு அருகில் அமர்ந்துள்ள வயதான கிராமத்தினர் ஒருவர் இதை கேட்டு ஒப்புக்கொள்வது போல் புன்னகைக்கிறார். புகையிலையினால் கறை படிந்த அவரது சொற்ப பற்களையும் காட்டுகிறார். ராம்ராவ் அந்த வயதானவருடன் இணைந்து சிரிக்கிறார். தனது புதிய வண்ணமிகு உடையில் நிற்கும் கதைசொல்லியை நான்

பார்க்கிறேன். அவரது ஆர்ப்பாட்டமான அசைவுகளைக் கண்டு வியக்கிறேன். இந்த ஏற்பாட்டின் குறைகளை ராம்ராவும் அந்த வயதான மனிதரும் அறிவார்கள். ஆனால், அவை இருப்பதன் தேவையையும் அவர்கள் அறிவார்கள். தங்களது சிக்கல்களை அவர்கள் கடந்துவர வேண்டும். இது நொடி நேர நிவாரணம்.

சிறிது நேரம் அங்கு அமர்ந்துவிட்டு நாங்கள் எழுந்து வெளி யேறுகிறோம். கதைசொல்லியையும் புராணத்தையும் அதில் மூழ்கிக் கிடக்கும் கிராமத்தினரையும் விட்டுவிட்டு சிக்கல்கள் நிறைந்த நடைமுறை வாழ்வுக்குத் திரும்புகிறோம்.

இந்த ஆண்டு அதிகப் பணம் அளித்தவர்களில் ஒருவராக அவர் இருந்தபோதும் பாகவத சப்த்தத்தின் வரவேற்பு குழுவிடமிருந்து தான் விலகி நிற்பதாக ஊர் மையத்தைத் தாண்டி நாங்கள் செல் லும்போது ராம்ராவ் என்னிடம் கூறுகிறார்.

பின்னர் அவரது வழக்கமான கேள்வியைக் கேட்கிறார். “ஏனென்று உங்களுக்குத் தெரியுமா?” நான் புன்னகையுடன் பதிலளிக்கிறேன். “ஏன்?”

“விழா ஏற்பாடுகளில் கலந்துகொள்ள என்னால் நிச்சயம் நேரம் ஒதுக்கியிருக்க முடியாது.” எனக்குத் தெரியாத ஏதோ ஒரு வேலையில் அவர் முழுமையாக ஈடுபட்டிருந்தார் என்பதைச் சுட்டிக்காட்டுவது போல அவரது பதில் இருந்தது. நான் கேள்விகள் கேட்பேன் என்று அவருக்குத் தெரியும். காத்திருக்கிறார். ஆனால், நான் இப்போது அதைக் கேட்க விரும்பவில்லை. பின்னர் கேட்டுக்கொள்ளலாம் என்று நினைத்தேன். மாறாக, வேறு ஒரு கேள்வியில் அவரது கவனத்தைத் திருப்பினேன். நான் என்னவென்று விசாரிக்காததால் ராம்ராவ் எரிச்சலுறுகிறார். நான் கேட்பதற்குக் காத்திராமல் காரணத் தைச் சொல்ல முடிவெடுக்கிறார்.

சில நாட்களுக்கு முன் எங்கள் இருவருக்குமிடையே நடந்த உரையாடலை நினைவூட்டுகிறார்.

என்னிடமிருந்து அழைப்பு வராதபோது வெறுமனே நலம் விசாரிப்பதற்கும் என்ன நடக்கிறது என்பதைத் தெரிவிப்பதற்கும் அவர் அடிக்கடி என்னை அழைப்பதுண்டு. சில சமயங்களில் அது வானிலையைப் பற்றியதாக இருக்கலாம். அல்லது அவரது வயலில் அவர் கண்ட புதிய பூச்சியைப் பற்றியதாக இருக்கலாம். அல்லது அவர் பகிர்ந்துகொள்ள விரும்பிய ஏதேனும் செய்தியாக இருக்க லாம். 15 நாட்களுக்கு முன்னால் என்று நினைக்கிறேன். அன்று

அவர் அழைத்து தனது உறவினர் வெங்கண்ணா தன்னிடம் பணம் கேட்டிருப்பதாகக் கூறினார். 2012இல் அவரது மனைவியின் மருத்துவ செலவுக்காக ராம்ராவுக்குப் பணம் தேவைப்பட்டபோது தெலங்கானாவில் வசிக்கும் இந்த உறவினரான வெங்கண்ணாதான் ஏறத்தாழ ரூ.2,00,000 தந்து உதவினார். அந்தக் கடன் இன்னமும் அடைக்கப்படாமல் இருக்கிறது. "தனது மகனின் திருமணத்துக்கு வெங்கண்ணாவுக்குப் பணம் தேவைப்படுகிறது. அதனால் ஏதாவது செய்யப்பட வேண்டும்"

விவசாயக் காலம் எப்பவோ முடிந்துவிட்டது. இன்னமும் அவரது வயலில் கொஞ்சம் பருத்தியே பறிக்கப்படாமல் மிச்ச மிருக்கிறது. கூலி கொடுப்பதற்குப் பணம் இல்லாவிட்டால் சில விவசாயிகள் பருத்தியைப் பறிக்காமல் வைத்திருக்க வேண்டும். பருத்திச் செடிகள் எவ்வளவு காலம் வேண்டுமானாலும் அப்படியே நிற்கும். மே மாதத்தில் புதிய விவசாயக் காலம் தொடங்கும்போது அதற்கு நிலத்தைத் தயார்செய்ய விவசாயிகள் இந்தச் செடிகளை எரிப்பார்கள்.

"அந்தப் பருத்தி எனக்குக் கொஞ்சம் பணத்தை ஈட்டித் தரும்." சில விரைவான கணக்கீடுகளைச் செய்து ராம்ராவ் என்னிடம் இவ்வாறு தொலைபேசியில் கூறியிருந்தார். நானும் அதை ஒப்புக் கொள்வதைப் போல முணுமுணுத்தேன். தொலைபேசியில் மீண்டும்மீண்டும், "என் உறவினருக்குப் பணம் தேவைப்படுகிறது. ஆனால், அவருக்குக் கொடுக்க என்னிடம் ஒரு பைசாகூட இப்போது இல்லை" என்கிறார்.

"ஆக என்ன செய்யப்போகிறீர்கள்?" என்று நான் கேட்டேன்.

"எனக்குத் தெரியவில்லை. அதனால்தான் உங்களை அழைத் தேன்" என்று சொல்லிவிட்டு தொலைபேசியை வைத்தார்.

அதற்குப் பிறகு பலமுறை நாங்கள் பேசிவிட்டோம். ஆனால், இதைப் பற்றி கேட்க எனக்குத் துணிவு வரவில்லை. இப்போது அவர் அந்தக் கதையைச் சொல்வதற்கு ஆர்வமாக இருக்கிறார்.

வீட்டுக்குச் சென்ற எங்களை ஆலக்யா தேநீருடன் வரவேற் கிறார். "பணத்துக்கு ஏற்பாடு செய்துவிட்டீர்களா?" என்று கேட் கிறேன்.

"ஆம்" என்று ஆலக்யா புன்னகையுடன் சொல்கிறார். நாங்கள் வெங்கண்ணாவின் பணம் குறித்துப் பேசியது அவர் காதில் விழுந்திருக்கிறது. ராம்ராவ் இதைப் பற்றி என்னிடம் ஏற்கெனவே

சொல்லியிருப்பதை அவர் புரிந்துகொண்டார். "எப்படியோ ஏற் பாடு செய்துவிட்டார்."

ராம்ராவ் அமைதியாகிவிட்டார். ஆலக்யா இஞ்சி சுவையுடன் மிக இனிப்பான கறுப்பு தேநீரை இரண்டு குவளைகளில் கொண்டு வருகிறார். அவரது பதிலுக்காக நான் காத்திருக்கிறேன். தனது உறவினருக்குப் பணம் கொடுப்பதற்காக அவர் மீண்டும் கடன் வாங்கியிருக்க வேண்டும் என்று கருதுகிறேன்.

"எதையாவதை விற்றீர்களா ராம்ராவ்?" என்று விசாரிக்கிறேன்.

"இல்லை, அடமானம் வைத்தேன்." சலனமின்றிக் கூறுகிறார். "ஆலக்யா தன் மாமனார் மாமியாரிடமிருந்து பாதுகாத்து வந்த நகைகளை, ஆலக்யாவின் தங்கத்தை."

★ ★ ★

விதர்பா கிராமப்புறங்களில் இந்த ஐந்து ஆண்டுகளில் பெரிதாக எதுவும் மாறியிருக்கவில்லை. விவசாயிகளின் தற்கொலைகள் தொடர்கின்றன. சங்கடமான அளவில் குறைவான வருமானமே இருக்கிறது. இவை முக்கிய செய்திகளாக ஒருபோதும் ஆவ தில்லை. உண்மையான வருமானத்துக்கு என்ன ஆகிறது என்பதை அறிந்துகொள்ளாமலேயே விவசாயிகளின் வருமானத்தை இரட்டிப் பாக்குவது பற்றி நாம் பேசிக்கொண்டிருக்கிறோம். ஜல் யுக்த் சிவார் (மகாராஷ்டிராவின் நீர்நிலைகளைக் காப்பதற்கான திட்டம்) அல்லது பிரதம மந்திரி சன்மான் யோஜனா (இந்தியாவின் 12 கோடி விவசாயக் குடும்பங்களுக்கும் ஆண்டுக்கு ரூ.6,000 அல்லது ஒரு நாளுக்கு ரூ.16.44 வழங்கும் திட்டம்) போன்ற புதிய அரசு அறிவிப்புகளினால் மகிழ்வுறுகிறோம்.

ஒன்றிய மற்றும் மாநில அரசுகளின் கவனம் தெளிவற்றே இருக்கிறது. சில நேரங்களில் விவசாயப் பொருட்களைச் செப்பனிடு வதற்கான திட்டங்களில் கவனம் செலுத்த இருப்பதாக அறிவிக் கிறார்கள். மற்ற நேரங்களில் மழை-சார் விவசாய நிலங்களைப் பாசன வசதி உடையவையாக மாற்றப்போவதாகச் சொல்கிறார்கள். இக்காலங்களில் விவசாய உற்பத்தியாளர் நிறுவனங்களை உரு வாக்குவதைப் பற்றி பேசிக்கொண்டிருக்கிறார்கள். இந்தியா விடுதலை பெற்ற இந்த 70 ஆண்டுகளில் இப்பகுதியில் உள்ள விவசாயிகளின் முதன்மை உற்பத்தியாளர் நிலை எந்த மாற்றமும் இன்றி, விவசாயத் தொடர்புடைய தொழில்களின் மூலம் கூடுதல் வருமானம் எதுவுமின்றியே நிற்கிறது.

விவசாயிகள் பருத்தியை உற்பத்திசெய்து விற்கிறார்கள். அவர்கள் சோயாபீனை உற்பத்திசெய்து விற்கிறார்கள். அவர்கள் பருப்பு களை உற்பத்திசெய்து விற்கிறார்கள். அவ்வளவுதான். இந்தப் பகுதி பருத்தியை உற்பத்திசெய்கிறது. ஆனால், துணியையோ, உடையையோ அல்ல. சோயாபீனிலிருந்து எண்ணெய் எடுக்கும் தொழிற்சாலைகள் கச்சா எண்ணெய்யை மட்டுமே எடுக்கின்றனர். உண்ணும் பதத்தில் அல்ல. அப்படிச் செய்தால் இந்தப் பகுதி அதற்காகவே புகழ் பெறலாம். விலையில் விவசாயிகளுக்குச் சலுகையைப் பகிர்ந்தளிக்கலாம். விலையை நிலை நிறுத்தி சோயாபீன் மட்டுமல்லாது பல்வேறு எண்ணெய் பயிர்களை உற் பத்தி செய்வதற்குத் துணைபுரியலாம். விவசாயிகள் ஆண்டுக்கு ஒருமுறை மட்டுமே வருமானம் ஈட்டுகிறார்கள். ஆனால், விவ சாயம், உணவு, மருத்துவம், கல்விக்கான செலவுகள் ஒவ்வொரு ஆண்டும் பன்மடங்கு அதிகரிக்கின்றன. விதர்பாவில் பெரும் பாலான விவசாயிகள் மழைசார்ந்த சிறு, குறு நிலங்களில் முழுமை யாக விவசாயத்தைச் சார்ந்தே வாழ்கிறார்கள். ஆடு, மாடுகளோ, கோழிகளோ இல்லை. காய்கறி வளர்ப்போ, பூக்கள் வளர்ப்போ இல்லை. மீன் வளர்ப்போ, பட்டுப்பூச்சி வளர்ப்போ இல்லை. அதுதான் சிக்கல்.

இந்தப் பகுதியின் சில இடங்களில் முறை சாரா ஆடு வளர்ப்பும் வீட்டிலேயே கோழி வளர்ப்பும் சில பயன்களைத் தந்துள்ளன. வசதியான தங்கள் பணிகளை விட்டுவிட்டு இந்தப் பின்தங்கிய பகுதிகளில் அர்ப்பணிப்போடு வேலை பார்க்கும் சில தனிநபர்கள் மற்றும் பல தன்னார்வ நிறுவனங்களின் தொடர்ந்த முயற்சியின் காரணமாக இது நடந்துள்ளது. இயற்கைச் சீற்றங்களுக்கும் சந்தை யின் நிலையற்றத் தன்மைக்கும் ஈடுகட்ட விவசாயிகளுக்கு மாற்று வருமான வழிமுறைகள் தேவைப்படுகின்றன.

'பெராரில் பருத்தியும் பஞ்சமும்: 1850-1900' என்ற தனது நூலில் பெராரில் பஞ்சத்துக்கான காரணங்களைச் சுட்டிக்காட்டி பேராசிரியர் லெக்ஷ்மண் சத்யா இவ்வாறு எழுதுகிறார்:

கேப்டன் மெடோஸ் டெய்லர் (1858) காலம் தொடங்கி காலனிய அதிகாரிகள் பெராரின் கரிசல் மண் இயற்கையிலேயே வளமானது என்றும் அதனால் அதற்கு அதிக பாசன வசதி தேவையில்லை என்றும் உறுதியாக நம்பினார்கள். பாசன வசதி திட்டங்களில் முதலீடு செய்வதற்கு எதிர்ப்புத் தெரிவிக்க அதிகாரப்பூர்வமான முதன்மை காரணமாக இது இருந்தது என்று அவர் தொடர்ந்து

எழுதுகிறார். பருத்தி உற்பத்திக்கு வெளியே அரசுக்கு விவசாயத்தின் மீது எந்த ஈடுபாடும் இருக்கவில்லை. பருத்திக்கு அதிக நீர் தேவைப்படாத காரணத்தால் பொதுவான பாசனத் திட்டங்கள் தேவையற்றவையாகத் தோன்றின. அதனால் பாசனத்துக்கு எதி ரான காலனிய மனப்பான்மை நியாயப்படுத்தப்பட்டது.

தேஜாவு (முன் நடந்தது மீண்டும் நடப்பது போன்ற உணர்வு) போன்ற மனநிலை ஏற்படுவதைத் தவிர்க்க முடியவில்லை.

காலனிய காலம் முழுவதும் ஏறத்தாழ 1.65% விளை நிலங்கள் மட்டுமே பாதுகாக்கப்பட்ட பாசன வசதியுடையதாக இருந்தன. விடுதலைக்குப் பின்னும் அதே தத்துவமே தொடர்கிறது. குறிப் பாக ஒருங்கிணைந்த மகாராஷ்டிராவின் பகுதியாக விதர்பா இணைக்கப்பட்ட பிறகு. மத்திய மற்றும் மேற்குப் பகுதிகளில் மழை நிழல் பகுதிகள் அல்லது குறைவான மழை பெறும் பகுதிகள் என்று கருதப்படும் பகுதிகளில் மாநில அரசு மிகப் பெரும் தொகையை முதலீடு செய்தது. இந்தப் பகுதிகளில் கரும்பு உற்பத்தி செழித்தது. இது கூட்டுறவுகளை உருவாக்கி பொருளாதார மற்றும் பண்பாட்டுப் புரட்சியை ஏற்படுத்தியது. ஆனால், கிழக்குப் பகுதி யிலோ, வார்தா, வெயின்கங்கை, காதேபூர்ணா அல்லது இந்திரா வதி போன்ற கோதாவரியின் துணை ஆற்றுப் படுகைகளில் நீர் இறைப்பதற்கு நிதி ஒதுக்கப்படாமல் தடுக்கப்பட்டன.

பத்தாண்டுகளுக்கு முன்புவரை மேற்கு விதர்பாவின் பருத்தி விளை நிலங்களில் 97% மழை சார்ந்த புன்செய் விவசாயமாகவே இருந்தது. அதன் விளைச்சலும் மிக சொற்பமாகவே இருந்தது. விதர்பாவில் தொடர்ந்து நடந்த விவசாயத் தற்கொலைகளின் காரணமாக விளைந்த வளர்ச்சியின்மை மற்றும் விவசாய துயரம் ஆகியவற்றைப் பற்றி அறிய திட்டக் குழுவால் ஆதர்ஷ் மிஸ்ரா தலைமையில் அமைக்கப்பட்ட உண்மை அறியும் குழு 2006இல் அளித்த அறிக்கையில் இச்செய்தியினை முதன்மைப்படுத்தி கூறி யுள்ளது. அடுத்த பத்தாண்டுகளில் பாசன வசதியுடைய நிலங்கள் ஓரளவு அதிகரித்தன. ஆனால், தங்களது வயல்களுக்குப் பாசன வசதி செய்ய நிலத்தடிநீரை இறைக்க கிணறு வெட்டும் வசதி வாய்ப்புள்ள விவசாயிகள் அதனை வெட்டத் தொடங்கினர்.

ஐந்தாண்டுகளில் நேரடியாக அளிக்கப்பட்ட சிறு அரசு நிதி உதவிகளைத் தவிர, இந்தியாவெங்கும் வருமான சமத்துவமின்மை அதிகரித்துள்ளது. ஆக்ஸ்பாம் இன்டர்நேஷனல் (Oxfam International) தனது அறிக்கைகளில் தொடர்ந்து இதனை வெளிப்படுத்தி

வந்துள்ளது. விவசாய பொருளாதாரம் பின்தங்கியுள்ளது. ஆனால், கடந்த சில ஆண்டுகளாக இந்தியா தழுவிவுள்ள புதிய அரசியல் சமூக சொல்லாடல்களின் காரணமாக முக்கிய ஊடகங்கள் இந்தச் சிக்கலிலிருந்து தங்கள் பார்வையை விலக்கியே வைத்துள்ளன. ஒரு காலத்தில் ஒவ்வொரு விவசாயத் தற்கொலை செய்திக்கும் ஆயிரக்கணக்கான எதிர்ப்பு மின்னஞ்சல்களை அனுப்பி பெரும் கூச்சல் எழுப்பும் விவசாயத் தலைவர்கள் அமைதியாகிவிட்டனர். அல்லது தங்களைத் தாங்களே நிபுணர்களாக அறிவித்துக்கொண்டோ, அரசின் கொள்கை வகுப்பாளர் குழுக்களில் இணைந்தோ அல்லது தாங்களே அமைச்சர்களாகவோ ஆகிவிட்டனர். விவசாயிகளின் புதிய குரல்கள் எதுவும் எழவில்லை. குறைந்தபட்சம் விதர்பாவில அவற்றை நான் கேட்கவில்லை.

இந்தியச் சமூகத்தின் பெருஞ்சிக்கல் என்று பி. சாய்நாத் குறிப் பிடும் கிராமப்புற வீழ்ச்சி என்பது ஒரு தேசிய பேரிடராக இப்போது கருதப்படுவதில்லை.

ராம்ராவ் மீண்டும் எழுந்து தனது நம்பிக்கையை மீட்டெடுத்து விட்டபோதிலும் அவரது பொருளாதாரச் சிக்கல்கள் அப்படியே தான் இருக்கின்றன. பல விவசாயக் குடும்பங்கள் தற்கொலை களினால் சிதைக்கப்பட்டுள்ளன. அரசின் சிறிய அளவிலான நிதி உதவிகளுக்கும் நல்லெண்ணம் படைத்தோரின் உதவிகளுக்கும் இடையே துயரமும் அழிவும் தொங்கிக்கொண்டிருக்கின்றன.

★★★

தங்களது பதின்வயது குழந்தைகளைத் தற்கொலைக்குப் பறி கொடுத்து பேச்சின்றித் திகைத்து நிற்கும் பெற்றோர்களைச் சந்திப் பதைவிட, மனவேதனையானது எதுவும் இல்லை. கடந்த நவம்பர் 2015இல் அகோலா மாவட்டத்தில் தாதம் கிராமத்தைச் சேர்ந்த 15 வயது விஷால் குலே தனது குடிசையில் வைத்து விஷத்தன்மை வாய்ந்த களை நீக்கியைக் குடித்தார். அதற்கு அடுத்த ஆண்டு மே மாதம் மாரத்வாடாவில் உள்ள லத்தூர் மாவட்டத்தின் பிசே-வங்கோலி கிராமத்தைச் சேர்ந்த 18 வயது மோனிகா பிசே தனது வீட்டில் தூக்கிட்டு இறந்தார். இவர்கள் இருவருமே கடுமையான பொருளாதார நெருக்கடியில் பெரும் கடன் சுமையுடன் இருந்த விவசாய குடும்பங்களைச் சேர்ந்தவர்கள். இருவருக்குமே கனவுகள் இருந்தன. மிகக் குறைவான தேவைகளே இருந்தன. அவர்கள் கல்விக் கற்று தங்கள் வாழ்வை மேம்படுத்த விரும்பினர். ஆனால்,

அவர்களால் கனவு காணவோ, நம்பிக்கையை வளர்த்துக்கொள்ளவோ முடியவில்லை.

தாதம், அகோலா நகரத்திலிருந்து 25 கி.மீ. தொலைவில் உள்ளது. பிசே-வங்கோலி கிராமம் லத்தூர் நகரிலிருந்து 20 கி.மீ. தொலைவில் உள்ளது. ஆனால், இந்த நகரங்களும் கிராமங்களும் இரு வேறு உலகாக ஏறத்தாழ இரு வேறு கிரகங்களாக இருந்தன. நகரங்களில் தொழிலாளர்கள் மற்றும் இடம்பெயர்ந்தவர்கள் இடையே கொடும் வறுமை நிலவியபோதும், நகரங்கள் செழிப்பும் புதுமையும் மின்னும் இடங்களாகவே இருந்தன. மறுபுறம் கிராமப் புறங்களோ கடினமான வேலைகளும், மந்தமான வாழ்வும், மூட நம்பிக்கைகளும், பழமையான சிந்தனைப்போக்கும் கொண்டு இரண்டு-மூன்று நூற்றாண்டுகள் பின்தங்கி உள்ளன.

விஷால் தன்னுடைய இறப்புக்கு முன் எந்தக் குறிப்பையும் விட்டுச் செல்லவில்லை. ஆனால், மோனிகா விட்டுச் சென் றிருந்தார். அவரது அழகான திருத்தமான கையெழுத்தில் சாராயம் குடிக்க வேண்டாம் என தனது தந்தைக்கு வேண்டுகோள் விடுத்தும், தனது திருமணத்துக்கான வரதட்சணைக்காக நிலத்தை விற்க எடுத்த முடிவுக்கு எதிராக வாதிட்டும் எழுதியிருந்தார். தங்களது சிறிய வயலிலிருந்து ஏன் தங்களது குடும்பத்தினரால் போதுமான வருமானம் ஈட்ட இயலவில்லை என்று கேள்வி எழுப்பியிருந்தார். இருவருமே தங்களுக்கு எவ்வித எதிர்காலமும் இருப்பதை நம்பவில்லை. தங்களின் கொடிய நிலை அப்படியே தொடர்வது அவர்களுக்கு விரக்தியை அளித்துள்ளது.

இந்த இளம் பிள்ளைகளின் இறப்புகள் மாற்றத்துக்கான கூக் குரலாகும். தங்களுடைய வறுமைமிகு கிராமங்களும் சிதைந்த சூழல்களும் தரக்கூடியதைவிட, அதிகமாக அவர்கள் விரும்பி னார்கள். மிக மோசமான சமத்துவமின்மை நிறைந்த இந்த வாழ்வி லிருந்து தப்பிக்க நம்பிக்கை பெறவும், கனவு காணவும் அவர்கள் விரும்பினார்கள்.

அந்த ஆண்டு வெயில் காலத்தில் லத்தூர் நீரற்றுப் போனது. மிராஜ் நகரில் இருந்து இரயில் மூலம் லத்தூருக்கு நீர் கொண்டுவரப்பட்டது. அச்சமயத்தில் நான் மோனிகாவின் இரு அறைகள் கொண்ட வீட்டில் அமர்ந்து மனம் உடைந்துபோயிருக்கும் அவர் அம்மா பேசுவதைக் கேட்டுக்கொண்டிருக்கிறேன். மோனிகாவின் இளைய சகோதரர்கள் அவர் அருகில் அமர்ந்திருக்கிறார்கள். தாங்கள் ஏழை களாக இருப்பதை, தங்களது குழந்தைகளின் எளிய கல்விக்குக்கூட

செலவழிக்க முடியாத அளவிற்கு ஏழைகளாக இருக்கும் கசப்பான உண்மையைத் தங்கள் மகள் தங்களை உணர வைத்திருக்கிறார் என்று சொல்கிறார். மோனிகா ஒரு செவிலியர் ஆக விரும்பினார். தான் உழைத்துச் சம்பாதித்து தன் சகோதரர்களின் கல்விக்குத் துணைபுரிய வேண்டும் என்று நினைத்தார். ஆனால், அவரது தந்தையோ தனது ஒரு ஏக்கர் நிலத்தை விற்று அவருக்குத் திருமணம் செய்துவைக்க விரும்பினார். தங்களது கடமை என்று அவர்கள் கருதியதைச் செய்து முடித்துவிட அவர்கள் நினைத்தார்கள். அவர்களது இந்தப் பழமையான சிந்தனை மோனிகாவின் ஆசைகளில் உள்ள நியாயத்தைப் பார்க்கவிடாமல் செய்தது.

"உண்மைக்கான விலை இது" கண்ணீருடன் அவரது அம்மா சொல்கிறார். அவர்களது கிராமத்துக்கு அன்று லாரிகள் மூலம் தண்ணீர் கொண்டுவரப்பட்டபோது நாங்கள் அவர் மகளின் சாவை நினைத்து வருந்திக்கொண்டிருந்தோம். "அவர் தன் வாழ்வை அழித்து ஒரு கடிதத்தின் மூலம் எங்கள் கண்களைத் திறந்திருக்கிறார்."

அருகில் வசிப்பவர்களின் சிறு பொருளாதார உதவியுடன் பிசே குடும்பத்தினர் தங்களது கைமாற்றுக் கடன்களை அடைத்துவிட்டு தங்கள் வயலையும், வீட்டையும் காலிசெய்து லத்தூருக்கு நிரந்தரமாக குடிபெயர்ந்தனர். தங்களது இரு இளைய குழந்தைகளையும் தொடர்ந்து கல்வி கற்க வைப்பதற்குத் தேவையான அனைத்தையும் செய்வது என்று உறுதிபூண்டனர். நான் கடைசியாக மோனிகாவின் தந்தையுடன் பேசியபோது அவர் தினக்கூலியாக வேலைபார்த்துக்கொண்டிருந்தார். ஒருபோதும் மீண்டும் விவசாயத்துக்குத் திரும்பப் போவதில்லை என்பதில் உறுதியாக இருந்தார். அவரது சிறிய நிலம் அவர் குழந்தைகளின் கல்விக்கு துணை நிற்கவில்லை. அவர்களது அந்த ஒரு ஏக்கர் வயலிலிருந்து கணவனும், மனைவியும் ஒருபோதும் பெற்றிராத வருமானத்தை லத்தூரில் கூலி வேலைகளின் மூலம் பெற்றனர்.

தாதம்மில் விஷாலின் அம்மா பேசும் நிலையிலேயே இல்லை. டிசம்பர் 2015இல் நான் அவரைச் சந்தித்தபோது அவர் இன்னமும் அதிர்ச்சியிலிருந்து மீளாதவராகவே இருந்தார். விஷாலின் தந்தை விஸ்வநாத் தனது வலி குறித்துப் பேசினார். "பெற்றோர்கள் தங்களது குழந்தைக்கு இறுதிச் சடங்கு செய்வது இயற்கையானது அல்ல. அது இயற்கைக்கே முரணானது" என்றார் அவர்.

அந்த ஆண்டு அகோலாவில் போதுமான மழை பெய்யவில்லை. கிராமத்தில் உள்ள மற்ற வயல்களைப் போலவே கூலேவின் 3

ஏக்கர் மழை சார்ந்த வயலும் எந்த விளைச்சலையும் தரவில்லை. தாதம்மில் புதிய பயிரை நட இன்னும் எட்டு மாதங்கள் பிடிக்கும். தங்களுடைய குறைந்தபட்ச செலவுகளுக்காக ஒரு தனியார் வட்டிக்கடைக்காரரிடம் தன் பெற்றோர் கடன் வாங்கவேண்டிய நிலையைக் கண்ட விஷால் கோபமும், ஆத்திரமும் அடைந்தான்.

அவனது தந்தை தனது வயலில் தெளிக்க வாங்கிவைத்திருந்த களை நீக்கியை முழுவதுமாகக் குடித்தான். அர்த்தமற்றது என்று அவன் கருதிய வாழ்வை முடித்துக்கொள்ள நினைத்தான். ஒரு புதிய சீருடையோ அல்லது தீபாவளிக்குப் புதிய உடைகளோ கூட அவரது தந்தையால் வாங்கிக் கொடுக்க இயலவில்லை. ஆண்டுதோறும் வளர்ந்துவரும் கடன்களைக் கட்ட முடியாமல் தனது தந்தை தவிப்பதைக் கண்டான். சமத்துவமின்மையைத் தன் வாழ்வில் ஒரு பகுதியாகத் தினந்தோறும் அனுபவித்தான். அவனுடன் படிப் பவர்கள் தினந்தோறும் சுவையான மதிய உணவைக் கொண்டு வரும்போது, பள்ளிக்கு உணவு எடுத்துச்செல்லும் வசதி அவனுக்கு ஒருபோதும் வாய்த்ததில்லை. அவனது நண்பர்கள் அடிக்கடி புதிய வெள்ளை சட்டைகளை அணிந்து வரும்போது இவன் எப்போதும் கிழிந்த ஒட்டுப்போட்ட சட்டைகளையே அணிந்துசெல்ல வேண்டி யிருந்தது. தீபாவளி விடுமுறையின்போது அவன் அவர்களின் வயலில் வேலைசெய்ய, அவன் நண்பர்களோ விடுமுறையைக் கழிக்கச் செல்வார்கள். தங்கள் குடிசைக்கு எதிரே வாழ்ந்துவந்த ஓய்வுப் பெற்ற அரசு ஊழியரான தனது மாமாவிடம் தனது துன்பங்களை அவன் அவ்வப்போது பகிர்ந்துகொண்டான்.

அந்த் எனும் பட்டியல் பழங்குடியினத்தைச் சேர்ந்தவர் விஷால். அவர்கள் கிராமப்புற அகோலாவில் விவசாயத்தை நம்பி வாழும் இனத்தவர்.

“கிராமத்தைக் குறித்தும் அதன் வறுமையைக் குறித்தும் தனக்கும் தன் வகுப்புத் தோழர்களுக்குமிடையே உள்ள வேறுபாடுகள் குறித்தும் அவன் அடிக்கடி என்னிடம் பேசுவதுண்டு” என்று ஜன்கினாத் கூலே என்னிடம் கூறுகிறார். விஷால் அவரை அன்புடன் கூலே மாமா என்று அழைப்பதுண்டு. “தனது பெற்றோர்களின் சிக்கல்களைப் பற்றியும் அவன் என்னிடம் பேசுவான். சூழல் ஒருபோதும் மாறப்போவதில்லை என்று அவன் விரக்தியடைந் திருந்தான்.”

“இதுதான் எங்கள் வாழ்வின் இருண்ட காலம்” என்று விஸ்வநாத் மெதுவான, மென்மையான குரலில் கூறுகிறார். தன்னடக்கம்

மிகுந்த கடவுள் நம்பிக்கையுள்ள அந்த மனிதர் திடமாகவே பேசினார். "இங்குதான் அவன் சுருண்டு விழுந்தான்" என்று அந்தக் குடும்பம் வாழ்ந்த குடிசையில் இருந்த ஜன்னலுக்குக் கீழே உள்ள இடத்தைச் சுட்டிக்காட்டுகிறார். "அவனது அம்மா அடுத்திருந்த அடுப்படியில் சப்பாத்திகள் செய்துகொண்டிருந்தார். நான் வெளியே நின்றிருந்தேன்" என்று முன் முற்றத்தைச் சுட்டிக்காட்டுகிறார். ஒரு பெரும் ஓசையுடன் அவரது மகன் சுருண்டு விழுந்ததைக் கேட்டு ஷீலா கூலே வேகமாக வெளியே வந்தார். தன் மகன் தரையில் கிடப்பதைக் கண்டார். "அவன் வாயிலிருந்து வெள்ளைத் திரவம் ஒன்று வழிந்துக்கொண்டிருந்தது." அவன் அருகில் களை நீக்கி குப்பி காலியாகக் கிடந்தது. மருத்துவமனையை அடையும் முன்பே விஷால் இறந்துபோயிருந்தான்.

ஒருவேளை அவன் உயிருடன் இருந்திருந்தால் என்ன செய்து கொண்டிருப்பான்? மற்றொரு வறட்சியைச் சந்தித்து, கடன்களை அடைத்துக்கொண்டு, ஒரு புதிய கைபேசியையோ அல்லது புத்தாடைகளையோ வாங்குவதைத் தள்ளிப்போட்டுக் 'கொண் டிருக்கும் தனது தந்தைக்கு உதவியாக வயலில் நின்றிருப்பான். கூலே குடும்பத்தினரின் வாழ்வு மாறாமல் அப்படியேதான் இருந் திருக்கிறது. அவர்கள் இன்னமும் கைக்கும் வாய்க்குமாய்தான் வாழ்கிறார்கள். 18 வயதான அவர்களது மூத்த மகன் வைபவ் அகோலா நகருக்கு இடம்பெயர்ந்துவிட்டார். அங்கு தனது தேவைகளுக்குப் போதுமான அளவுக்கும் தனது பெற்றோருக்கு உதவி செய்யக்கூடிய கூலியைப் பெறும் அளவுக்கும் வேலை செய்துகொண்டிருக்கிறார்.

இப்படியான தற்கொலைகளில் விஷால் தனித்தில்லை. அக் டோபர் 2014இல் லத்தூர் மாவட்டத்தில் மோனிகாவின் கிராமத் திலிருந்து அதிக தொலைவில் இல்லாத ஓரிடத்தில் 17 வயது சுவாதி பிதாலே தற்கொலை செய்துகொண்டுள்ளார். ஒரு விவசாயின் மகளான அவர் மேல்நிலை வகுப்பில் படித்துக்கொண்டிருந்தார். அவரது இறுதிக் குறிப்பில் தான் சாவைத் தேர்ந்தெடுத்ததற்கான காரணத்தை விவரிக்கிறார். மராத்தியில் எழுதியிருக்கும் அந்தக் குறிப்பில் தனது தந்தை துன்பப்படுவதைத் தன்னால் இனிமேலும் பார்த்துக்கொண்டிருக்க இயலாது என்றும் அவருக்கு ஒரு சுமையாக தான் இருக்க விரும்பவில்லை என்றும் எழுதியிருக்கிறார். விரைவில் திருமண வயதை அடைய இருக்கும் அவர் தனது திருமணத்துக்காக தனது தந்தை பெரும் செலவுகளை எதிர்கொள்ள நேரிடும் என்பதை

அறிந்திருக்கிறார். அந்தக் குறிப்பில் அவர் தனது தந்தைக்குக் கடன் கொடுத்திருக்கும் வங்கிகளையும் கடன்காரர்களையும் தன் தந்தையைத் துன்பப்படுத்த வேண்டாம் என்று கெஞ்சிக் கேட்கிறார். தனது அக்காவின் திருமணத்துக்குப் பின் தனது தந்தை நிச்சயமாக அத்தனை கடன்களையும் அடைத்துவிடுவார் என்று உறுதி கூறுகிறார்.

தனது மாதாந்திர பேருந்து பயணச் சீட்டின் காலம் முடிந்ததால் அதை புதுப்பிக்க அவருக்குப் பணம் தேவைப்பட்டது. ஆனால், அவர் பெற்றோரிடம் பணம் இல்லை. அதனால் அவர் சிறிது காலம் பள்ளிக்குச் செல்ல இயலாத நிலை ஏற்பட்டது. பின்னர் அக்கம்பக்கத்தினரிடமிருந்து அவளது அம்மா ரூ.260 கடன் வாங்கி கொடுத்தார். ஆனால், சுவாதி முக்கியமான பல வகுப்புகளைத் தவறவிட்டிருந்ததால் அவரால் தேர்வினை எழுத முடியவில்லை. கின்கான் கிராமத்தில் அவளது குடும்பத்தின் வயலில் சுவாதி பூச்சிக்கொல்லியைக் குடித்தபோது அவளது தந்தை வேலை தேடி கர்நாடகாவுக்குச் சென்றிருந்தார். மார்ச் அல்லது ஏப்ரல் மாதம் திரும்பிவரும்போது சுவாதியின் திருமணத்துக்குப் பணம் புரட்ட எண்ணியிருந்தார்.

விவசாயத் துயரம் காரணமாக 18 வயதுக்குக் கீழான குழந்தைகள் அல்லது 20 வயதுக்குக் கீழான இளைஞர்களின் தற்கொலைகள் பற்றிய விவரங்கள் எதுவும் இந்தியாவில் இல்லை. ஆனால், கடன்களும் விவசாயத் துயரும் விவசாயக் குடும்பங்களில் உள்ள குழந்தைகளைக் கடுமையாகப் பாதிப்பதைப் பற்றி பல ஆய்வுகளும் அறிக்கைகளும் குறிப்பிட்டுள்ளன. இதில் மகாராஷ்டிரா அரசு 2005இல் வீடு தோறும் நடத்திய கணக்கெடுப்பு, டாடா சமூக அறிவியல் நிறுவனம் மற்றும் இந்திராகாந்தி மேம்பாட்டு ஆய்வுக்கான நிறுவனம் ஆகியவை விவசாயத் துயர் குறித்தும் தற்கொலைகள் குறித்தும் நடத்திய ஆய்வுகளும் அடங்கும். 2008இல் 'குழந்தை உரிமைகளும் நீங்களும்' என்ற அமைப்பு அளித்த தேசிய ஊடக பெலோசிப்பின் (National Media Fellowship) கீழ் நான் நடத்திய ஆய்வும் விவசாயிகளின் தற்கொலைகள் அவர்கள் குழந்தைகள்மீது மிகப் பெரும் பாதிப்பை ஏற்படுத்துவதை எனக்கு எடுத்துக்காட்டின. விவசாயிகளின் பதின் வயது குழந்தைகள் பலர் தங்கள் பெற்றோர்களின் கடன் சுமையை ஏற்க நேரிடுகிறது. பெரியவர்களின் பொறுப்புகளைச் சுமக்க நேரிடுகிறது. பள்ளிப் படிப்பைக் கைவிட்டு நிலங்களை

உழுது மன அழுத்தத்துக்குள்ளாகின்றனர். பெண் குழந்தை களைப் பொறுத்தவரை இளம் வயதிலேயே திருமணம் செய்து கொடுக்கப்படுகின்றனர். இது அந்தக் குடும்பத்துக்கு ஒரு ஆளுக் கான உணவை மிச்சப்படுத்துகிறது.

கடந்த பத்தாண்டுகளில் இப்படியான பல தற்கொலைகளை நான் பதிவுசெய்துள்ளேன். அதிலும் குறிப்பாக ஏற்கெனவே தற் கொலை நடந்துள்ள குடும்பத்தில் மீண்டும் நடக்கும் தற்கொலை களைப் பதிவுசெய்துள்ளேன். சில நேரங்களில் விவசாயிகளின் குழந்தைகள் தாங்கள் தற்கொலை செய்துகொள்ளாவிட்டால், தங்கள் பெற்றோர்கள் தற்கொலை செய்துகொள்வார்கள் என்ற அச்சத்தில் தற்கொலை செய்துகொள்கின்றனர். விதர்பாவில் அமரா வதி மாவட்டத்தில் உள்ள ஆஸ்ரா கிராமத்தைச் சேர்ந்த 19 வயது நீத்தா போபர் 2005இல் தூக்கிட்டு தற்கொலை செய்துகொண்டார்.

தெளிவாக எழுதப்பட்ட தற்கொலை குறிப்பில் அவர் மராத்தியில் இவ்வாறு எழுதியிருக்கிறார். "நான் தற்கொலை செய்துகொள்ளாவிட்டால் என் தந்தை செய்துகொள்வார். என் குடும்பத்தால் மாதம் ரூ.1000கூட ஈட்ட முடியவில்லை. எனக்கு இரண்டு தங்கைகள் இருக்கிறார்கள். எங்களுக்குப் போதுமான உணவுகூட இல்லாத நிலையில் எங்கள் திருமணங்களின் சுமையை எங்கள் பெற்றோரால் தாங்க இயலாது. அதனால் நான் என் வாழ்வை முடித்துக்கொள்கிறேன்."

* * *

விஷால் வாழ்ந்த தாதம் கிராமத்தில் 2006இல் ஒரு பள்ளி ஆசிரியர் வெட்டிக் கொல்லப்பட்ட செய்தி ஊடகங்களில் வந்தது. அவர் பணம் வட்டிக்குவிடும் தொழிலில் இருந்திருக்கிறார். தன்னிடம் கடன் பெற்ற ஒருவரின் மனைவிக்கு பாலியல் ரீதியான தொல்லைகளைக் கொடுத்திருக்கிறார். தாதம் விவசாயிகளை கொண்ட ஆத்திரமடைந்த கும்பல் ஒன்று அவரை சரமாரியாக குத்திக் கொன்றது. தலைமுறை தலைமுறையாக சிறு, குறு விவ சாயிகள் சந்திக்கும் சுரண்டல் மற்றும் அதிகாரமின்மையின் விளைவே இந்த நிகழ்வாகும்.

விதர்பாவெங்கும் தனியார் வட்டிக்கடைகள் எவ்வித தடையு மின்றி தொடர்கின்றன. விவசாயிகளும் கிராமப்புற ஏழைகளும் நிறுவன கடன்களையே நாடினாலும் அதை வாங்குவது அவ் வளவு எளிதானதாக இருக்கவில்லை. மத்திய ரிசர்வ் வங்கி

அமைத்த ஒரு உள்ளகப் பணிக் குழு செப்டம்பர் 2019இல் அளித்த தனது அறிக்கையில், கடந்த பத்தாண்டுகளில் பொருளாதார முன்னேற்றத்துக்கான பல முன்னெடுப்புகள் மற்றும் திட்டங்களைக் கடந்தும் சிறு மற்றும் குறு விவசாயிகளின் 40.9 விழுக்காட்டினர் மட்டுமே வங்கிகளின் செயல்பாட்டு வலையத்தின் கீழ் வருகிறார்கள். சிறு விவசாயிகளில் பெரும் பகுதியினர் தனியாரிடம் கடன் வாங்குவதையே இது காட்டுகிறது. இந்தப் பணம் நினைத்துப்பார்க்க முடியாத வட்டி விகிதத்தில் கிடைக்கிறது. அல்லது சொத்துகளை விழுங்குகிறது. அல்லது தாதம் நிகழ்வு காட்டுவதைப் போல சுரண்டல் மிகுந்தவர்களிடமிருந்து கிடைக்கிறது.

துணை ஆளுநர் எம்.ஜே. ஜெயின் தலைமையிலான அந்தக் குழு இந்தியாவில் விவசாயக் கடனை மறுஆய்வு செய்து, ஏறத் தாழ மூன்றில் ஒரு பங்கு விவசாயக் குடும்பங்கள் இன்னமும் தனியார் மூலமாகவே கடன் பெறுகிறார்கள் என்று குறிப்பிட்டது. 2015-16இல் சிறு மற்றும் குறு விவசாயிகளின் பெயரிலான கணக்குகள் 51.38 மில்லியனாக இருந்தது. ஆனால், அதே ஆண்டு நடந்த விவசாய மக்கள்தொகை கணக்கெடுப்பின்படி சிறு மற்றும் குறு விவசாயிகளின் மொத்த எண்ணிக்கை 125.53 மில்லியனாக இருந்தது. இதனை சுட்டிக்காட்டிய அக்குழு ஏறத்தாழ 70 மில்லியனுக்கும் மேற்பட்ட விவசாயிகள் வங்கியினால் பயன்பெறாதவர்களாகவே இருக்கிறார்கள் என்பதை இது வெளிப்படுத்துவதாகக் குறிப்பிட்டனர்.

"சிறு மற்றும் குறு விவசாயிகளை வங்கிகளின் பயன்பாட்டுக்குள் கொண்டுவருவதை அதிகரிக்கவேண்டிய தேவை இருக்கிறது. ஏனெனில், அவர்கள் வங்கி செயல்பாட்டு வலையத்தில் 86.21% ஆகவும் செயல்பாட்டு நிலப்பகுதிகளில் 47.34% ஆகவும் இருக்கிறார்கள்" என்று உள்ளக அறிக்கைக் குழு கூறியது.

நிறுவன வலையத்தைவிட்டு ஏன் இவ்வளவு விவசாயிகள் வெளியில் நிற்கிறார்கள்? இதற்கான காரணங்களாக இருக்கக்கூடிய வற்றை இக்குழு பட்டியலிட்டது. அவர்களின் கடன் தேவை அன்றாட செலவினத்துக்காக இருக்கலாம். அல்லது அவர்கள் வாடகை விவசாயிகளாக இருக்கலாம். அல்லது கூட்டு விவசாயம் செய்பவர்களாகவோ, நிலமற்ற கூலிகளாகவோ இருக்கலாம். இவர்களிடம் வங்கிக் கடன் பெறுவதற்கு அடமானமாக வைக்க எந்தச் சொத்தும் இருக்காது. அல்லது இலாபம் தராத குறைந்தபட்ச விவசாயத்தைச் செய்பவர்களாக இருக்கலாம். அதனால் வங்கிகள் அவர்கள் கடன் பெற தகுதியற்றவர்கள் என்று கருதியிருக்கக் கூடும்.

தேசிய வேளாண்மை மற்றும் கிராமப்புற வளர்ச்சி வங்கி (National Bank of Agriculture and Rural Development - NABARD) 2016-17இல் அகில இந்திய கிராமப்புற பொருளாதார உள் வாங்குதல் கணக்கெடுப்பு (All India Rural Financial Inclusion Surey - NAFIS) ஒன்றை நடத்தியது. அதன்படி நிறுவனம் சாரா கடன் என்பது 2015இல் 28% ஆக இருந்தது. மாறாக, விவசாயத்தில் 1951இல் 10.2% இருந்த நிறுவனம் சார் கடன் 1981இல் 63% ஆக அதிகரித்திருக்கிறது. அப்போதிருந்து 2013 வரை நிறுவன கடனின் பங்கு என்பது 63% முதல் 65% வரையே இருந்திருக்கிறது. 2015இல் நிறுவன கடனின் பங்கு 72% ஆக இருப்பதை அகில இந்திய கிராமப்புற பொருளாதார உள் வாங்குதல் கணக்கெடுப்பு கண்டறிந்தது.

ஜெயின் குழுவின் அறிக்கையின்படி, 2015-16இல் நாட்டில் ஒட்டுமொத்த செயல்பாட்டு வலையமானது 146 மில்லியன் குடும்பங்களாகவும் மொத்த செயல்பாட்டு நிலப்பகுதி 157.14 மில்லியன் ஹெக்டேராகவும் இருக்கிறது. 2015-16இல் சிறு மற்றும் குறு விவசாயிகள் 86.21% ஆக இருந்துள்ளனர். செயல்பாட்டு நிலப்பகுதியில் அவர்களின் பங்கு 47.34% ஆக இருந்திருக்கிறது. 2015-16இல் தனிப்பட்ட நிலவுடைமையின் சராசரி 1.08 ஹெக்டேராக இருந்திருக்கிறது. விவசாயக் கடன் பெறுவதில் உள்ள பிராந்திய வேறுபாடுகளைப் பற்றி குறிப்பிடும்போது, சில மாநிலங்கள் மொத்த விவசாய கடனில் 10% வரையிலான அளவுக்கு அதிகப் பங்கைப் பெற்றுள்ளனர் என்றும் பிற மாநிலங்கள் 0.5% வரையிலான குறைவான பங்கையும் பெற்றுள்ளனர் என்று அந்த அறிக்கை தெரிவிக்கிறது.

தேசிய வேளாண்மை மற்றும் கிராமப்புற வளர்ச்சி வங்கி ஓராண்டுக்கான பயிர்க் கடன் குறித்த அறிக்கையில் மாநிலங்களுக்கிடையிலும் மாநிலத்துக்குள்ளும் வேறுபாடுகள் உள்ளதை எடுத்துக் காட்டியுள்ளது. விதர்பா போன்ற பகுதிகள் பயிர்க் கடன் பெறுவதிலும் அதனை அடைப்பதிலும் பிறவற்றைவிட மிகவும் பின்தங்கி இருக்கின்றன. இது விவசாயிகளின் பொருளாதாரத்தில் உள்ள வேறுபாடுகளைக் காட்டுகிறது.

இந்தச் சிக்கல்களைத் தீர்க்க அந்தக் குழு பல பரிந்துரைகளை அளித்தது. வட்டிக்குத் துணை நிற்கும் திட்டங்களுக்கு மாறாக நேரடிப் பலன் பரிமாற்றம் (Direct Benefit Transfer) மூலம் துணை செய்வது, பயிர்க் கடன்களை கிசான் கடன் அட்டை (Kisan Credit

Card) மூலமாகவே கொடுப்பது போன்றவற்றின் மூலம் நிறுவன கடனைப் பரவலாகக் கொண்டுசேர்ப்பது என்பதே அப்பரிந்துரைகளின் நோக்கமாக இருந்தது. கடன் தள்ளுபடிகளைத் தவிர்க்குமாறு அது அரசுகளைக் கேட்டுக்கொண்டது.

கடந்த சில ஆண்டுகளில் நாடெங்கிலுமான கடன் தள்ளுபடி திட்டத்தை அறிவிப்பதை ஒன்றிய அரசு தவிர்த்து வருகிறது. கடைசியாக 2008இல் ஐக்கிய முற்போக்குக் கூட்டணி அரசு தள்ளுபடியை அறிவித்தது. ஆனால், தங்கள் செலவில் பல மாநில அரசுகள் கடன் தள்ளுபடி திட்டங்களை அறிவித்துள்ளன. இரண்டு ஆண்டுகளில் மகாராஷ்டிரா அரசு ஏறத்தாழ ரூ.35,000 கோடி செலவிட்டுள்ளது. உடனடியான பொருளாதார சுமைகளிலிருந்து விவசாயிகளை விடுவிக்க அது பயன்பட்ட போதும் அவர்களின் வருமானம் கூடவில்லை. பஞ்சாப் ரூ.5,000 கோடி செலவிட்டது. ஆனால், அதிர்ச்சிகரமான எண்ணிக்கையில் விவசாயத் தற்கொலைகள் தொடர்கின்றன. உத்தரப்பிரதேசம் ரூ.1,000 கோடி பெறுமானமுள்ள கடன் தள்ளுபடியை அறிவித்தது. ஆனாலும், விவசாயிகள் தொடர்ந்து துயரிலேயே இருக்கிறார்கள். மத்தியப் பிரதேசம், சத்தீஸ்கர், இராஜஸ்தான், கர்நாடகம், தமிழ்நாடு, ஆந்திரப் பிரதேசம், தெலங்கானா ஆகியவை அறிவித்த கடன் தள்ளுபடிகள் அரசியல் வாக்குறுதிகளில் ஒன்றாகவே இருந்தன. ஆனால், அவை விவசாயப் பொருளாதாரத்தைச் சீர்செய்யவோ, நிரந்தரமான ஒரு நிவாரணத்தை அளிக்கவோ இல்லை. இந்தியாவின் விவசாயப் பொருளாதாரம் சோர்வுற்றே இருக்கிறது. பொருளாதாரக் கொள்கைகளாலும் சூழலியல் பேரிடர்களாலும் விவசாயிகளின் வருமானம் தேங்கி நிற்கிறது. பிரதமர் நரேந்திர மோடி 2016இல் எடுத்த பண மதிப்பிழப்பின் காரணமாக அது மேலும் கீழே தள்ளப்பட்டது.

நிறுவன வங்கி வலையத்திலிருந்து ஆயிரக்கணக்கான விவசாயிகள் விலக்கி வைக்கப்படுவது எவ்வாறு நிகழ்கிறது என்பதற்குத் தெளிவான எடுத்துக்காட்டாக ராம்ராவ் இருக்கிறார். அவர் தொடர்ந்து வாராக்கடன் பட்டியலிலேயே வைக்கப்பட்டிருக்கிறார். அவரது வங்கிக் கடன்கள் அடைக்கப்படாமல் நிற்கின்றன. அதனால் புதிய கடன்களுக்குத் தகுதியற்றவராக அவர் இருக்கிறார். தனது உறவினர்களிடமும் நண்பர்களிடமும் கடன் பெற முடியாவிட்டால் அவர் பந்தர்காவுடாவில் உள்ள தனியார் வட்டிக் கடைக்காரர்களிடம் அதிக வட்டி விகிதத்துக்கும் கடுமையான

நிபந்தனைகளுக்கும் உட்பட்டு கடன் வாங்கவேண்டிய நிலை ஏற்படுகிறது. அவ்வாறு வாங்கப்படும் கடன் பெரும்பாலும் சுரண்டலிலேயே முடிகிறது.

★ ★ ★

மே 2019. ஒரு வெப்பம் நிறைந்த மதியம்.

"ஆலக்யாவின் நகையை மீட்க வேண்டும்." ஆலக்யாவின் கணவர் வீட்டார் நிலத்தில் அவருக்கு உரிய பங்கையும் அவரது நகைகள், பிற உடைமைகளான இரண்டு எருமைகள், ஒரு பசு, சில ஆடுகள் ஆகியவற்றைத் தர மறுத்தால் நீதிமன்றத்துக்குச் செல்லவேண்டும் என்று ராம்ராவ் கூறுகிறார். நீதிமன்றத்துக்குச் செல்வதென்றால் உண்மையில் என்ன என்பது குறித்து அவருக்கு எதுவும் தெரியாது. ஆனால், அது அந்த நொடி ஆலக்யாவை சமாதானப்படுத்துகிறது. ஆலக்யா தனது அருமை நகைகளைத் தனது தந்தை மீட்டெடுத்துக் கொடுப்பார் என்று நம்புகிறார்.

"அவை பெரும்மதிப்புள்ளவையாக இல்லாமல் இருக்கலாம். ஆனால், அவை என்னுடையவை" குரல் உயர சொல்கிறார் ஆலக்யா.

"அவர்கள் நிலத்தைத் தர விரும்பாவிட்டால் எனக்குப் பெரிதாக ஒன்றுமில்லை. ஆனால், அவளுடைய சொந்த உடைமைகளான துணிகள், பாத்திரங்கள், நகைகளையாவது அவர்கள் கட்டாயம் திருப்பித்தர வேண்டும்" என்று ராம்ராவ் படுக்கையில் சாய்ந்தவாறு கூறுகிறார்.

ராம்ராவும் ஆலக்யாவும் அவளது உடைமைகளை அவரது கணவர் வீட்டாரிடமிருந்து மீட்டே தீர வேண்டும் என்று உறுதியுடன் இருக்கிறார்கள். "நான் முயன்று பார்த்துவிட்டேன்." சொல்லிவிட்டு ராம்ராவை பார்க்கிறார். "நாம் நம் சமூகத் தலைவர்களிடம் செல்லலாம்."

யெல்மி ஜாட் பஞ்சாயத் எனப்படும் அதிலாபாத்தின் சாதி நீதிமன்றத்திடம் மனு அளிக்க ஆலக்யா விரும்புகிறார். இந்த சாதி நீதிமன்றங்கள் சட்டப்படியானவையல்ல. அவை சாதிக்குள் ஏற்படும் குடும்பச் சிக்கல்கள் தொடங்கி நிலத்தகராறுகள் வரை ஏன், வரன் பார்ப்பது உட்பட அனைத்தையும் தீர்ப்பார்கள்.

ஆலக்யா அடுப்படியில் சமைத்துக்கொண்டே அங்கிருந்து எங்களிடம் பேசுகிறார். ராம்ராவ் சற்றே கண்ணயர பார்க்கிறார். "எனது மாமாவுக்கு அங்கே ஒருவரைத் தெரியும்" என்று

சொல்கிறார். அவர்கள் அவளது உடைமைகளை மீட்டெடுக்க நிச்சயம் உதவுவார்கள் என்று நம்புகிறார்.

"எனது கணவர் வீட்டார் குறைந்தபட்சம் என் மகளைப் பற்றி யாவது நினைத்துப்பார்க்க வேண்டும். அவள் அவர்களுடைய பேத்திதானே. பாரம்பரிய நிலத்தில் அவளுக்கும் பங்கு இருக்கிற தல்லவா. என் கணவர் உயிருடன் இருந்திருந்தால் அவருக்குரிய பங்கை கொடுத்திருப்பார்கள்தானே."

கடந்த இரண்டு ஆண்டுகளில் ராம்ராவும் ஹிவாராவில் உள்ள அவரது உறவினர்களும் ஆலக்யாவின் கணவர் வீட்டார் அவளது நகைகளையும் அவளுக்குரிய பங்கையும் கொடுத்துவிட்டால் அதை வைத்து அவரால் வர்ஷினியை வளர்க்க முடியும் என்று எடுத் துரைத்து சம்மதிக்க வைக்க பலமுறை முயன்று பார்த்துவிட்டனர். ஆனால், அவர்களது வேண்டுகோள்கள் அவள் கணவர் வீட்டாரை எந்த வகையிலும் மாற்றுவதாக இல்லை.

நிலத்தில் ராகுலின் பங்கைப் பெற தனக்கு உரிமை இருப்பதாக ஆலக்யா நினைக்கிறார். அதுதான் நியாயமும்கூட. "வர்ஷினியைக் கொடுத்துவிட்டு நீ விலகி இரு என்கிறார்கள். அது எப்படிச் சாத்தியம்? நான் எப்படி என் மகளை அவர்களிடம் விட முடியும்?"

"நான் மறுமணம் செய்துகொள்ளப்போவதில்லை" என்று சொல் கிறார். தட்டு நிறைய சூடான சப்பாத்திகளும் உருளைக்கிழங்கு கறியும் நிரப்பி எங்களுக்குக் கொண்டுவந்து தருகிறார்.

"எனது கணவர் வீட்டார் நான் வேறு ஒருவரைத் திருமணம் செய்துகொண்டு என் பணத்தையெல்லாம் அவரிடம் கொடுத்து விட்டு என் மகளைக் கைவிட்டு விடுவேன் என்று நினைக் கிறார்கள். நான் அத்தனை தரம் குறைந்தவள் என்று அவர்கள் நினைக்கிறார்கள். நானோ இங்கு ஒவ்வொரு நாளும் வர்ஷினிக் காகப் போராடிக்கொண்டிருக்கிறேன்."

உணர்ச்சிவயப்பட்ட குரலில் சொல்லி முடித்த பின் ஆலக்யா அமைதியாகிறார். ஒரு நாற்காலியில் அமர்ந்து பெருமூச்செடுத்து தன் புடவை நுனியால் கண்ணீரைத் துடைக்கிறார்.

வர்ஷினி தன் தந்தையைப் பற்றி கேள்விகள் கேட்கத் தொடங்கி விட்டாள். ஏன் தாங்கள் தெலங்கானாவில் அவள் தாத்தா பாட்டியுடன் வாழவில்லை என்று கேட்கிறாள் என்று ஆலக்யா சொல்கிறார்.

ராம்ராவ் அமைதியாக உண்கிறார். அவரது முகம் மிகுந்த கவலையைக் காட்டுகிறது. எந்த நொடியும் அழுதுவிடுவார்போல் இருக்கிறார்.

ராகுல் மறைந்து 3 ஆண்டுகள் ஓடிவிட்டன. ஆலக்யா தன் சுயத்தையே மறந்தவராக காணப்பட்டார். தன் உணர்வுகளை வெளிப்படுத்தி தன் உரிமைகளைப் பற்றி அவர் பேசி நான் கேட்பது இதுதான் முதல்முறை. அவர் கோபமுற்றிருக்கிறார். ஆனாலும் நான் இதுவரை பார்த்திராத அளவுக்கு நம்பிக்கையுடனும் பேசக் கூடியவராகவும் இருக்கிறார்.

ஆலக்யாவுக்கு நகைகளும் நிலத்தில் பங்கும் என்பது போற்றத் தக்க நினைவுகளையும் ஓர் உரிமையையும் தன் மகளின் எதிர் காலத்துக்கான ஓர் உறுதியையும் தருகிறது. ராம்ராவைப் பொறுத்த வரை பணம் புரட்டுவதற்காக அடமானம் வைக்க ஏதோ கிடைக்கிறது.

★★★

இந்த ஆண்டு வெயில் காலம் மிக கடுமையாக இருப்பது போல் தோன்றுகிறது. அது சற்று முன்பாகவே தொடங்கி மகா ராஷ்டிராவெங்கும் பெரும் குடிநீர் பஞ்சத்தை ஏற்படுத்தியிருக்கிறது. ஹிவாராவில் குடிநீர் சிக்கல் எப்போதும் இருந்ததில்லை. ஆனால், சுற்றியுள்ள பல கிராமங்களும் தொடர்ந்து தெற்கிலுள்ளவையும் ஒரு வறட்சியை எதிர்நோக்கி நிற்கின்றன. மாரத்வாடா ஏறத்தாழ முழு வறட்சியைத் தொட்டு நிற்கிறது. மேற்கு மகாராஷ்டிரா மற்றும் அருகில் உள்ள தெலங்கானாவும் அவ்வாறே உள்ளன. ஹிவாராவின் வயல்களில் உணவையும் நீரையும் தேடி மந்தை மந்தையாய் ஆடு, மாடுகள் திரிகின்றன. இந்த ஆண்டு பணமோ நீரோ இல்லாத நிலையில் சுற்றுப்புற கிராமங்களைச் சேர்ந்த விவசாயிகள் தங்கள் கால்நடைகளைக் கைவிட்டுவிட்டதாக ராம் ராவ் கூறுகிறார். ஹிவாராவைச் சுற்றி குறைந்தது 6-7 கிராமங்கள் ஆழமான சிக்கலில் இருப்பதாகக் கூறுகிறார். தனது பசுக்களுக்கு உணவிட கடந்த மாதம் மட்டுமே ரூ.15,000த்துக்குத் தீவனமும் வைக்கோலும் வாங்கியிருக்கிறார். அத்துடன் தனது வயலில் எஞ்சியிருந்த நிலக்கடலை பயிர் எச்சத்தையும் சேகரித்துள்ளார். மக்கள் கால்நடைகளைக் கைவிடுவது என்பது ஆழ்ந்த துயரின் வெளிப்பாடு என்று ராம்ராவ் விளக்குகிறார். மாலையில் நாங்கள் கிராமத்தைச் சுற்றி நடந்து ஊர் மக்களுடன் அரட்டை அடிக்கி றோம். அவர்கள் பயிர் இழப்பாலும், நீர், தீவனம் மற்றும் வேலை

ஆகியவை சுற்றுப்புறமெங்கிலும் கிடைக்க வாய்ப்பு இல்லாத நிலையிலும் தங்களின் சிக்கல்களும் சிரமமும் அதிகரித்து வரு வதைப் பற்றி கூறுகிறார்கள்.

இதற்கிடையே மே மாத இறுதியில் புதுதில்லியில் நரேந்திர மோடி மீண்டும் ஆட்சிக்கு வருகிறார். கடந்த முறையைவிட அதிக வாக்குகளை நாடு அவருக்குக் கொடுத்திருக்கிறது. 2022க்குள் விவசாயிகளின் வருமானத்தை இரட்டிப்பாக்குவதாக அவர் வாக்கு கொடுத்துள்ளார்.

தனது வயலில் ராம்ராவ் வேறு பயிரைப் பயிரிட நினைக்கிறார். சிறிது காலம் முன்பு அவர் யோசித்திருந்தபடி மஞ்சளைப் பயிரிட முடிவு செய்கிறார். ஜாரியைச் சேர்ந்த அவரது நண்பர் ஒருவர் அவருக்கு மஞ்சள் விதைகளைக் கொடுத்துள்ளார். பருத்தி மற்றும் சோயாவைவிட மஞ்சள் அதிக இலாபத்தைத் தந்துவிடும் என்று நினைக்கிறார். அவரது விவசாய நண்பர்கள் சிலர் மஞ்சளை நன்கு அறுவடை செய்து வருகின்றனர். கடந்த காலத்தில் ஒருமுறை அவர் இதனை முயற்சி செய்துள்ளார். பருத்தி உள்ளிட்டப் பிற பயிர்களைவிட, இது மேலானது என்று நினைக்கிறார். பருத்தி புன்செய் நிலத்துக்கானது. மஞ்சள் பாசன வசதியுள்ள நிலத்துக்கானது.

ஜூலை இறுதிவரை மழை பெய்யவில்லை. ராம்ராவ் அச்சப் படத் தொடங்குகிறார்.

"மாற்றுத் திட்டம் என்ன?" நான் அவரிடம் கேட்கிறேன்.

"எதுவும் இல்லை" அவர் சொல்கிறார்.

மழை பொய்த்தாலோ அல்லது காலத் தாமதம் செய்தாலோ அதற்கான மாற்றுத் திட்டம் என்று எதுவும் விவசாயிகளிடம் எப்போதும் இருப்பதில்லை. அவர்கள் அப்போதைக்கப்போது முடிவு செய்து அந்த நொடி எது வேலை செய்யும் என்று நினைக்கிறார்களோ அதனை நடுவார்கள்.

மழை ஒரேயடியாக வராமல் போகலாம் என்ற தொடக்க அச்சத் துக்குப் பின் அக்டோபர் தொடக்கத்தில் பெரு மழை பெய்கிறது. மகாராஷ்டிராவின் சதாரா, கோலாப்பூர், சங்லி, பூனே மற்றும் பிற பகுதிகளிலும் வெள்ளம் ஏற்பட்டுள்ளது. மழை நிற்பதுபோல் தெரியவில்லை. ஜூன், ஜூலை தொடங்கி ஆகஸ்ட், செப்டம்பர் வரையிலான காலத்துக்குப் பெய்யவேண்டிய மழைக்கு ஈடு செய்வது போல் பெய்தது.

அக்டோபர் மத்தியில் ராம்ராவையும் ஆலக்யாவையும் காண நான் ஹிவாராவுக்குச் சென்ற போது சாமந்தி மலர்கள் முழுமை யாகப் பூத்து நிற்பதைக் கண்டேன். ராம்ராவின் வயல்கள் மஞ்சள், பருத்தி, சாமந்தி, பருப்புகள், பல பிற பயிர்கள் விளைந்து செழித்து நிற்கின்றன. சாம்பல், பச்சை, ஆரஞ்சு, இள நீலம் மற்றும் வெள்ளை ஆகியவற்றின் பல வண்ணக் கலவை நிறைந்த ஓர் ஓவியம் போல் அவரது வயல்வெளிகள் நிற்கின்றன. அவற்றுக்கிடையே செக்கச் சிவந்த நிறமும் மண்ணின் ஆழ்ந்த நிறமும் கோடிட்டு நிற்கின்றன.

ராம்ராவ் நல்ல விளைச்சலை எதிர்பார்க்கிறார். ஆனாலும் அறு வடை வரை எவராலும் எதையும் உறுதியாகச் சொல்ல முடியாது. அவர் உண்மையில் பணம் ஈட்ட, பயிர் விலைகள் மாறாமல் நிற்க வேண்டும். அப்படி ஈட்டிய பணத்தில் பெரும் பகுதியை அவர் கடன்களைத் திரும்பக் கட்ட பயன்படுத்த வேண்டும்.

அவர் விவசாயத்தை விடுவதைப் பற்றி பேசுவதில்லை. தற் கொலைப் பற்றிய சிந்தனையே இல்லை. அவருக்கு வாழ்வில் ஒரு இரண்டாம் வாய்ப்பு கிடைத்திருக்கிறது. அதை முழுமையாகப் பயன்படுத்த நினைக்கிறார்.

செப்டம்பர் மாத இறுதியில் ஆலக்யாவும் ராம்ராவும் தங்கள் சார்பாக ஆலக்யாவின் கணவர் வீட்டாரிடம் அவள் நகைகளை மீட்டுத்தர உதவிக் கோரி யெல்மி ஜாட் பஞ்சாயத்தில் புகார் அளிக்க அதிலாபாத்துக்குச் சென்றனர். ஆனால், தோல்வியுற்றே திரும்பினர்.

“நாங்கள் சென்ற போது பஞ்சாயத்திற்கான தேர்தல்கள் நடந்து கொண்டிருந்தன” ஆலக்யா என்னிடம் சொல்கிறார். ஆனால், அவரது கணவர் வீட்டார் தாமாகவே முன்வந்து ரூ.35,000த்தை ஆலக்யாவுக்கு அனுப்புகின்றனர். அவர்கள் வர்ஷினியின் கல்விக்குத் துணை நிற்பதாக வாக்கு கொடுத்திருந்தனர். அவர்கள் அவரின் நகையையோ பிற சொத்துகளையோ திருப்பிக் கொடுக்கவில்லை. அவர் கணவருக்கு உரிமையுள்ள பங்கு நிலத்தைக் கொடுப்பதைப் பற்றி மறந்துவிட்டனர். அதை அவர்கள் கொடுக்காமலேயே போவதற்குத்தான் சாத்தியம் அதிகம். தெலங்கானாவின் விதவைகள் ஓய்வூதிய திட்டத்தில் ஆலக்யா தன்னைப் பதிவுசெய்துகொள் கிறார். அதன்மூலம் அவருக்கு மாதம் ரூ.2,000 கிடைக்கும். 3 மாதங்களுக்கு ஒருமுறை அவர் அங்குச் சென்று அந்தப் பணத்தைப் பெற வேண்டும்.

“தெலங்கானாவில் பெண்களுக்கு உதவியாகப் பல நல்ல திட்டங்கள் உள்ளன. நாங்கள் (மகாராஷ்டிரா) இதில் மிகவும் பின்தங்கியுள்ளோம்” என்று ராம்ராவ் சொல்கிறார்.

தனது மகளுக்கு ஒரு நிலையான வருமானம் கிடைப்பது நல்லது என ராம்ராவ் நினைக்கிறார். ஒன்றிரண்டு எருமை மாடுகள் வாங்கித் தந்தால் ஆலக்யா பாலோ அல்லது அதிலிருந்து தயிர், நெய் தயாரித்து பந்தர்காவுடா சந்தையில் விற்கலாம் என நினைக்கிறார். ஆலக்யாவும் சில ஆடுகளையும் கோழிகளையும் வளர்த்தால் கூடுதல் வருமானம் கிட்டும் என நினைக்கிறார். நளினிக்கு உதவி யாக இருக்க தானும் ஒரு தையல் இயந்திரம் வாங்கியிருக்கிறார். அவர்கள் வேலையைத் தங்களுக்குள் பகிர்ந்துகொண்டு குறைந்த பட்ச வருவாயை ஈட்ட முடியும். வர்ஷினி தனது புதிய பள்ளியில் பொருந்திவிட்டாள். அவள் வளரவளர தன்னைச் சுற்றியுள்ள உலகில் நடப்பதையும் தனது தாயின் வாழ்வின் கடுமையான நெருக்கடிகளையும் உணர்வாள்.

ஆலக்யா பொருளாதார ரீதியாக தன்னை தானே பார்த்துக் கொள்ளும் அளவுக்குச் சுதந்திரமாக இருக்க வேண்டும் என்று ராம்ராவ் விரும்புகிறார். தனக்கு ஏதேனும் நேர்ந்தால் அவள் அதனால் அவதிபடக் கூடாது.

“எனக்கு பிறகு யார் அவர்களைப் பார்த்துக்கொள்வார்கள்?”

அவரது இளைய மகள் அனுஜா கருவுற்றிருக்கிறார். 2020இன் தொடக்கத்தில் அவர் தனது இரண்டாவது குழந்தையைப் பெற் றெடுப்பார். அவர் கண் கலங்க அமைதியாகிறார். தங்கள் பேரக் குழந்தையை வரவேற்க விமல்பாய் உயிருடன் இருந்திருந்தால் எத்தனை மகிழ்ச்சியுற்றிருப்பார். ராம்ராவ் என்னை வயலுக்குக் கூட்டிச் செல்கிறார். முழுமையாகப் பூத்து நிற்கும் சாமந்திப் பூக்கள் சிலவற்றை நாங்கள் பறிக்கிறோம்.

★ ★ ★

ஹிவாராவில் அக்டோபர் இறுதியில் பெய்த கடும் மழையும் தொடர்ந்து நவம்பர் முதல் வாரத்தில் பெய்த மழையும் காய்த்து நின்றிருந்த வெள்ளைப் பருத்திப் பயிரையும் அறுவடை செய்யப் பட்ட சோயாவையும் அழித்துவிட்டன. கூடுதல் மழை என்பது பயிர்களை ஈரமாக ஆக்கிவிடுகின்றன. அதிக ஈரப்பதம் தரத்தைக் குறைக்கிறது. அதனால் அவற்றின் விலையும் குறைகிறது. வியா பாரிகள் அதனை வாங்குவதில்லை அல்லது மிக குறைந்த விலை யையே தருவார்கள்.

"இன்று ஒரு குவிண்டால் பருத்திக்கு எனக்கு ரூ.4,500 கிடைத்தது." நவம்பர் 13 அன்று நான் ராம்ராவைச் சந்திக்க சென்றிருந்தபோது அசோக்ராவ் இதனை என்னிடம் சொல்கிறார். அவர் பந்தர்காவுடா நூற்பாலைக்குச் சென்று 5 குவிண்டால்களை விற்றிருக்கிறார். தனது விளைச்சல் குறைந்த விலையைப் பெற்றதால் வேதனையுற்று திரும்பினார். இந்த ஆண்டு மகாராஷ்டிரா வெங்கும் ஆயிரக்கணக்கான விவசாயிகள் கூடுதல் மழையினால் பாதிக்கப்பட்டுள்ளனர். ஏறத்தாழ 92 இலட்சம் ஹெக்டேர் நிலங்கள் நட்டத்தினால் பாதிக்கப்பட்டிருக்கலாம் என விவசாயத்துறையின் கணக்குச் சொல்கிறது. இது ஏறக்குறைய மகாராஷ்டிராவின் மொத்த விளை நிலங்களில் பாதியாகும்.

கரும்பு, பருத்தி, பருப்புகள், அழுகக் கூடியவை, காய்கறிகள் – என அனைத்து வகையான விவசாயப் பொருட்களும் செப்டம்பர் மாதம் தொடங்கி பெய்த தொடர் மழையால் பாதிக்கப்பட்டுள்ளன.

தேசிய கணக்கெடுப்பு அமைப்பின் 2019ஆம் ஆண்டு அறிக்கையின்படி கிராமப்புறங்களில் நுகர்வு குறைந்துள்ளது. மோடி அரசு ஒப்புக்கொள்ளத்தான் செய்கிறது. விவசாயிகளிடையே நிவாரணம் மற்றும் நட்ட ஈட்டுக்கான எதிர்பார்ப்பு தொடங்கிவிட்டது.

"விவசாயிகள் பெரும் நட்டத்தில் இருக்கின்றனர்." தனக்கு நல்ல விலையோ, நல்ல விளைச்சலோ கிடைக்கும் என்ற நம்பிக்கை அற்று ராம்ராவ் என்னிடம் சொல்கிறார்.

"கடந்த ஆண்டு வறட்சி. இந்த ஆண்டோ கூடுதல் மழை." இரண்டு ஆண்டுகளாக அவர் கடன் தள்ளுபடிக்காகக் காத்திருந்தார். ஆனால், அவருக்குப் புரியாத காரணங்களால் கடன் தள்ளுபடியின் பலன் அவருக்குக் கிடைக்கவில்லை.

ஹிவாராவில் இந்த ஆண்டு பயிர்க் கடன்கள் சரிவர விநியோகிக்கப்படவில்லை. சில விவசாயிகள் மட்டுமே அதிலும் பகுதி அளவு மட்டுமே பயிர்க் கடன்களைப் பெற்றார்கள். 2000ஆம் ஆண்டில் ஒரு புன்செய் நில பருத்தி விவசாயிக்குப் பயிர்க் கடனாக வங்கிகளால் ரூ.5,000 கொடுக்கப்பட்டு வந்தது. தற்போது அது 5 மடங்கு அதிகரித்துள்ள போதிலும் இன்றைய உற்பத்திச் செலவு அதற்குள் அடங்கவில்லை. ராம்ராவ் ஆண்டு முழுவதும் முதலீட்டுக்காகத் தவியாய் தவிக்கிறார். தனது வயலில் முதலீடு செய்யவோ, ஏதேனும் புதுமைகளை முயற்சி செய்யவோ அல்லது பால் பண்ணை, கோழிப் பண்ணை போன்ற பிற

தொழில்களில் முதலீடு செய்யவோ அவரிடம் பணம் இல்லை. அவரது ஓலை வேய்ந்த வீட்டைச் சரி செய்வது பற்றி கேள்வியே இல்லை. அந்தப் பகுதியெங்கும் எவருக்கும் நிலைமை வேறாக இல்லை. வங்கிகள் தங்களது பருத்திக் கடன் இலக்கை எட்டவே இல்லை.

ராம்ராவின் கடன் பாக்கி கிட்டத்தட்ட ரூ.15,00,000இல் நிற்கிறது. இந்த ஆண்டு அவர் ஆலக்யாவிடம் எஞ்சியுள்ள தங்க நகைகள் சிலவற்றை அடமானம் வைத்தார். மேலும் கைமாற்றாகவும் கொஞ்சம் கடன் வாங்கினார். மார்ச் 2020இல் மஞ்சளை விற்கும்போது அதன்மூலம் தனது மகளின் நகைகளை மீட்டெடுத்துவிடலாம் என்று நம்புகிறார். கடன்கள் அடைப்பது என்பது பின்னர்தான்.

நவம்பர் மத்தியில் நான் அவரைச் சந்தித்தபோது அவர் இன்னமும் முழு வீச்சில் பருத்தியைப் பறிக்க தொடங்கியிருக்கவில்லை. போர்கான் வயலிலிருந்து 8 குவிண்டால் பருத்தியைப் பறித்திருந்தார். அதை வைத்தே வேலையாட்களுக்குக் கூலி கொடுக்க வேண்டும். அதீத மழை பருத்திக்கோ, பருப்புகளுக்கோ நல்லது செய்யவில்லை. ஆனால், மஞ்சளுக்கு உதவியது.

அவர் எப்போது தன் கடன்களை முழுமையாக அடைப்பார் என்று நான் கேட்டவுடன் அவர் என்னை வெறித்து நோக்கி வாய் விட்டுச் சிரிக்கிறார். கடன்களிடமிருந்து தப்ப முடியாது என்கிறார். பழைய கடன்கள் அடைக்கப்பட்டாலும் புதிய கடன்கள் வரத்தான் செய்யும்.

"கடன்கள் வாழ்வின் ஒரு பகுதியாகவே இருக்கின்றன." நவம்பர் மாத இறுதியில் ராம்ராவ் தனது மாட்டுக் கொட்டிலில் நின்று இதனை சொல்கிறார். அங்குதான் அவர் தனது பருத்தியை அடுக்கி வைத்துள்ளார். ஈரப்பதத்தின் காரணமாகப் பருத்தி சேராகவும், மஞ்சள் நிறத்திலும் இருக்கிறது.

கீழே உதிர்ந்து கிடந்த பருத்தியைக் கையில் எடுத்து என்னிடம் காட்டி அதன் தரம் இந்த மழையினால் எவ்வாறு பாதிக்கப்பட்டுள்ளது என்பதை விளக்குகிறார். "இது சந்தையை அடையும்போது என்னவாக ஆகுமோ எனக்குத் தெரியவில்லை. ஒருவேளை மெத்தைகளுக்குப் பயன்படுத்தப்படலாம்" என்று கணிக்கிறார்.

நான் மீண்டும் வற்புறுத்துகிறேன். "ஆனால், உங்கள் கடன்களை அடைப்பதற்கு நீங்கள் ஓர் இலக்கை வைத்திருப்பீர்கள் தானே. எப்போதுதான் உங்கள் சுமையிலிருந்து நீங்கள் விடுவிக்கப்படுவீர்கள்?"

அவர் என்னை உற்று நோக்குகிறார். குவிக்கப்பட்ட பருத்தியின் மீது அமர்கிறார்.

ஒரு புன்னகையுடன் சொல்கிறார், "நான் என் கண்களை நிரந்தரமாக மூடும்போது."

இறுதியுரை

"**யாரோ** என் கோழிக் குஞ்சுகளைக் கொன்றுவிட்டார்கள்."

அவரது மாட்டுக்கொட்டிலில் கோழிகளுக்கு யாரோ விஷம் வைத்தது அவரைக் கடுமையாகப் பாதிக்கிறது. இப்படியுமா தீங்கு விளைவிப்பார்கள் என்ற நினைவே அவருக்கு மிகுந்த வலியை ஏற்படுத்துகிறது.

"நான் யாருக்கும் எந்தத் தீங்கும் செய்ததில்லை. யார் இதை எனக்குச் செய்திருப்பார்கள்?"

இரண்டு மாதங்களுக்கு முன் ராம்ராவ் அருகில் உள்ள வாராந்திர சந்தையிலிருந்து சில ஆயிரம் ரூபாய்களுக்கு 70-80 நாட்டுக் கோழிக் குஞ்சுகளை வாங்கியிருந்தார். வீட்டுத் தேவைகளுக்கான வருமானமாக ஒரு சின்ன கோழிப் பண்ணையை உருவாக்க ஆலக்யா விரும்பியிருந்தார்.

ஆனால், ஓர் அதிகாலையில் சில குஞ்சுகள் செத்துக் கிடப்பதைப் பார்த்து ராம்ராவும் ஆலக்யாவும் அதிர்ச்சியடைந்தனர். 30 குஞ்சுகள் இறந்திருந்தன.

யாரோ அவற்றுக்குத் தீவனத்தின் மூலம் விஷம் வைத்திருக்க வேண்டும் என்று சந்தேகிக்கிறார்கள். இறந்த குஞ்சுகள் மல்லாந்து கிடந்தன. கால்கள் மேல் நோக்கி நீண்டிருக்க அதன் வாய் திறந்திருந்தது.

"இப்படியொரு கொடிய பாவத்தை யாரேனும் செய்திருப்பார்களா? என்பதையே என்னால் நம்ப முடியவில்லை" அவர் என்னிடம் இதனை மீண்டும்மீண்டும் சொல்கிறார். ஜனவரி 2021இல் நீண்ட இடைவெளிக்குப் பின் நான் அவரைச் சந்திக்கச் சென்றிருந்தேன். நாங்கள் தொடர்ந்து தொலைபேசி வழியாகத் தொடர்பில் இருந்த போதும் இந்த நிகழ்வு பற்றி அவர் என்னிடம் தெரிவிக்கவில்லை.

சில வாரங்களுக்கு முன் நாங்கள் பேசியபோது அவர் மீண்டும் காய்ப் புழுக்கள் பற்றிப் பேசினார். அண்மை மாதங்களில் பருத்தியின் மீது காய்ப் புழுக்களின் தாக்குதல் 2017இல் ஏற்பட்டதைப்

போலவே மிக மோசமாக உள்ளது. அதற்கான தடுப்புகள் எதுவும் வேலை செய்யவில்லை என்கிறார். ஆலக்யாவின் மாமனார் கிசன் ரங்கனேனிவார் கடந்த ஆகஸ்ட் 2020இல் இறந்ததையும் அவரது மாமியார் சுசீலா புற்று நோயால் பாதிக்கப்பட்டு மிக மோசமான நிலையில் இருப்பதையும் குறிப்பிட்டார். தனது கணவரின் மறைவுக்குப் பின் அவர்களால் தொடர்ந்து தொல்லைப்படுத்தப் பட்டபோதும் ஆலக்யா தன் மகளுடன் தன் மாமனார் வீட்டுக்குச் சென்று ஒரு மாதம் தங்கியிருந்து மாமனார் இறந்த துக்கத்தில் பங்கேற்றதோடு, உடல் நலிவுற்றிருந்த தன் மாமியாரையும் கவனித்துக் கொண்டார். கடந்த வெயில் காலத்தில் தனது இளைய மகள் அனுஜா இரண்டாவது குழந்தையைப் பெற்றெடுத்ததைப் பற்றியும் கூறினார். ஒன்றிரண்டு முறை பேசும் போது தனது கடன் சுமை பற்றியும் குறிப்பிட்டார். வேலையின்மை காரணமாக கிராமத்தினர் சந்திக்கக் கூடிய நிச்சயமற்ற நிலைமைகளைப் பற்றியும் 2020ஆம் ஆண்டு பொதுவாகவே அவர்களுக்கு எவ் வளவு கடினமாக இருந்தது என்பதை பற்றியும் பேசினார். ஆனால், தனது கோழிக் குஞ்சுகளுக்கு விஷம் வைக்கப்பட்டதைப் பற்றி எதுவும் கூறவில்லை.

தனது மாட்டுக்கொட்டிலில் கோழிக் குஞ்சுகளுக்காக ஏற்படுத்தி யிருந்த சிறிய அடைப்பைக் காட்டுகிறார். வீட்டில் கோழி வளர்ப் பதற்கு நிறைய பணமோ, கவனமோ தேவைப்படாதது என்று அவர் நினைத்தார். அதனால் ஆலக்யாவால் அதனை எளிதாகச் செய்ய முடியும் என்று நம்பினார்.

“யாரேனும் இந்தக் கோழிக் குஞ்சுகளைத் திருடியிருந்தால்கூட நான் இவ்வளவு வேதனை பட்டிருக்க மாட்டேன். ஏனெனில், அதன்மூலம் அவர்களுக்கு ஏதேனும் பணம் கிடைக்கக் கூடும். ஆனால், இவற்றை ஏன் கொல்ல வேண்டும்?”

ராம்ராவ் இந்த நிகழ்வினால் மிகவும் அதிர்ந்திருக்கிறார். யாரேனும் வெளியூர்க்காரர்களின் வேலையாக இருக்கும் என நினைக்கிறார். சில குஞ்சுகள் பிழைத்திருக்கின்றன. ஆலக்யா அவற்றை வீட்டுக்குள் தன் பார்வையில் வளர்க்க முயல்கிறார்.

★★★

2020 ஆண்டு பனிக்காலம் சாதாரணமாய் கழிந்தது. 2021 ஆண்டு வெயில் காலம் கடுமையாய் இருக்கப்போவதைக் காட்டியது. மார்ச் முதல் வாரத்திலேயே வெயில் காலத்தின் தன்மையை

நம்மால் உணர முடியும். கடந்த ஓராண்டுக்கும் மேலாக உலகையே உலுக்கி எப்போது முடிவுறும் என்று அறியாத நிலையிலேயே வைத்திருக்கும் கோவிட்-19 பெருந்தொற்று ஏற்படுத்திய அச்சம் இன்னமும் தொடர்கிறது. பல பகுதிகளில் கிருமியின் இரண்டாம் அலையின் பாதிப்பு தெரியத் தொடங்கியுள்ளது.

அதிர்ஷ்டவசமாக ஹிவாராவில் இதுவரை ஒருவர்கூட கொரோனாவால் பாதிக்கப்படவில்லை.

"யாருக்குத் தெரியும். எவருக்கேனும் வந்திருக்கலாம். ஆனால், பரிசோதனை செய்து உறுதிப்படுத்தப் படாமலேயே சென்றிருக்க லாம்" என்று சொல்லி ராம்ராவ் சிரிக்கிறார்.

2019இல் ராம்ராவ் கால் ஏக்கர் நிலத்தில் மஞ்சளைப் பயிரிட்டிருக் கிறார். இது 2020 மார்ச்சில் அறுவடை செய்யப்படவேண்டியது. அந்த நேரத்தில்தான் இந்தியாவெங்கும் முழு அடைப்பு கொண்டு வரப்பட்டது. அவர் 40 குவிண்டால் ஈர மஞ்சளை அறுவடை செய்தார். அவற்றைக் காய வைத்த பின் எடை 8 குவிண்டாலாகக் குறைந்தது. மஞ்சள் அவரது நிலத்துக்குப் பொருந்தக்கூடிய நிச்சயப் பலன் தரக்கூடிய நல்ல பயிராக இருந்தது. காட்டு விலங்குகளின் தாக்குதலினாலோ, மழை மாறுபாடுகளினாலோ அதற்கு எந்த அச்சுறுத்தலும் இல்லை. ஆனால், சரியாக அறுவடை நேரத்தில் கொரோனா தாக்கியது.

கோவிட் சிக்கல் வருவதை ராம்ராவ் எதிர்பார்த்திருக்கவில்லை. நாம் எவருமே எதிர்பார்க்கவில்லைதான். உலகம் எதிர்பாராத ஒரு மருத்துவச் சிக்கலில் மாட்டிக்கொண்டிருக்கிறது. அது மக்களின் சமூகப் பொருளாதார வாழ்வை அழித்தது. அவர் மஞ்சளை அறுவடை செய்து காய வைத்து விற்க தயாரானபோது சந்தைகள் பாதிக்கப்பட்டன. மிகவும் சிரமப்பட்டே அவரால் விற்க முடிந்தது. அவர் அந்த 7 குவிண்டால் மஞ்சளை ஒரேயடியாக விற்க முடியாமல் வாய்ப்பு கிடைத்தபோதெல்லாம் விற்றார். ஒரு குவிண்டாலுக்குச் சராசரியாக ரூ.5,000 கிடைத்தது. மஞ்சளை அவரால் மெருகேற்ற முடிந்திருந்தால் சாதாரண காலத்தில் ஒரு குவிண்டாலுக்கு ரூ.8,000 முதல் 10,000 வரை கிடைத்திருக்கும். ஆனால், முழு அடைப்புக் காரணமாகவும் தொடர்ந்த கட்டுப்பாடுகள் காரணமாகவும் அவ ரால் அது இயலவில்லை.

அப்படியிருந்தும் அந்தச் சிறு பகுதி நிலத்திலிருந்து பருத்தியோ, பருப்புகளோ, சோயாவோ ஈட்டும் வருமானத்தைவிட, அதிக மாகவே அவருக்குக் கிடைத்தது. 2020 காரிஃப் காலத்தில் தனது

நிலத்தில் ஒன்றரை ஏக்கரில் அவர் மீண்டும் மஞ்சள் பயிரிட்டார். ஏப்ரல் 2021இல் 15 முதல் 20 குவிண்டால் காய்ந்த மஞ்சள் கிடைக்கும் என்று எதிர்பார்க்கிறார். சந்தைதான் சிக்கல். இது பருத்தி விளையும் பகுதி என்பதால் இங்கு மஞ்சளை வாங்கும் பெரிய வியாபாரிகள் எவரும் இல்லை. பெரும் எண்ணிக்கையி லான விவசாயிகள் மஞ்சளை வளர்த்தால் மட்டுமே பெரிய வியாபாரிகள் இங்கு வந்து வீட்டு வாசலிலேயே அல்லது பந்தர்காவுடாவில் உள்ள விவசாயப் பொருட்கள் சந்தையில் வாங்குவார்கள். ஒருவர் எதிர்பார்க்கும் அளவிலான பணத்தை இப்படி சிறிய அளவுகளில் விற்பதன் மூலம் ஈட்டிவிட முடியாது. தனது மஞ்சளை வாங்கும் விருப்பம் உள்ள ஒரு சிறு வியாபாரியை ராம்ராவ் கண்டுபிடித்திருக்கிறார். அவர் மஞ்சளைப் பொடியாக்கி உள்ளூர் சந்தைகளில் விற்றுவிடுவார்.

“இது வேலை செய்கிறாதா என்று பார்க்கலாம்” என்று சொல் கிறார் ராம்ராவ்.

முழு அடைப்பு நீக்கப்பட்டு புதிய இயல்பு வாழ்வு திரும்பு வதற்காக காத்திருப்பதிலேயே 2020 வெயில் காலம் கழிந்தது. ராம்ராவும் மற்ற கிராமத்தினரும் வீட்டிலேயே இருந்து இந்தப் புதிய மருத்துவச் சிக்கல் குறித்தும் காரிஃப் காலம் குறித்தும் புலம்பிக்கொண்டே காலத்தைக் கழித்தனர். மற்ற கவலைகள் தற்போது முக்கியத்துவம் குறைந்திருந்தன. ஹிவாராவிலிருந்தும் அருகில் உள்ள கிராமங்களிலிருந்தும் மும்பை, அதிலாபாத், ஐதராபாத், சென்னை மற்றும் பிற பகுதிகளுக்கு வேலைக்காக இடம்பெயர்ந்திருந்தவர்களில் பலர் ஊருக்குத் திரும்புவதையும் அவர்கள் கண்டனர்.

ஏப்ரல் 2020இல் என்னிடம் தொலைபேசியில் பேசியபோது ராம்ராவ் தனது கிராமத்தினைச் சேர்ந்தவர்கள் சிலர் தெற்கி லிருந்து வடக்குக்குத் திரும்பும் இடம்பெயர்ந்த மக்களுக்காக நெடுஞ்சாலையெங்கும் நீர் மற்றும் உணவு பந்தல்களை அமைத் திருக்கின்றனர் என்று கூறினார். ஆண்களும் பெண்களும் குழந்தை களுமாய் மக்கள் கூட்டம்கூட்டமாக நடந்துகொண்டிருந்தார்கள். ஐதராபாத்திலிருந்து நாக்பூருக்கும் பின் அங்கிருந்து கிழக்கு மற்றும் வட இந்தியாவில் உள்ள தங்கள் வீடுகளுக்கும்.

“மிக கடுமையான சூழ்நிலை நிலவுகிறது” என்று சொன்னார்.

★★★

நான்கு மணிநேர முன்னறிவிப்போடு பிரதமர் நரேந்திர மோடி நாட்டை முழுமையாக அடைத்த போது அது பெரும் குழப் பத்தையும் பீதியையும் ஏற்படுத்தியது. இலட்சக்கணக்கான புலம் பெயர்ந்த தொழிலாளர்கள் இந்தியாவெங்கும் இருக்கக்கூடிய தங்களுடைய சொந்த ஊர்களுக்குத் திரும்ப மிகவும் ஆபத்தான பயணங்களை மேற்கொண்டார்கள். வேலையை இழந்து முழு அடைப்பு எவ்வளவு நாட்கள் நீடிக்கும் என்று தெரியாத நிலை யில் அவர்கள் இந்தப் பயணத்தை மேற்கொள்ளவேண்டி வந்தது. இரயில்களும் பேருந்துகளும் ஓடாத நிலையில் ஆயிரக்கணக் கானோர் நடந்தனர். தங்கள் மிதிவண்டிகளில் ஏறி மிதித்தனர். லாரிகளிலும் மற்ற அவசர தேவை வாகனங்களிலும் ஏறி எப்படி யாவது தங்கள் வீடுகளை அடைந்துவிட முயன்றனர். அவர்களை பற்றிய வேதனையான கதைகள் சமூக ஊடகங்களில் வெளி வந்தன. 1947இல் இந்தியா-பாகிஸ்தான் பிரிவினையின் போது நடந்த இடப்பெயர்வுக்கு இணையானதாக இந்த இடப்பெயர்வு இருக்கிறது என பலரும் குறிப்பிட்டனர்.

2020 மார்ச் முதல் ஜூன் வரையிலான காலகட்டத்தில் ஒரு கோடிக்கும் மேலான புலம்பெயர் தொழிலாளர்கள் தங்களது சொந்த மாநிலங்களுக்கு நடந்தே திரும்பினர். கடந்த செப்டம்பர் 2020இல் ஒன்றிய அரசு நாடாளுமன்றத்துக்கு அளித்த எழுத்துப் பூர்வமான பதிலில் இதனை தெரிவித்தது. அரசு சாரா ஆய்வாளர் களின் கணக்கின்படி இது 3 முதல் 5 கோடிக்கும் அதிகமான எண்ணிக்கையில் இருக்கும் என்று சொல்லப்படுகிறது. எனினும் நாடாளுமன்றத்துக்கு அளித்த மற்றொரு பதிலில் முழு அடைப்பின் போது உயிரிழந்த இடம்பெயர் தொழிலாளர்கள் பற்றிய விவ ரங்கள் தங்களிடம் இல்லை என அரசு கூறியது. ஆனால், எல்லா இடங்களிலும் சாவுகள் விழுந்து கொண்டுதானிருந்தன.

எந்தவிதமான சமூக அல்லது பொருளாதாரப் பாதுகாப்பும் அற்ற, இந்தப் பெருந்தொற்றுக்கு எளிதில் பலியாகக்கூடிய நிலையில் இருந்த ஆயிரக்கணக்கான ஏழை புலம்பெயர் தொழிலாளர்களை இந்தத் திடீர் முழுஅடைப்பு செய்வதறியாத நிலையில் நிறுத்தி பட்டினிப் போட்டது. நாக்பூர் எந்தவிதத்திலும் அதற்கு மாறாக இல்லை. முதல் இரண்டு வாரங்களில் ஆயிரக்கணக்கான தொழி லாளர்கள் விதர்பாவெங்கும் நடந்தனர். மத்தியப் பிரதேசம், சத்தீஸ்கர் ஏன்? இராஜஸ்தான் வரையிலும்கூட இருந்த தங்கள் வீடுகளுக்குத் திரும்ப விழைந்தனர். ஏப்ரல் கடைசி வாரத்தில்

நாக்பூரில் ஒரு முக்கிய சந்தியில் நான் சில ஆண்கள் மற்றும் பெண்களிடம் உரையாடினேன். அவர்கள் தங்களது உடைமைகளை சாக்குப் பையில் வைத்து முதுகில் சுமந்துகொண்டு வேக வேகமாக நடந்துகொண்டிருந்தார்கள். அவர்கள் அவசரத்தில் இருந்தார்கள். முதலில் பேசுவதற்கான மனநிலையில் இல்லை. ஒருவர் மட்டும் தயக்கத்துடன் ஓரிரு நிமிடங்கள் பேசினார். அவர்கள் ஐதராபாத்திலிருந்து ஏறத்தாழ 700 கி.மீ. தூரம் உள்ள மகாராஷ்டிராவின் கிழக்கு எல்லையில் உள்ள கோந்தியாவின் கிராமத்துக்குத் திரும்பிக்கொண்டிருந்தார்கள். கடந்த 7 நாட்களாக அவர்கள் நடந்துகொண்டிருந்தனர்.

ஒரு வாரம் முன்பு விசாகப்பட்டினத்திலிருந்து இராஜஸ்தானில் உள்ள தங்களது ஊரான கரௌலிற்குச் செல்லும் வழியில் நாக்பூரை அடைந்திருந்த பதின் வயதுகளில் இருந்த சில சிறுவர்களை நான் சந்தித்தேன். அவர்கள் மிகுந்த சோர்வுடனும் அச்சத்துடனும் இருந்தனர். ஒரு நிறுவனத்தில் தினக் கூலிகளாக வேலைபார்த்த அவர்கள் இப்போது வேலையிலிருந்து அனுப்பப்பட்டிருந்தனர். அவர்கள் ஏற்கெனவே 800 கி.மீ. கடந்திருந்தனர். இன்னமும் ஏறக்குறைய 800 கி.மீ. தூரம் செல்ல வேண்டும். உள்ளூர் காவலர்கள் அதிகாரிகளிடம் இவர்களைப் பற்றி தெரிவிக்க இவர்கள் நாக்பூர் மாநகராட்சியின் காப்பகத்துக்குக் கொண்டுசெல்லப்பட்டு ஏறத்தாழ ஒரு மாதம் அங்கேயே காத்திருக்க வைக்கப்பட்டனர். அதன் பிறகே அவர்களுக்கு வீடு திரும்ப அனுமதி கொடுக்கப்பட்டது.

2020 வெயில் காலத்தில் சந்திராப்பூர் மாவட்டத்தைச் சேர்ந்த ஏறத்தாழ 10,000 புலம்பெயர் தொழிலாளர்கள் தெலங்கானா மற்றும் ஆந்திரப் பிரதேசத்தின் பல மாவட்டங்களில் சிக்கி நிற்பதாக செய்திகள் வந்தன. ஆண்கள், பெண்கள், குழந்தைகள் என அனைவரும் பல கிராமங்களில் வயல்களில் அமைக்கப்பட்ட தற்காலிக குடிசைகளில் நிறுத்திவைக்கப்பட்டிருந்தனர். அவர்கள் தங்கள் வீடுகளுக்குத் திரும்பிச் செல்ல அனுமதி கிடைக்கும்வரை அங்கே காத்திருக்க நேர்ந்தது.

முன்னறிவிப்பின்றி செயல்படுத்தப்பட்ட முழு அடைப்பின் காரணமாகப் புலம்பெயர் தொழிலாளர்கள் சந்திக்க நேர்ந்த கொடுமையான வேதனைகள் பற்றி பல பல கதைகள் வந்த வண்ணம் இருந்தன. எடுத்துக்காட்டாக, மார்ச் 20 அன்று கோந்தியாவிலிருந்து தனது சிறு குழந்தையுடன் நாக்பூரில் உள்ள அரசு மருத்துவக் கல்லூரி மருத்துவமனைக்குச் சாதாரண பரிசோதனைக்காக

வந்த ஒரு கர்ப்பிணி பெண் திடீரென்று போடப்பட்ட முழு அடைப்பால் தன் குடும்பத்தைவிட்டுப் பிரிந்து நகரில் மாட்டிக் கொண்டார். அவர் ஒரு அரசு காப்பகத்தில் தனது மகளுடன் தங்க வைக்கப்பட்டார். ஒரு தன்னார்வ தொண்டு நிறுவனம் அமைத்த பொது சமையலறையிலிருந்து அவருக்கு உணவு கிடைத்தது. 'ஜனதா ஊரடங்கு' என்று இந்தியா அனுசரித்த மார்ச் 22 அன்று, தான் பணிபுரியும் அகமது நகரிலிருந்து ஒரு தனியார் பேருந்து மூலமாக நாக்பூர் வந்தடைந்த ஓர் இளைஞர் சந்திராப்பூர் மாவட்டத்தில் சாவோலி தாலுகாவைச் சேர்ந்த தனது கிராமத்தை அடைய தொடர்ந்து இரண்டு நாட்கள் நடந்திருக்கிறார். ஒரு புலம்பெயர் தொழிலாளர் உலக தொழிலாளர் தினமான மே 1 அன்று தனது சொந்த ஊரை அடைவதற்குச் சில மைல் தூரத்தில் தற்கொலை செய்துகொண்டதாகச் செய்திகள் சொல்கின்றன. அவர் பல நாட்களாக நடந்ததால் மிகுந்த களைப்பும் விரக்தியும் அடைந் திருந்தார்.

ஓராண்டு முடிந்த பிறகும் இன்னமும் பெருந்தொற்றுக் காலம் முடியவில்லை. செப்டம்பர் 2020இல் அது உச்சத்தை அடைந்த தாகக் கருதப்பட்டது. ஜனவரி 2021இல் இந்தியா தடுப்பூசி செலுத்த ஆரம்பித்தது. இது அவதிப்பட்ட மக்களுக்குச் சற்று ஆசுவாசத்தைத் தந்தது. ஆனால், இரண்டு மாதங்கள் கழித்தும் முன்பைவிடக் கொடுமையான ஓர் இரண்டாவது அலையை நாடு சந்தித்து நிற்கிறது. இது மருத்துவ, பொருளாதார மற்றும் மனித நேய சிக்கலை ஆழப்படுத்தியுள்ளது. 2021 ஏப்ரல் மத்தியில் இந்தியாவில் 1.3 கோடிக்கும் மேலானவர்கள் பாதிக்கப்பட் டிருப்பதாகவும் 1.7 இலட்சம் பேர் இறந்திருப்பதாகவும் இந்த எண்ணிக்கை தொடர்ந்து அதிகரித்துவருவதாகவும் தெரிகிறது.

பணம் மதிப்பிழப்பு, பொருட்கள் மற்றும் சேவைகள் வரி (GST) மிக மோசமாகச் செயல்படுத்தப்பட்டமை, இப்போது இந்த கோவிட்-19 பெருந்தொற்று ஆகியவை நாட்டின் முதுகெலும்பை யும் ஏழை மக்களின் பொருளாதாரத்தையும் உடைத்து நொறுக்கி யுள்ளது.

★★★

கோவிட்-19 பெருந்தொற்றும் நொறுக்கப்பட்ட பொருளா தாரமும் அதனால் ஏற்பட்ட துன்பங்களும் போதாது என்பது போல் செப்டம்பர் 2020இல் மோடி அரசு மூன்று அவசரச் சட்டங்களை நிறைவேற்றியது. தொடர்ந்து குளிர்கால கூட்டத்

தொடரின்போது நாடாளுமன்றத்திலும் வேகவேகமாக மூன்று சட்டத்திருத்தங்களையும் நிறைவேற்றியது. இவை விவசாய சீர்திருத்தங்களை முன் வைத்து நிறைவேற்றப்பட்டதாகச் சொல்லப் பட்டன. இதற்கு எதிராக விவசாயிகள் குறிப்பாக, வட மாநிலங் களான பஞ்சாப், அரியானா மற்றும் உத்திரப் பிரதேசத்தைச் சேர்ந்த விவசாயிகள் தெருவில் இறங்கிப் போராடத் தொடங்கினர். அதே நேரத்தில் ஒன்றிய அரசு தொழிலாளர்கள் சட்டத்திலும் மாற்றத்தைக் கொண்டுவந்தது. இதன் மூலமாக வேலைக்கு அமர்த்துவதும் வேலையை விட்டு நீக்குவதும் முதலாளிகளுக்கு எளிதானதாக்க இவை முனைந்தன.

குடியுரிமை திருத்தச் சட்டத்துக்கு எழுந்த எதிர்ப்புகளைப் போலவே விவசாயிகளின் போராட்டமும் பெரும் எழுச்சி யடைந்தது. குடியுரிமை திருத்தச் சட்ட எதிர்ப்புப் போராட்டங்கள் பெருந்தொற்றையும் அதைத் தொடர்ந்த உடனடி முழு அடைப் பையும் காரணம் காட்டி திடீரென நிறுத்தப்பட்டன. ஆனால், விவசாயிகளின் போராட்டத்தைப் பொறுத்தவரை, முதலில் பஞ் சாபில் தொடங்கி பின்னர் பசு வலயம் எங்கும் பரவிய அந்தப் போராட்டம் பெருந்தொற்றின் காரணமாகக்கூட நிறுத்தப்பட வில்லை. சில மாதங்களில் நாட்டின் அனைத்துப் பகுதிகளிலும் எதிர்ப்புகள் கிளம்பின. போராட்டம் தொங்கி முதல் நூறு நாட்களுக்குள் ஏறத்தாழ 300 விவசாயிகள் இறந்துபோயினர். அதில் சிலர் தேசிய கவனத்தை ஈர்க்க போராட்டக் களங்களிலேயே தற்கொலை செய்துகொண்ட சோகமும் நிகழ்ந்தது.

மோடி அரசு நிறைவேற்றிய சர்ச்சைக்குரிய சட்டங்கள் இவை தான்: வேளாண் பொருட்கள் விற்பனை மற்றும் வணிகம் (மேம் பாடு சட்டம்), 2020 (Farmers' Produce Trade and Commerce (Promotion and Facilitation Act), 2020); விவசாயிகள் (அதிகாரப் படுத்துதல் மற்றும் பாதுகாப்பு) விலை உறுதி ஒப்பந்தம் மற்றும் விவசாய சேவைகள் சட்டம், 2020 (the Farmers (Empowerment and Protection) Agreement on Price Assurance and Farm Services Act, 2020); இன்றியமையாத பொருட்கள் (திருத்த) சட்டம், 2020 (the Essential Commodities (Amendment) Act, 2020). இந்தச் சட்டங்களில் ஒவ்வொன்றும் அவர்களைப் பல்வேறு விதங்களில் பாதிக்கும் என விவசாயிகள் கூறுகின்றனர். தாங்கள் ஒருபோதும் வேண்டியிராத 'கறுப்புச் சட்டங்கள்' என அவர்கள் இவற்றை அழைக்கின்றனர். இதற்கிடையே 1970களில் பசுமை புரட்சிக்கு

உதவிய முப்பரிமாண கட்டமைப்பை உடைக்க இந்தச் சட்டங்கள் முயல்கின்றன: பொருட்களுக்குக் குறைந்தபட்ச உறுதி விலை: தரமான விவசாய உட்பொருட்கள்: மற்றும் அரசு அல்லது அதன் பிரதிநிதிகள் வழியாக விளைப் பொருட்களைச் சரியான நேரத்தில் கொள்முதல் செய்வதற்கான உத்தரவாதம். விவசாயக் கட்டமைப் புடன் நெருங்கிய தொடர்புடைய விவசாயிகள் அல்லது சிறிய வியாபாரிகள் ஆகியோருக்கான விலையை உயர்த்தாமல் தனியார் பங்காளர்களை விவசாயத்துக்குள் நுழைக்க இப்புதிய சட்டங்கள் முயல்கின்றன.

மோடி அரசு பிடிவாதமாக இருந்துள்ளது. அது சட்டத்தில் சில மாற்றங்களைச் செய்யவோ அல்லது அதை நடைமுறைப் படுத்துவதைத் தள்ளிப் போடவோ தயாராக இருக்கிறதேயொழிய அதனை முற்றிலுமாகத் திரும்பப்பெற தயாராக இல்லை. ஆனால், சட்டத்தைத் திரும்பப்பெறுவதைத் தவிர, வேறு எதற்கும் உடன்பட மாட்டோம் என விவசாயிகள் உறுதியாகக் கூறிவிட்டனர். இதனால் சிக்கல் தொடர்கிறது.

விமர்சகர்களும் பெரும்பாலான பா.ஜ.க. அல்லாத மாநில அரசுகளும் இந்தச் சட்டங்களை இரண்டு காரணங்களுக்காக ஏற்றுக் கொள்ள மறுத்துள்ளன. ஒன்று, அவர்கள் கலந்தாலோசிக்கப் படவில்லை. இரண்டு, விவசாயமும் சந்தைகளும் மாநிலப் பட்டி யலில் உள்ளவை. ஒன்றிய அரசு அதனுள் நுழையக் கூடாது. பா.ஜ.க. தலைமையிலான மாநில அரசுகள் இந்தச் சட்டங்களை வரவேற்றதோடு, பிரதமரின் தொலைநோக்குப் பார்வையுடன் கூடிய தலைமைக்குப் பஜனை பாடினர்.

ழான் த்ரேஸ் (Jean Dreze) போன்ற விமர்சகர்கள் உணவு பாது காப்புச் சட்டம் மற்றும் அதற்கான கட்டமைப்பை ஒட்டுமொத்த மாக முறிப்பதற்கான ஒரு முன்னோட்டமே இந்தச் சட்டங்கள் என்று விளக்கினர். நாட்டின் அதி ஏழைகளையே இது மோசமாகப் பாதிக்கும். உணவு தானியங்களை அரசு கொள்முதல் செய்வது என்பது பொது விநியோகக் கட்டமைப்பை நடத்துவதற்கும் கோவிட்-19 முழுஅடைப்பின் போது ஏற்பட்டதைப் போன்ற பேரிடர் காலங்களில் ஏழைகளுக்கு உணவளிக்கவும் உதவும். மிகப் பரவலான பொது விநியோக கட்டமைப்பின் ஊடாக மட்டுமே தவிக்கும் பொது மக்களுக்கு அரசுகள் உணவளிக்க முடியும்.

மாநில அரசின் ஆதரவை வெளிப்படுத்தும் இறுதி கட்டமைப்பு களான வேளாண் விற்பனை மற்றும் வணிக அமைப்பை அழிக்கவும்

23 விளைப் பொருட்களுக்குப் பொருந்தும் குறைந்தபட்ச உறுதி விலையை நீக்கவுமான தன்மையைக் கொண்டதாக இச்சட்டத்தின் சில பிரிவுகள் இருக்கின்றன என விவசாயிகள் உண்மையாகவே அச்சம் கொண்டுள்ளனர்.

வேளாண் விற்பனை மற்றும் வணிகம் (மேம்பாடு சட்டம்), 2020இன் பிரிவு-13 இவ்வாறு சொல்கிறது. "இந்தச் சட்டத்தின் கீழோ அல்லது அதன் கீழ் வெளியிடப்பட்ட ஆணைகளின்படியோ நல்லெண்ணத்துடன் செய்யப்பட்ட எந்தவொரு செயலுக்கும் எதிராக ஒன்றிய அரசின் மீதோ, மாநில அரசின் மீதோ அல்லது ஒன்றிய அரசின் ஏதொரு அதிகாரியின் மீதோ அல்லது மாநில அரசின் ஏதொரு அதிகாரியின் மீதோ எவ்வித சட்ட நடவடிக்கையும் எடுக்க முடியாது." இந்தச் சட்டம்தான் வேளாண் விற்பனை மற்றும் வணிக அமைப்பை அழிக்க குறிவைத்து போடப்பட்ட சட்டம்.

இந்தச் சட்டங்களை விமர்சித்து பி. சாய்நாத் இவ்வாறு எழுது கிறார்.

தங்கள் சட்டப்படியான கடமைகளைச் செய்வதற்காக அரசு ஊழியர்கள் மீது நடவடிக்கை எடுக்கக் கூடாது எனக் கூறும் வேறு சில சட்டங்களும் இருக்கத்தான் செய்கின்றன. ஆனால், இந்தப் பிரிவு அவை எல்லாவற்றுக்கும் மேலாக இருக்கிறது. "நல்லெண் ணத்தின் அடிப்படையில்" என்ற சொற்றொடர் மூலம் அப்படிச் செய்யக்கூடிய எல்லாவற்றுக்கும் கொடுக்கப்பட்ட சட்டப்பூர்வ விலக்கு என்பது எதையும் செய்யும் துணிவை அவர்களுக்கு அளிக்கும். 'நல்லெண்ணத்துடன்' அவர்கள் செய்த குற்றச் செயல் களுக்குக்கூட அவர்களை நீதிமன்றத்துக்குக் கொண்டுசெல்ல முடி யாது என்பதோடு, அவர்கள் இனி செய்யப்போகும் குற்றச் செயல்களுக்காகவும் ('நல்லெண்ணத்துடன்' தான்) அவர்கள் சட்ட நடவடிக்கையிலிருந்து பாதுகாக்கப்படுகிறார்கள். நீங்கள் ஒரு வேளை சரிவர புரிந்துகொள்ளவில்லையெனில் உங்களுக்கு சட்ட நுணுக்கங்கள் அல்லது நீதிமன்ற நடைமுறைகளைப் பற்றி தெரியாது எனில் பிரிவு-15 இன்னும் தெளிவாக விளக்குகிறது. "இச்சட்டத்தின் கீழோ அல்லது அதன் கீழ் போடப்பட்ட ஆணை களின்படியோ அதிகாரம் அளிக்கப்பட்ட எந்தவொரு அதிகாரியின் எந்தவொரு செயலுக்கும் எதிராக வழக்கு நடத்த எந்தவொரு சிவில் நீதிமன்றத்துக்கும் அதிகாரம் இல்லை."

அது இத்துடன் நிற்கவில்லை. அச்சட்டத்தின் பிரிவு-19 இவ்வாறு சொல்கிறது. "பிராந்திய அதிகாரிக்கோ அல்லது அதற்கு மேலான அதிகாரிக்கோ இந்தச் சட்டத்தின் கீழ் முடிவெடுக்க அதிகாரம் அளிக்கப்பட்ட எந்தவொரு சிக்கலையும் விசாரிக்க எந்த சிவில் நீதிமன்றத்துக்கும் அதிகாரம் இல்லை. மேலும் இச்சட்டத்தின் கீழ் அல்லது அதன் கீழ் போடப்பட்ட ஆணைகளின்படி அதிகாரம் அளிக்கப்பட்டவர்கள் எடுத்த எந்தவொரு நடவடிக்கைக்கும் எதிராகவும் எந்தவொரு சிவில் நீதிமன்றமும் தடை உத்தரவு அளிக்க முடியாது." சட்டப்பூர்வமான நடவடிக்கைகளுக்கான அடிப்படை அரசியல் சட்ட உரிமையை இந்தப் பிரிவு நீக்குகிறது.

இந்தப் போராட்டங்களினால் உந்தப்பட்டு 2021 ஜனவரி மத்தியில் உச்சநீதிமன்றம் இந்தச் சிக்கல் மீது தன்னிச்சையாக கவனம் செலுத்தி 'இரு தரப்பினாராலும் ஏற்றுக்கொள்ளத்தக்க ஒரு முடிவை எட்டும் வரை' சர்ச்சைக்குரிய மூன்று சட்டங்களையும் நடைமுறைப்படுத்துவதற்குத் தடை விதித்து உத்தரவிட்டது. நான்கு நபர் நிபுணர் குழு ஒன்றையும் உச்சநீதிமன்றம் அமைத்தது. ஆனால், அதில் ஒருவர் சில நாட்களிலேயே தனிப்பட்ட காரணங்களினால் விலகுவதாகக் கூறி விலகிவிட்டார். விவசாய சங்கங்களோ உச்சநீதிமன்றத்தின் தலையீட்டை மிக தன்மையுடன் நிராகரித்து தாங்கள் உச்சநீதிமன்றத்தை அணுகவில்லை என்றும் விவசாய சட்டங்கள் திரும்பப் பெறப்பட்டு மற்றொரு சட்டத்தின் மூலம் குறைந்தபட்ச உறுதி விலை சட்டப்பூர்வமாக்கப்படும் வரை அரசுக்கு எதிரான தங்கள் போராட்டம் தொடரும் என அறிவித்தனர்.

★ ★ ★

ஹிவாராவில் ராம்ராவ் அமைதியாக தன் வாழ்வைத் தொடர்கிறார்.

2020இல் பருவமழை வழக்கத்தைவிட நன்கு இருந்தபோதும் ஒழுங்கற்று பெய்தது என்கிறார். நீண்ட இடைவெளிகள் விட்டு சிறிது நேரம் மட்டும் பெய்த பெருமழைகள். காய்ப் புழுக்கள் மீண்டும் வந்துள்ளன. மஞ்சள் நன்றாக விளைந்தது. உடல்நலிவுற்றிருந்த தன் மாமியாருடன் ஒரு மாதம் கழித்துவிட்டு ஆலக்யா திரும்பிவிட்டார். வர்ஷினி அந்த ஆண்டு முழுவதுமே பள்ளிக்குச் செல்லவில்லை. பள்ளிகள் மூடப்பட்டிருந்ததால் கிராமத்துக்

குழந்தைகள் அனைவருமே வீட்டிலேதான் இருந்தனர். கிராமத்தில் இருந்த குழந்தைகளுக்கு இணையவழிக் கல்வி பயன் தரவில்லை. சில இளைஞர்கள் வேலைக்காகப் புலம்பெயர்ந்தார்கள். பெரும் பாலும் ஐதராபாத்துக்கு.

நான் 2021 பிப்ரவரி இறுதியில் அவரைக் கடைசியாக சந்தித்த போது ராம்ராவின் வயலெங்கும் மஞ்சள் செழித்து வளர்ந்து காற்றில் அதன் நறுமணத்தைப் பரப்பிக்கொண்டிருந்தது. அவரது நண்பர் கோலம்வாரின் வயலில் கடைசி பருத்தி பறிக்கப்படாமல் நிற்கிறது. தனது வயலின் மறுபுறத்தில் ஒரு ஏக்கரில் அவர் நிலக்கடலை பயிரிட்டிருந்தார். வெயில் கால பயிராக சோளத்தை விதைக்க பாஸ்கர் வேலை செய்துகொண்டிருந்தார். பருப்புகளை அறுவடை செய்த பின் உழப்பட்ட சிறு துண்டு நிலத்தை அவர் அதற்காகத் தயாரித்துக்கொண்டிருந்தார். சோளம் இரு மாதங்களில் அறுவடைக்குத் தயாராகிவிடும். அதன் தானியத்தை அவர் சொந்தப் பயன்பாட்டுக்கு வைத்துக்கொள்வார். அதன் பச்சை இலைகள் மாட்டுத் தீவனமாகப் பயன்படும்.

மார்ச் நெருங்க ஹிவாராவில் விவசாய வேலைகள் குறை கின்றன. அவரது வயலில் மதிய நேரத்தை செலவிட்டுவிட்டு நாங்கள் அவரது வீட்டில் அமர்ந்து அரட்டை அடிக்கிறோம். ஹோலி விரைவில் வர இருப்பதை அவர் நினைவுபடுத்துகிறார்.

“மார்ச் இறுதி வாரத்தில் வாருங்கள்” என்கிறார். கோவிட் கட்டுப்பாடுகளாலும் நிச்சயமற்ற தன்மைகள் தொடர்வதாலும் பணப் பற்றாக்குறையாலும் இந்த ஆண்டு பாகவத சப்தம் நடத்தப் படாமல் போகலாம். மார்ச் மத்தியில் இரண்டாவது அலையின் பிடியிலிருந்த மகாராஷ்டிராவின் பல நகரங்கள் மீண்டும் முழு அடைப்பு போன்ற கட்டுப்பாடுகளை விதித்து இயல்பு வாழ்க் கைக்கு மீண்டும் பாதிப்பை ஏற்படுத்தின.

தனது கணவரின் நிலத்தில் தனக்குரிய உரிமையுள்ள பங்கை தான் பெறுவோம் என்று ஆலக்யா தொடர்ந்து நம்புகிறார். அது வர்ஷினியை வளர்க்க உதவும் சொத்தாக இருக்கும். பந்தர் காவுடாவில் உள்ள ஒரு நகைக் கடையில் அவரது தங்க நகைகள் இன்னமும் அடமானத்தில்தான் இருக்கின்றன. 2019இல் பெறப் பட்ட அந்த நகைக் கடனை ராம்ராவால் இன்னமும் அடைக்க முடியவில்லை. இவ்வாண்டின் பிற்பகுதியில் தனது மஞ்சளை விற்று அந்தக் கடனை அடைக்க அவர் முயல்வார். ஆலக்யாவின் தையல் இயந்திரம் வேலையின்றி இருக்கிறது.

தில்லியில் நடக்கும் விவசாயப் போராட்டங்களுக்குத் தூரத்தி லிருந்து ஹிவாரா தனது ஆதரவைத் தெரிவிக்கிறது. ராம்ராவும்கூட இந்த இயக்கத்தினால் ஏதேனும் நன்மை நடக்கும் என்று நம்பு கிறார். அவர் முன்பு போல் மன அழுத்தத்தில் இல்லை. கவலைகள் இருக்கின்றனதான். ஏழு ஆண்டுகளுக்கு முன் அவர் சாவுக்கு மிக நெருங்கி வந்ததை நினைவுகூர்கிறார். அதன் 'ஆண்டு விழா' இரண்டொரு வாரங்களில் வரவிருக்கிறது. அவர் தினமும் செல்வதைப் போலவே அன்றும் அனுமார் கோவிலுக்குச் சென்று தன்னுடைய மற்றும் அனைவருடைய நலனுக்காகவும் பிரார்த் தித்துக்கொள்வார். அவர் தன் கடன்களை அடைக்க முயல்வார். ஆனால், தொடர்ந்து செயல்படவும் தனது வருமானத்தை அதிகப் படுத்தவும் ஆலக்யாவையும் வர்ஷினியையும் தன்னால் இயன்ற அளவு சிறப்பாகக் கவனித்துக்கொள்ளவும் மேலும் கடன் வாங்கு வதிலிருந்து தப்பிக்க அவரால் இயலாது. அவரது வங்கிக் கணக்கில் பணமே இல்லை. தேவைப்படும் போது எடுக்க அவரிடம் சேமிப்பு இல்லை.

அவரது கிராமத்தில் உள்ள பெரும்பாலான விவசாயிகளின் நிலையும் இதுதான். விதர்பாவெங்கும் புன்செய் நில விவசாயப் பகுதிகளில் ஒரு சில மிக திறமையான விவசாயிகள் மற்றும் கூட்டு முயற்சிகள் தவிர, பொதுவாக கிராமப்புற விவசாயிகள் மத்தியில் நம்பிக்கை இழப்பே நிலவுகிறது. விதர்பாவிலும் நாடெங்கிலும் விவசாயிகளின் தற்கொலைகள் தொடர்ந்துகொண்டிருக்கின்றன.

தேசிய அரசியல் நடப்புகளுக்கும் பொருளாதார விவாதங் களுக்கும் அப்பால் வெகு தூரத்தில் ஒரு கண்ணியமான வாழ்வுக் காக ராம்ராவும் அவரை போன்றவர்களும் தங்கள் வயலில் நடத்தும் தனிமையான போராட்டம் தொடர்ந்துகொண்டே இருக் கிறது.

நாக்பூர்

ஏப்ரல் 2021

நோக்குத் தரவுகள் பற்றிய குறிப்பு

1996 முதல் நான் விதர்பா பற்றிய எழுதியவற்றுக்காக விவசாயத் துயரம், பருத்தி மற்றும் விவசாயிகளின் தற்கொலைகள் தொடர்புடைய பல அறிக்கைகளையும், கொள்கை விளக்கங்களையும், செய்தித்தாள்களில் வெளியிடப்பட்ட செய்தி அறிக்கைகள், செயல்பாட்டு அறிக்கைகள் மற்றும் நூல்களையும் பயன்படுத்தியுள்ளேன். அதைத் தவிரவும் கடந்த 20 ஆண்டுகளுக்கும் மேலாக பெண் விவசாயிகள், குழந்தைகள், விவசாயத் தலைவர்கள் மற்றும் நிபுணர்களை நான் எடுத்த நேர்காணல்கள் இப்பகுதியில் உள்ள விவசாயிகள் மற்றும் விவசாயக் கூலிகளின் அன்றாட வாழ்வு குறித்த ஆழமான புரிதலை எனக்குத் தந்தன. இவை அனைத்தும் இந்த நூலை எழுத எனக்கு உதவின. இந்தச் சிக்கல் குறித்து மேலும் ஆராயவும் அறிந்துகொள்ளவும் விரும்புபவர்களுக்கு உதவும் வகையில் நான் பயன்படுத்திய பிரதிகள் குறித்த பட்டியலைக் கீழே தருகிறேன். இது ஒரு முழுமையான பட்டியல் அல்ல. ஆனால், வகைப்படுத்தப்பட்டது.

A Fact-finding Report on Agrarian Crisis and Regional Imbalances in Vidarbha, led by Adarsh Misra, Principal Secretary to the Planning Commission of India, 2005. *(ஆக குறைவான பயிர் கடன் செலவினங்கள், பாசனப் பின்னடைவுகள் மற்றும் பிராந்திய ஏற்றத் தாழ்வுகள் குறித்த தரவுகள் இந்த அறிக்கையிலிருந்து எடுக்கப்பட்டுள்ளன)*

Door-to-Door Survey of Villages in Six Cotton-growing Districts of Vidarbha, submitted to the Government of Maharashtra by the Divisional Commissioner, Amravati, 2005-06.

Causes of Farmer Suicides in Maharashtra

CAG Report of 2008 - *ஒரு குறிப்பு*

ஒளிப்படத் தொகுப்பு

நவம்பர் 2018இல் மகாராஷ்டிராவின் விதர்பா பகுதியில் உள்ள யவத்மால் மாவட்டத்தின் ஹிவாராவில் உள்ள தனது வீட்டில் அன்றைய வேலை முடித்து, களைப்பு தீரக் குளித்து கிளம்பும் ராம்ராவ் பஞ்சலேனிவர். 'ப்ராக்' கண்ட சோற்றுப்பின் படம்.

ஆகஸ்ட் 2019இல் சில நாட்களுக்கு முன் விதைத்த பருத்தி விதை களிலிருந்து முளைத்துள்ள பருத்திப் பயிர். விதர்பா கரிசல் மண்ணிற்குப் பெயர் போனது.

ஜனவரி, 2021 - தனது உயிரைக் காப்பாற்றிய பிரமோத் நெல்லாவாருடன் ராம்ராவ். இவருக்கு ராம்ராவ் பெரிதும் நன்றிக்கடன் பட்டுள்ளார். மார்ச், 2014இல் ராம்ராவ் விஷம் அருந்திய அந்த வேதனை மிகுந்த நாளில் பிரமோத்தான் ராம்ராவை மருத்துவமனைக்கு எடுத்துச்சென்ற ஆட்டோ ஓட்டுநர்.

மார்ச், 2018 - ராம்ராவின் வீட்டில் தொங்கும் இரண்டு குடும்ப நிழற் படங்கள். மேலே - ராம்ராவின் மூத்த மகள் ஆலக்யா தனது கணவர் ராகுல் ரங்கனேனிவாருடன். ராகுல், ஜூன் 2016இல் தற்கொலை செய்துகொண்டார். கீழே - ராம்ராவ் தனது மனைவி விமல்பாயுடன். விமல்பாய் 2012இல் இறந்துவிட்டார்.

தங்கள் தந்தை வயலுக்குச் சென்றிருந்த போது அவரது வீட்டில் ராம்ராவின் மகள்கள், ஆனுஜா (இடது) ஆலக்யா (வலது) டிசம்பர் 2017.

ஜனவரி, 2021 - ஆலக்யா, அவரது மகள் வர்ஷினி, அனுஜாவின் மகள் லவ்யா ஆகியோருடன் ராம்ராவ் எடுத்துக்கொள்ளும் ஒரு குடும்பப் படம்.

ஜூலை, 2019 - போர்கானில் தான் குத்தகைக்கு எடுத்திருந்த நிலத்தில் முதல் விதைப்பு முழுமையாகச் சரிவராத நிலையில் இரண்டாவது முறை நடக்கும் விதைப்பை மேற்பார்வையிடும் ராம்ராவ்.

அக்டோபர், 2018 - பருத்து பறிக்கும் காலம் தொடங்குவதற்கு முன் தனது வயலில் சீதாதேவி என்னும் சடங்கை செய்யும் ராம்ராவ்.

நவம்பர், 2018 - கடுமையான வயல் வேலை முடித்து நிற்கும் ராம்ராவின் அண்ணன் அசோக்ராவும் (இடமிருந்து மூன்றாவது) ஹிவாராவின் பிற கிராமவாசிகளும். இவர்களில் பெரும்பாலோர் கோலம் பழங்குடி யினத்தைச் சேர்ந்தவர்கள்.

ஜனவரி, 2021 - ராம்ராவின் வயலில் இளஞ்சிவப்பு புழுக்களால் கடுமையாக பாதிக்கப்பட்டு காய்ந்து வாடி நிற்கும் பருத்தி.

ஜூலை, 2019 - பருத்தி விதைகளை விதைக்கும் பணியில் பாரம்பரிய முறைப்படி மாடு பூட்டிய ஏரினைக் கொண்டு நிலத்தை உழும் ராம்ராவின் நம்பிக்கைக்குரிய தளபதியாக இருக்கும் விவசாயக் கூலித் தொழிலாளியான இஸ்தாரியும் ஹிவாராவைச் சேர்ந்த வேறு இரு பெண்களும்.

ஜூலை, 2018 - ராம்ராவின் வயலில் விதைப்பில் ஈடுபட்டுள்ள பீம்ராவ் அத்ரமும் வேறு இரு பெண்களும். பீம்ராவ் ராம்ராவிடம் பணிபுரியும் விவசாயக் கூலித் தொழிலாளி

ஜனவரி, 2021 ஓரிரு மாதங்களில் அறுவடைக்குத் தயாராகிவிடும் நிலையில் உள்ள தனது மஞ்சள் பயிரைப் பார்வையிடும் ராம்ராவ். அவர் பொதுவாக விதைக்கும் மற்றப் பயிர்களைவிட மஞ்சள் பாது காப்பானது என்பதால் அவர் தனது நிலத்தின் ஒரு பகுதியில் அதனை விதைத்துள்ளார்.